อามายาพุทธะ

Translated to Thai from the English version of
Amaya The Buddha

Varghese V Devasia

Ukiyoto Publishing

สิทธิ์ในการเผยแพร่ทั่วโลกทั้งหมดเป็นของ

สำนักพิมพ์อุกิโยโตะ

เผยแพร่ในปี 2023

เนื้อหาลิขสิทธิ์© Varghese V Devasia

ISBN

สงวนลิขสิทธิ์.
ห้ามทำซ้ำ ส่งต่อ หรือจัดเก็บส่วนใดส่วนหนึ่งของสิ่งพิมพ์นี้ในระบบการสืบค้น ไม่ว่าในรูปแบบใด ๆ ไม่ว่าจะด้วยวิธีอิเล็กทรอนิกส์ ทางกล การถ่ายเอกสาร การบันทึก หรืออื่น ๆ โดยไม่ได้รับอนุญาตจากผู้จัดพิมพ์ล่วงหน้า

สิทธิทางศีลธรรมของผู้เขียนได้รับการยืนยันแล้ว

นี่เป็นผลงานนิยาย ชื่อ ตัวละคร ธุรกิจ สถานที่ เหตุการณ์ สถานที่ และเหตุการณ์ต่างๆ เป็นผลจากจินตนาการของผู้เขียนหรือใช้ในลักษณะที่สมมติขึ้นมา ความคล้ายคลึงใดๆ กับบุคคลที่เกิดขึ้นจริง ทั้งคนเป็นหรือคนตาย หรือเหตุการณ์จริงเป็นเรื่องบังเอิญล้วนๆ

หนังสือเล่มนี้จำหน่ายภายใต้เงื่อนไขว่าจะไม่อนุญาตให้ยืม ขายต่อ จ้าง หรือเผยแพร่โดยไม่ได้รับความยินยอมจากผู้จัดพิมพ์ล่วงหน้า ในรูปแบบใด ๆ ของข้อผูกมัดหรือปกนอกเหนือจากที่จำหน่ายหนังสือเล่มนี้ ที่ตีพิมพ์.

www.ukiyoto.com

การอุทิศตน

วัลสัมมา โธมัส น้องสาวของฉัน

ซึ่งเป็นเพื่อนที่ดีที่สุดในวัยเด็กและวัยรุ่นของฉัน
สนับสนุนให้ฉันอ่านนิยายในภาษามาลายาลัม
ฉันมีความทรงจำที่สวยงามที่เราอ่านเรื่องราวร่วมกัน
นั่งอยู่บนกิ่งต่ำของต้นมะม่วงที่ซ่อนอยู่หลังใบไม้ที่อุดมสมบูรณ์
เป็นเวลาหลายชั่วโมงด้วยกัน ในจักรวาลพิเศษของเราเอง
ในฟาร์มของหมู่บ้านของเราใน Ayyankunnu รัฐ Kerala
ซึ่งตั้งอยู่บน สาหยาดริเหมือนรังนกกาเหว่า

รับทราบ

ฉันขอขอบคุณสำนักพิมพ์ Ukiyoto และทีมบรรณาธิการที่โดดเด่นที่ได้นำหนังสือที่งดงามและงดงามเช่นนี้ออกมา Isvi Mishra บรรณาธิการของฉันช่วยฉันขัดเกลานวนิยายเรื่องนี้ และผลิตภัณฑ์ขั้นสุดท้ายสะท้อนให้เห็นถึงความรู้สึกด้านสุนทรียศาสตร์ที่ยอดเยี่ยมของเธอควบคู่ไปกับความเป็นกลางและความเฉียบแหลมทางวรรณกรรม

การเขียนนวนิยายเรื่องนี้เป็นการทำสมาธิ เป็นการเดินทางสู่การดำรงอยู่ของฉัน ฉันมีประสบการณ์สุดขั้วเมื่อฉันเดินทางไปหาคนอื่นหลายครั้งแต่ก็ไร้ผล วิปัสสนาช่วยให้ฉันทลายขอบเขตเพื่อกระโดดไปสู่สิ่งที่ไม่รู้ จากจิตสำนึกที่ซับซ้อนไปจนถึงจิตสำนึกที่เกิดขึ้นพร้อมกันและสะท้อนกลับ เป็นการเปิดเผยว่าฉันสามารถเปลี่ยนจาก "ฉันไม่รู้" เป็น "ฉันรู้" และ "ฉันรู้ว่าฉันรู้" ซึ่งเป็นการตรัสรู้อันบริสุทธิ์ การเยี่ยมชมวัดมหาโพธิที่พุทธคยาทำให้ฉันถ่อมตัวและช่วยฉันในการตั้งคำถามถึงความจริงของการอยู่ในเงามืดของจักรวาล นาลันทาสอนบทเรียนง่ายๆ บางอย่างแก่ฉัน นั่นคือการสังเกตความเป็นจริงและเข้าใจความมั่นใจตามที่เป็นอยู่ การเดินทางของฉันไปยังอาราม Yiga Choeling Ghum เป็นการเดินทางเข้าสู่ตัวเองซึ่งช่วยให้ฉันมีสมาธิ คิด และทำงานวิเคราะห์รูปแบบที่ไม่เชื่อพระเจ้าและความจำเป็นของการอยู่รอดของมนุษย์ วัดทองกุชาลนาการาทำให้ฉันรับรู้ถึงการมีอยู่ของฉันจากภายนอกได้ ดังที่ซาร์ตร์กล่าวว่าการดำรงอยู่นั้นมาก่อนแก่นแท้ในทางญาณวิทยา ฉันกลายเป็นเป้าหมายของการสอบสวนในขณะที่งานเขียนดำเนินไป

ผู้ชายทุกคนมีผู้หญิงอยู่ในตัว ระดับแตกต่างกันไป อมายาก็คือฉัน ตัวตนของฉันในมิติที่แตกต่างมารวมตัวกันอยู่บ่อยครั้งในฐานะตัวเอกของนวนิยาย อมายาได้เปลี่ยนแปลงแต่ละประโยคและบทโดยเข้าไปมีส่วนร่วม

ในการเล่นเปียโน การวิจัย การปฏิบัติตามกฎหมาย และวิปัสสนา
สำหรับเธอ ศาล ลูกค้า เพื่อนร่วมงาน พ่อแม่ พุทธคยา
และนาลันทา เป็นสัญลักษณ์ของความอยู่รอดของเธอ
การพบกับสุปรียา บุตรสาวของเธอ
ในคุกเป็นครั้งแรกถือเป็นความโล่งใจ
และการเดินทางไปราชาอัมพัตของเธอถือเป็นจุดสุดยอดแห่งการ
ตรัสรู้ หนังสือเล่มนี้เป็นการสรุปประสบการณ์ของเธอ
ฉันรู้สึกขอบคุณทุกคนที่ได้พบกับการเดินทางอันน่าหลงใหลนี้
ฉันต้องขอขอบคุณผู้ที่ช่วยฉันเขียนนวนิยายเรื่องนี้ โดยเฉพาะ
Gilsi, Anju, Aparna และ Jills
ที่อ่านต้นฉบับและให้คำแนะนำเชิงวิพากษ์วิจารณ์

สารบัญ

แม่และลูกสาว	1
ลูกสาวโทรมา.	25
พ่อของลูกสาว	43
สัญญา	66
สิทธิของเธอและชีวิตของเธอ	89
อิสรภาพของเธอ	112
ตั้งครรภ์กับลูกสาว	135
ความหวังของเธอ	154
กำเนิดลูกสาว	174
ตามหาลูกสาว	194
มาเป็นพระพุทธเจ้า	219
เกี่ยวกับผู้เขียน	246

แม่และลูกสาว

ขณะที่เธอเข้าร่วมการประชุม Amaya ไม่เคยคิดเลยว่าหญิงสาวที่กำลังพูดอยู่คือสุปรียา ลูกสาวของเธอ ซึ่งพ่อของเธอลักพาตัวไปจากโรงพยาบาลคลอดบุตรในบาร์เซโลนาเมื่อยี่สิบสี่ปีก่อน Amaya อยู่ในอาการโคม่าเมื่อเธอคลอดบุตร และทารกก็หายไปแล้วตอนที่เธอฟื้นคืนสติสามสัปดาห์ต่อมา

มีความโหยหามากกว่าความปรารถนา ความปรารถนาที่เกินกว่าความปรารถนาที่จะพบกับสุปรียา ขณะที่อมายาเดินทางข้ามยุโรปและอินเดียเพื่อค้นหาลูกสาวของเธอต่อมา ด้วยความสันโดษในบ้านแม่ของเธอในเกรละ เธอวาดภาพลูกสาวของเธอนับล้านภาพบนผนังหัวใจของเธอด้วยสีและขนาดที่หลากหลาย เมื่อเธอเริ่มปฏิบัติตามกฎหมาย สุปรียาจุดประกายความหวังในตัวตนส่วนลึก ขณะที่อมายาโต้แย้งคดีในศาลเพื่อปกป้องสิทธิสตรี

"สุปรียา ฉันจะอยู่กับเธอเสมอ คอยปกป้องเธอในทุกสถานการณ์" อมายาท่องในใจ

ในตอนเย็น ตั้งแต่ห้าโมงเย็น มีโทรศัพท์หลายครั้งเพื่อนัดหมายกับเธอเพื่อขอความช่วยเหลือทางกฎหมาย และเมื่อถึงเวลาเก้าโมงครึ่งแล้วที่โทรศัพท์ดังขึ้น

อมายาอาจจะเรียกชื่อลูกสาวนับครั้งไม่ถ้วนตลอดยี่สิบสี่ปีที่ผ่านมา "สุปรียา" พร้อมอุทานว่า "รักเธอ" กอดเธอไว้ การรู้สึกถึงหัวใจที่เต้นรัวของทารกสุปรียา ซึ่งเป็นสัญญาณแรกของความใกล้ชิดระหว่างแม่และลูกสาว จริงใจและบริสุทธิ์ อ่อนไหวและไม่เสียสละ ถือเป็นประสบการณ์ที่น่าตื่นเต้น สุปรียาจะสูงกว่าเล็กน้อย พ่อของเธออายุหกสอง คารันมีรอยยิ้มที่มีเสน่ห์ เขาอยู่ในตลาดหุ้น ซื้อและขายหุ้นของสโมสรฟุตบอลในยุโรป โดยเฉพาะสเปน ฝรั่งเศส เยอรมนี และสหราชอาณาจักร และมีความมั่งคั่งมากมาย ปรากฏการณ์ทางวัฒนธรรมที่แยกจากกันไม่ได้ ฟุตบอลเป็นสัญลักษณ์ของความภาคภูมิใจของชาวสเปน มีหนังสือหลายร้อยเล่มเกี่ยวกับฟุตบอลในบ้านของพวกเขาในบาร์เซโล

นา ต้นกำเนิด การเติบโต ความคลั่งไคล้ฟุตบอลในสเปน
โดยเฉพาะในคาตาโลเนีย สโมสรฟุตบอล และส่วนแบ่งการตลาด

วิลล่าเล็กๆ ของ Amaya และ Karan มีสองห้องนอน ห้องโถง ห้องครัว
พื้นที่รับประทานอาหารที่พัฒนาอย่างสวยงาม
และห้องอ่านหนังสือเกี่ยวกับฟุตบอล คอมพิวเตอร์
และอุปกรณ์สื่อสารอื่นๆ วิลล่ามีระเบียง 2 ระเบียง
ด้านหนึ่งอยู่ทางทิศตะวันออกและอีกด้านอยู่ทางใต้
วิวจากระเบียงงดงามตระการตา
ขณะชมทะเลเมดิเตอร์เรเนียนสีฟ้าอ่อนๆ เป็นเวลาหลายชั่วโมง
ราวกับใบไม้สีเขียวอมฟ้าอ่อนที่แผ่กระจายไปชั่วนิรันดร์
พระอาทิตย์ขึ้นมีความงดงามเป็นพิเศษเหนือทะเลเหมือนกับ Diklo
ซึ่งเป็นเครื่องประดับที่ประดับด้วยผ้าคลุมศีรษะของผู้หญิงชาว Romani
เมื่อเธอเต้นรำ ซึ่งเห็นได้บนถนนในเฮลซิงกิในช่วงฤดูร้อน
แสงอาทิตย์ยามเช้าที่ส่องทะลุทะลวงราวกับหญิงสาวกำลังค้นหาแฟนข
องเธอซ่อนตัวอยู่ใต้ใบมะพร้าวที่ทั้งสองฝั่งของทะเลสาบเวมบานัด
ลอดผ่านอลัปปูซาก่อนการแข่งขันเรืองูที่ปุนนามาดะในฤดูโอนัม
สายลมสดชื่นที่พัดผ่านร่างกายที่เปลือยเปล่าของเธออย่างต่อเนื่องเมื่อเ
ธอยืนอยู่กับ Karan ในแกลเลอรีเปิด มันดังก้องผ่านรูจมูก เติมเต็มปอด
แผ่ซ่านไปทั่วทุกเซลล์
เหมือนกับการฝึกวิปัสสนาที่เธอปฏิบัติในวิหารพุทธที่เมืองนาลันทา
ปีต่อมา ที่ซึ่งเซ็กส์ถือเป็นคำสาปแช่ง
นับครั้งไม่ถ้วนที่พวกเขาอยู่บนระเบียง เปลือยเปล่า กอดกัน
และร่วมรักกัน
มันเป็นความเป็นหนึ่งเดียวกันสูงสุดที่เธอโหยหาตั้งแต่สมัยเรียนมัธยมป
ลายโดยไม่ต้องแสดงความต้องการด้วยวาจา เมื่อมองผ่านชายหาด
เธอจงใจเมินเฉยต่อสายตาที่อยากรู้อยากเห็นของนักท่องเที่ยวที่มองห
าการหลบหนีกาม ในขณะที่ Karan กอดเธอด้วยความหลงใหล

Casa Mila หรือที่รู้จักกันในชื่อ La Pedrera ซึ่งเป็นแบบจำลองของ
Pillar Rocks ในเมือง Kodaikanal
ปรากฏขึ้นที่ระยะไกลผ่านแผงกระจกบานเลื่อนขนาดใหญ่ Karan
มีเปียโนอยู่ที่ระเบียงทิศใต้ และเขาเล่นเป็น Tchaikovsky, Paganini,
Brahms และ Clara Schumann รายการโปรดของเธอคือ Mozart,
Bach, Chopin และ Beethoven พวกเขาเล่นด้วยกันหลายชั่วโมง
และระหว่างนั้นเธอก็หยุดเล่นและดูด้วยความชื่นชมที่นิ้วของเขาขยับบน
คีย์บอร์ดเบา ๆ ถึงกระนั้น ในบางครั้ง
ดนตรีของเขายังส่งเสียงฟ้าร้องก้องกังวานท่ามกลางเทือกเขาแอลป์ที่ไ

ด้ยินเหนือทะเลสาบเลมอนในเจนีวา มันเหมือนกับการสร้างดนตรีใน La Sagrada Familia ในขณะที่เธอยังคงยืนฟังมันอยู่ ดนตรีของคริสตจักรเน้นการทาบทามทางเพศที่เข้มข้น ดึงดูดใจ มีเสน่ห์และซ้อนเร้น ทำให้เกิดการสั่นสะเทือนซ้ำๆ ในร่างกายพร้อมกับความปรารถนาอันน่าหลงใหลที่มีต่อเขาซึ่งท้าทายที่จะต้านทาน Karan เรียกเปียโนว่า "ความรักของเรา" และวิลล่าว่า "ดอกบัว" มันเป็นสถานที่ที่สะดวกสบายที่สุดในชีวิตในสมัยนั้น เขาสัมผัสได้ถึงความต้องการของเธอและพร้อมจะอยู่เคียงข้างเธอเสมอ ขณะอยู่บนระเบียง เขามักจะกอดเธอบ่อยๆ ร่างกายของเขาอบอุ่น และเธอก็รักทุกการเคลื่อนไหวของเขาในขณะที่ร่วมรัก

สุปรียาคงจะเป็นเหมือนคารานอย่างแน่นอน เธอสัมผัสได้ถึงความรักที่ไหลล้นของสุปรียาและกอดเธอไว้ในใจ สุปรียาเติบโตขึ้นมาในความลับของแม่ในทุกช่วงเวลาของชีวิต เมื่อตอนเป็นเด็กวัยหัดเดิน เธอเป็นคนที่มีความรักที่เป็นตัวเป็นตน คล่องแคล่ว และยิ้มแย้มในช่วงวัยเด็ก เมื่อตอนเป็นเด็ก เธอเป็นคนมีปม อยากรู้อยากเห็น เป็นลูกสุนัขปอมเมอเรเนียนอายุสามเดือน เมื่อตอนเป็นวัยรุ่น เธอเป็นตาปลาหมึกยักษ์ ไม่ต้องสงสัยเลยว่าเป็นโลมาฉลาด และไร้กังวลเหมือนลูกช้าง สุปรียาจะอายุยี่สิบสี่ในไม่ช้าด้วยความมั่นใจและความรับผิดชอบ

"เธอชื่ออะไร?"

"เขาเรียกเขาว่าอะไร"

แต่มายาได้ตั้งชื่อให้นางว่า สุปรียา ในภาษาแม่ของเธอ มาลายาลัม แปลว่า "ผู้เป็นที่รักยิ่ง"

การสัมผัสถึงความใกล้ชิดกับลูกสาวของเธอเป็นประสบการณ์ที่ละลายน้ำแข็ง น้ำตกเล็กๆ จากยอดเขาใกล้บ้านพ่อแม่ ขับรถสามสิบนาทีจากโคจิ อ่อนโยนและแวววาว ในฤดูร้อนก็กลายเป็นกลุ่มหยดน้ำเล็กๆ แต่ช่วงมรสุมก็ล้นสายน้ำที่ตกลงมาจากเนินเขาระหว่างพืชพรรณที่อุดมสมบูรณ์ ไม้เลื้อย และพุ่มไม้สูง ล้อมรอบด้วยต้นมะพร้าว มะม่วง และขนุน เป็นสิ่งล่อใจของนักท่องเที่ยว ทั้งความเขียวขจี อากาศบริสุทธิ์ เสียงนกร้อง กระรอกกระโดด และนกแก้วสีเขียวที่มีจะงอยปากสีทอง การดูกระรอกกระโจนจากกิ่งมะม่วงต้นหนึ่งไปอีกกิ่งหนึ่งก็เหมือนกับการฝึกนักกีฬาวอลเลย์บอลทุบลูกบอล กระรอกเป็นนักกายกรรมที่เก่งที่สุด เนื่องจากพวกมันสามารถกระโดดในแนวตั้งและแนวนอนได้ ซึ่งจะทำให้คริสโตเฟอร์ รีฟ ในซูเปอร์แมนต้องอับอาย

สัตว์ลึกลับที่งดงามที่สุดของเธอคือกระรอก และเธอมักจะสงสัยว่ามันสามารถปีนขึ้นลงบนต้นไม้และห้อยกลับหัวได้อย่างง่ายดายได้อย่างไร มันเป็นความลับสำหรับเธอจนกระทั่งเธอถาม Karan ขณะเฝ้าดูกระรอกปีนต้นอินทผาลัมที่เกาะ Canary ข้างระเบียงในวันหนึ่ง ภายในไม่กี่นาที Karan ก็พบผลการวิจัยใน The New York Times

กระรอกมีขาหลังที่แข็งแรงเพื่อให้มีแรงขับเคลื่อนอันทรงพลัง ข้อมือขาหลังของพวกมันเป็นแบบข้อต่อคู่และยืดออกได้มาก เพื่อให้กระรอกสามารถกลับทิศทางของอุ้งเท้าและวิ่งลงต้นไม้ได้เร็วที่สุดเท่าที่มันวิ่งขึ้นไป กรงเล็บแหลมคมเล็กๆ และขาหลังที่พลิกกลับได้ช่วยให้กระรอกห้อยหัวลงเมื่อต้องการ กรงเล็บอันแหลมคมช่วยให้กระรอกสามารถหาที่จอดทอดสมอที่ปลอดภัยได้ทุกที่ คารานหัวเราะเพื่ออธิบายผลการวิจัย

"เราต้องเป็นเหมือนกระรอก" เขาพูดแล้วมองดูอมายา

เขาดูงุนงงราวกับว่าเขาเสียใจที่พูดถึงมัน แต่ Amaya สังเกตว่ากระรอกชอบส่งเสียงกรีดร้องของกระรอก เนื่องจากกระรอกในบาร์เซโลนาชอบปีนขึ้นลงตามต้นอินทผาลัมที่เกาะคานารี หลายปีต่อมา เธอจำกระรอกเหล่านั้นและคำพูดของเขาทุกครั้งที่เธอกอดสุปรียาในจินตนาการ

เธอชอบขึ้นไปบนยอดเขากับสุปรียาเพื่อชมน้ำตกจากด้านบนระหว่างที่เธอฝันกลางวัน ความรักที่เธอมีต่อลูกสาวเป็นเหมือนน้ำตกที่สวยงามไม่เคยลดลงเลย

Amaya รู้สึกขอบคุณ Rose และ Shankar Menon สำหรับเหตุการณ์พิเศษสองเหตุการณ์ในชีวิตของเธอ ครั้งแรกที่ตั้งชื่อให้เธอว่า Amaya เพื่อนของเธอหลายคนในสเปนบอกเธอว่านี่คือชื่อภาษาสเปนที่สวยที่สุดชื่อหนึ่ง เกือบทุกคนที่เธอรู้จักในมาดริดและประเทศบาสก์ต่างแสดงชื่อนี้ให้เหมาะกับเธออย่างยิ่ง เพื่อนๆ ดีใจที่ได้พบเธอ เรียกเธอว่า "อมายา" เธอมักจะได้ยินคำพูดที่ว่าเธอได้รับชื่อภาษาสเปนและรูปลักษณ์ภาษาสเปน เธอมีเสน่ห์และงดงามอย่างประณีตสำหรับชาวสเปนบางคน เช่น Ines Sastre และ Amaia Urizar

อย่างไรก็ตาม ชื่อของเธอมีต้นกำเนิดมาจากภาษาบาสก์
ซึ่งมีคุณค่าหรือมีเสน่ห์อย่างน่าอัศจรรย์
แอร์โฮสเตสที่สนามบินซานเซบาสเตียนกล่าวเมื่ออมายาไปทัศนศึกษากับเพื่อน ๆ ที่โรงเรียน
ตรงกันข้ามกับสิ่งที่ครูที่พูดภาษาสเปนบอกเธอเมื่อเรียนในระดับมาตรฐานที่ 5 ในโรงเรียนประถมของมาดริด
คำพูดของแอร์โฮสเตสมีความจริงใจมากกว่า
ชาวบาสก์ภูมิใจในดินแดนของตน ซึ่งตั้งอยู่บนเทือกเขาพิเรนีส
จนถึงอ่าวบิสเคย์ ระหว่างสเปนและฝรั่งเศส
พวกเขารักดินแดนผืนนั้นเหมือนหัวใจของพวกเขาเอง
ภาษาของพวกเขามีเอกลักษณ์เฉพาะตัว แตกต่างจากภาษาอื่นๆ
ในยุโรปโดยสิ้นเชิง ประเพณีที่จัดขึ้นมีอายุมากกว่าห้าพันปี
วัฒนธรรมของพวกมันผสมผสานและแข็งแกร่ง
พี่สาวและภรรยาของพวกเขามีความสามารถสูง
เทียบเท่ากับผู้ชายทุกประการ เหมือนผู้หญิงไวกิ้ง
ชาวบาสก์มีความดุร้าย รักอิสระ รักอิสระ ฉลาด และแข็งแรง
อัตลักษณ์ที่แยกจากกันที่พวกเขาครอบครองนั้นแตกต่างไปจากชาวยุโรปคนอื่นๆ ที่อยู่รอบตัวพวกเขาอย่างสิ้นเชิง Amaya
เป็นหนึ่งในชื่อที่สวยงามของพวกเขา ซึ่งชาวสเปนขโมยไปจากพวกเขา
Ainhoa สมาชิกที่แข็งขันขององค์กรต่อสู้เพื่ออิสรภาพตั้งข้อสังเกต

อมายาชอบชื่อจริงมากกว่าเมนอนซึ่งเป็นชื่อสุดท้าย
เธอเกิดที่บาร์เซโลนาเมื่อโรสไปทัวร์ที่นั่นจากมาดริด
เธอต้องการวาดภาพอาคารที่มีชื่อเสียงที่สุดซึ่งออกแบบโดย Antoni Gaudi
ในขณะที่ทำงานเป็นผู้ออกแบบโครงสร้างให้กับบริษัทสถาปัตยกรรมในมุมไบ
สามีของเธอซึ่งเป็นเจ้าหน้าที่อาวุโสของสถานทูตอินเดียในสเปนร่วมเดินทางกับภรรยาตลอดการเดินทาง
เนื่องจากเขาต้องเดินทางบ่อยครั้งทั่วสเปนเพื่อทำหน้าที่ราชการของเขา

เมื่อครอบครัว Menons
ไปเยี่ยมชมมหาวิหารซากราดาฟามีเลียในบาร์เซโลนา
โรสได้ส่งลูกสาวของเธอภายในโบสถ์
เนื่องจากการคลอดบุตรกะทันหันโดยไม่มีสัญญาณเตือน Menons
ทั้งสองจึงงุนงงและไม่ได้เตรียมพร้อมสำหรับการมาถึงของทารกจากระยะไกลด้วยซ้ำ

บาทหลวงในโบสถ์บอกพวกเขาว่าลูกของพวกเขาเป็นลูกคนเดียวที่เกิดในบริเวณศักดิ์สิทธิ์ของซากราดาฟามีเลีย เธอมีค่าต่อพระเจ้ามากที่สุด แม้ว่าทารกหลายรายจะถูกพาเข้ามาในมหาวิหารเพื่อรับบัพติศมาทุกสัปดาห์ก็ตาม แม่ชีคนหนึ่งซึ่งเป็นสมาชิกของซิสเตอร์แห่งโลเรโต ซึ่งจู่ๆก็ปรากฏตัวขึ้นที่นั่น ได้อุ้มทารกไว้ในมือ
และพาแม่และเด็กไปที่คอนแวนต์ข้างโบสถ์ทันที
โรสและทารกแรกเกิดยังคงอยู่ในแม่ชีเป็นเวลาสิบวัน
ขณะที่ทารกเกิดล่วงหน้าหกสัปดาห์
เธอต้องการการสังเกตและการดูแลทางการแพทย์อย่างต่อเนื่อง
แม่ชีชื่ออมายาอุ้มทารกไว้ในมือ เพื่อเป็นเกียรติแก่แม่ชี โรสและชังการ์เมนอนจึงตั้งชื่อลูกสาวว่าอมายา อย่างไรก็ตาม พวกเขาเรียกเธอว่าโมล ที่รักที่สุด ในภาษามาลายาลัม

Amaya มีความรักเป็นพิเศษต่อ La Sagrada Familia, Loreto Convent อันงดงามไม่แพ้กัน, Barcelona
เมืองเมดิเตอร์เรเนียนที่เต็มไปด้วยสีสันตระการตา และมีชีวิตชีวา และคาตาลันอันไพเราะ เธอยังรักประเทศบาสก์ ผู้คน ภาษาอันไพเราะยูสการา รวมถึงประเพณีและวัฒนธรรมของพวกเขาตั้งแต่สมัยเด็กๆ

ในบาร์เซโลนา ด้านนอกมหาวิหาร
มีการกักตุนขนาดยักษ์อยู่ข้างถนนสายหลัก และ Amaya จะยืนอยู่ตรงหน้านั้นสักครู่ทุกครั้งที่เธอไปเยี่ยมบ้านเกิดของเธอ
ตัวอักษรเหล่านี้สื่อถึงความหมายอันทรงพลัง
บาร์เซโลนาในคาตาโลเนีย และเราพูดภาษาคาตาลัน
ในทำนองเดียวกัน มีการกักตุนไปทั่วแคว้นบาสก์ทุกๆ 10 กิโลเมตร โดยประกาศว่า "*เราเป็นประเทศเอกราชที่เรียกว่ายูสกาดี และเราพูดภาษายูสคารา*"

Amaya
สำเร็จการศึกษาระดับประถมศึกษาในกรุงมาดริดในโรงเรียนที่ดำเนินการโดย Sisters of Loreto แม้กระทั่งตอนเป็นนักเรียน
เธอก็มีความอยากท่องเที่ยวโดยธรรมชาติ
เมื่อพ่อของเธอลาออกจากหน่วยงานต่างประเทศของอินเดียและร่วมงานกับบริษัทข้ามชาติในตำแหน่งนักวิเคราะห์ข้อมูล
เธอมีโอกาสมากขึ้นที่จะเดินทางไปกับพ่อแม่ของเธอทั่วยุโรป
เธอสนุกกับการอยู่ระยะสั้นในเมืองใหญ่ๆ ในช่วงวันหยุดของเธอ
การได้สังเกตผู้คนจำนวนมาก สภาพแวดล้อม วิถีชีวิต ประเพณีและวัฒนธรรมอย่างใกล้ชิดในระหว่างการออกไปเที่ยวถือเป็นประสบกา

รณ์ที่ยอดเยี่ยม
เธอรักความเป็นอิสระของพวกเขาและตอกย้ำความเชื่อมั่นของเธอว่าอิสรภาพสร้างมนุษย์ เสรีภาพแยกออกจากความยุติธรรมไม่ได้ Barcelona, Pamplona และ San Sebastian
รักความเป็นอิสระและความจริงใจของพวกเขา ท้องฟ้า อากาศ น้ำ และสภาพแวดล้อมของชาวคาตาโลเนียและบาสก์มีเสน่ห์ที่เป็นเอกลักษณ์
และเธอได้สัมผัสกับอิสรภาพทุกที่ในมุมของคาตาโลเนียและประเทศบาสก์

เมื่อเธออายุได้ 13 ปี Shankar Menon
รับตำแหน่งใหม่เป็นหัวหน้าบรรณาธิการของ *The Word*
ซึ่งตีพิมพ์ในมุมไบ และ Amaya เข้าร่วมโรงเรียนมัธยมของเธอในเมือง
เธอปลูกฝังความทรงจำที่สดใสของสเปนเหมือนกับช่างทอระดับปรมาจารย์ของ Kannur
โดยผสมผสานลวดลายอันสดใสเข้ากับเครื่องทอผ้าของเธอด้วยการพันด้ายพุ่งอย่างพิถีพิถัน มาดริด บาร์เซโลนา
และแคว้นบาสก์ของเทือกเขาพิเรนีสเป็นสถานที่ที่น่ายินดีด้วยการจินตนาการถึงการเดินทางไปที่นั่นและสื่อสารเป็นภาษาสเปน ฝรั่งเศส อังกฤษ ยูสการา และคาตาลัน

ในมุมไบ เธอชอบที่จะเข้าเรียนในโรงเรียนที่ตั้งชื่อตามนักบุญชาวบาสก์
ซึ่งในฐานะนายทหารในอาณาจักรนาวาร์
ได้นำกองทัพของเขาและเอาชนะกองทหารสเปนในยุทธการที่ปัมโปลนาในช่วงต้นศตวรรษที่ 16 ต่อจากนั้น
พระองค์ทรงก่อตั้งสมาคมพระเยซูและสหายอีกหกคน ชื่อของเขาคือ Ignazio Loiolakoa และในภาษาละตินเขาเรียกว่า Ignatius de Loyola

หลังจากการบวช Amaya
ได้เข้าเรียนในระดับมัธยมศึกษาตอนปลายในวิทยาลัยความเป็นเลิศที่ St. Xavier's ซึ่งตั้งชื่อตามผู้ร่วมก่อตั้ง Society of Jesus
เธอรู้ว่าซาเวียร์เป็นชาวบาสก์จากนาวาร์
เป็นศาสตราจารย์จากมหาวิทยาลัยปารีส และเป็นเพื่อนของอิกเนเชียส โลโยลา เขาอยู่ในกัวและเกรละเป็นเวลาหลายปีในฐานะมิชชันนารี

คณะเยซูอิตสนับสนุนอมายาในการพูดในที่สาธารณะ
และเธอก็กลายเป็นนักพูดที่มีอำนาจ
เมื่อใดก็ตามที่กล่าวปราศรัยในที่ชุมนุม ผู้ฟังจะร้องว่า "อมายา อมายา"
ซึ่งทำให้เกิดเสียงสะท้อนภายในกำแพงห้องประชุมใหญ่ที่เซนต์ซาเวียร์

และในศีรษะของครูและเพื่อนนักเรียนของเธอ
เธอสามารถพูดได้อย่างตรงไปตรงมา อธิบายข้อดีข้อเสียของปัญหา
โดยที่แนวคิดที่เธอรู้ได้รับการวางกรอบอย่างกระชับและมีเหตุผล
เจ้าหน้าที่พรรคการเมืองขอให้เธอเข้าร่วม
ดังนั้นเธอจึงจะเพิ่มความสามารถของเธอและโน้มน้าวผู้คนในสิ่งที่เธอเชื่อ
นอกเหนือจากการนำแนวคิดเหล่านั้นไปปฏิบัติเพื่อประโยชน์ของประเทศ
นอกจากนี้ยังมีคำเชิญจากองค์กรพัฒนาเอกชนหลายแห่งขอให้เธอเข้าร่วมเพื่อเสริมสร้างความพยายามของพวกเขา

เธอไม่ได้ไม่ชอบการเมืองแต่ชอบสื่อสารมวลชนมากกว่า
ภูมิใจที่ได้เป็นนักข่าว ประเด็นที่สองเธอรู้สึกขอบคุณพ่อแม่
เมื่อเธอตั้งรกรากในมุมไบกับพ่อแม่ เธอต้องการมีความกล้าหาญ
เป็นกลาง และช่างวิเคราะห์
การอ่านบทบรรณาธิการที่พ่อของเธอเขียนใน *The Word*
ทุกเช้าเป็นสิ่งแรกที่เธอทำ
เป็นหนังสือพิมพ์ที่ได้รับความนับถือมากที่สุดฉบับหนึ่งของอินเดีย
และเธอใส่ใจทุกคำที่พบในหนังสือพิมพ์ แม้ว่าเธอจะยังเด็กก็ตาม
นั่งสมาธิอ่านบทความ ทีละคำ ประโยคต่อประโยค
มักจะทึ่งกับความชัดเจนของแนวคิด พลังของข้อความที่ถ่ายทอด
วลีสั้นๆ และลีลาภาษาที่โดดเด่น
ความคิดเห็นแต่ละข้อในบทบรรณาธิการของพ่อเธอได้รับการสกัดอย่างน่าดึงดูดใจเพื่อนำเสนอความคิดที่สมบูรณ์แบบ
เพื่อสะท้อนโฉมหน้าของสังคมรอบตัวเขา
ดังนั้นเขาจึงกลายเป็นพลังอันทรงพลังในชีวิตของลูกสาวโดยแกะสลักรูปแบบการคิดที่มีเหตุผล สะท้อนถึงจิตใจที่เป็นผู้ใหญ่และสมองขั้นสูง
พ่อของเธอเชิดหน้าขึ้นแม้ในช่วงที่มีการล่อลวงและความวุ่นวาย
เขามีเสียงเป็นของตัวเอง ปฏิเสธที่จะเป็นลูกไล่ของคนรวย
และมีอำนาจทางการเมือง

สำหรับ Amaya
พ่อของเธอให้ความสำคัญกับข้อมูลข้อเท็จจริงและความซื่อสัตย์ส่วนบุคคลมากกว่าสิ่งอื่นใด
ไม่เคยได้รับอิทธิพลทางการเมืองและสังคมหรือแรงกดดันทางจิตวิทยา
ในขณะที่เขายืนอยู่คนเดียวบนเท้าของเขาเหมือน Pillar Rocks ที่ Kodaikanal ทุกวันอาทิตย์ เขาจะเขียนคอลัมน์ชื่อ *The Pillar Rocks*
ในหน้าสามของหนังสือพิมพ์

และผู้อ่านแต่ละคนก็เปิดหน้าสามเพื่ออ่านก่อนที่จะดูพาดหัวข่าวสำคัญในหน้าแรก ในฐานะหัวหน้าบรรณาธิการ ชังการ์ เมนอน ปฏิเสธที่จะบังคับพรรครัฐบาลหรือฝ่ายค้าน ซึ่งส่วนใหญ่ประกอบด้วย "นักการเมืองที่ไม่ได้รับความรู้ ไม่รู้หนังสือ อาชญากร หยาบคาย และหยิ่งผยอง"

เป็นเวลายี่สิบปีที่ Menon ปฏิบัติหน้าที่ในต่างประเทศในลอนดอน โตเกียว แคนเบอร์รา ริโอ ปักกิ่ง และมาดริด เขาเป็นล่ามที่สำคัญที่สุดในด้านกฎหมาย สังคม เศรษฐกิจ และการเมืองในประเทศที่เขาโพสต์ให้รัฐบาลบ้านเกิด เจ้าหน้าที่เชื่อถือการตีความที่เขาให้ไว้ รัฐบาลวางกรอบนโยบายต่างประเทศโดยอาศัยการวิเคราะห์ของชังการ์ เมนอนเป็นหลัก อย่างไรก็ตาม เขาลาออกจากหน่วยงานต่างประเทศของอินเดียเนื่องจากมีรัฐมนตรีบางคนเข้ามาแทรกแซง เนื่องจากพวกเขาต้องการผลลัพธ์ที่จำลองไว้ล่วงหน้า ดังนั้น พวกเขาจึงสามารถได้รับผลประโยชน์ทางการเงินและการเมืองจากข้อมูลที่ไม่ผ่านการรับรอง เมื่อรัฐบาลจัดการกับประเทศในด้านเศรษฐกิจที่ Menon ทำงานอยู่

การสื่อสารมวลชนและการปีนหน้าผาคือความหลงใหลของ Shankar Menon เมื่อยังเป็นเด็ก ทุกปีที่โลโยลา เมืองอาห์เมดาบัด เขาจะเข้าค่ายฤดูร้อนที่สถาบันปีนหน้าผาที่ภูเขาอาบูเป็นเวลาสองเดือน โดยเรียนรู้สิ่งสำคัญของการปีนหน้าผาในเทือกเขา Aravalli โดยเฉพาะที่หันหน้าไปทางทะเลสาบ Nakki ขณะที่เขาเป็นน้องใหม่ที่สถาบันวารสารศาสตร์บังกาลอร์ นักศึกษาได้ไปทัศนศึกษาในรัฐทมิฬนาฑู อุดมการณ์ของพรรคการเมืองมิลักขะเป็นแก่นของการศึกษาของพวกเขา เมื่อไปเยือนเมือง Kodaikanal เพื่อนร่วมชั้นบางคนท้าให้ Shankar ปีน Pillar Rocks โดยไม่รู้ว่าเขาเคยปีนผาหินที่ Mount Abu มาก่อน พวกเขาบอกเขาว่าไม่มีใครประสบความสำเร็จในการปีนขึ้นไปบนยอดเขา และบรรดาผู้ที่พยายามพิชิตเสาหินขนาดมหึมานั้นก็ไม่มีโอกาสได้เดินบนโลกอีกเลย Shankar ใช้เวลาเจ็ดชั่วโมงในการพิชิตหินแกรนิตขนาดยักษ์ จากจุดสูงสุดทางทิศใต้คือหุบเขาคัมบัมและวัดมทุรายมีนักชี วัดปาลานีและเมืองโดยรอบตั้งอยู่ทางทิศเหนือ ทางทิศตะวันตกมีเนินเขาเขียวขจีของมุนนาร์

ทิศตะวันออกมีวิทยาลัยปรัชญาแห่งคณะเยสุอิตที่เชนพกานูร์ ชังการ์ยกย่องการยืนบนยอดเขาและต้องการอยู่บนยอดเขานั้นเป็นเวลานาน
การขึ้นเสาแนวตั้งทำให้เขากลายเป็นวีรบุรุษในหมู่เพื่อนร่วมวิทยาลัย และพวกเขาพยายามเปลี่ยนชื่อเป็น Shankar Rocks อย่างไรก็ตาม หลายปีต่อมา Menon เรียกตำแหน่งของเขา ว่า The Pillar Rocks

การเข้าร่วมรับราชการต่างประเทศถือเป็นความท้าทายสำหรับชังการ์เมนอนเช่นกัน เขาเป็นคนที่น่าทึ่ง ฉลาด และมีความสามารถ เจ้าหน้าที่ระดับสูงและผู้ใต้บังคับบัญชาเคารพเขาในความซื่อสัตย์และรู้สึกภูมิใจในตัวเขา ในลอนดอน เขาได้พบกับโรส สถาปนิกที่เชี่ยวชาญด้านการวาดภาพและการออกแบบ ขณะที่ทั้งสองพูดคุยภาษามาลายาลัม พวกเขาก็ได้สร้างความสัมพันธ์และสายสัมพันธ์ในทันที ทั้งคู่แต่งงานกันในสำนักงานทะเบียน Thrissur และ Amaya เกิดหลังจากใช้ชีวิตแต่งงานกันมาสิบห้าปี

ที่สถานทูตอินเดียในกรุงมาดริด
เมนอนมีเจ้าหน้าที่หนุ่มชาวสเปนคนหนึ่ง
ซึ่งงานหลักคือแปลเอกสารภาษาสเปน ฝรั่งเศส คาตาลัน
และยูสการาเป็นภาษาอังกฤษ และเธอคือเอลิเซน เธอไปเยี่ยมบ้านของ Menon กับลูกสาวและสามีของเธอทุกครั้งที่ Menons มีงานปาร์ตี้สำหรับเพื่อนร่วมงานและครอบครัวของพวกเขา Alasne ลูกสาวของ Elixane อายุประมาณเดียวกับ Amaya และทั้งคู่ก็กลายเป็นเพื่อนสนิทกันเมื่อเรียนชั้นเดียวกันในโรงเรียนเดียวกัน Amaya เรียน Euskara จาก Alasne
และเธอสามารถพูดได้เหมือนกับเจ้าของภาษาในประเทศบาสก์ Rose และ Shankar Menon ชอบ Elixane และครอบครัวของเธอ และพวกเขาก็มักจะไปเยี่ยมบ้านบรรพบุรุษของ Elixane ในเมืองซานเซบาสเตียน ริมอ่าวบิสเคย์ Elixane และ Hugo สามีของเธอ บรรยายเรื่องราว ประวัติศาสตร์ ภาษา วัฒนธรรม ประเพณี และการต่อสู้เพื่อเอกราชจากสเปนและฝรั่งเศสในการเดินทางมากมายของชาวบาสก์
พวกเขาฝันถึงประเทศที่ประกอบด้วยแคว้นบาสก์ทั้งหมดในฝรั่งเศสและสเปน Amaya เดินทางไปพร้อมกับพ่อแม่ของเธอ Elixane, Alasne และ Hugo ไปยัง Araba, Biscay, Gipuzkoa, Navarre, Bayonne และ Iparralde แคว้นบาสก์ที่กระจายอยู่ในสเปนและฝรั่งเศส
เธอเติบโตขึ้นมาโดยได้ยินเรื่องราวสิทธิมนุษยชนและวีรกรรมของชาวบ

าสก์ อมายาค่อยๆ กลายเป็นชาวบาสก์ในชื่อ ภาษา และจิตวิญญาณของเธอ จาก Rose และ Shankar Menon Amaya เรียนรู้วิธีที่จะเป็นอิสระและตัดสินใจด้วยตนเอง พ่อแม่ของเธอมีความสุข ลูกสาวของพวกเขาสามารถยืนได้ด้วยเท้าของเธอ Amaya เรียนรู้บทเรียนสิทธิมนุษยชนขั้นพื้นฐานเกี่ยวกับการเดินทางกับพ่อแม่และเพื่อนของเธอ Alasne

หลังจากสำเร็จการศึกษาด้านวารสารศาสตร์ Amaya ได้เข้าเรียนที่โรงเรียนกฎหมายในเบงกาลูรู ในตำแหน่ง LLB ของเธอ หลายปีต่อมา เมื่อเธอกลายเป็นทนายความในศาลสูง ประเด็นที่เธอชอบที่สุดคือสิทธิมนุษยชนของผู้หญิง หลังจากสำเร็จการศึกษา LLB แล้ว Amaya ก็ไปบาร์เซโลนาเพื่อรับทุนการศึกษาเพื่อค้นคว้าเรื่องราวเกี่ยวกับสิทธิมนุษยชนในหนังสือพิมพ์และช่องข่าวทีวีในสเปน ที่โรงอาหารของมหาวิทยาลัย วันหนึ่ง เธอได้พบกับคารัน การพบปะครั้งนั้นเปลี่ยนชีวิตของเธอไปอย่างสิ้นเชิง เกินกว่าจินตนาการของเธอ และเธอใช้เวลาหนึ่งปีเดินทางเป็นระยะๆ ไปลอนดอนและเมืองใหญ่อื่นๆ ในยุโรป เพื่อค้นหาลูกสาวของเธอ เธอเชื่อว่าลูกสาวของเธออยู่ที่ไหนสักแห่งที่นั่น กับพ่อของเธอ

อมายาไปบ้านพ่อแม่ด้วยอาการซึมเศร้าอย่างหนัก ไม่มีใครสามารถหยั่งรู้ถึงความเหงา ความเจ็บปวด และความทุกข์ทรมานของเธอได้ ยกเว้นแม่ของเธอ โรส ซึ่งลาจากบริษัทในมุมไบมาเป็นเวลานานเพื่อมาอยู่กับลูกสาวของเธอ Shankar Menon อยู่ในมุมไบกับ *The Word* และติดต่อกับลูกสาวของเธออยู่ตลอดเวลา โรสแนะนำให้อมายาเข้ารับการอบรมวิปัสสนา 10 วันเพื่อสงบสติอารมณ์ เธอไม่ตอบสนองและมองดูแม่ของเธอเป็นเวลานาน จากนั้นเธอก็หัวเราะเสียงดัง แต่หลังจากนั้นไม่นานเสียงหัวเราะก็กลายเป็นเสียงกรีดร้องที่เจาะทะลุหัวใจ โรสกอดลูกสาวของเธอซ้ำแล้วซ้ำเล่า ใช้เวลาทั้งวันทั้งคืนกับเธอ ในปีที่สอง โรสได้ย้ำคำขอของเธออีกครั้ง อมายาครุ่นคิดถึงคำพูดของแม่และนั่งเงียบๆ ด้วยกันหลายวัน เธอขึ้นไปบนยอดเขา ดูพระอาทิตย์ตก มองต้นไม้ และกอดพวกเขาเพื่อให้รู้สึกถึงการเต้นของหัวใจ เธอได้กลิ่นดอกไม้โดยไม่เด็ดออก และเดินไปรอบๆ พุ่มไม้

ด้วยความปรารถนาที่จะสัมผัสและสัมผัสทุกสิ่ง ความเขียวขจี น้ำที่ไหล อากาศ แสงสว่าง แม้กระทั่งความมืด
เธอมองดูเต่าและกระต่ายด้วยความอยากรู้อยากเห็น วิ่งตามผีเสื้อ และเล่นซ่อนหาโดยมีเงา เมื่อมองดูรังของนกกระจอกและนกกาเหว่า
เธอวิ่งหนีนักพายเรือและพยายามร้องเพลงเหมือนนกกาเหว่า
น้ำตกจะบางลงเมื่อเธอเอาขาลงไปในน้ำเพื่อให้รู้สึกถึงกระแสน้ำ
กระรอกพยายามซ่อนถั่วที่พวกมันเก็บมา

นานๆ ครั้ง โรสก็มาสมทบกับโมลของเธอ เธอพูดคุยเกี่ยวกับวัยเด็ก เพื่อน โรงเรียน วิทยาลัยและมหาวิทยาลัย
เธอฟังเธอด้วยความอยากรู้อยากเห็นและสงสัย โรสช่วยเธอพูดระบายความเศร้าโศก เปิดใจ และสงบจิตใจ
หลังจากฟังเธอและเอาแขนคล้องคอเหมือนเพื่อน
โรสก็เล่าเรื่องราวเกี่ยวกับพ่อแม่ พี่น้อง และเพื่อนของเธอ
เป็นการแบ่งปันอย่างใกล้ชิดซึ่งช่วยเปิดมุมมองภายในของชีวิตของพวกเขา
ความรู้สึกเป็นสถานที่ที่ยอดเยี่ยมในชีวิตและประกอบขึ้นเป็นแก่นแท้ของความเป็นอยู่ของบุคคล ในหลายสถานการณ์
ความรู้สึกต้องมาก่อนเหตุผล
โรสอธิบายว่าความมีเหตุผลเป็นเหมือนกระดูกในร่างกาย
ในขณะที่ความรู้สึกเป็นเหมือนเนื้อและเลือด
มนุษย์ไม่มีเหตุผลในสถานการณ์ชีวิตส่วนตัว
การตัดสินใจของมนุษย์นั้นไม่มีเหตุผล อมายาจะโต้ตอบ
และโรสก็ยินยอมกับลูกสาวของเธอ การเลือกเสื้อผ้า อาหาร
และคำพูดที่ใช้ในการสนทนาในแต่ละวันนั้นขึ้นอยู่กับความรู้สึก
โรสกล่าวเสริม อมายาจะอธิบายว่าสาขาวิชาที่เลือกเพื่อการศึกษา
เพื่อนในโรงเรียน วิทยาลัย อาชีพ ที่พักอาศัย บ้าน อ่านหนังสือพิมพ์
และรายการทีวีที่ดู ล้วนขึ้นอยู่กับความรู้สึก
แม้จะเลือกตัวแทนเช่นนายกรัฐมนตรีหรือประธานาธิบดี
อารมณ์ก็มีบทบาทสำคัญ โรสกล่าวเสริม

"ในชีวิต เหตุผลย่อมซ่อนอยู่ริมขอบ" โรสกล่าว

อมายาจะมองแม่เหมือนเห็นด้วยกับเธอ

"สุดท้ายแล้ว ในการเลือกคู่ชีวิต ความมีเหตุผลก็ไม่ค่อยมี
ความรู้สึกมีความโดดเด่นเมื่อพ่อของฉันเลือกคุณเป็นคู่ของเขา
และในทางกลับกัน ฉันมั่นใจ" อมายากล่าว

"นั่นเป็นเรื่องจริง
นักจิตวิทยากล่าวว่าประมาณร้อยละเก้าสิบห้าของการตัดสินใจของมนุษย์นั้นขึ้นอยู่กับความรู้สึก ไม่ใช่เหตุผล คุณอาจเรียกมันว่าอคติ
แต่ท้ายที่สุดแล้ว ทั้งหมดนี้คือความรู้สึก
เหตุระเบิดที่ฮิโรชิมาและนางาซากิเป็นผลมาจากความรู้สึก
ชาวอเมริกันจำนวนมากมีเชื้อสายดั้งเดิมและไม่ต้องการทำลายที่ดินของบรรพบุรุษของพ่อแม่ ดังนั้นพวกเขาจึงชอบทดสอบระเบิดที่ญี่ปุ่น
นอกจากนี้ชาวญี่ปุ่นยังเป็นคนแปลกหน้าอีกด้วย
คนอเมริกันเชื่อว่าการฆ่าคนแปลกหน้าไม่สำคัญ ดังนั้น
การระเบิดของญี่ปุ่นไม่ได้สร้างความเจ็บปวดถาวรให้กับผู้ชนะเลย
โรสวิเคราะห์

"ฉันเห็นด้วยกับคุณแม่
แม้แต่การตัดสินใจเลือกคารันก็ยังขึ้นอยู่กับความรู้สึกที่บริสุทธิ์และเรียบง่าย ไม่มีเหตุผลเลยสักนิด" อมายากล่าว
โรสมองดูลูกสาวของเธอขณะกอดเธอ โดยรู้ว่ามอลสนุกกับการกอดกัน
ทั้งสองสัมผัสได้ถึงสายลมเย็นๆ และเสียงพึมพำเบาๆ ของน้ำตก

ในปีที่ 3 โรสจะชักชวนลูกสาวให้เข้าร่วมหลักสูตรวิปัสสนา 10 วันอีกครั้ง ขณะที่เธอนั่งใกล้เธอแล้วพูดว่า
"ในงานสถาปัตยกรรมและการออกแบบ มีจิตสำนึกในจินตนาการ
ให้เราเรียกมันว่าจิตใจของโครงสร้างของอาคารที่เสนอเพราะไม่มีอะไรนอกจากจิตใจของมนุษย์ที่ให้ความเป็นเอกภาพและความสามัคคีของอาคาร จิตใจเป็นเหตุผลของความสวยงาม ความคล่องตัว
และความยิ่งใหญ่ของโครงสร้าง มันดึงดูดคุณ บังคับให้คุณดูมัน
และดึงดูดให้คุณเพลิดเพลินไปกับความงดงามของมัน
จิตใจที่จินตนาการของโครงสร้างจะต้องสงบและสงบนิ่งเพื่อให้ได้มาซึ่งความถูกต้องและความสั่นสะเทือนของโครงสร้าง ต้องดึงดูดอากาศ
ดึงดูดแสง และเชิญชวนความมีชีวิตชีวาภายในห้องโดยสาร ความสงบ
ความมีเกียรติ
และบุคลิกภาพของตัวอาคารทำให้อาคารหลังนี้งดงามตระการตาตลอดไป มองไปที่ซากราดาฟามีเลีย ทัชมาฮาล และวัดปัทมานาภา
ล้วนมีจิตใจที่จินตนาการ มีจิตสำนึกที่สงบ และความสงบภายใน
หากความสงบนั้นหายไป ผลที่ตามมาก็คือความชั่วร้าย
คุณอาจเคยเห็นสิ่งปลูกสร้างอันไม่พึงประสงค์เช่นนี้นับพันแห่งในทุกมุมเมือง พวกเขาขาดความสงบและดนตรีภายใน เมื่อคุณมองไปที่นครวัด
พระราชวังแวร์ซายส์ หรือปราสาทนอยชวานชไตน์
คุณจะลืมทุกสิ่งทุกอย่าง คุณมุ่งความสนใจไปที่สิ่งเดียวเท่านั้น

ไม่ใช่อาคาร แต่เป็นจิตวิญญาณของสิ่งปลูกสร้าง
คุณหลงทางแต่อยู่ในความสมบูรณ์
แท้จริงแล้ววัดมีนักชีเป็นสัญลักษณ์ของจักรวาล
เพื่อให้บรรลุถึงความเป็นหนึ่งเดียวกับจักรวาลคุณควรสงบสติอารมณ์
จิตใจของมนุษย์ไม่ใช่ความเป็นจริงในจินตนาการ
มันวิวัฒนาการผ่านการเปลี่ยนแปลงนับล้านปี ไม่ใช่สติปัญญาของคุณ
แต่เป็นความจริงที่เป็นอิสระซึ่งเกี่ยวพันกับสมองของคุณ
คุณสามารถเรียกมันว่าจิตสำนึกในการกระทำได้
มีเพียงการควบคุมจิตใจของคุณเท่านั้นที่จะทำให้คุณบรรลุถึงจิตสำนึกที่สมบูรณ์นั้นได้ มิฉะนั้น
คุณจะท่องไปอย่างไม่มีที่สิ้นสุดในทุกซอกทุกมุมของโลกภายในที่ไร้ขีดจำกัดนี้
จิตใจที่ไม่สามารถควบคุมได้จะสานต่อภาพลวงตาที่นำมาซึ่งความโศกเศร้า ความเจ็บปวด และความเจ็บปวด
เนื่องจากจิตใจจะพยายามวิเคราะห์สถานการณ์ตามที่ใจต้องการ
ผลลัพธ์ที่ได้คือการต่อสู้ดิ้นรนที่ไม่มีที่สิ้นสุด
ความพยายามที่ไร้ความหมาย การค้นหาที่ไร้จุดหมาย
การเดินทางที่ไร้เส้นทาง"

หลังจากฟังโรสแล้ว ลูกสาวก็จะมองไปที่แม่ของเธอ
ดวงตาของโรสมีตะกร้าที่เต็มไปด้วยความเห็นอกเห็นใจ
คำพูดของสถาปนิกเริ่มสะท้อนอยู่ในสมองของลูกสาวซ้ำแล้วซ้ำอีก

พวกเขาจะนั่งใกล้น้ำตก และคำพูดของแม่ก็ไหลลื่นไปด้วย

"ถ้าไม่มีคุณก็จะไม่มีอะไรเกิดขึ้น ความเขียวขจี น้ำตก
นกและสัตว์เหล่านี้ พระอาทิตย์ ดวงจันทร์และดวงดาว
และท้ายที่สุดแล้วจักรวาลนี้ก็เป็นผลผลิตจากสมองของคุณ
เมื่อรู้แล้วมันก็เกิดขึ้น ทุกสิ่งมีความหมายเพียงผ่านสติปัญญา จิตใจ
และจิตสำนึกของคุณเท่านั้น แต่จิตใจของคุณอาจเป็นบ้าได้
และคุณพบว่ามันยากที่จะควบคุม
บ่อยครั้งที่จิตใจเริ่มจับคุณและพาคุณออกเดินทาง
มันบังคับให้คุณคิดสิ่งที่คิดไม่ถึง และคุณกลายเป็นทาสของมัน
เป็นนายของมันโดยการควบคุมจิตใจของคุณ
คุณต้องได้รับการฝึกฝนที่เข้มข้นและเข้มงวดเพื่อควบคุมมัน ใจคุณ;
จิตใจของคุณสามารถกลายเป็นศัตรูอันดับหนึ่งของคุณได้ บุคลิกภาพ
ความเป็นปัจเจกบุคคล
และการดำรงอยู่ของคุณเป็นผลมาจากความเป็นจริงสามประการที่เป็นอิ

สระแต่พึ่งพาซึ่งกันและกัน พวกเขาคือร่างกาย สติปัญญา และจิตใจของคุณ หากไม่มีร่างกาย ทั้งสมองและจิตใจก็ไม่สามารถดำรงอยู่ได้ หากไม่มีจิตใจคุณจะกลายเป็นผักและไม่สามารถดำรงอยู่ได้ เมื่อจิตใจควบคุมร่างกายและสติปัญญา คุณก็จะตกเป็นทาส ดังนั้นคุณต้องมุ่งจิตไปสู่ความสุข ความพอใจ และการเกิดขึ้นจริง ในระหว่างกระบวนการวิวัฒนาการ DNA ของเราเติบโต พัฒนา และเปลี่ยนแปลง"

การหัวเราะคิกคักจะคงอยู่ยาวนานด้วยรอยยิ้มและการกอดลูกสาวและแม่ฟังกันและกันราวกับกำลังพูดคุยกันเป็นครั้งแรกหลังจากการพรากจากกันเป็นเวลานาน

เช่นเดียวกับโลกที่มีชีวิตชีวา แม่จะกอดลูกสาวขณะนั่ง ความรู้สึกอบอุ่นและความรักหลั่งไหลราวกับน้ำตกที่ไม่หยุดหย่อน แสงตะวันยามเย็นหลังเมฆครึ้ม สายลมอ่อนๆ ข้างพายุ ร่าเริง มีชีวิตชีวา และโอบกอดหัวใจของต้นไม้ พืช และใบไม้
ลูกสาวจะแนบศีรษะไว้ใกล้กับท้องของแม่เพื่อฟังเพลงจากภายในครรภ์ เธอรักมดลูกที่สวยงามที่พาเธอไปตั้งแต่วินาทีแรกในบรรดาอสุจิที่ควบม้าและวิตกกังวลนับล้านพบกับไข่อันมีค่าของเธอ
พัฒนาไปสู่สิ่งมีชีวิตใหม่ที่มีร่างกายเดินกะโผลกกะเผลก จิตใจ และอัตลักษณ์ที่แยกจากกัน เมื่อผสานกับความสามัคคีหลักนั้น เธอจะฟังเธอพูด
เสียงของเธอราวกับสายรัดที่ผ่อนคลายเหนือหัวใจที่บาดเจ็บของเธอ

"สติปัญญาของมนุษย์ค่อยๆขยายตัว มันต้องใช้เวลาหลายล้านปี ตอนนี้เราได้พิสูจน์แล้วว่าสติปัญญาสามารถดำรงอยู่ได้โดยปราศจากจิตใจ ความฉลาดทางคอมพิวเตอร์นั้นเหนือกว่าความฉลาดของมนุษย์มาก เมื่อคอมพิวเตอร์เริ่มสร้างจิตใจ มนุษย์ก็จะเชื่อฟังคอมพิวเตอร์ จิตใจคือสิ่งที่ทรงพลังที่สุดในจักรวาลนี้ แต่เราต้องควบคุมจิตใจ พัฒนา และถ่ายทอดมัน วิปัสสนาเป็นวิธีการควบคุมและสร้างจิตใจ ก็เหมือนกับการฝึกร่างกาย คุณต้องตระหนักว่าร่างกาย สติปัญญา และจิตใจเป็นส่วนหนึ่งของคุณ คุณคือความสมบูรณ์ คุณเป็นเจ้านาย มีความตระหนักรู้ในตนเองอยู่ตลอดเวลา และไม่ยอมให้ร่างกาย สติปัญญา หรือจิตใจมาครอบงำคุณ คุณในฐานะบุคคล ก้าวข้ามสิ่งเหล่านั้นทั้งหมด เมื่อคุณควบคุมและออกแบบจิตใจของคุณ ผลผลิตของคุณจะเพิ่มขึ้นร้อยเท่า และคุณจะรู้สึกพอใจกับรูปลักษณ์ ชิ้นส่วน ความสามารถ และความสามารถของร่างกาย

คุณใช้สติปัญญาของคุณตามความต้องการของคุณ
มีความเห็นอกเห็นใจมากขึ้น
และทำงานเพื่อบรรเทาความทุกข์ทรมานของมนุษย์” ท้ายที่สุด
โรสจะอธิบายว่าเราต้องเอาชนะความเจ็บปวดด้วยการร่วมเดินท่ามกลางสายฝนร่วมกับลูกสาวของเธอ

มรสุมมาเยือนในเดือนมิถุนายนด้วยความมหัศจรรย์และความงดงาม
เมื่อยามเช้าดูเหมือนยามเย็น
เมฆหนาทึบเหนือภูเขาราวกับสีนามิเหนือมหาสมุทรอินเดีย
และขนุนอันชุ่มฉ่ำ รังผึ้งน้ำผึ้งขนาดยักษ์
น้ำตกไหลเร็วขึ้นและดังมากขึ้นราวกับฝูงวัวกระทิงเผือกเขาดำอันสง่างามแห่งหุบเขามานจัมปัตติ
ฟ้าร้องดังก้องระหว่างบ้านอิฐบนเนินเขาเขียวขจี
เมล็ดไผ่ที่หลับอยู่ในครรภ์ของโลกสั่นสะเทือนด้วยความคาดหวังว่าจะมีการโอบกอดของเม็ดฝนที่กำลังจะแทรกซึมผ่านโคลนอันอ่อนนุ่มชุ่มฉ่ำ
นกยูงหมุนตัวและนกกาเหว่าก็หารังเพื่อวางไข่ภายในพุ่มกาแฟที่อุดมสมบูรณ์ซึ่งมีถั่วเขียวแดงจำนวนมากดูเหมือนความอุดมสมบูรณ์นับไม่ถ้วนพร้อมความอิ่มเอิบรุ่งโรจน์ แม่และลูกสาวกระโดด หมุนตัว
และแกว่งไปแกว่งมา
เปียกโชกขณะที่สายฝนโปรยปรายและเปล่งประกายในลานบ้านบังกะโลริมชายฝั่งของพวกเขา
บรรยากาศเปียกชื้นและมีน้ำอยู่ทุกหนทุกแห่งเนื่องจากใบมะพร้าวเปียกโชกไปด้วยหยดน้ำ
ต้นซีคัวญ่าต้นเดียวที่โรสนำมาจากเทือกเขาเซียร์ราเนวาดาดูงดงามมาก กลอุบายดำเนินต่อไป
และพวกเขาก็หัวเราะอย่างเต็มที่โดยมองดูรูปร่างหน้าตาอันงดงามของกันและกัน เป็นครั้งแรกในรอบสามปีที่อมายาหัวเราะ
โรสกอดลูกสาวของเธอ และจูบแก้มและดวงตาที่เปียกของเธอ

"รักคุณโมล" โรสร้องไห้

"รักแม่นะ" อมายาพูดขณะลูบไล้และละสายตาจากแม่ของเธอ
หลับตาลงและจูบพวกเขา

เป็นการแสวงบุญของ Rose
ที่จะเดินทางไปกับลูกสาวของเธอท่ามกลางแมกไม้เขียวขจีที่ล้อมรอบด้วยผืนน้ำกว้างใหญ่ที่ทะเลสาบ Vembanad, Kuttanad, Alappuzha, Kovalam และ Idukki เนื่องจาก Amaya รักธรรมชาติ ขณะขับรถ
โรสพูดถึงชีวิต ความหมายของชีวิต ตัวตน และพลังมหาศาลของมัน

วันหนึ่งขณะนั่งอยู่บนชายหาดที่ Kovalam
เธอพูดถึงความจำเป็นที่จะต้องมีจิตใจที่สงบเพื่อดำเนินชีวิตอย่างสง่างาม ขณะอยู่บนเนินเขาเทคคาดี้และมุนนาร์
โรสเตือนลูกสาวของเธอถึงศักยภาพในการฟื้นตัวเองกลับคืนมาด้วยวิปัสสนา อมายาเก็บความเงียบอย่างสุดซึ้ง
เธอไตร่ตรองอยู่หลายวันจึงตัดสินใจไปนาลันทาเพื่อเข้ารับการอบรมวิปัสสนาสิบวัน

นั่นคือจุดเริ่มต้นของการเปลี่ยนแปลง
อมายาสะพายเป้ไปปฏิบัติวิปัสสนา นาลันทาเป็นคนใหม่
เธอตั้งใจฟังครูเป็นเวลาสิบวัน ทำตามคำแนะนำทั้งหมด
และพยายามทำแบบฝึกหัดนี้ให้ดีที่สุด ดูเหมือนจะไม่ได้รับผลกระทบใด ๆ ภายในไม่กี่วัน มีการเปลี่ยนแปลงภายในตัวเธอ
การเปลี่ยนแปลงภายในสะท้อนให้เห็นในการกระทำและการรับรู้ของเธอ
นางตั้งจิตจดจ่ออยู่กับลมหายใจ ประสบแต่ลมหายใจ
เป็นหนึ่งเดียวกับลมหายใจ นั่นคือการดำรงอยู่ของเธอ
นั่นคือความเชี่ยวชาญเหนือจิตใจ ครูช่วยเธอสำรวจแนวทางใหม่ๆ
ของการไกล่เกลี่ย และเธอก็ทำแบบฝึกหัดซ้ำนับพันครั้ง
จิตใจของเธอหยุดเร่ร่อน ยังคงอยู่กับเธอโดยสิ้นเชิง
และเชื่อฟังทุกคำสั่งของเธอ
เธอสามารถควบคุมกระบวนการคิดและกำหนดขอบเขตได้
จิตใจเชื่อฟังคำสั่งของเธอทุกคำสั่ง และในที่สุดเธอก็มีสมาธิอย่างเต็มที่

อมายากลับบ้านเป็นคนใหม่ โรสมีความสุขที่ได้เห็นรูปร่างหน้าตา
ท่าทาง ความใจเย็น และการตระหนักรู้ในตนเองของเธออย่างมั่นใจ
เธอใช้เวลาหลายชั่วโมงในการแบ่งปันและพูดคุยกับแม่ของเธอ
และเดินไปบนยอดเขา สัมผัสผืนน้ำอันเงียบสงบของน้ำตก
น้ำตกนี้ยิ่งใหญ่อลังการ
และเธอก็สามารถเพลิดเพลินกับความแข็งแกร่งและความงามภายในของมันได้ กระรอกยังคงอยู่ที่นั่น กระโดดจากต้นไม้หนึ่งไปอีกต้นหนึ่ง
เธอยิ้มมองดูพวกเขา
กระรอกเหล่านั้นที่ปีนขึ้นลงบนต้นอินทผลัมบนเกาะคานารี่หายไป
และอมายาก็พัฒนาเป็นคนใหม่
เธอได้นั่งสมาธิวิปัสสนาอย่างต่อเนื่องทุกเช้าและเย็น
ภายในไม่กี่สัปดาห์ เธอก็ลงทะเบียนเป็นทนายความ
เธออายุยี่สิบแปดปีเมื่อเธอเริ่มฝึกซ้อมในเขตและศาลสูง
บริการระดับมืออาชีพของเธอมีให้เฉพาะผู้หญิง

เหยื่อของการหลอกลวงของผู้ชาย การทุจริต ความรุนแรง การข่มขืน และการทอดทิ้ง

อมายาเป็นทนายความที่ประสบความสำเร็จ
โดยโต้เถียงคดีของเธออย่างจริงจังหลังจากเตรียมการอย่างพิถีพิถัน
โดยศึกษาข้อดีข้อเสียของข้อโต้แย้งที่เป็นไปได้ของคู่ต่อสู้
เธอยืนอยู่กับผู้หญิง และท่าทางของเธอเป็นมืออาชีพเสมอ
ตามกฎหมาย ศาลสูง และคำตัดสินของศาลฎีกา
เธอแน่ใจว่าไม่มีผู้หญิงคนใดที่จะตกเป็นเหยื่อของการหลอกลวงของผู้ชายในขณะที่เธอต้องทนทุกข์ทรมาน
เธอไม่เคยแสดงความเห็นอกเห็นใจต่อผู้ชายที่ดุร้ายและสวมหน้ากากหลายอัน

หลังจากซื้อวิลล่าในเมือง ซึ่งใช้เวลาขับรถเพียงห้านาทีจากศาล Amaya ก็ตกแต่งห้องสมุดของเธอด้วยหนังสือกฎหมาย วารสาร และการตัดสินที่สำคัญเกี่ยวกับผู้หญิง
เธอมีห้องประชุมกับลูกค้าอยู่ติดกับห้องสมุด ข้างๆ
เป็นห้องรอซึ่งมีลูกค้าประมาณสิบคนนั่งได้
ค่าธรรมเนียมที่เธอเรียกเก็บนั้นเล็กน้อยและไม่แพงสำหรับลูกค้าของเธอ สำหรับหลาย ๆ คน เธอปรากฏตัวต่อหน้าศาลโดยไม่คิดค่าธรรมเนียม
เธอรักษาความสัมพันธ์ทางวิชาชีพกับลูกค้า เพื่อนร่วมงาน และพนักงานของเธออยู่เสมอ
แต่ความเข้าใจก็เกิดจากการกระทำของเธอต่อผู้หญิงที่ด้อยโอกาส ถูกกดขี่
และถูกเอารัดเอาเปรียบที่เข้าหาเพื่อขอรับการเยียวยาทางกฎหมาย
เธอประเมินทุกสถานการณ์อย่างเป็นกลาง
โดยพิจารณาจากมุมมองทางกฎหมายและผลกระทบทางจิตวิทยาของข้อโต้แย้งของเธอ

การสัมภาษณ์และพูดคุยกับลูกค้าเป็นสิ่งจำเป็น
ซึ่งช่วยในการจดจำข้อเท็จจริง หลังจากเขียนใบสมัครแล้ว
เธอได้สั่งให้รุ่นน้องเตรียมแฟ้มคดี
เธออนุญาตให้รุ่นน้องสองสามคนอยู่กับเธอขณะสัมภาษณ์ลูกความและกำหนดคำร้องของศาล
เพื่อให้รุ่นน้องของเธอได้เรียนรู้และพัฒนาขีดความสามารถในการเป็นทนายความที่ดีที่สุดในอนาคตเมื่อพวกเขาฝึกฝนอย่างอิสระ
อมายารับเฉพาะทนายความหญิงเป็นรุ่นน้อง
ดูแลการเติบโตทางอาชีพของพวกเขา ภายในห้าปี

ผู้สำเร็จการศึกษาด้านกฎหมายจำนวนมากเต็มใจที่จะเป็นรุ่นน้องของเธอ หลังจากปรึกษาหารือเป็นการส่วนตัวกับพวกเขาแล้ว เธอได้เลือกบุคคลที่สมควรได้รับและมุ่งมั่นที่สุด

มีพนักงานประมาณสิบคนมาดูแลสำนักงานของเธอ เป็นผู้หญิงทั้งหมด
อมายาปฏิบัติต่อทุกคนด้วยความเคารพ
จ่ายค่าตอบแทนที่เหมาะสมให้กับทุกคน
มากกว่าค่าตอบแทนที่มอบให้โดยบุคคลที่มีตำแหน่งคล้ายคลึงกัน
ลูกค้าเพิ่มขึ้นอย่างมาก และภาระงานก็เพิ่มขึ้นเช่นกัน
อมายาทำวิปัสสนาเป็นเวลาหนึ่งชั่วโมงทุกวันหลังจากตื่นนอนตอนตีสี่
ที่ช่วยให้เธอควบคุมจิตใจ ความคิด และความปรารถนาของเธอได้
จิตใจของเธอไม่ค่อยวนเวียนไปมา
และเธอสามารถพัฒนาความรักอันลึกซึ้งต่อลูกสาวของเธอโดยไม่ต้องครุ่นคิดถึงความเจ็บปวดที่เธอต้องเผชิญ
อมายาทำสมาธิเป็นเวลาหนึ่งชั่วโมงก่อนนอนเพื่อช่วยให้เธอนอนหลับสนิท แม้ว่าเธอจะไม่เคยเกลียดเขา แต่เธอก็ให้อภัย Karan
ซึ่งเป็นการตัดสินใจที่ท้าทาย Amaya
ต่อสู้ดิ้นรนเป็นเวลาหลายปีเพื่อให้บรรลุถึงความมั่นคงในระดับนั้น
และปฏิบัติตามหลักปฏิบัติทางกฎหมายอย่างจริงจัง
และเธอรู้ว่านี่เป็นวิธีเดียวที่เธอจะนำความยุติธรรมมาสู่ลูกค้าของเธอและตัวเธอเองได้

คดีที่เธอโต้เถียงเป็นตัวอย่างของการปฏิบัติตามกฎหมายที่โน้มน้าวใจต่อหน้าศาล เมื่อใดก็ตามที่เธอปรากฏตัวต่อหน้าผู้พิพากษา
ศาลก็จะเต็มไปด้วยทนายความคนอื่นๆ แม้แต่ผู้อาวุโส ครู
และนักศึกษาจากวิทยาลัยกฎหมายต่างๆ
บางครั้งผู้พิพากษาพบว่าเป็นการยากที่จะถามคำถามเพื่อชี้แจง
และไม่มีเหตุการณ์ใดที่อมาญาจะแพ้คดี ในปีที่สิบของการทำงาน
เธอมีทนายความรุ่นเยาว์ มีประสิทธิภาพ มีความรู้ และมุ่งมั่น
เธอคือสุนันทา และอมายาเชื่อใจเธอมาก
เมื่อใดก็ตามที่อมายาออกไปสัมมนา ประชุมใหญ่
และขึ้นศาลในเมืองอื่นๆ
สุนันทาจะเป็นผู้จัดการสำนักงานของอมายาและเป็นตัวแทนของอมายา
ต่อหน้าศาล สุนันทามีกุญแจสำรองที่บ้าน สำนักงาน และรถของอมายา

อมายากลายเป็นมังสวิรัติเมื่อเธอเริ่มทำวิปัสสนา
เธอไม่ได้รังเกียจการกินเนื้อสัตว์
แต่ตัดสินใจว่าการกินมังสวิรัตินั้นเหมาะสมกับชีวิตส่วนตัวของเธอ

เธออยู่คนเดียวและชวนพนักงานและรุ่นน้องมากินข้าวกับเธอในช่วงสุดสัปดาห์
พวกเขาปรุงอาหารที่แตกต่างกันร่วมกันและเพลิดเพลินกับงานปาร์ตี้ด้วยดนตรีและการเต้นรำ
เพราะพวกเขาคิดว่าชีวิตคือการเฉลิมฉลองแห่งความสุขและการอยู่ร่วมกัน
เธอได้เตรียมการที่จำเป็นว่าผู้ที่มาร่วมงานปาร์ตี้ของเธอจะกลับบ้านภายในเก้าโมงเช้า

การบริการชุมชนกลายเป็นส่วนสำคัญในกิจวัตรประจำวันของเธอเมื่อเธอเข้าร่วมวิทยาลัยกฎหมายท้องถิ่นเพื่อให้ความรู้ด้านกฎหมายแก่แม่บ้านและผู้หญิงจากชนชั้นแรงงาน
เธอเชื่อมั่นในความรู้เรื่องสิทธิขั้นพื้นฐาน
หลักการสั่งการของนโยบายของรัฐ และกฎหมายต่างๆ
เกี่ยวกับการแต่งงาน การรับมรดก การดูแล การคุ้มครองเด็ก
และการหย่าร้าง จะช่วยให้ผู้หญิงมีชีวิตที่มีเกียรติ
เธอทำงานร่วมกับผู้หญิง
อมายาหาเวลาพูดคุยกับนักเรียนในโรงเรียนและวิทยาลัยทุกครั้งที่พบพวกเขาในสถาบันการศึกษา
วิทยาลัยสังคมสงเคราะห์แห่งหนึ่งได้เชิญอมายาบรรยายเรื่องผลกระทบของกฎหมายต่อองค์กรชุมชนและสวัสดิการสังคมเป็นประจำ
เธอได้เป็นส่วนหนึ่งของงานของวิทยาลัยเพื่อเด็กที่ถูกทอดทิ้งและไม่รู้หนังสือ

เปียโนทำให้อมายามีความสุขมากมาย
เธอเล่นด้วยกันหลายชั่วโมงในช่วงสุดสัปดาห์
แม่ของเธอสอนอมายาเล่นเปียโน ต่อมา
ซิสเตอร์แห่งโลเรโตแนะนำให้เธอรู้จักกับนักประพันธ์เพลงผู้ยิ่งใหญ่
เธอเป็นสมาชิกของกลุ่มคอนเสิร์ตในโรงเรียนซึ่งนำเสนอโปรแกรมต่างๆ
ในศูนย์วัฒนธรรมต่างๆ ในมาดริดทุกเดือน ที่ Loyola และ St Xavier's
เธอมีโอกาสเล่นเปียโนมากมาย แต่ที่โรงเรียนกฎหมายเบงกาลูรู
เธอยุ่งอยู่กับการเรียน การโต้วาทีทางกฎหมาย การพิจารณาคดี
และกิจกรรมสร้างความตระหนักรู้ทางกฎหมาย

ในเมืองโคจิ ขณะฝึกฝนกฎหมาย Amaya
ได้พัฒนาห้องสมุดแยกต่างหากสำหรับนิยาย
นักเขียนคนโปรดของเธอคือ Madhavikutty
สำหรับการแสดงออกเชิงลึกเกี่ยวกับความตื่นตัวทางเพศ สัญลักษณ์

และการวิเคราะห์ทางจิตสังคมเกี่ยวกับสถานที่ของสตรีในสังคม Kerala ในบรรดานักเขียนเรื่องสั้น เธอชอบ Zacharia มากที่สุดจากแนวคิดที่ไม่ฝักใฝ่ฝ่ายใด มีความคิดระเบิดที่เปิดโปงเรื่องทางเพศ การเมือง ศาสนา และตัวละคร Kafkian เรื่องราวที่ขจัดความทุกข์ได้ดึงดูดใจในการอ่านของเธอ เนื่องจากมีการค้นหาชีวิตที่ปราศจากความทุกข์อย่างต่อเนื่อง ไม่เพียงเพื่อตัวเธอเองเท่านั้น แต่ยังเพื่อผู้อื่นด้วย อย่างไรก็ตาม มันเป็นอุดมคติในอุดมคติ ซึ่งเป็นชีวิตที่ปราศจากความทุกข์ทรมาน เนื่องจากความทุกข์ทรมานเป็นส่วนที่แยกจากกันไม่ได้ในชีวิตมนุษย์ บุคคลสามารถเติบโต สร้างความรู้ และนำไปสู่ประสบการณ์ที่น่าพึงพอใจได้ด้วยความทุกข์ทรมานเท่านั้น แต่มีความปรารถนาชั่วนิรันดร์ในตัวเธอที่จะก้าวข้ามความทุกข์ทรมานสำหรับเธอ
นิยายมีความใกล้เคียงกับชีวิตมากกว่าการวิเคราะห์ทางสังคมวิทยา เหตุการณ์ในชีวิต หรือทฤษฎีบททางวิทยาศาสตร์ใดๆ
ในโลกนิยายของเธอ มีแนวคิดเรื่องความยุติธรรมอยู่
มีต้นกำเนิดมาจากปัจเจกบุคคล
และมีการแบ่งปันความยุติธรรมระหว่างปัจเจกบุคคล
ความยุติธรรมไม่เพียงแต่เป็นเป้าหมายเท่านั้น
แต่ยังเป็นเส้นทางอีกด้วย ความจริงและความยุติธรรมเป็นของคู่กัน
หากพวกเขาเผชิญหน้า ให้ยืนหยัดด้วยความยุติธรรม
เพราะความจริงเป็นสิ่งอุดมคติและไม่มีอยู่จริง
แต่ความยุติธรรมนั้นใช้ได้จริง
เธอไม่ได้กังวลเกี่ยวกับความยุติธรรมที่สมบูรณ์ในเวลาที่กำหนดเนื่องจากไม่มีอยู่จริง

ความยุติธรรมเป็นแนวคิดที่ทรงพลังในชีวิตมนุษย์
ซึ่งปฏิบัติในชีวิตประจำวัน
และความยุติธรรมส่วนนั้นก็สมบูรณ์และไม่สมบูรณ์ไปพร้อมๆ กัน
นั่นเป็นเหตุผลที่เธอชอบนิยายของโทนี มอร์ริสัน
ตัวละครของเธอมุ่งมั่นที่จะบรรลุความยุติธรรมอย่างครบถ้วน
ในขณะเดียวกันก็พอใจกับความยุติธรรมที่ได้รับในช่วงเวลาที่กำหนด
ในคาฟคา ความปรารถนาที่จะมีชีวิตอยู่เป็นสิ่งสำคัญยิ่ง
ชีวิตดังก้องแม้ในระหว่างการประหารชีวิตของตัวเอก
ซึ่งเป็นภารกิจในการมีชีวิตอยู่ การอ่าน Camus
ให้การไตร่ตรองอย่างไม่มีที่สิ้นสุด
ไม่จำเป็นที่มนุษย์จะต้องรอให้ถึงจุดจบเพื่อสัมผัสกับความยุติธรรมอย่าง

ครบถ้วน เนื่องจากเป็นความยุติธรรมในทุกช่วงเวลาของชีวิต การแสวงหาทั้งส่วนนี้เป็นเหตุผลของความปรารถนาของมนุษย์

ในวาระครบรอบ 20 ปีของการฝึกซ้อมในศาลสูง อมายาได้เชิญเพื่อนร่วมงานของเธอทั้งสุนันทาและรุ่นน้องมารับประทานอาหารค่ำที่บ้านของเธอ เธอเป็นทนายความอาวุโสอยู่แล้ว และชื่อของเธอได้รับการเสนอให้เป็นผู้พิพากษาศาลสูง แต่อมายาปฏิเสธอย่างสุภาพเพราะเธอสามารถอธิบายกฎหมายต่อหน้าผู้พิพากษาที่สามารถช่วยเหลือผู้หญิงหลายร้อยคนที่ต้องการความช่วยเหลืออย่างหนักได้ งานปาร์ตี้ที่เธอจัดเป็นกลุ่มคนประมาณยี่สิบคน อาหารเป็นมังสวิรัติ โดยมีอาหารมากมาย รวมทั้งข้าวปูลาฟและปลาซัม หลังงานปาร์ตี้ ขณะที่แขกจากไป ก็มีโทรศัพท์เข้ามา แต่อมายาไม่สามารถเข้าร่วมได้ หลังจากผ่านไปสิบห้านาที ก็มีสายเข้ามาอีกครั้งเมื่อเธออยู่คนเดียว คนเดิมโทรมาอีกเบอร์เผย

อามายารับสาย

"สวัสดี" มีคนโทรมาจากอีกฟากหนึ่ง มันเป็นเสียงของผู้หญิง

"สวัสดี" อามายะตอบ

"ขออภัยที่รบกวนคุณหญิง.. ฉันชื่อปูร์นิมา จากจันดิการ์" เธอกล่าว

"ค่ะ พรนิมา มีอะไรให้ช่วยคะ?" อามายะเอ่ยถาม

"คุณผู้หญิง คุณคืออามายาใช่ไหม" พรนิมาถาม

"ใช่แล้ว ฉันคืออามายา" พรนิมา คุณต้องการอะไร" เธอถาม

"ขอโทษครับคุณผู้หญิงที่ถามคำถามส่วนตัว" ฉันต้องขอให้มันทำให้จิตใจฉันสงบ" Poornima ฟังตรงไปตรงมา

"บอกฉันสิ ทำไมคุณถึงอยากรู้รายละเอียดของฉัน" อามายะถาม

"คุณผู้หญิง คุณหลงรักชายหนุ่มคนหนึ่งหรือเปล่า?"

ช่างเป็นคำถามที่โง่เขลา ทันใดนั้น ในใจของอมายาก็เกิดฟ้าร้องขึ้น เธอหลงรักชายหนุ่มคนหนึ่งอย่างบ้าคลั่ง แต่ไม่อยากนึกถึงความกังวลและความเจ็บปวดที่เกิดขึ้น เธอปฏิเสธที่จะไตร่ตรองถึงเหตุการณ์การลดทอนความเป็นมนุษย์ในอดีตที่ครอบงำเธอเหมือนวัวกระทิงสเปนโดยไม่มีหอกที่จะปกป้อง เธอพยายามควบคุมจิตใจของเธอ ใจเย็นๆ อย่าครอบงำฉันนะ เธอพูดกับใจ จากนั้นเธอก็ถามตัวเองด้วยน้ำเสียงแผ่วเบาว่า *นี่คือใคร?* เธอต้องการใช้ความคิดของเธอในการไขปริศนา

เป็นหุ่นส่วนที่กระตือรือร้นในการแก้ปัญหา
และประพฤติตนเป็นคนรับใช้ของเธอ

"ปุรณิมา ผู้หญิงทุกคนย่อมมีความทรงจำในอดีต
เกือบทุกคนมักจะตกหลุมรักใครสักคนซึ่งเป็นเจ้าชายผู้เปล่งประกาย
ฉันก็เคยมีอดีตเหมือนกัน" คำพูดของอมายานุ่มนวลและอ่อนโยน

"คุณรู้จักพ่อของผมเป็นการส่วนตัวหรือเปล่า?"
มันเป็นคำถามที่ตรงไปตรงมาโดยไม่มีการจีบใดๆ

แต่เกิดอาการสั่นสะท้านขึ้นในพรนิมาดังที่เห็นได้จากน้ำเสียงของเธอ
มีบางอย่างเจ็บปวดอย่างแสนสาหัส
มีบางอย่างมาบงการความสงบสุขของเธอ
เธอพยายามที่จะฟื้นความสงบอีกครั้ง

"คุณผู้หญิง พ่อของฉันรู้จักคนชื่ออมายา"
ดูเหมือนว่าเขาจะอยู่ใกล้เธอมากหรือเธอก็แยกกันไม่ออก
ในช่วงสามเดือนที่ผ่านมา ฉันติดต่อกับ Amaya กว่าร้อยคนในสเปน
โดยใช้ชื่อภาษาสเปนว่า Basque แม้ว่าฉันจะโทรไปที่คะแนนในส่วนอื่น
ๆ ของยุโรปก็ตาม
คุณสามารถจินตนาการถึงความเจ็บปวดจากการติดต่อกับคนแปลกหน้า
ทางโทรศัพท์ได้
มันเป็นวิกฤตที่มีอยู่ราวกับว่าฉันไม่รู้ว่าจะคาดหวังอะไรไม่ควรทำอะไร
ฉันรู้สึกผิดหวังอย่างมากในบางครั้ง สูญเสียความแข็งแกร่งทางจิตใจ
สมดุล และความหวังของฉันไป
มันเป็นการต่อสู้ระหว่างชีวิตและความตายในแง่ที่แท้จริง
การต่อสู้เพื่อเอาชีวิตรอดครั้งนี้จะทำให้จิตใจฉันเป็นอัมพาต
ความปวดร้าวนั้นเหลือทน น่ากลัว และเป็นอันตราย
ทุกวันมีคนตะโกนกลับมาหาฉัน
มันเป็นประสบการณ์ที่บาดใจที่สุดในชีวิตของฉัน แม้แต่ในอินเดีย
ฉันก็ติดต่อกับคนหลายสิบคนด้วยชื่อนี้ คุณผู้หญิง ฉันมีความสุขมาก
ในที่สุดคุณก็ไม่ได้ตะโกนใส่ฉัน"

อมายาได้ยินเสียงสะอื้นของภูรนิมาที่ดังต่อไปไม่กี่วินาที
มันเหมือนกับเสียงที่เจาะใจ เป็นประสบการณ์ที่ระเบิดออกมา เธอรู้ดี
เธอต้องทนทุกข์ทรมานเช่นเดียวกันเป็นเวลาสี่ปีหลังจากการลักพาตัวสุ
ปรียา อมายารู้สึกเห็นอกเห็นใจปอรนิมาอย่างสุดซึ้ง

"คุณผู้หญิง ขออนุญาตโทรหาคุณพรุ่งนี้ประมาณ 20.30 น.
จิตใจของฉันกระวนกระวายและตื่นเต้นตอนนี้ที่ฉันพบว่าพูดยาก

แต่ฉันมีความสุขมาก ฉันขอโทษคุณอย่างสุดซึ้งที่โทรหาคุณหลัง 21.00 น. ฉันรู้สึกขอบคุณคุณผู้หญิง ราตรีสวัสดิ์ครับคุณผู้หญิง" ภูรนิมากล่าว

"พรุ่งนี้คุณว่างโทรหาฉันเวลา 20.30 น. ราตรีสวัสดิ์ค่ะคุณพรนิมา"

มีความสั่นสะท้านในตัวตนภายในสุดของเธอ เธอหลงรักคารานแต่เมื่อยี่สิบห้าปีที่แล้ว ความทุกข์ทรมานเกิดขึ้นมากมาย และ Poornima ก็อาจจะทนทุกข์ทรมานเช่นเดียวกัน
ความโศกเศร้าของเธอเป็นของเธอ ความเจ็บปวดอย่างไม่หยุดยั้ง ความหนักหน่วงในการทำลายตนเอง ความอยากที่จะรู้ และความพยายามอย่างสิ้นหวังที่จะเอาชนะกำแพงแห่งความสิ้นหวังนั้น เป็นสิ่งที่ทนไม่ได้ วิธีสัมผัสโลกเหนือความทุกข์ ในสมัยนั้นนางปรารถนาที่จะโผบินเหมือนนกนางนวลไปยังเกาะอันไกลโพ้น โดยไม่กระพือปีก ที่ซึ่งไม่มีทุกข์

ทันใดนั้นเธอก็ควบคุมจิตใจของเธอ กลับไปสู่โลกแห่งความเป็นจริง และหลีกเลี่ยงที่จะสูญเสียบรรยากาศและความสงบทางจิตของเธอ ตอนทำวิปัสสนาก็สงบขึ้นอีกไม่คิดถึงภูริมา
ไม่มีความปั่นป่วนในใจของเธออีกครั้ง
การทำสมาธิทุกวันเป็นการพยายามรู้จักตนเองโดยไม่คิดอะไร วิปัสสนาอยู่เหนือความคิด ไม่มีอะไรให้รู้สึก เธอไม่ควรกังวล มันไม่ได้ช่วยให้จิตใจของเธอสงบ มีประสิทธิผล และมีพลัง เธอรักจักรวาลแห่งความว่างเปล่าที่ซึ่งไม่มีอะไรอยู่จริง
มันว่างเปล่าแต่ก็มีศักยภาพที่จะมีทุกสิ่ง
อมายาจดจ่ออยู่กับลมหายใจของเธอ
เธออยู่คนเดียวและมีประสบการณ์เกี่ยวกับสมอง ศีรษะ ใบหน้า หน้าอก หัวใจ ปอด ตับ กระเพาะอาหาร ลำไส้ มดลูก อวัยวะเพศ ไข่ กระดูก เซลล์นับล้านเซลล์ และเลือดที่ไหลเวียนอยู่ในแต่ละเซลล์ด้วยชีวิต มีสติปัญญา จิตใจ และจิตสำนึก แต่เธอก็แตกต่างไปจากทั้งหมด ตัวตนของอมายานั้นแตกต่าง มีเอกลักษณ์ เหนือส่วนของเธอทั้งหมด เหนือส่วนรวมทั้งหมด เธอดำรงอยู่อย่างเป็นอิสระ
มีจิตสำนึกของการดำรงอยู่
ความตระหนักรู้ถึงความเป็นอยู่และความเป็นนิมิตแห่งพรหมจรรย์ของเธอ มันเป็นความเฉียบแหลมในความสมบูรณ์ของมัน

ลูกสาวโทรมา.

มันเป็นวันจันทร์
งานปาร์ตี้กับเพื่อนร่วมงานของเธอเมื่อเย็นวันก่อนเป็นไปอย่างสง่างาม
หลังจากทำวิปัสสนาตอนเช้า อมายาได้พิจารณารายละเอียดคดีต่างๆ
ที่ระบุไว้ในศาลต่างๆ มีเจ็ดคดีในสามศาล; สองคนเข้ารับการรักษา
สามคนสำหรับการไต่สวนเบื้องต้นเพื่อให้การบรรเทาทุกข์ชั่วคราว
และอีกสองคนสำหรับการไต่สวนครั้งสุดท้าย
กรณีหนึ่งเป็นกรณีของสุนิตา วัย 48 ปี
ซึ่งสามีของเธอหาประโยชน์ทางการเงิน
เมื่อสามีของเธอตัดสินใจแต่งงานกับนักบัญชีสาว
สุนิตาเข้าใจถึงความรุนแรงของสถานการณ์
ความสัมพันธ์ระหว่างสามีของเธอ นักธุรกิจผู้มั่งคั่ง
และนักบัญชีของเขาเกิดขึ้นในช่วงสองสามปีที่ผ่านมา
ขณะที่พวกเขาใช้เวลาช่วงวันหยุดด้วยกันในมัลดีฟส์ บาหลี
และสถานที่แปลกใหม่อื่นๆ

หลายปีก่อน Madhav
เคยเป็นร้านขายเครื่องสำอางในตรอกหนึ่งที่นำไปสู่สถานีรถไฟ
เขาเคยนั่งยองๆ อยู่ในร้านเล็กๆ ของเขา
เนื่องจากไม่มีพื้นที่ให้ยืนตัวตรงได้ Madhav
ขายผลิตภัณฑ์เสริมความงามต่างๆ ให้กับผู้หญิง
เขามีความสามารถพิเศษในการดึงดูดเด็กและผู้ใหญ่
เขาพูดคุยกับพวกเขาอย่างสุภาพ
และพวกเขาก็พบรอยยิ้มบนริมฝีปากของเขาเสมอ
เด็กสาวและหญิงสาววัยเรียนชอบร้านเสริมสวยของ Madhav
เพราะมีทุกสิ่งที่พวกเขาต้องการอยู่ที่นั่น
สุนิตาเห็นเขานั่งอยู่ในร้านทุกเช้าขณะวิ่งไปสถานีรถไฟเพื่อขึ้นรถไฟไป
โรงเรียนในตอนเช้า

หลายครั้งที่สุนิตาซื้อสบู่ *คาจาล* และครีมจาก Madhav
ขณะเดินทางกลับ เขาคุยกับเธอเบาๆ ทุกครั้งที่เธอไปที่ร้านของเขา
แนวทางของเขาน่าพอใจ หนึ่งปีผ่านไป วันหนึ่งท่านเสนอชื่อสุนิตา
Madhav อายุยี่สิบห้าปีในขณะนั้น และสุนิตา อายุยี่สิบสามปี
เป็นครูโรงเรียนประถมศึกษามาสองปี เธอพูดคุยกับพ่อของเธอ

ซึ่งเป็นพ่อม่ายและครูในโรงเรียนที่เกษียณแล้วเกี่ยวกับ Madhav พ่อของเธอบอกว่าเขาไม่มีข้อโต้แย้งใดๆ เนื่องจากสุนิตารู้จักมาดาฟในปีที่ผ่านมา ถ้าเขาเป็นคนดีก็เอาเลยพ่อรับรองลูกคนเดียวของเขา สุนิตาและมาดาฟประกอบพิธีเสกสมรสในวัดใกล้บ้านภายในหนึ่งสัปดาห์ Madhav อยู่ในอพาร์ตเมนต์เช่าหนึ่งห้องร่วมกับอีกสองคน และเขาก็ย้ายไปที่บ้านของสุนิตา ซึ่งเป็นแฟลตสองห้องที่พ่อของเธอเป็นเจ้าของในย่านชานเมืองทันที ชีวิตแต่งงานครั้งแรกของพวกเขาเป็นสีทอง เนื่องจาก Madhav เป็นสามีที่รักและเอาใจใส่ สุนิตาสนับสนุนให้เขาเปิดร้านที่กว้างขวางมากขึ้นในทำเลที่สะดวกยิ่งขึ้น

สุนิตาให้เช็คหนึ่งล้านรูปีแก่ Madhav ในวันครบรอบปีที่สองของการแต่งงานของพวกเขา ซึ่งเธอได้เก็บมาจากเงินเดือนของเธอ นั่นเป็นจุดเริ่มต้นอันเป็นมงคลสำหรับ Madhav ผู้ตั้งชื่อร้านใหม่ของเขา Sunita Beauty Care ภายในห้าปี เขาได้เปิดร้านเพิ่มอีกสองแห่งในส่วนต่างๆ ของเมือง ขณะเดียวกัน สุนิตาขายแฟลตสองห้องของเธอเพราะพ่อของเธอไม่อยู่แล้ว และด้วยเงินนั้น Madhav ก็ซื้อบ้านหลังใหม่ในนามของเขา

ในปีที่ 10 Madhav เริ่มธุรกิจผลิตภัณฑ์ดูแลเส้นผมอายุรเวชเพื่อผลิตและจำหน่ายน้ำมันบำรุงเส้นผมสำหรับผู้หญิง เขาอ้างว่าน้ำมันที่เขาผลิตช่วยให้ผมสีเข้ม เงางาม และมีสุขภาพดีขึ้นได้อย่างมากมาย ความคิดริเริ่มใหม่นี้ไม่เคยเกิดขึ้นมาก่อน หน่วยการผลิตล้ำสมัยที่ใช้เครื่องจักรเปิดทำการโดยมีคนงานยี่สิบห้าคน ภายในสามปีบริเวณรอบนอกของเมือง Madhav แต่งตั้ง MBA ครึ่งโหลเพื่อทำการตลาดผลิตภัณฑ์ของเขาทั่วประเทศ

สุนิตายังคงทำงานต่อ ซึ่งปัจจุบันเป็นครูใหญ่ของโรงเรียนประถม และสังเกตเห็นพฤติกรรมของ Madhav ที่เปลี่ยนไปทีละน้อย ซึ่งเลิกแชร์ห้องนอนกับสุนิตา สุนิตามักจะอยู่บ้านตามลำพังขณะที่ Madhav กำลังออกทัวร์หรือยุ่งอยู่กับธุรกิจของเขา ไม่ค่อยได้พูดคุยกับภรรยาของเขาและไม่มีการแบ่งปันหรืออยู่ร่วมกัน Madhav เริ่มบังคับภรรยาของเขาให้หย่าร้าง เขาสร้างวิลล่าขนาด 5 ห้องนอนในย่านชานเมืองและย้ายไปอยู่ที่นั่นเพียงลำพังภายในหนึ่งปี

ขณะที่ลูกสาวคนโตของเธอ แพทย์คนหนึ่งย้ายไปอยู่อีกเมืองหนึ่ง และอีกคนหนึ่งไปเรียนปริญญาโทสาขาบริหารธุรกิจในต่างประเทศ สุนิตาเผชิญกับการถูกปฏิเสธและความเหงา Madhav พร้อมคืนเงิน 1 ล้านให้สุนิตา ไม่มีอะไรมากไปกว่านั้น สุนิตาได้พบกับอมายาและได้ยื่นฟ้องเพื่อเรียกค่าสินไหมทดแทนและค่าเลี้ยงดูที่เหมาะสม เนื่องจากไม่พอใจคำพิพากษาของศาลครอบครัว คำร้องดังกล่าวอยู่ในรายชื่อการพิจารณาคดีครั้งสุดท้ายในวันนั้น

ขณะกำลังพิจารณาคดี จู่ๆ อมายาก็นึกถึงโทรศัพท์ที่เธอได้รับจากจันดิการ์เมื่อเย็นวันก่อน ปูรณิมาคือใคร? เธอเป็นเรื่องจริงเหรอ? อมายาครุ่นคิดอยู่พักหนึ่ง ขณะเข้าไปในห้องของอมายา รุ่นน้องคนหนึ่งแสดงความประหลาดใจเมื่อเห็นอมายาสะท้อนอย่างลึกซึ้ง ซึ่งไม่ใช่เรื่องปกติสำหรับอมายาในตอนเช้า

รุ่นน้องของเธออยู่ที่นั่นเพื่อหารือกับ Amaya เกี่ยวกับการสมัครเข้าเรียนของ Khadija Mohammed Kuttyhassan Khadija อายุยี่สิบแปดปีและแต่งงานกับ Mohammed Kuttyhassan อายุสามสิบหกปี เธอให้กำเนิดเด็กหญิงสามคนและเด็กชายสองคน กุตติฮัสซันมีร้านน้ำชาอยู่ใกล้ตลาดปลา ซึ่งทำธุรกิจได้วันละหนึ่งพันรูปี โดยกำไรของเขาแปดร้อย พระองค์ทรงมอบเงินสามร้อยรูปีแก่คอดีษะห์ คนละสองร้อยรูปีแก่ภรรยาสองคนก่อนหน้านี้และลูกเจ็ดคน เขาชอบดื่มเครื่องดื่มแอลกอฮอล์ที่ผลิตในท้องถิ่นราคาประมาณห้าสิบรูปี และส่วนที่เหลืออีกห้าสิบเขาจ่ายให้กับ Nabeesa ซึ่งเขาไปเยี่ยมทุก ๆ สองสัปดาห์เป็นเวลาประมาณหนึ่งชั่วโมง Kuttyhassan แต่งงานกับ Khadija เมื่อเธออายุได้ 14 ปีหลังจากส่งสูติบัตรปลอมของ Khadija โดยอ้างว่าเธออายุ 18 ปี

หนึ่งสัปดาห์ก่อนที่ Khadija จะพบกับ Amaya Kuttyhassan ขอให้ Khadija และลูก ๆ ของพวกเขาออกจากบ้านในขณะที่เขาได้ประกาศ Talaq สามครั้งเกี่ยวกับ Khadija ภายใต้กฎหมายส่วนบุคคลของชาวมุสลิม ได้พบเห็นเด็กผู้หญิงอีกคนหนึ่งซึ่งอยู่ชั้นประถมศึกษาปีที่ 8 ของโรงเรียนเทศบาล ด้วยลูกทั้งห้าของเธอ Khadija กลายเป็นคนไร้บ้าน ทางเลือกเดียวของเธอคือติดตาม Nabeesa Amaya ขอให้รุ่นน้องแจ้ง Khadija ให้ปรากฏตัวในศาล Amaya อธิบายให้ลูกน้องของเธอฟังว่า Triple Talaq เป็นความผิดทางอาญา โดยให้โทษจำคุกสามปีสำหรับผู้ชายชาวมุสลิมที่ก่ออาชญากรรม

Amaya บอกลูกน้องของเธอว่าโทษจำคุกไม่สามารถแก้ปัญหา Khadija และลูกๆ ของเธอได้
เนื่องจากพวกเขาต้องการที่อยู่อาศัยและการดำรงชีวิตที่เหมาะสม
ไม่มีความเป็นไปได้ที่จะได้รับค่าชดเชยจาก Kuttyhassan
เนื่องจากเขาไม่มีเงิน Amaya ขอให้ลูกๆ หางานให้ Khadija
เลี้ยงดูและเลี้ยงดูลูกๆ ของเธอ ในขณะเดียวกัน
ก็จำเป็นต้องหาสถานรับเลี้ยงเด็กสำหรับลูกคนเล็กสองคนของเธอ
และโรงเรียนอนุบาลสำหรับสองคน
เด็กคนหนึ่งเข้าเรียนชั้นเรียนที่หนึ่งในโรงเรียนประถมในท้องถิ่น

อมายาได้พิจารณาสำนวนคดีทั้ง 7 คดีอย่างละเอียดถี่ถ้วน
และอภิปรายกฎหมายที่เกี่ยวข้องกับคดีและข้อโต้แย้งที่เป็นไปได้ให้ศาลพิจารณา เธอมั่นใจในการเน้นย้ำข้อโต้แย้งของเธอ
คำกระตุ้นเตือนของเธอมักจะกระชับด้วยการใช้เหตุผลเชิงตรรกะ
โดยเน้นที่การเยียวยาทางกฎหมาย
การนำเสนอคดีของอมายาต่อศาลมีความสม่ำเสมอและชัดเจน
เนื่องจากมีการวิเคราะห์ โปร่งใส และเป็นกลาง
ตามกฎหมายและตัวอย่างที่ได้รับอนุญาต

ขณะขับรถไปศาล อมายานึกถึงคำพูดของเธอกับปูรนิมาจากจันดิการ์
เธอเคยไปเมืองนั้นมาแล้วสองครั้ง
ครั้งแรกสำหรับการประชุมเกี่ยวกับการสังเคราะห์น้ำคร่ำและการกำจัดเด็กผู้หญิงในครรภ์เพื่อให้มีลูกชายโดยพ่อแม่ชาวอินเดีย
ครั้งที่สองสำหรับการเป็นตัวแทนของผู้หญิงที่ถูกทิ้งร้างในศาลเพื่อรับค่าชดเชยที่เหมาะสมจากสามีของเธอ
น้ำเสียงของพรนิมามีความคุ้นเคยราวกับว่าเธอเคยได้ยินมาหลายครั้ง
ยิ่งไปกว่านั้น มันสัมผัสได้ถึงหัวใจของเธอ

อมายา ขึ้นศาลทุกคดี ผลออกมาเกินคาด
ศาลตัดสินว่าสุนิตามีสิทธิ์ได้รับอสังหาริมทรัพย์ สถานประกอบธุรกิจ หุ้น และทรัพย์สินอื่นๆ ห้าสิบเปอร์เซ็นต์จาก Madhav
เขามีอิสระที่จะเข้าใกล้ศาลชั้นยอดภายในยี่สิบเอ็ดวันเพื่อคัดค้านคำตัดสิน Amicus Curiae
ที่ได้รับการแต่งตั้งจากศาลจะดูแลการปฏิบัติตามคำสั่งดังกล่าว
ศาลกล่าว

คำร้องของ Khadija อยู่ในรายการการพิจารณาคดีครั้งสุดท้าย
และศาลสั่งให้ Kuttyhassan จ่ายเงินวันละห้าร้อยรูปีให้กับ Khadija
และลูก ๆ ของพวกเขา ศาลสั่งให้ Kuttyhassan

ออกจากบ้านจนกว่าจะมีการพิจารณาคดีถึงที่สุด โดยปล่อยให้ Khadija และลูกๆ ของพวกเขาครอบครองบ้านได้ Khadija ร้องไห้ด้วยความดีใจและไม่มีคำพูดขอบคุณ Amaya สำหรับความช่วยเหลือของเธอ

คดีของลีนา แมทธิวมีลักษณะเฉพาะ และศาลได้พิพากษาถึงที่สุด พ่อแม่ของ Leena เป็นชาวนาที่มีพื้นที่ 2 เอเคอร์บนเนินเขาของ Idukki พวกเขาพบว่าเป็นเรื่องท้าทายที่จะจัดหาอาหาร เสื้อผ้า และการศึกษาที่เพียงพอให้กับลูกสามคน เด็กหญิงหนึ่งคนและเด็กชายสองคน ซึ่งอายุน้อยกว่าลีนามาก ลีนาต้องเดินประมาณ 8 กิโลเมตรเพื่อไปถึงโรงเรียน โดยข้ามลำธารไม่กี่สาย ซึ่งเป็นอันตรายในช่วงมรสุม เนื่องจากดินถล่ม จึงมีฝนตกหนักบ่อยครั้งบนเนินเขารอบๆ ไร่ชา ลีนาเดินเท้าเปล่าเป็นเวลาสิบปี สำเร็จการศึกษาระดับปริญญาตรีอย่างโดดเด่น แม่ชีที่ดูแลโรงเรียนสนับสนุนให้ลีนาเรียนต่อในระดับมัธยมศึกษาตอนปลายเป็นเวลาสองปี และด้วยการสนับสนุนทางการเงินของพวกเขา ลีนาก็จบหลักสูตรด้วยการยืนหนึ่งในเขตนี้ เหล่าแม่ชีอนุญาตให้ลีนาพักในหอพักทุนเพื่อเตรียมตัวสอบเข้าแพทย์ ลีนาเป็นหนึ่งในผู้เข้าสอบห้าสิบอันดับแรกที่ปรากฏตัวในการสอบเข้าเมื่อผลสอบมาถึง ในไม่ช้า ลีนาก็เข้าเรียนในวิทยาลัยแพทย์ในเบงกาลูรู ทุนการศึกษาของเธอเพียงพอสำหรับค่าใช้จ่ายทั้งหมดของเธอ

ลีนาสำเร็จการศึกษาระดับปริญญาโทและปริญญาโทภายในเจ็ดปี โดยเชี่ยวชาญด้านหู คอ จมูก ไม่นานคุณหมอลีนาก็เข้ามาเป็นศัลยแพทย์ในโรงพยาบาลชั้นนำที่มีค่าตอบแทนงาม เธอส่งรายได้เกือบทั้งหมดไปให้พ่อแม่ของเธอ พี่ชายของเธอได้รับการศึกษาที่ยอดเยี่ยมด้วยการสนับสนุนของเธอ ดร.ลีนาช่วยพ่อแม่สร้างวิลล่าใกล้เมือง การช่วยเหลือพ่อแม่และพี่น้องเป็นเพียงความปรารถนาเดียวของเธอที่มีต่อคุณหมอลีนา เธอจึงลืมที่จะแต่งงานเพื่อสร้างครอบครัว เนื่องจากเธอมักจะกังวลเกี่ยวกับสวัสดิภาพของพวกเขาอยู่เสมอ คุณหมอลีนาต้องการช่วยเหลือพ่อแม่ของเธอในวัยชรา พี่ชายของเธอแต่งงาน ตั้งรกรากในเมืองอื่น และลืมพี่สาวของพวกเขาที่ใช้ชีวิตของเธอให้ดีขึ้น น่าเสียดายที่ลีน่าประสบอุบัติเหตุขณะขับรถไปที่ทำงานของเธอ อาการบาดเจ็บสาหัส มือขวาของเธอเป็นอัมพาต ลีนาอายุห้าสิบแปดปีและใช้รถเข็นในช่วงเดือนแรกๆ

เมื่อเธอไปถึงบ้านพ่อแม่ผู้ล่วงลับ พี่ชาย ภรรยา และลูกๆ ของเธอปฏิเสธลีน่าไม่ให้เข้าไปในบ้าน ด้วยความช่วยเหลือจากนักสังคมสงเคราะห์ Leena จึงเช่าอพาร์ทเมนต์สองห้องและเปิดคลินิกในห้องหนึ่ง ภายในหนึ่งเดือน ลีนาได้พบกับอมายา หารือเกี่ยวกับปัญหาของเธอ และขอให้อมายารับเรื่องและยื่นคำร้องเพื่อขอการเยียวยาทางกฎหมาย พี่ชายทั้งสองของเธอเป็นผู้ตอบแบบสอบถาม อมายาอธิบายต่อศาลโดยละเอียดเกี่ยวกับสถานการณ์ของลูกค้าของเธอ และผลกระทบทางกฎหมายต่อชีวิตของแพทย์ศัลยแพทย์ผู้มีชื่อเสียงที่มีความรักและจิตใจเรียบง่าย อมายาเน้นย้ำถึงผลกระทบของคดีที่มีต่อเยาวชนในสังคมและชีวิตครอบครัว Amaya ปกป้องสิทธิ์ของลูกค้าอย่างเป็นระบบ เปิดเผยและทำลายข้อโต้แย้งที่ไม่สามารถป้องกันได้ตามกฎหมายซึ่งยกมาจากคู่ต่อสู้ของเธอ Amaya เชื่อมั่นว่าความยุติธรรมของศาลอยู่ฝ่ายลูกค้าของเธอโดยสิ้นเชิง ในคำพิพากษาถึงที่สุด ศาลมีคำสั่งให้จำเลยย้ายบ้านที่พี่สาวของตนสร้างให้พ่อแม่ของเธอ โดยมอบกรรมสิทธิ์และครอบครองบ้านให้แก่ดร.ลีนา แมทธิวทันที ศาลยังสั่งให้พวกเขาจ่ายเงินเดือนละหนึ่งแสนรูปีให้กับดร.ลีนา ซึ่งเป็นค่าชดเชยตลอดชีวิตสำหรับการดูแลพวกเขาอย่างสบายใจตั้งแต่วัยเด็กและให้ความรู้แก่พวกเขา ถือเป็นชัยชนะที่ยิ่งใหญ่สำหรับ Amaya และลูกค้าของเธอ

อมายาถึงบ้านตอนห้าโมงเย็น เธอจะไปถึงห้องทำงานตอนหกโมงเย็น และลูกๆ ของเธอทุกคนก็จะอยู่ที่นั่น เวลาของพวกเขาคือตั้งแต่แปดโมงเช้าถึงห้าโมงเย็นและหกโมงเช้าถึงแปดโมงเช้า เธอต้องการให้พวกเขาได้รับการฝึกอบรมอย่างเข้มงวดเพื่อเรียนรู้ทักษะทางกฎหมาย ซึ่งรวมถึงการสัมภาษณ์ลูกค้าและการรวบรวมหลักฐานเอกสารที่จำเป็น การยื่นเอกสารตามลำดับเวลา การนำเสนอต่อผู้อาวุโส การร่างคำร้อง การเตรียมภาคผนวก และการพัฒนาสำเนาในจำนวนที่เพียงพอก็เป็นหน้าที่ของพวกเขาเช่นกัน การส่งเรื่องให้ศาลพิจารณา การเข้าร่วมการพิจารณาคดี และการบันทึกคำตัดสินของศาลก็มีความสำคัญไม่แพ้กัน

ขั้นตอนสุดท้ายคือการรวบรวมสำเนาคำตัดสินที่ผ่านการรับรองจากสำนักงานนายทะเบียน

ลูกๆ
ของเธอให้ความสนใจกับวิธีที่อมายาโต้แย้งคดีระหว่างการพิจารณาคดี เอกสารเฉพาะที่เธอนำเสนอต่อศาล
ตลอดจนถ้อยคำและแนวคิดทางกฎหมายที่เธอใช้ ในที่สุด Amaya พยายามหักล้างข้อโต้แย้งของคู่ต่อสู้และวิธีที่เธอปกป้องลูกความของเธอ โดยเน้นย้ำถึงบทบัญญัติของรัฐธรรมนูญ กฎหมายต่างๆ
และกฎหมายคดี

อมายาสังเกตเห็นหญิงสาวคนหนึ่งนั่งอยู่ในห้องรอเมื่อเข้าไปในห้องทำงานของเธอ
รุ่นน้องของเธอแจ้งให้อมายาทราบว่าผู้หญิงคนนี้เป็นผู้ช่วยศาสตราจารย์ในวิทยาลัยแห่งหนึ่งในเมือง และต้องการหารือเกี่ยวกับกรณีของเธอ
ภายในสิบห้านาที อมายาโทรหาเธอและขออธิบายปัญหาของเธอ
พวกเขามีเวลาหนึ่งชั่วโมงในการอภิปราย ผู้หญิงคนนั้นชื่อเทเรซา
โจเซฟ;
เธอสำเร็จการศึกษาด้านวิทยาศาสตร์และหลังสำเร็จการศึกษาสาขาฟิสิกส์จากมหาวิทยาลัยชื่อดัง หลังจากได้รับทุน
เทเรซาได้ค้นคว้าเพื่อปริญญาเอกของเธอที่มหาวิทยาลัยไอวีลีกในสหรัฐอเมริกา
แม้ว่าจะมีข้อเสนองานที่น่าสนใจจากมหาวิทยาลัยและสถาบันวิจัยในต่างประเทศ แต่เทเรซาก็กลับไปอินเดียเพื่อทำงานในประเทศของเธอ
ในขณะเดียวกัน
เธอได้ตีพิมพ์บทความสองบทความในวารสารนานาชาติที่ได้รับการตรวจสอบโดยผู้ทรงคุณวุฒิ

ภายในสองเดือนหลังจากกลับมาอินเดีย
เทเรซาก็ปรากฏตัวขึ้นเพื่อรับการคัดเลือกให้ดำรงตำแหน่งผู้ช่วยศาสตราจารย์ในวิทยาลัยในเครือของมหาวิทยาลัยแห่งหนึ่งที่เป็นของบาทหลวงคาทอลิกในเมืองหนึ่ง
กฎของมหาวิทยาลัยและคณะกรรมการทุนมหาวิทยาลัย
ซึ่งเป็นหน่วยงานระดับสูงสุดในการศึกษาระดับอุดมศึกษาของอินเดีย
มีผลบังคับใช้สำหรับวิทยาลัย
เงินเดือนของคณาจารย์และเจ้าหน้าที่ฝ่ายบริหารมาจากภาครัฐ
เทเรซาชอบการสอน การวิจัย

และการแนะแนวการวิจัยของเธอสำหรับนักศึกษาระดับบัณฑิตศึกษา นักเรียนมีความคิดเห็นในความรู้ ทักษะ และทัศนคติของเธอในระดับสูง ภายในหกเดือนหลังจากเข้าร่วมวิทยาลัย

ฝ่ายบริหารเริ่มยืนกรานให้เทเรซาจ่ายเงินสินบนจำนวนห้าล้านรูปีเพื่อยืนยันการแต่งตั้งของเธอ ถ้าเธอไม่สามารถจ่ายเงินก้อนจำนวนห้าล้านได้ ทางเลือกก็คือจ่ายเงินครึ่งหนึ่งของเงินเดือนขั้นพื้นฐานของเธอจนกว่าเธอจะเกษียณ เทเรซาปฏิเสธที่จะปฏิบัติตาม

และอธิการก็ยุติการรับราชการของเธอทันที

เนื่องจากเธอเป็นแม่เลี้ยงเดี่ยว เธอจะเป็นตัวอย่างที่ไม่ดีสำหรับนักเรียน เนื่องจากเทเรซาไม่ได้เปิดเผยว่าเธอเป็นแม่เลี้ยงเดี่ยวในระหว่างการสัมภาษณ์ ซึ่งเป็นสาเหตุของการยุติการให้บริการของเธอ ต่อมาเทเรซาตระหนักว่าคณาจารย์และเจ้าหน้าที่ธุรการทุกคนจ่ายสินบนจำนวนมากสำหรับการนัดหมายหรือการยืนยันในการให้บริการ

เทเรซาไม่มีรายได้จากการดูแลแม่ม่ายวัย 2 ขวบที่คอยดูแลลูก

การคอร์รัปชันแพร่ระบาดอย่างกว้างขวางในการแต่งตั้งคณาจารย์และเจ้าหน้าที่อื่นๆ ในโรงเรียนและวิทยาลัยที่ดำเนินการโดยผู้บริหารเอกชน รวมถึงกลุ่มศาสนา แม้ว่ารัฐบาลจะจ่ายเงินเดือนให้เจ้าหน้าที่ก็ตาม สถาบันการศึกษา โรงพยาบาล และองค์กรการกุศลในรัฐ Kerala ส่วนใหญ่เป็นของกลุ่มเอกชน ชุมชนทางศาสนา และองค์กรต่างๆ อิทธิพลของพวกเขาในการเลือกตั้งสภานิติบัญญัติแห่งรัฐนั้นมีมหาศาล ไม่มีหน่วยงานใดที่คิดว่าการรับสินบนจำนวนหลายล้านรูปีถือเป็นอาชญากรรมและเป็นการกระทำที่ยอมรับไม่ได้ตามหลักจริยธรรม

มหาวิทยาลัย UGC

และรัฐบาลแทบไม่ได้ดำเนินการต่อต้านฝ่ายบริหารที่ผิดพลาด ดังนั้นจึงมีการเห็นชอบโดยปริยายให้กระทำผิดร้ายแรง.

สถานการณ์ของเทเรซาปรากฏชัดเมื่อเธอต้องออกจากอินเดียเพื่อมีชีวิตที่มีเกียรติ มิฉะนั้น

มีเพียงศาลเท่านั้นที่สามารถช่วยเธอลงโทษอธิการสำหรับการกระทำผิดของเขาได้

อมายาขอให้รุ่นน้องดำเนินการตามขั้นตอนที่จำเป็นทันทีเพื่อยกเลิกการตัดสินใจของฝ่ายบริหารที่จะยุติการให้บริการ

ลูกค้าอีกสองคนกำลังรออยู่ที่นั่น

เธอหารือกับพวกเขาและขอให้ลูกน้องของเธอดูสำนวนคดีของพวกเขาเพื่อดำเนินการต่อไป เมื่อแปดโมงครึ่ง โทรศัพท์ของเธอก็ดังขึ้น โทรมาจากภูรนิมา

"สวัสดีตอนเย็น คุณผู้หญิง ฉันชื่อ ปูรณิมา จากจันดิการ์"
เมื่อวานฉันโทรหาคุณ ขอโทษครับคุณผู้หญิงที่รบกวนคุณอีกครั้ง"
มันเป็นเสียงที่สดใสและชัดเจน
มันเป็นเสียงที่คุ้นเคยราวกับว่าเธอได้ยินมาหลายครั้งในจินตนาการ
ความฝัน และยามตื่น

"ค่ะ พรนิมา สวัสดีตอนเย็น" ฉันจำคำพูดของเราได้"

"คุณผู้หญิง ฉันไม่รู้จะเริ่มต้นอย่างไร คุณอยู่ที่นั่นเสมอในชีวิตของฉัน
ฉันรู้สึกถึงคุณและสัมผัสถึงคุณตลอดชีวิต มันเป็นความรู้สึก
ความจริงที่มองไม่เห็น ไม่ใช่สิ่งที่จินตนาการ
คุณเป็นความรู้สึกที่มั่นคงภายในตัวฉัน ฉันสัมผัสได้ถึงคุณ
ฉันไม่สมบูรณ์หากไม่มีคุณ ในช่วงสามเดือนที่ผ่านมา
ฉันโน้มน้าวตัวเองว่าคุณอยู่ที่ไหนสักแห่งในโลกนี้
คุณเองก็เป็นมนุษย์ที่มีเนื้อและเลือด เป็นคนที่คิด ทำ
และรู้สึกถึงอารมณ์ที่ซับซ้อนของชีวิตได้"

มีความรู้สึกเป็นหนึ่งเดียวกับคนที่กำลังพูด ราวกับว่า Poornima
เป็นส่วนหนึ่งของชีวิตของเธอ
และมีความผูกพันที่แยกไม่ออกระหว่างพวกเขา

"ภูริมา ฉันเข้าใจความรู้สึกของคุณนะ
แต่ช่วยบอกฉันหน่อยสิว่าคุณต้องการบอกฉันว่าอะไร"

"คุณผู้หญิง ฉันพบว่ามันยากที่จะพูด แต่ให้ฉันอธิบาย
ฉันต้องการความช่วยเหลือจากคุณ การมีอยู่ของคุณ
ความทุกข์ทรมานของฉันจะคงอยู่ชั่วนิรันดร์หากไม่มีคุณ
และฉันไม่สามารถจินตนาการถึงสถานการณ์เช่นนี้ได้
มันจะเป็นจุดสิ้นสุดของการดำรงอยู่ของฉัน"

"ปูรณิมา ฉันพบว่ามันยากที่จะเข้าใจ ช่วยชี้แจงหน่อยได้ไหม?"

"คุณคะ พ่อของฉันหมดสติมาสามเดือนแล้ว
มีเพียงคุณเท่านั้นที่สามารถช่วยให้เขาฟื้นคืนสติได้"
คำพูดของปูรณิมานั้นเรียบง่าย

อมายาพบว่าคำขอนี้แปลก เธอไม่ใช่นักประสาทวิทยา
ไม่ใช่แม้แต่แพทย์ที่ให้ความช่วยเหลือในการฟื้นคืนสติของบุคคล
พ่อของเธอต้องการการดูแลทางการแพทย์โดยผู้เชี่ยวชาญ
การทดสอบทางวิทยาศาสตร์ การตรวจสอบ การวิเคราะห์
และการตีความสถานการณ์ทางจิตและร่างกายของเขา
ผู้ประกอบวิชาชีพกฎหมายไม่มีการฝึกอบรมให้ทำงานนั้น

มากที่สุดเธอสามารถช่วยพ่อและลูกสาวปกป้องสิทธิของตนได้อย่างถูกกฎหมาย แต่เธอไม่ตอบสนองต่อนางปูรนิมา ไม่อยากทำร้ายเธอ เนื่องจากการพยายามขจัดความทุกข์เป็นสิ่งจำเป็นซึ่งเป็นหน้าที่สูงสุด

"ปู่นิมา ข้าพเจ้าคงช่วยท่านได้ไม่มากในเรื่องนี้ คุณต้องได้รับบริการจากนักประสาทวิทยา แพทย์ และนักจิตวิทยาที่เก่งที่สุด ไปสอบสวนเหตุการณ์ในอดีตในชีวิตของเขาอย่างละเอียดถี่ถ้วนแม้ว่าจะไม่มีนัยสำคัญก็ตาม บ่อยครั้งเหตุการณ์ที่ดูเหมือนไม่สำคัญอาจทำให้เกิดความปวดร้าวทางจิตในตัวบุคคลได้" เป็นคำแนะนำที่แสดงความกังวล

"คุณผู้หญิง นั่นคือเหตุผลที่ฉันเข้าหาคุณโดยเฉพาะ สำหรับฉัน คุณคือนักประสาทวิทยาและนักจิตวิทยาที่เก่งที่สุดในการช่วยให้พ่อฟื้นคืนสติได้" พรนิมา แม่นแล้ว.

คำพูดของปูรณิมามีเสน่ห์แต่กลับไม่มีอยู่จริง พวกเขามีเสน่ห์ดึงดูดใจผู้ฟัง ล่อลวงให้เชื่อบางแง่มุมของชีวิตในขอบเขตของความเป็นจริงในจินตนาการโดยปริยายโดยยอมรับว่าสิ่งเหล่านี้เป็นข้อเท็จจริง แต่ไม่มีอยู่จริง คำพูดของ Poornima เป็นภาพลวงตาเพราะเธอสร้างมันขึ้นมาโดยไม่มีความเป็นกลางที่แท้จริงและยังคงเป็นตำนาน เธอสร้างตำนานขึ้นมาจากความวิตกกังวล ความกังวล และความหวังที่เกินกว่าข้อเท็จจริง โดยเชื่อว่าสิ่งเหล่านี้เป็นของจริง ความเข้าใจผิดกลายเป็นสิ่งที่จับต้องได้สำหรับเธอและอาจนำไปสู่อาการหวาดระแวงได้ มีความเงียบยาวนาน

"คุณผู้หญิง ฉันขอโทษอีกครั้งที่ไม่ชัดเจน จิตใจของฉันปั่นป่วนและฉันไม่สามารถพูดความคิดของฉันอย่างมีเหตุผลได้ ให้ฉันชี้แจง. พ่อของฉันหมดสติ เขาก็เรียกเป็นระยะ ๆ ว่า 'อามายา อามายา' เขาอยากจะพูดอะไรบางอย่างกับฉันในขณะที่เขามองมาที่ฉันอย่างเข้มงวด เขาขอร้องให้ฉันฟังเขาอย่างระมัดระวัง ฉันแค่สงสัยว่าอมายาคืออะไร ฉันไม่เข้าใจความหมายของมัน"

มีเสียงสะอื้นเล็กน้อย พรนิมาก็เปี่ยมไปด้วยอารมณ์ ความเงียบอันยาวนานตามมา เกิดความโกลาหลและทิ่มแทงอย่างรุนแรงอีกครั้ง แม้ว่าเขาจะหมดสติ แต่เขาก็ยังท่องชื่อของเธอ และลูกสาวของเขาเล่าเหตุการณ์

"ผมขอทราบชื่อพ่อของคุณชื่ออะไรครับ?" ความเงียบงันเกิดขึ้น คำพูดชัดเจน

"เขาคือ ดร.อาจารยา"

มันเป็นชื่อที่คุ้นเคย Amaya เคยได้ยินเรื่องนี้หลายครั้งในขณะที่เขาเป็นประธานบริษัทยาแห่งหนึ่งในจันดิการ์ เธอถามถึงชื่อของเขาเพื่อช่วยปูรณิมาตามที่เธอพูดถึง

"เขาเป็นแพทย์หรือเปล่า"

"เขาเป็นศัลยแพทย์ระบบประสาท เชี่ยวชาญด้านการสร้างแผนที่สมองและการสร้างสมองใหม่ พ่อของฉันเข้ามาดูแลบริษัทหลังจากที่ปู่ของฉันเสียชีวิต" พรนิมามีความเฉพาะเจาะจง

Acharya Pharmaceuticals เป็นบริษัทผู้ผลิตยาที่มีชื่อเสียงระดับโลก ซึ่งเป็นหนึ่งในสถาบันวิจัยชั้นนำ มีบทความเกี่ยวกับความสำเร็จทางวิทยาศาสตร์ในการพัฒนาวัคซีนและยาสำหรับซ่อมแซมสมองของมนุษย์ที่เสียหาย เธอได้อ่านบทความด้านกฎหมายทางการแพทย์ด้วยความสนใจในวารสารที่ผ่านการตรวจสอบโดยผู้ทรงคุณวุฒิเกี่ยวกับยาที่ประสบความสำเร็จอย่างสูงที่บริษัทได้ออกแบบมาสำหรับภาวะสมองเสื่อม โดยเฉพาะสำหรับโรคอัลไซเมอร์ แต่มีผลข้างเคียงที่ทำให้สมองดี เจ้าหน้าที่จึงสั่งห้ามยาและวัคซีน มันทำให้เกิดความรู้สึกประสาทหลอนคล้ายกับสถานการณ์ในชีวิตในหกสิบห้าถึงเจ็ดสิบเปอร์เซ็นต์ของวิชาที่กำลังศึกษาอยู่ ข้อมูลดังกล่าวแสดงให้เห็นว่าร้อยละ 81 ของกลุ่มตัวอย่างที่เสพยาเป็นเวลาหนึ่งสัปดาห์สามารถสร้าง "อารมณ์ที่ไม่ปกติได้" ทุกสิ่งในชีวิตดูสดใส อบอุ่น และไม่มีตัวตนสำหรับคนเช่นนี้ ต่อมามีการคัดค้านและหวาดกลัวอย่างมากในหมู่พี่น้องทางการแพทย์และนักวิจัยว่ายาดังกล่าวอาจถูกนำไปใช้ในทางที่ผิดเพื่อควบคุมสมอง อย่างไรก็ตาม ยาดังกล่าวไม่ได้นำไปสู่ความเสียหายทั้งทางร่างกาย จิตใจ หรือจิตใจ ยกเว้นการใช้ยามากเกินไปอาจทำให้ผู้ป่วยโคม่าเป็นเวลาหลายสัปดาห์ด้วยกัน บริษัทถอนตัวยาทันทีหลังการแนะนำ

"แต่ฉันไม่รู้ว่าคุณคาดหวังอะไรจากฉัน บทบาทของฉันคืออะไร? เท่าที่ฉันเห็น ฉันไม่เกี่ยวอะไรกับปัญหาของคุณ แต่บอกฉันว่าฉันจะช่วยคุณได้อย่างไร" อมายาก็ชัดเจน

ภูริมาพูดต่อ เธออธิบายว่า นพ.อาจาร์ยา ประสบอุบัติเหตุรถชนเมื่อ 3 เดือนก่อน และยังหมดสติอยู่ หลังจากที่ภรรยาของเขาเสียชีวิตอย่างกะทันหัน เขาก็ไม่สามารถทนต่อการสูญเสียได้ ทั้งคู่แต่งงานกันตั้งแต่ยังเยาว์วัยขณะกำลังศึกษาระดับปริญญาตรีด้านการแพทย์ ทั้งคู่ไปเรียนต่อที่สหราชอาณาจักร ต่อมาพ่อของเธอเดินทางไปสหรัฐอเมริกา ค้นคว้าเกี่ยวกับการฟื้นฟูและซ่อมแซมสมอง และแม่ของเธอเข้าร่วมกับเขาเนื่องจากเธอแยกจากกันไม่ได้ พวกเขารักกันอย่างบ้าคลั่งเสมอ แต่แม้หลังจากแต่งงานได้เจ็ดปี แม่ของเธอก็ไม่สามารถตั้งครรภ์ได้ ซึ่งรบกวนจิตใจเธออย่างมาก เธอซึมเศร้า อารมณ์แปรปรวน และโดดเดี่ยว และสามีของเธอไม่สามารถทนความเจ็บปวดของภรรยาได้ จิตแพทย์เตือนภรรยาของเขาอาจมีแนวโน้มฆ่าตัวตายได้ เขาโน้มน้าวภรรยาอย่างแนบเนียนว่าพวกเขาจะมีลูกภายในสองปี และพวกเขาก็ไปยุโรปเป็นเวลาสองปีเพื่อเพลิดเพลินไปกับแสงแดดและหาดทรายในทะเลเมดิเตอร์เรเนียนและมีความอุ่นใจ ปลายปีที่สอง ปูรณิมาเกิด ต่อมาพวกเขาใช้เวลาสองสามเดือนในแต่ละเมืองแมนเชสเตอร์ แฟรงก์เฟิร์ต อัมสเตอร์ดัม และปรากเป็นเวลาหนึ่งปี หลังจากกลับมาที่จันดิการ์ ดร.อาจารยาก็เข้ารับตำแหน่งประธานบริษัทเภสัชกรรม

อมายาฟังปูรณิมาด้วยความสนใจอย่างจดจ่อ ตอนนี้เก้าโมงแล้ว และฝ่ายโทรมาขออนุญาตโทรหาเธอในวันรุ่งขึ้นตอนแปดโมงสามสิบ

เธอมีบทบาทอะไรในเรื่อง และเหตุใด ภรนิมา จึงเรียกเธอว่า? Riposte เป็นลูกชายคนเดียวที่ Poornima มีชีวิตที่สดใสและซับซ้อนพอ ๆ กับตัวเธอเอง

อย่างไรก็ตาม ในใจเกิดความอึดอัดที่ไม่สามารถอธิบายได้ ความบังเอิญของคำถามที่เฉียบคมและน่าตกใจที่แทงใจแต่ก็ผ่อนคลาย เป็นที่ปฏิเสธไม่ได้ว่ามันมีชีวิตชีวา งดงาม และเงียบสงบชั่วนิรันดร์ และ Amaya ได้ยกระดับตัวเองขึ้นสู่ชีวมณฑลแห่งเมตาโนเอียแห่งใหม่

หลังจากทำวิปัสสนาแล้วเธอก็เข้านอนตอนสิบโมง

มีรายการกรณีครึ่งโหลสำหรับวันนั้น
อมายาอ่านรายชื่อที่รุ่นน้องของเธอเตรียมไว้ อ่านประเด็นหลักอีกครั้ง
และจดบันทึกข้อโต้แย้งหลักในการป้องกัน โดยปกติแล้ว
เธอแสดงความคับข้องใจของผู้ร้องตามหัวข้อ โดยเน้นที่กฎหมาย
เน้นย้ำถึงข้อดีและความถูกต้องตามกฎหมาย
และสุดท้ายเน้นย้ำถึงการละเมิดสิทธิในบริบทของเสรีภาพ
ความเสมอภาค และโอกาสที่เท่าเทียมกัน
กรณีที่เธอเป็นตัวแทนนั้นมีวัตถุประสงค์และมีชีวิตชีวา
ผู้พิพากษามักชื่นชมความกะทัดรัด ความเป็นธรรมชาติ
และความเฉียบแหลมทางกฎหมายของเธอ

ความเป็นเลิศด้านกฎหมายของเธอเป็นผลมาจากวินัยอันเข้มงวดหลายปีและการมีส่วนร่วมที่สำคัญกับลูกค้า ผู้พิพากษา
และทนายความของเธอ
อมายาไม่เคยรู้สึกอายที่จะยอมรับความไม่คุ้นเคยกับข้อเท็จจริงหรือมุมมองของกฎหมายที่เกิดขึ้น
เธอเรียนรู้จากประสบการณ์ว่าการยอมรับความไม่รู้ช่วยเพิ่มความเคารพและความน่าเชื่อถือของเธอ
การโต้แย้งต่อหน้าศาลไม่ได้เป็นเพียงการแสดงความรู้ของเธอเท่านั้น มันใช้กฎหมายกับคดีที่กำลังอภิปราย
ส่วนที่สำคัญที่สุดคือข้อโต้แย้งที่จำเป็นสำหรับการตัดสินที่น่าพอใจ ดังนั้น
เธอจึงพัฒนาสภาพแวดล้อมทางกฎหมายและจิตวิทยาต่อหน้าผู้พิพากษาและคำอธิบายข้อเท็จจริง
โดยอิงจากกฎหมายคดีที่เกี่ยวข้องกับคำร้องที่อยู่ในมืออย่างแน่นหนา นอกจากนี้เธอยังค้นคว้าด้วยว่ากฎหมายคดีดังกล่าวมีผลผูกพันกับบัลลังก์ซึ่งได้ยินเรื่องนี้หรือไม่ Amaya ระมัดระวังเรื่องการบริหารเวลา เนื่องจากการโต้แย้งไม่ควรสั้นเกินไป
โดยมองว่าไม่มีเนื้อหาสาระหรือยาวเกินไปจนเบี่ยงเบนความสนใจของกรรมการ ด้วยความระมัดระวังไม่แพ้กันในการแสดงความเคารพต่อคู่ต่อสู้
เธอขโมยความเคารพจากทุกคน

Amaya เข้าร่วมการแข่งขันในศาลจำลองในเมืองต่างๆ
ขณะอยู่ในโรงเรียนกฎหมาย และ Surya Rao
เพื่อนร่วมชั้นของเธอและคนอื่นๆ เป็นเวลาสามปีติดต่อกัน
การฝึกทั้งหมดเป็นการเลียนแบบทนายความและผู้พิพากษาที่เป็นประธานในศาลจริง ช่วยให้ Amaya
มีโอกาสแบบไดนามิกในการพัฒนาทักษะและการฝึกฝน

จึงต้องเผชิญกับสถานการณ์ที่ซับซ้อนที่ทนายความต้องเผชิญ วิธีจัดการกับคดีอุทธรณ์ การตัดสิน เช่น การค้นคว้า รวบรวมข้อมูลที่เกี่ยวข้อง การวิเคราะห์ประเด็น การจัดสรรกฎหมายคดี การร่าง การส่งข้อเขียน และการโต้แย้งขั้นสุดท้าย Amaya ยินดีกับปัญหาที่ยังไม่ได้รับการแก้ไขหรือคำตัดสินใดๆ ที่ดูเหมือนจะก่อให้เกิดความขัดแย้ง

ครั้งหนึ่งในการแข่งขันในศาลจำลองในเมืองโกลกาตา Amaya โต้แย้งอย่างแข็งขันเพื่อความเท่าเทียมของผู้หญิงในสถานที่สักการะ ในสถานที่สักการะบางแห่ง มีประเพณีที่ผู้หญิงวัยมีประจำเดือนตั้งแต่ 10 ถึง 50 ปีไม่ได้รับอนุญาตให้เข้าไป และถูกห้ามไม่ให้เข้าไป การปฏิบัตินี้มีพื้นฐานมาจากความเชื่อที่ว่าเทพเป็นตรี ผู้หญิงในวัยมีประจำเดือนจะล่อลวงพระเจ้าโดยสูญเสียพรหมจรรย์ของพระองค์

อมายาโต้แย้งประเพณีอย่างแข็งกร้าวและอธิษฐานต่อศาลเพื่อให้ผู้หญิงกับผู้ชายมีความเท่าเทียม

ฝ่ายตรงข้ามของเธอแย้งว่าการห้ามผู้หญิงเข้าเป็นการกระทำที่มีมาช้านานแล้วและต้องได้รับการเคารพ เนื่องจากเป็นแนวทางปฏิบัติที่สำคัญของสถานที่สักการะแห่งนั้น เหนือสิ่งอื่นใด มันเป็นศรัทธาอันแรงกล้าของผู้ติดตามเทพองค์นั้น

อมายาแย้งว่าการมีประจำเดือนของผู้หญิงเป็นเรื่องธรรมชาติและไม่สะอาดในการตอบโต้คู่ต่อสู้ของเธอ
การมีประจำเดือนซึ่งเป็นข้อเท็จจริงทางชีววิทยาเป็นก้าวแรกสู่การตั้งครรภ์ แม้แต่ผู้ชายทุกคนก็เกิดจากผู้หญิงที่มีประจำเดือน
ถ้าสตรีมีประจำเดือนไม่สะอาดและสกปรก
พวกเธอจะเข้าสถานสักการะได้อย่างไร
ถ้าสตรีมีประจำเดือนไม่บริสุทธิ์? การปฏิเสธไม่ให้ผู้หญิงเข้ามาทำให้เกิดการปฏิเสธความเท่าเทียมและโอกาสที่เท่าเทียมกันสำหรับผู้หญิง ดังนั้น
การปฏิบัติดังกล่าวจึงทำให้สิทธิมนุษยชนของผู้หญิงเป็นโมฆะ เป็นการปฏิเสธไม่ให้ผู้หญิงอายุระหว่าง 10 ถึง 50 ปีเข้า แม้ว่าพวกเธออาจจะไม่ใช่กลุ่มอายุที่มีประจำเดือนก็ตาม ดังนั้น การปฏิบัติดังกล่าวจึงก่อให้เกิดการปฏิเสธความเป็นสตรี
อมายาแย้งว่าการห้ามสตรีไม่ได้อยู่ที่การมีประจำเดือนเพียงอย่างเดียว มันโจมตีเสรีภาพของผู้หญิงที่ประดิษฐานอยู่ในรัฐธรรมนูญ การปฏิเสธใดๆ ก็ตามที่อิงตามประเพณีและเกณฑ์การปฏิเสธใดๆ ตกอยู่ภายใต้สิทธิมนุษยชน ศักดิ์ศรีของสตรี ความเท่าเทียม

และโอกาสที่เท่าเทียมกัน
การลิดรอนสิทธิตามประเพณีไม่เพียงแต่เป็นสิ่งที่คลุมเครือเท่านั้น
แต่ยังคร่ำครึอีกด้วย

การปฏิเสธตั้งอยู่บนตำนาน ตำนาน และอคติ
มันนำไปสู่การละเมิดกฎหมายของประเทศประชาธิปไตย
การปฏิบัติทางศาสนาบนพื้นฐานของเทพนิยาย
ความเชื่อทางไสยศาสตร์
และการปฏิเสธสิทธิพื้นฐานของสตรีในรัฐธรรมนูญตั้งคำถามถึงความหม
ายของการดำรงอยู่ของมนุษย์ Amaya อ้างคำตัดสินของศาลเกี่ยวกับ
Dargah ในมุมไบ ในคำตัดสิน ศาลระบุอย่างเด็ดขาดว่า
"ผู้หญิงได้รับอนุญาตให้เข้าไปในสถานที่ศักดิ์สิทธิ์ของ Dargah
ได้เท่าเทียมกับผู้ชาย" การห้ามดังกล่าวจึง "ขัดต่อสิทธิขั้นพื้นฐาน"

รัฐธรรมนูญของอินเดียรับประกันเสรีภาพ ความเสมอภาค
และโอกาสที่เท่าเทียมกันสำหรับพลเมืองทุกคน
ผู้หญิงทุกวัยในอินเดียต้องมีโอกาสได้รับสิทธิเหล่านั้นทัดเทียมกับผู้ชา
ย ดังนั้น
เธอจึงโต้แย้งว่าสถานที่สักการะแห่งใดแห่งหนึ่งจำเป็นต้องยกเลิกการห้
ามผู้หญิง การนำเสนอด้วยวาจาของเธอมีวัตถุประสงค์ เป็นข้อเท็จจริง
ตามกฎหมาย มีพลังและสร้างแรงบันดาลใจ

ช่วงเย็นลูกค้าใหม่เข้ามามากมาย
หนึ่งในนั้นเป็นนักศึกษากฎหมายจากวิทยาลัยอายุยี่สิบต้นๆ ที่ชื่อกมลา
วิทยาลัยมีนักศึกษาประมาณหนึ่งพันคน บริหารงานโดยผู้บริหารเอกชน
มีหลักสูตร LLB สามปี, ห้าปี, LLM สองปี และหลักสูตร MBA
สาขาการบริหารงานตุลาการ นักศึกษามาจากสถานที่ห่างไกล
และวิทยาลัยมีหอพักขนาดใหญ่สองแห่งสำหรับชายและหญิงแยกกันใ
นวิทยาเขตอันกว้างขวาง ซึ่งอยู่ห่างจากตัวเมืองโดยใช้เวลาขับรถ 2
ชั่วโมงในพื้นที่กึ่งป่า สำนักงานผู้บริหารอยู่ในวิทยาเขต
ประธานเป็นชายโสด อายุประมาณหกสิบห้าปี มีอุปนิสัยเหมือนเทพเจ้า
เขาเป็นรัฐมนตรีในคณะรัฐมนตรีเป็นเวลาห้าปี
ได้มีการพัฒนาการติดต่ออย่างกว้างขวาง
และสั่งสมความมั่งคั่งและอำนาจอันไร้ขีดจำกัด ข้าราชการท้องถิ่น เช่น
นายอำเภอ หัวหน้าตำรวจ เจ้าหน้าที่สรรพากร และผู้พิพากษาบางคน
ต่างเป็นสาวกฝ่ายวิญญาณของเขา
หอพักโดยเฉพาะผู้หญิงมักถูกนินทา ประธาน นักล่าทางเพศ
ใช้ชีวิตอย่างลับๆ และโฮสเทลก็ Seraglio ของเขา

ผู้ที่นอนร่วมกับเขาได้รับความช่วยเหลือพิเศษและทุนการศึกษา
มีวิถีชีวิตฟุ่มเฟือย แต่เหยื่อกลับเงียบกริบ

กมลามาพบอมายาเพื่อเล่าประสบการณ์สุดสะเทือนใจของเธอ
เธออยู่ในครอบครัวชนชั้นกลางระดับล่าง ซึ่งพ่อของเธอทำงานในไร่ชา
แม่ของเธอไม่อยู่แล้วและมีน้องชายสองคน
กมลาต้องค้างคืนกับประธานตลอดสามเดือนที่ผ่านมา
ทุกคืนประมาณสิบโมง หญิงส่วนตัวของเขาจะค่อยๆ
เข้าไปในหอพักและพากมลาไป ในตอนแรก กมลาถูกปฏิเสธ
ประธานทำร้ายร่างกายเธอและทำให้เธอยอมจำนน ภายในสองวัน
กมลาต้องยอมรับความปรารถนาของเขาแต่กลับมีเซ็กส์อย่างโหดเหี้ยม
บ่อยครั้งที่กมลาต้องทำกิจกรรมที่ผิดธรรมชาติกับเขา
และไม่มีทางที่จะหนีออกจากมหาวิทยาลัยได้

หลังจากนั้นสองสัปดาห์
กมลาก็พูดคุยเรื่องการค้าทาสทางเพศที่เธอกำลังประสบอยู่กับเพื่อนสนิ
ท
เธอแนะนำให้กมลาบันทึกการสนทนาของประธานโดยใช้เครื่องมือบันทึ
กเล็กๆ น้อยๆ ที่ติดอยู่บนเสื้อผ้าของเธอ
นอกเหนือจากการถ่ายภาพขณะบังคับเธอ
กมลาติดกล้องที่ซ่อนอยู่บนกระดุมเสื้อและอุปกรณ์บันทึกเสียง
อมายาฟังกมลาอย่างเงียบๆ
เป็นเรื่องเกี่ยวกับอาชญากรรมที่กระทำโดยบุคคลที่ดำรงตำแหน่งสำคัญ
ทางสังคม
นักปล้นทางเพศไม่เคยเคารพศักดิ์ศรีของผู้หญิงและอาจใช้ความรุนแรง
และฆ่าเหยื่อของเขาได้ เพื่อซ่อนอาชญากรรมของเขา
เขาสามารถเคลื่อนย้ายสวรรค์และโลกไปพร้อมกัน
ชนชั้นสูงทางการเมือง หัวหน้าศาสนา
และข้าราชการเข้าข้างผู้บุกรุกดังกล่าวอย่างยิ่ง
ความรู้ของเธอมาจากคดีต่างๆ ที่เธอรับมือเมื่อยี่สิบปีก่อน

กมลาบันทึกการสนทนาไว้หลายคืนและถ่ายรูปในห้องประธาน
อมายาบอกว่าเธอต้องการฟังบทสนทนาที่บันทึกไว้และดูภาพเพื่อยืนยัน
ว่าจะขัดต่อการตรวจสอบของกฎหมายหรือไม่

เมื่อสอบปลายภาคแล้ว กมลาไม่ยอมกลับไปเรียนวิทยาลัยอีก
อมายาขอให้รุ่นน้องเตรียมสำนวนคดีทันที
และสัญญาว่าจะให้กมลาช่วยเหลืออย่างมืออาชีพ

มีแม่ชีสองคนมาพบอามายา หนึ่งในนั้นเหนือกว่า
พวกเขาแนะนำตัวเองกับอมายา
โดยแจ้งให้ทราบว่าคอนแวนต์ของพวกเขาซึ่งตั้งอยู่ในหมู่บ้านด้านในมีแม่ชีสี่คน
สองคนเป็นครูในโรงเรียนที่บริหารงานโดยสังฆมณฑลและได้รับเงินอุดหนุนเงินเดือนจากรัฐบาล
อีกสองคนทำงานในคลินิกที่เป็นของพวกเขาในหมู่บ้านเดียวกัน
คณะศาสนาของพวกเขามีแม่ชีทั้งหมดสี่สิบหกคน
ทั้งหมดทำงานในพื้นที่ชนบทและในสลัม
เจ้าอาวาสทำหน้าที่เป็นผู้จัดการท้องถิ่นและเป็นประธานโรงเรียน
แม่ชีต้องเผชิญกับปัญหาร้ายแรงเนื่องจากพระสงฆ์คอยรังควานแม่ชีคนหนึ่งเพื่อขอความกรุณาทางเพศอยู่ตลอดเวลา
เขาล่วงละเมิดทางเพศแม่ชีครั้งหนึ่งเมื่อเธอไปที่ออฟฟิศของเขา
การรบกวนกลายเป็นเรื่องทนไม่ได้
และเหล่าแม่ชีแจ้งให้อธิการทราบเป็นลายลักษณ์อักษรสองสามครั้ง
แต่ไม่มีคำตอบจากอธิการ และเขาก็เงียบกริบ
ดูเหมือนว่าเขาจะสนับสนุนการหลบหนีทางเพศของนักบวชระดับปริญญาตรีหรือพฤติกรรมนักล่าทางเพศโดยปริยาย
ซึ่งหมายความว่าเป็นเรื่องปกติที่แม่ชีจะตอบสนองความปรารถนาของตัวแทน

พวกแม่ชีกลัวที่จะก่อจลาจลต่อพระสังฆราชเนื่องจากพระองค์ทรงเป็นหัวหน้าฝ่ายวิญญาณและฝ่ายโลก เนื่องจากต้องพึ่งเขาทางการเงิน
แม่ชีจึงเป็นคนขี้อิจฉา
เนื่องจากอธิการมีอำนาจสูงสุดในคลินิกและชีวิตประจำวัน
ขาดอาชีพอื่นแล้ว พวกแม่ชีก็ออกจากวัดไม่ได้
ละทิ้งชีวิตครอบครัวโดยยอมรับชีวิตที่เป็นพรหมจารี การเชื่อฟัง
และความยากจน พวกเขากลายเป็นเด็กกำพร้า
ไร้ทางเลือกที่จะมีชีวิตที่มีเกียรติ
ผู้บังคับบัญชาค่อนข้างแสดงอารมณ์ในขณะที่อธิบายภาวะที่กลืนไม่เข้าคายไม่ออก
เธอบอกว่านี่ไม่ใช่ครั้งแรกที่แม่ชีกลายเป็นเหยื่อของนักบวชอาชญากร
พวกเขาขอร้องให้อมายาช่วยเหลือโดยส่งคำเตือนที่เป็นความลับไปยังบาทหลวงประจำตำบล หลังจากใคร่ครวญอยู่ครู่หนึ่ง
เธอก็ตกลงที่จะส่งข้อความที่เป็นลายลักษณ์อักษรไปให้บาทหลวง

ขณะอ่านอีเมล Amaya ก็พบอีเมลฉบับหนึ่งจากแม่ของเธอ
เธอได้รับอีเมลเป็นประจำจากโรสอย่างน้อยสัปดาห์ละครั้ง

เนื่องจากเธอชอบเขียนจดหมายยาวๆ
ดูเหมือนว่าสายตาของเธอยังคงสมบูรณ์แบบ
แม้ว่าโรสจะอายุแปดสิบแล้วก็ตาม
อมายาชอบอ่านข้อความของเธอเนื่องจากมีการซ้ำเติมล้นออกมาในแต่ละคำ โรสมักอ้างบทกวีและเกร็ดเล็กเกร็ดน้อย
และส่งรูปภาพอาคารที่เธอออกแบบในเมืองต่างๆ นานๆ ครั้ง
เธอเขียนเกี่ยวกับการใช้ชีวิตในวัยเด็กของเธอที่กัตตะยัม

พ่อของเธอต่างจากแม่ของเธอตรงที่อยากจะโทรหาโมลของเขา
และอมายาก็สนุกกับการฟังเรื่องราวที่ไม่อาจพรรณนาของเขาได้อย่างเต็มอิ่ม Shankar Menon เกษียณจาก *The Word* กลับมาที่ Kerala เข้าร่วมกับ Rose
และตั้งรกรากอยู่ในบ้านในหมู่บ้านของพวกเขาซึ่งมีน้ำตกอันอุดมสมบูรณ์อยู่ด้านข้าง
ซึ่งทำให้เกิดความเขียวขจีอันอุดมสมบูรณ์ด้วยพืชและสัตว์มากมายรอบตัว

ขณะนั้นเป็นเวลาประมาณแปดโมงครึ่ง
และอมายารู้สึกมีความสุขกับงานในวันนั้น
ทันใดนั้นโทรศัพท์ของเธอก็ดังขึ้น มีสายมาจากภูรนิมา

พ่อของลูกสาว

ภูรนิมากำลังประสบกับความเจ็บปวดทางจิตใจอันแสนสาหัส
มันอาจเริ่มต้นจากการตายของแม่ของเธอเมื่อสามปีก่อน
และอุบัติเหตุรถชนของพ่อเธออาจทำให้เหตุการณ์เลวร้ายยิ่งขึ้น
การที่พ่อของเธอหมดสติอยู่ร่วมหลายเดือนได้ส่งผลกระทบต่อความสงบสุขและความเป็นอยู่ของเธออย่างไม่เปลี่ยนแปลง
แต่ความเจ็บปวดของเธอเกินกว่านั้น เมื่อเธอตระหนักถึงปัญหาแปลกๆ ที่เกี่ยวข้องกับแม่ พ่อ และตัวเธอเอง เธออยากรู้ว่ามันคืออะไรกันแน่
แม่ของเธอยังคงอยู่กับสามีขณะค้นคว้าปริญญาเอกในแคลิฟอร์เนีย
เธอรู้สึกหดหู่ใจเมื่อตระหนักว่าเธอไม่สามารถตั้งครรภ์ได้แม้จะอยู่ร่วมกันมาหลายปีแล้วก็ตาม
คำเตือนของจิตแพทย์ทำให้คุณหมออัจริยะตกใจกลัว
เขาต้องการหลีกเลี่ยงโศกนาฏกรรมไม่ว่าจะด้วยวิธีใดก็ตาม
ดังนั้นเขาจึงพาภรรยาของเขาไปที่มาร์กเซยและบาร์เซโลนาและใช้เวลาสองปีที่นั่น ที่บาร์เซโลนา พวกเขามีลูกสาวชื่อ Poornima
แต่ปูรณิมาไม่เข้าใจว่าทำไมพ่อของเธอถึงเรียกชื่ออมายาซ้ำอีกครั้งเมื่อเขาหมดสติไปครู่หนึ่งหรือสองวินาที
นั่นเป็นปริศนาสำหรับเธอในการค้นหาการเชื่อมโยงที่เชื่อมโยงกัน
เธอเชื่อว่าลิงก์นี้สามารถช่วยชีวิตพ่อของเธอได้

"สวัสดีคุณผู้หญิง สวัสดีตอนเย็น ฉันชื่อ พรนิมา"
ทันทีที่อมายารับสายก็มีเสียงที่ชัดเจนและชัดเจน

"สวัสดี ภูริมา" อมายาตอบรับสายของเธอ

"คุณผู้หญิง ขออภัยที่รบกวนคุณอีกครั้ง จิตใจของข้าพเจ้าปั่นป่วนมาก จำเป็นต้องพูดคุยกับคุณ
ฉันอยากรู้ข้อเท็จจริงบางอย่างที่สามารถช่วยชีวิตพ่อของฉันได้" ภูรนิมากล่าวเสริม

มีความเงียบสัญชาตญาณใน Amaya

"คุณผู้หญิง ฉันรักพ่อมากเท่ากับแม่ของฉัน
ฉันไม่สามารถจินตนาการถึงชีวิตที่ไม่มีเขา
การตายของแม่ฉันส่งผลกระทบต่อเขา และเขายังคงทนทุกข์ทรมานอยู่

ฉันเชื่อว่าคุณสามารถพาเขากลับมามีสติสัมปชัญญะได้อย่างเต็มที่ บางทีเขากำลังตามหาคุณอยู่ อยากเจอคุณ" ภูรนิมากล่าว

อมายาฟังเธอเงียบๆ

"ดูสิ ปูรนีมา ฉันไม่รู้จักพ่อของเธอ ฉันไม่เคยพบเขา ฉันไม่คิดว่าจะช่วยให้เขาฟื้นคืนสติได้ แต่ฉันรู้สึกแย่กับความทุกข์ทรมานของคุณ ความทุกข์ทางจิตเป็นรูปแบบที่เลวร้ายที่สุดของโศกนาฏกรรม" อมายาสงบและวัดคำพูดของเธอ

"ขออภัยที่ถามคำถามส่วนตัวสองสามข้อแก่คุณ โปรด." มันเป็นคำขอร้องจากอีกฝ่าย

"ใช่ ลุยเลย"

"คุณผู้หญิง คุณอยู่ที่สเปนหรือเปล่า"

"ทำไมคุณถึงถามคำถามนี้? เกี่ยวอะไรกับสภาวะหมดสติของพ่อคุณ" หลังจากหยุดไปสักพัก อามายาก็ถามขึ้น

"ตอนที่พ่อเรียกชื่อเธอซ้ำวันแล้ววันเล่า ฉันก็สงสัยว่าคำว่าอมายาคืออะไร ฉันค้นหาทุกที่เพื่อทราบความหมายของมัน มีคนบอกฉันว่า Amaya เป็นชื่อภาษาสเปน จากนั้นฉันก็ค้นหาใน Google; ตระหนักว่าเป็นแคว้นบาสก์ ซึ่งชาวอาหรับยืมมาเมื่อพิชิตสเปน แม้แต่การเปิดเผยนั้นก็ไม่สามารถไขความลึกลับได้ ฉันตรวจสอบเอกสารทั้งหมดที่เกี่ยวข้องกับพ่อของฉันตั้งแต่สมัยเรียนมหาวิทยาลัยอย่างละเอียดถี่ถ้วน ไม่มีที่ไหนเลยที่เอ่ยถึงอมายา แต่ฉันได้ยินเขาเรียก 'อมายา' ทุกครั้งที่เขาหมดสติ การถอดรหัสเป็นเรื่องยาก แต่ฉันรู้สึกได้ว่าเป็นชื่อของคุณ ทันใดนั้นมันก็กระทบข้าพเจ้า อมายามีความเกี่ยวข้องกับฉัน ฉันจำเป็นต้องค้นหาเธอพบเธอ" ปูรณิมาพูดทีละคำอีกครั้งหนึ่งราวกับว่าทุกพยางค์เต็มไปด้วยความหมาย

"มันอาจเป็นชื่อสามัญทั่วสเปน ที่อื่นๆ ในยุโรป ชื่อนี้ได้รับความนิยม แม้แต่ในอินเดียบางคนก็อาจมี จึงไม่มีความเชื่อมโยงเชิงตรรกะที่คนที่พ่อของคุณตามหาคือฉัน" อมายาอธิบาย

"ฉันไม่สามารถหักเงินตามสมควรได้
แต่โปรดยกโทษให้ฉันที่ถามคำถามส่วนตัว
คุณเกิดที่บาร์เซโลน่าเหรอ?" ภูริมาขอโทษอีกครั้ง

"ใช่. ฉันเกิดที่บาร์เซโลนา" อมายาตอบ

"ขอบคุณพระเจ้า. ตอนนี้ฉันสามารถแก้ไขปัญหาได้แล้ว
เมื่อฉันไม่สามารถหาเบาะแสใดๆ เกี่ยวกับ Amaya
ในเอกสารของพ่อในช่วงที่เขาอยู่ในสหรัฐอเมริกาได้
ฉันจึงค้นคว้าอย่างพิถีพิถันในช่วงสองปีที่พ่อแม่ของฉันใช้ชีวิตในมาร์เซ
ย์และบาร์เซโลนา ในสมุดบันทึกเล่มหนึ่งของเขา
ฉันเห็นกระดาษแผ่นหนึ่ง ที่นั่นเขียนว่า: 'อมายา' คุณคะ
ฉันรู้สึกโล่งใจเมื่อเห็นกระดาษแผ่นเล็กๆ แผ่นนั้น มันมีค่ามาก
มีค่ามากกว่าบริษัทยาของเรามาก"
คำพูดของปูรณิมาสะท้อนออกมาอย่างมั่นใจ

"แต่นั่นไม่ได้พิสูจน์ว่าฉันมีความสัมพันธ์ของฉันกับพ่อแม่ของคุณเลย"
อมายามีความเห็นเด็ดขาด

"ใช่ นั่นไม่ได้พิสูจน์ ให้ฉันค้นหาหลักฐานเพิ่มเติม
ฉันขอโทรหาคุณพรุ่งนี้เวลาแปดโมงครึ่งได้ไหม" พรนิมาขอร้อง

"ครับ ภูนิมา ถ้าผมสามารถบรรเทาความทุกข์ของคุณได้"
คำตอบก็ตรงไปตรงมา

"คุณผู้หญิง ฉันสนุกกับการพูดคุยกับคุณ
เมื่อฉันรู้สึกว่าคุณอยู่อีกด้านหนึ่ง ฉันรู้สึกว่ารู้จักคุณชั่วนิรันดร์
ราตรีสวัสดิ์ครับคุณผู้หญิง"

"ราตรีสวัสดิ์ค่ะ พรนิมา" ดูแล."

วันรุ่งขึ้น ขณะอยู่ในสำนักงาน กำลังพิจารณารายละเอียดของคดีต่างๆ
ที่ระบุไว้ในวันนั้น จู่ๆ ภูริมาก็ปรากฏตัวขึ้นในความคิด
เธออุตสาหะค้นคว้าเหมือนนักสืบพร้อมที่จะนำเสนอข้อเท็จจริงที่ตรวจส
อบได้ ปูร์นิมาทดสอบความถูกต้องของทุกคำที่เธอพูด
แสดงความเห็นอกเห็นใจและเคารพผู้อื่น
เธออาจได้รับการขัดเกลาทางสังคมอย่างเพียงพอในทันทีและค่านิยมที่
คนอื่นคิดว่าจำเป็น
ภูนิมาสงสัยว่าคนที่เธอคุยด้วยอาจจะมีความสัมพันธ์อันลึกซึ้งกับพ่อแม่
ของเธอ ความสัมพันธ์นั้นมีค่าสำหรับพวกเขา แต่ละคำพูดของ
Poornima เต็มไปด้วยความลึกลับแห่งความกตัญญู
และหวังว่าจะทำลายภาพลวงตาใดๆ

พ่อแม่ของเธออาศัยอยู่ในมาร์กเซยและบาร์เซโลนาเป็นเวลาสองปีเพื่อนำความสงบสุขมาสู่จิตใจของแม่ของเธอ
แม่ของเธออาจได้รับความช่วยเหลือทางการแพทย์ในเมืองมาร์กเซย บาร์เซโลนา หรือทั้งสองอย่าง
อาจเป็นการช่วยเหลือด้านจิตใจและร่างกายในการเอาชนะบาดแผลทางใจจากการไม่ตั้งครรภ์หรือการเยียวยาทางการแพทย์เพื่อให้ตั้งครรภ์ ดังที่ Poornima
อ้างว่าการที่พ่อแม่ของเธออยู่ที่มาร์กเซยและบาร์เซโลนาก็ประสบความสำเร็จ มันจบลงอย่างมีความสุข
เธอเกิดที่บาร์เซโลนาเมื่อสิ้นปีที่สองของการอยู่ที่นั่น
แต่วันที่พวกเขาอยู่ที่นั่นก็สร้างความลึกลับให้กับลูกสาวของพวกเขาด้วย และเธอพยายามไขความลับตั้งแต่พ่อของเธอประสบอุบัติเหตุรถชน เขายังคงหมดสติอยู่
และเมื่อใดก็ตามที่เขาหมดสติไปสักสองสามวินาทีเขาก็ท่องชื่ออมายา จิตใต้สำนึกของพ่อเธอมีภาพลักษณ์ของเธอ
และเขาจำเธอได้ในแต่ละช่วงเวลาของชีวิต
อมายาคือผู้ที่สามารถช่วยพ่อของเธอฟื้นคืนสติได้
ภูนิมาตามหาอมายาโดยคิดว่าเป็นเพื่อนของเขาและฝังลึกอยู่ในความทรงจำของเขา
การแสดงเธอต่อหน้าเขาจะรักษาเขาได้เพราะเธอจะช่วยให้เขาหวนนึกถึงวันเวลาอันแสนสุขของเขากับเธอได้ ภูนิมาเชื่อว่าอมายามีพลังเวทมนตร์ และความใกล้ชิดเพื่อช่วยให้พ่อของเธอฟื้นคืนสติอย่างเต็มที่ เธอต้องการค้นหาความจริงที่ไม่เคลือบแคลงซึ่งทำลายความหวาดกลัวที่ครอบงำเธอ
ขจัดความหมกมุ่นในการโทรหาคนที่ไม่รู้จักแม่ในเวลาที่ไม่ปกติ
และรวมกลุ่มกันด้วยความสงบเพื่อทำให้จิตใจของเธอสงบลง
คำเรียกของเธอโดยนัยคือความปรารถนาอย่างไม่หยุดยั้งที่จะค้นพบใบหน้านั้น
อมายาเอนหลังบนเก้าอี้ของเธอ มี ปูรณิมา คุณหมออาจารย์ และภรรยา
แม้ว่าแม่ของปูรณิมาจะจากไปแล้ว แต่ภาพจิตก็ชัดเจน
นพ.อาจารยาหมดสติ ไม่สามารถบอกความต้องการของตนเองได้
ครั้งหน้าเธอจะถามปูรณิมาเกี่ยวกับชื่อบิดาของเธอ
"ทำไมคุณถึงอยากรู้ขนาดนั้น? ทำไมคุณถึงอยากรู้ชื่อของเขา?"
เธอตั้งคำถามถึงความตั้งใจของเธอ
แต่เธอต้องการเรียนรู้เพิ่มเติมเกี่ยวกับเขาเพื่อช่วยให้ Poornima เอาชนะความเจ็บปวดทางจิตของเธอ

อมายาพยายามเข้ามาแทนที่การานแทนคุณหมออัจริยะ
มีความทรงจำที่ชัดเจนเกี่ยวกับคาราน
เขาเป็นผู้ชายที่มีร่างกายแข็งแรงในวัยยี่สิบปลายๆ
เธอพบเขาครั้งแรกที่โรงอาหารของมหาวิทยาลัย
ดูเหมือนว่าเขากำลังค้นหาใครบางคน

บาร์เซโลน่าก็เปล่งประกาย Amaya
มาถึงวิทยาเขตของมหาวิทยาลัยในบาร์เซโลนาหนึ่งสัปดาห์ก่อนพบกับ Karan
เธอเตรียมตัวศึกษาสื่อที่รายงานการละเมิดสิทธิมนุษยชนของสเปนอย่างเป็นระบบ ทุนการศึกษาในมือทำให้ความพยายามของเธอสดใสขึ้น
เธอมีความสนใจอย่างแท้จริงในด้านการสื่อสารมวลชนและสิทธิมนุษยชน
และตัดสินใจศึกษาปรากฏการณ์เฉพาะโดยการรวบรวมข้อมูลเชิงปริมาณ
การศึกษานี้ศึกษาว่าสิทธิมนุษยชนสะท้อนให้เห็นในบทความในหนังสือพิมพ์ บทบรรณาธิการ
และช่องข่าวทีวีเกี่ยวกับการตัดสินใจด้วยตนเองของผู้ถูกกดขี่อย่างไร

สิทธิมนุษยชนถือเป็นอุดมคติอันสูงส่ง
แต่การสื่อสารมวลชนที่เต็มไปด้วยความชอบส่วนบุคคล สังคม เศรษฐกิจ และการเมือง
มักจะหันเหความสนใจของผู้คนเนื่องจากการบังคับของชนชั้นสูง
เหตุการณ์การละเมิดสิทธิมนุษยชนปรากฏในสื่อเพื่อผลประโยชน์ทางอ้อมของบุคคลที่อาศัยอยู่ในเขตอำนาจและการเมืองโดยเฉพาะ
ผู้ด้อยโอกาสที่แยกจากกันในอีกด้านหนึ่งของสเปกตรัมกลายเป็นเหยื่อ
แม้ว่าชนชั้นสูงจะปฏิเสธบทบาทของตนในการปราบปรามมวลชนอย่างฉุนเฉียวก็ตาม
ความเกลียดชังที่ปะทุขึ้นด้วยโทนเสียงอันชั่วร้ายที่ปะทุขึ้นจากการละเมิดสิทธิมนุษยชน และการขาดการเชื่อมต่อก็ขยายวงกว้างขึ้นจนน่าตกใจ
การละเมิดที่ส่งผลกระทบต่อผู้คนจำนวนมากกลายเป็นเรื่องน่าบอกใบเรื่องข่าวเพื่อปกป้องผลประโยชน์ของบุคคลที่ไม่เปิดเผย
ในบางสถานการณ์
การละเมิดสิทธิมนุษยชนถูกปกปิดและปราบปรามโดยกองกำลังที่ไม่รู้จัก
การละเมิดสิทธิมนุษยชนที่หลงทางจะกลายเป็นปัญหาของประเทศชาติ
ในสถานการณ์เฉพาะ Amaya

ต้องการวิเคราะห์สิ่งเหล่านี้เป็นเวลาหนึ่งปีแล้วจึงกลับไปอินเดียเพื่อประกอบวิชาชีพด้านกฎหมาย

บาร์เซโลนาเป็นสถานที่ที่น่าอยู่อาศัย Amaya รู้จักเมืองนี้ตั้งแต่เธอเกิดที่นั่นและใช้ชีวิตในวัยเด็กในกรุงมาดริด มหาวิทยาลัยบางแห่งในบาร์เซโลนาอยู่ในอันดับต้น ๆ ของยุโรป การสมัครขอรับทุนที่มหาวิทยาลัยช่วยให้ Amaya รู้จักภาษาคาตาลัน ยูสเกรา และภาษาสเปน และมหาวิทยาลัยก็ทำให้การตัดสินใจง่ายขึ้น คณะกรรมการสัมภาษณ์ของ School of Journalism แสดงความยินดีที่ยอมรับ Amaya เธอได้ห้องที่ตกแต่งอย่างดีในหอพัก ซึ่งนักเรียนชายและหญิงได้พบปะสังสรรค์กันทั้งวันทั้งคืน ชีวิตในมหาวิทยาลัยน่าตื่นเต้นเนื่องจากมีสภาพแวดล้อมการเรียนรู้และการวิจัยที่เข้มงวด สถาปัตยกรรมนั้นวิจิตรงดงามมาก และอมายายังจำการมาเยือนมหาวิทยาลัยของเธอพร้อมกับแม่ของเธอได้ โรสชอบสไตล์กอทิก โดยสร้างสรรค์สิ่งใหม่ๆ ด้วยเทคโนโลยีใหม่ๆ และผสมผสานเข้ากับอาคารบ้านเรือนแบบดั้งเดิมในเกรละ

อาหารเมดิเตอร์เรเนียน อากาศบริสุทธิ์ และแสงแดดอันสดใสเป็นสิ่งมหัศจรรย์ หอศิลป์ในมหาวิทยาลัยมีผู้เข้าชมหลายร้อยคนทุกวัน รวมทั้งนักศึกษา คณาจารย์ และนักท่องเที่ยว สถานบันเทิงยามค่ำคืนมีชีวิตชีวาและเต็มไปด้วยสีสันด้วยดนตรี การเต้นรำ ภาพยนตร์ ละครเดี่ยว นิทรรศการวัฒนธรรม การอภิปราย การรวมตัว และการแข่งขัน แต่ไม่มีใครแอบดูชีวิตส่วนตัวของบุคคลอื่น มีอิสรภาพอย่างแท้จริง ความเท่าเทียม และโอกาสที่เท่าเทียมกัน มหาวิทยาลัยอายุประมาณห้าร้อยห้าสิบปีเปิดสอนหลักสูตรมากมาย โดยมีนักศึกษาจากเกือบทุกประเทศในยุโรป นักเรียนหลายสิบคนมาจากอินเดีย และ Amaya เป็นเพียงคนเดียวใน School of Journalism ความปรารถนาที่จะเรียนที่มหาวิทยาลัยของเธอเริ่มต้นขึ้นเมื่อเธอมาเยี่ยมมหาวิทยาลัยครั้งแรกเมื่อหลายปีก่อนกับแม่ของเธอ วิทยาเขตตั้งอยู่ในเมืองใกล้กับ Placa Catalunya โดยมีหลักสูตรระดับปริญญาตรีประมาณเจ็ดสิบหลักสูตรและหลักสูตรปริญญาโทมากกว่าสามร้อยห้าสิบหลักสูตร คณะวิชาวารสารศาสตร์มีเทคโนโลยีและสิ่งอำนวยความสะดวกที่ทันสมัยเพื่อทำการวิจัยที่เป็นที่รู้จักในระดับสากล Amaya พบว่าห้องสมุดของตนเพียบพร้อมไปด้วยหนังสือ วารสาร วารสาร และหนังสือพิมพ์หลายพันเล่ม และ Vellichor

ก็ดูน่าดึงดูดและมีชีวิตชีวา ห้องสมุดดิจิทัลมีความโดดเด่น อมายาใช้เวลาส่วนใหญ่อยู่ในห้องสมุด

ต่อมา Amaya เริ่มเยี่ยมชมช่องทีวี หนังสือพิมพ์ และสถานสื่อสารอื่นๆ ในเมืองต่างๆ ในสเปน พร้อมกับ Karan ผู้ซึ่งเธอไว้วางใจและรักมากกว่าสิ่งอื่นใด และในอีกยี่สิบสี่ปีข้างหน้า Amaya ตามหาลูกสาวของเธอและพ่อของเธอ Karan มันเป็นการไล่ล่าชั่วนิรันดร์ที่เริ่มต้นในแผนกสูติกรรมของโรงพยาบาลบาร์เซโลนา บันทึกของโรงพยาบาลระบุว่า Karan พ่อของเด็กแรกเกิดได้ย้ายทารกกลับบ้านในวันที่สิบแปด บ้านนั้นเขาเรียกว่าดอกบัวเป็นสถานที่แห่งความรักและความสุข ที่อมายาและคารันใช้เวลาอยู่ด้วยกันเป็นปี เธอมีความทรงจำที่ชัดเจนในการไปโรงพยาบาลพร้อมกับกรรณะ และเมื่อได้รับอนุญาตจากโรงพยาบาลแล้ว Karan จึงพาทารกน้อยกลับบ้าน ทารกมีสุขภาพแข็งแรงสมบูรณ์ ถึงแม้ว่าอมายาจะอยู่ในอาการโคม่าระหว่างการคลอดบุตรก็ตาม เนื่องจากทารกแรกเกิดได้รับการตรวจสุขภาพและได้รับวัคซีนที่จำเป็นครบถ้วนแล้ว จึงไม่จำเป็นต้องให้ทารกอยู่ในแผนกสูติกรรมในขณะที่มารดาอยู่ในอาการโคม่า และโรงพยาบาลอนุญาตให้คารันพาทารกกลับบ้านได้ ส่วนแม่ยังคงอยู่ในอาการโคม่าเป็นเวลายี่สิบสองวัน แต่เธอไม่เคยเห็นหน้าลูกสาวของเธอเลยตอนที่เธอออกจากอาการโคม่าแล้ว ขณะขับรถไปศาล อมายานึกถึงความทุกข์ทรมานของเธอ

วันนั้นอมายาและสุนันทาเป็นตัวแทนของผู้หญิงคนหนึ่งชื่อปาราวตีซึ่งมีอายุอายุเจ็ดสิบต้นๆ หลังจากแต่งงานกันแปดปี เมื่ออายุได้ยี่สิบหกปี เธอก็สูญเสียสามีไปอย่างถล่มทลายในช่วงมรสุมในหมู่บ้านของพวกเขา เธอยังคงไม่ได้แต่งงานเพื่อดูแลลูกคนเดียวของเธอ และส่งเขาไปโรงเรียนและวิทยาลัย แม้ว่าเธอจะประสบปัญหาในการระดมทุนเพียงพอก็ตาม หลายปีต่อมา เธอสร้างบ้านที่มีห้องนอน 3 ห้องพร้อมห้องน้ำในตัว ลูกชายของเธอได้งานที่มีค่าตอบแทนดีในธนาคารแห่งหนึ่งในเมืองใกล้เคียงและแต่งงานกับเพื่อนร่วมงานของเขา ปาราวตีดูแลลูกชายทั้งสอง ทำความสะอาดบ้าน ปรุงอาหาร และซักเสื้อผ้าของทุกคนตลอดยี่สิบห้าปีต่อจากนี้ จากนั้นหลานๆ ของเธอก็ได้งานทำและอพยพไปอยู่เมืองอื่น เมื่อปาราวตีอายุได้หกสิบแปด ลูกชายและลูกสะใภ้ของเธอได้เดินทางไปแสวงบุญที่เมืองพาราณสี

วรินดาวัน และสถานที่ศักดิ์สิทธิ์อื่นๆ
อีกหลายแห่งทางตอนเหนือของอินเดีย
พวกเขาพาปาราวตีไปด้วยเนื่องจากเป็นความฝันของเธอที่จะไปแสวงบุ
ญ

ผ่านไปสองเดือน เมื่อลูกชายและลูกสะใภ้กลับมา
ปารวตีไม่ได้อยู่กับพวกเขา พวกเขาแจ้งให้ญาติ เพื่อนฝูง
และเพื่อนบ้านทราบว่าแม่ของพวกเขาล้มลงที่ริมฝั่งแม่น้ำคงคาอันศักดิ์
สิทธิ์เมื่อไปเยือนเมืองพาราณสีและเสียชีวิต ตามธรรมเนียมทางศาสนา
พวกเขาเผาศพและขี้เถ้าของเธอ แล้วจุ่มลงในแม่น้ำศักดิ์สิทธิ์
ลูกชายของปาราวตีได้ยื่นใบมรณะบัตร
ซึ่งลงนามโดยนักบวชและเจ้าหน้าที่สถานที่เผาศพ
ให้กับเทศบาลเพื่อโอนบ้านในนามของเขา ภายในหนึ่งสัปดาห์
เขาได้จัดงานทางศาสนาเพื่อรำลึกถึงมารดาผู้ล่วงลับของเขา
ตามด้วยอาหารตามธรรมเนียม

เย็นวันหนึ่ง เมื่อผ่านไปได้สามปี
หญิงชราคนหนึ่งก็ปรากฏตัวขึ้นในหมู่บ้านที่ลูกชายของปาราวตีพักอยู่
แม้ว่าเธอจะเหนื่อยล้า แต่ชาวบ้านก็จำเธอได้ในชุดที่ไม่สะอาด
เธอคือปาราวตี ขณะที่อยู่ในวรินดาวันในมถุรา
ลูกชายและลูกสะใภ้ของเธอทิ้งปาราวตีไว้กับฝูงชนและหายตัวไป
ปาราวตีตามหาพวกเขาด้วยกันหลายวัน
เธอไม่รู้ว่าจะไปที่ไหนหรือรู้เรื่องลูกชายของเธอ
เธอไม่สามารถสื่อสารกับใครได้เลยโดยไม่รู้ภาษาฮินดี
แต่เธอเชื่อว่าลูกชายของเธอจะมาช่วยเธอจากความทุกข์ยากสักวันหนึ่ง
ปารวตีหิวและเหนื่อยจึงไปที่บ้านของหญิงม่ายซึ่งตั้งอยู่ใกล้วัด
มีหญิงม่ายอีกหลายพันคนถูกลูก ๆ ของพวกเขาทิ้งไป
ปาราวตีอยู่ที่นั่นเป็นเวลาสองปี
วันหนึ่งหนีออกจากสถานสงเคราะห์และขึ้นรถไฟ
เธอเดินทางไปหลายแห่งเป็นเวลาหนึ่งปี เมื่ออยู่ที่สถานีรถไฟวิชัยวาทะ
ปาราวตีได้พบกับพยาบาลคนหนึ่งที่กำลังเดินทางไปเกรละ
เธอบอกพยาบาลว่าเธออยากไปรัฐเกรละแต่ไม่มีเงิน
พยาบาลหยิบตั๋วรถไฟ ซื้ออาหาร และเดินทางไปที่เกรละ
เธอช่วยปาราวตีขึ้นรถบัสไปยังหมู่บ้านของเธอ
ปาราวตีมีเรื่องราวที่น่าสะเทือนใจมาเล่าให้ฟัง
มันเป็นเรื่องของการหลอกลวงและการละทิ้งโดยลูกชายของเธอ
อมายารับคำร้องขอให้ปาราวตีฟ้องลูกชายและลูกสะใภ้ของเธอ
และนั่นเป็นวันพิจารณาคดีครั้งสุดท้าย

อีกกรณีหนึ่งที่อมายาปรากฏตัวคือผู้เยาว์อายุสิบสี่ปี
ครูมาดราสสะซึ่งเป็นชายอายุห้าสิบเจ็ดปีได้ทำให้นางตั้งครรภ์
เขาข่มขืนเหยื่อเป็นเวลาสองปี
โดยบอกเธอว่าสิ่งที่เขาทำคือการรักษาที่ทำให้เธอฉลาดขึ้น
ซึ่งจะช่วยให้เธอเรียนภาษาอาหรับได้อย่างง่ายดาย
หลังจากการโต้แย้งในเบื้องต้น
ศาลได้กำหนดให้การพิจารณาคดีครั้งสุดท้ายอีกหนึ่งวัน

สองวันต่อมาเป็นวันหยุดของศาล วันเสาร์และวันอาทิตย์
และรุ่นน้องและเจ้าหน้าที่สำนักงานของ Amaya
ก็ว่างตั้งแต่เย็นวันศุกร์ถึงเช้าวันจันทร์
อมายาได้อ่านนิตยสารและวารสารที่ได้รับระหว่างสัปดาห์
วันเสาร์เป็นช่วงทำงานส่วนตัว ทำความสะอาดบ้าน เล่นเปียโน
อ่านนิยาย เขียนอีเมล และดูภาพยนตร์

เธอเพลิดเพลินกับภาพยนตร์แฮร์รี่
พอตเตอร์อย่างเต็มที่ในขณะที่เธออ่านหนังสือทั้งหมด Amaya ชอบ
Jennifer Lawrence ในเกม *The Hunger Games* เป็นพิเศษ นานๆ
ครั้ง Amaya ได้ดูบางตอนของ *Twelve Years a Slave* ; ชื่นชม
Madina Nalwanga ใน *Queen of Katwe*
ถือเป็นสัญลักษณ์และเชื่อว่าเด็กหญิงตัวเล็ก ๆ
ทุกคนสามารถบรรลุความยิ่งใหญ่ได้อย่างเหมาะสม
อมายาถือว่าการแสดงของ Reese Witherspoon ใน *Wild*
ยอดเยี่ยมมาก Amaya ได้เขียนบทวิจารณ์เกี่ยวกับ *Suffragette*
ในหนังสือพิมพ์ท้องถิ่น และ Carey Mulligan, Meryl Streep, Ann
Marie Duff และ Helena Bonham Carter
ยังคงเป็นนักแสดงในอุดมคติของเธอ

การชมภาพยนตร์มาลายาลัมที่เน้นผู้หญิงเป็นหลักคือความหลงใหลของเธอ
เธอรู้ว่าภาพยนตร์เรื่องหนึ่งมีเสน่ห์อย่างมากเมื่อนางเอกได้รับบทบาท
นำในการแสดง การจัดการอารมณ์อย่างละเอียดอ่อน เช่น ความรัก
ความเจ็บปวด ความวิตกกังวล ความเจ็บปวด ความเจ็บปวด ความกลัว
และความคาดหวังของผู้หญิงในมาลายาลัมนั้นไม่มีใครเทียบได้
อมายาถือว่า Parvathy Thiruvothu และ Manju Warrier
เป็นนักแสดงระดับโลก เทียบเท่ากับ Meryl Streep หรือ Angelina
Jolie Parvathy ใน *Uyare* และ Manju Warrier ใน *LUCIFER*
เป็นตัวเลือกที่ดีที่สุดของเธอ Amaya ชอบ Kavya Madhavan ใน

Perumazha และรู้สึกว่า Kavya ไม่มีโอกาสมากพอที่จะแสดงความสามารถด้านการแสดงที่โดดเด่นของเธอ ในบรรดานักแสดงในอดีต Amaya ชอบ Sheela ใน Chemmeen, Sharada ใน *Iruttinte Athmavu* และ Monisha ใน *Nakhakshathangal* เธอชอบภาพยนตร์บอลลีวูดเก่าๆ นักแสดงคนโปรดของเธอคือ Smita Patil และ Shabana Azmi

อมายาอยู่คนเดียวในออฟฟิศของเธอ ตอนเย็นเงียบสงบ จากหน้าต่างเธอสามารถมองเห็นไฟถนนท่ามกลางเงาของกิ่งก้านของต้นไม้สูงอันเขียวขจีที่เต็มไปด้วยต้นไม้ ทันใดนั้น เธอก็นึกถึงบ้านในวัยเด็กของเธอในกรุงมาดริดภายในสถานทูตอินเดียและโรงเรียนของเธอในย่านชานเมือง บริเวณโรงเรียนมีต้นไม้มากมาย แม่ชีมีความเฉพาะเจาะจงมากในการมีพืชพรรณที่อุดมสมบูรณ์ ซึ่งพวกเขาเชื่อว่าจะสร้างสภาพแวดล้อมการเรียนรู้ที่ดีขึ้นให้กับนักเรียน อมายารักแม่ชีชื่ออลิสามากที่สุดซึ่งเป็นครูวิทยาศาสตร์ของเธอ อลิสามีพรสวรรค์โดยธรรมชาติในการพูดคุยเรื่องวิทยาศาสตร์ และอธิบายแต่ละแนวคิดอย่างเป็นระบบพร้อมตัวอย่างที่เหมาะสม ดังนั้นเธอจึงริเริ่มให้นักเรียนคิดและพัฒนาข้อสรุปเพื่อให้เป็นอิสระ การสอนของเธอเป็นแบบองค์รวมในการสร้างความรู้ ทักษะ และทัศนคติ เนื่องจากไม่เคยเป็นสถานที่สำหรับการรวบรวมข้อมูล

อลิสาเป็นน้องสาวที่รับอามายาเข้ามาทันทีหลังจากที่เธอเกิดในมหาวิหารซากราดาฟามีเลียในบาร์เซโลนา ฟังอมายาเล่าเรื่อง อลิสาก็หัวเราะด้วยความดีใจและกอดอมายา นั่นคือจุดเริ่มต้นของความสัมพันธ์ที่ใกล้ชิดและดี แม่ชีสอนให้อมายาคิดอย่างอิสระ ตัดสินใจ ประเมินสถานการณ์อย่างเป็นกลาง และตีความเหตุการณ์และแนวคิดต่างๆ แต่อมายาล้มเหลวเพียงครั้งเดียวเนื่องจากเธอไม่สามารถประเมินคนที่สำคัญที่สุดในชีวิตของเธอด้วยการล้มเหลวในการประเมินเขา แต่มันไม่ง่ายที่จะตัดสินเพราะเขาแตกต่างจากเกือบทุกคน ทั้งห้าวหาญ กล้าหาญ และมีชีวิตชีวา อมายาเชื่อใจเขาอย่างสุดซึ้งและไม่เคยคาดหวังสิ่งใดที่ขัดแย้งกับศรัทธาอันแรงกล้าของเธอที่มีต่อมนุษย์ เช่นเดียวกับเทพเจ้ากรีก Pistis เขาเข้ามาในชีวิตของเธอ ตัวตนของความไว้วางใจ ความซื่อสัตย์ และความมั่นใจ

เย็นวันหนึ่ง ในโรงอาหารของโรงเรียนวารสารศาสตร์
อมายากำลังเพลิดเพลินกับกาแฟแก้วหนึ่งของเธอ
แล้วเธอก็เห็นเขาเป็นชายหนุ่มรูปงาม ตัวสูง ผมสีเข้มสลวยยาวถึงติ่งหู
เขาดูราวกับกำลังค้นหาใครบางคน

"สวัสดี" เขาพูดพร้อมกับมองไปที่อามายา

"สวัสดี" อามายาตอบพร้อมกับมองเขา รูปร่างหน้าตาของเขาน่าทึ่งมาก

"ฉันขอนั่งก่อนได้ไหม" เขาชี้ไปที่เก้าอี้ว่างที่โต๊ะกาแฟข้างเธอ
แล้วขออนุญาตจากเธอ

"แน่นอน ได้โปรด" อมายากล่าว

"ฉันชื่อคาราน" หลังจากนั่งมั่นบนเก้าอี้แล้วยื่นมือขวาแล้วแนะนำตัวเอง

"ดีใจที่ได้พบคุณ คาราน; ฉันชื่ออมายา" เธอจับมือเขาแล้วพูด

"มันเป็นชื่อที่สวยงามมาก ยินดีที่ได้รู้จักนะอมายา" เขาพูดพร้อมรอยยิ้ม
ดีใจที่ได้มองหน้าเขาขณะยิ้ม เขามีรูปร่างหน้าตาที่สง่างามและดึงดูดใจ
เธอคิด

"ขอบคุณคาราน; มันคือบาสก์ แต่ชาวสเปนอ้างสิทธิ์
ชาวอาหรับก็อ้างสิทธิ์เช่นกัน" อมายากล่าว

"คุณดูสวย มีเสน่ห์มากกว่าใครๆ ที่ฉันเคยเห็นในสเปน
คุณมาจากไหน?" ขณะชมเธอ เขาก็ถาม

"ฉันมาจากเกรละ" อมายากล่าว

ฉันก็มาจากอินเดียเหมือนกันแต่มาตั้งรกรากที่นี่เพื่อทำธุรกิจ"
คารันอธิบาย

"ฉันกำลังค้นคว้าที่โรงเรียนวารสารศาสตร์ด้านสิทธิมนุษยชน"
อมายากล่าวเสริม

"ดีมาก. คุณเป็นคนมีสติปัญญา
ในขณะเดียวกันก็เป็นนักกิจกรรมทางสังคม" คารานออกแถลงการณ์

ภาษาอังกฤษของเขามีสำเนียงอเมริกัน
จากนั้นพวกเขาก็ดื่มกาแฟด้วยกัน

"ฉันดื่มกาแฟเยอะมาก เรามีบางอย่างที่เหมือนกัน เริ่มจากที่นี่กันก่อน"
คารานกล่าว

อมายามองไปที่คารัน ใบหน้าของเขาราวกับรูปปั้นแกะสลัก
เป็นสิ่งที่พิเศษ ดวงตาแม่เหล็กของเขามีแสงที่หายาก

"เรามาดื่มกาแฟด้วยกันทุกวัน" คารันเสนอ

"แน่นอน" อมายาพูดราวกับกำลังรอคำเชิญ
เธอมีความต้องการที่จะพบเขาอีกครั้ง

"อมายา พรุ่งนี้ฉันจะกลับมาในเวลานี้ ยินดีที่ได้พบคุณ" คารานกล่าว

"ฉันจะอยู่ที่นี่" อมายาสัญญา

เขาลุกขึ้นและเดินจากไป จากด้านหลังของเขา เขาดูสง่างาม
ผมสีเข้มของเขาสลวยมีแรงสั่นสะเทือนที่ยั่วเย้า
แต่อมายาไม่เคยรู้ว่าทำไมเธอถึงสัญญาว่าจะเจอเขาอีกครั้งและไม่เข้าใ
จว่าทำไม มันอาจจะเพิ่งเกิดขึ้นในขณะนั้น
มันเป็นการตัดสินใจด้วยใจของเธอ ไม่ใช่สติปัญญาของเธอ
เธอคิดว่าไม่มีจุดประสงค์หรือมีแรงจูงใจบางอย่างโดยไม่รู้ตัว
เธออาจระงับแรงกระตุ้นเหล่านั้นขณะอยู่ในโรงเรียนและวิทยาลัย
ยุ่งอยู่กับกฎหมายและการอภิปรายทางกฎหมายในโรงเรียนกฎหมาย
ในศาลพิจารณาคดี Surya Rao ส่วนใหญ่เป็นคู่ครองของเธอ
นักเรียนชายอยู่รอบตัวเธอ
แต่การพูดคุยเป็นการส่วนตัวกับพวกเขาเป็นความคิดที่แปลก
แม้ว่าจะเป็นเรื่องปกติสำหรับทุกคนก็ตาม เนื่องจากความนิยมของเธอ
เธออาจจะระงับความต้องการดังกล่าวได้ ทันใดนั้น Amaya
ก็ตกอยู่ในสภาพแวดล้อมใหม่ การปรากฏตัวของ Karan นั้นเย้ายวนใจ
รูปร่างหน้าตาของเขาดูสง่างามเมื่อเขาก้าวเท้าไปตรงหน้าเธอ
เธอชอบเขา อยากจะคุยกับเขานานๆเพราะมันช่างน่าหลงใหล

Amaya นึกถึง Karan ตลอดทั้งเย็น
เนื่องจากสถานบันเทิงยามค่ำคืนในมหาวิทยาลัยอาจสร้างความอยากใ
ห้กับผู้ชายคนหนึ่ง มันน่าหลงใหลราวกับแสงไฟที่สว่างกว่า
เสียงดนตรีดังขึ้น และความใกล้ชิดที่ใกล้ชิด โฮปกลืนกินเธอ
และเกิดความปรารถนาที่จะพบกับผู้ชายคนหนึ่ง และ Karan
ก็เป็นเพื่อนคู่หูของเธอ อย่างไรก็ตาม
อมายากังวลว่าวันรุ่งขึ้นเขาจะมาไหม
เพราะเธอรู้สึกว่าเขาจะเติมเต็มได้หากไม่มีเพื่อนผู้ชาย
ความรู้สึกของเธอเป็นผลจากการดึงดูดผู้ชายที่แข็งแกร่ง
แต่เพียงอย่างเดียวไม่สามารถเติบโตในความรักที่แท้จริงได้
เนื่องจากเธอไม่ต้องการอยู่ในโลกแห่งความหลงใหล
แต่การคิดถึงเขาเป็นประสบการณ์ที่สนุกสนาน
แม้ว่าเธอต้องการไปให้ไกลกว่าความปรารถนา
แต่เธอก็ปรารถนาความใกล้ชิดทางกาย

ซึ่งเป็นจุดประกายความสนใจทางเพศ ซึ่งเธอไม่อาจปฏิเสธได้
อมายาคิดถึงคารันอยู่นาน เธอชอบกอดเขาและร่วมรักกับเขา
ตลอดทั้งวัน ในขณะที่มีการประชุม เธอพยายามลืมเขา
แต่มันเป็นงานที่ยากลำบากเมื่อเขาเข้ามาในใจเธอเป็นครั้งคราว

ตอนเย็นมาถึงแล้วอมายาก็รอเขาอยู่ในโรงอาหาร
เขาปรากฏตัวขึ้นอย่างรวดเร็วพร้อมรอยยิ้มกว้าง
ในมือของเขามีดอกกุหลาบช่อหนึ่ง

"สวัสดีอมายา" เขาทักทายเธอจากที่ไกลๆ

"สวัสดี คาราน" เธอตอบรับและลุกขึ้นยืนด้วยความคาดหวัง
ดวงตาเป็นประกาย

"ยินดีที่ได้รู้จักนะอมายา" มันวิเศษจริงๆ ที่ได้พบคุณอีกครั้ง"
เขาเป็นคนร่าเริง จากนั้นเขาก็ค่อยๆ วางช่อกุหลาบไว้ในมือของเธอ

"ขอบคุณคารานสำหรับดอกกุหลาบแสนสวย มันสดและสวยงาม"
เธอกล่าว

"คุณสวยกว่าดอกกุหลาบเหล่านี้มาก นั่นเป็นเหตุผลที่ฉันมาพบคุณ
พูดคุยกับคุณ
เพื่ออยู่กับผู้หญิงที่น่ารักคนนี้ด้วยกันเป็นเวลาหลายชั่วโมง"
คำพูดของเขาช่างน่าหลงใหล อมายาคิด

พวกเขาดื่มกาแฟด้วยกันแล้วก็ออกไปข้างนอก Amaya
รู้สึกว่าการมีอยู่ของเขามั่นคง และเธอก็ชอบที่จะเดินเคียงข้างเขา
ทางเดินเขาวงกตดูน่าเชิญชวน
และพวกเขาก็เดินเป็นระยะทางหลายไมล์ด้วยกัน เพื่อแบ่งปันเรื่องราว
เหตุการณ์ แนวคิด และแนวคิดต่างๆ
ก่อนออกเดินทางประมาณสิบเอ็ดโมงเขาก็จับมือเธอจูบมัน

"รักเธอนะอมายา เจอกันพรุ่งนี้" เขากล่าว

"รักคุณนะคารัน" เธอพูดแต่แปลกใจกับคำพูดของเธอ
เธอถามหัวใจว่าเธอรักเขาหรือไม่ และหัวใจก็ตอบตกลง
เธอเฝ้าดูเขาขี่ม้า มันเป็นความรู้สึกอบอุ่นหัวใจ เธอยืนอยู่ที่นั่น
จ้องมองจนกระทั่งเขาหายตัวไปด้านหลังรูปปั้นแห่งความหวังที่ทางเข้า
โรงเรียน

ความประทับใจครั้งแรกของ Amaya ที่มีต่อ Karan
คือบุคลิกที่ลึกลับของเขา ในตอนแรกเป็นความรู้สึกสับสน
หลงในความล่อลวง ล่อลวงจิตใจ

ชักชวนหัวใจด้วยการล่อลวงทางกายที่ไม่ชัดเจน
ในวันที่สองหลังจากพบเขา
เธอค้นหานิสัยของเขามากกว่าแรงดึงดูดทางกาย โดยเน้นที่ปฏิกิริยา ทัศนคติ ความซื่อสัตย์ ความกรุณา ความรู้สึก และความฉลาดของเขา
เธอประเมินเขาและยืนยันว่าเขาเป็นคนที่มีความเคารพ ติดดิน ให้กำลังใจ และไม่ตัดสิน
ก่อนเข้านอนเธอถามหัวใจว่าเธอตัดสินใจผิดหรือเปล่า และหัวใจบอกให้เธอทำตามความปรารถนา

วันรุ่งขึ้น
การันโทรหาอมายาชวนเธอไปกินข้าวเย็นที่ร้านอาหารริมชายหาด
อมายาบอกว่าเธอดีใจที่ได้ไปกับเขา
คารานมาถึงประมาณห้าโมงครึ่งและถามว่าอมายานั่งซ้อนท้ายได้สบายหรือไม่ คำพูดของเขาอ่อนโยนและเธอก็พึมพำการยินยอมของเธอ
เป็นความรู้สึกที่น่ารักสำหรับอมายาที่ได้ไปกับคารัน
เมืองนี้ดูน่าหลงใหลและงดงาม ฤดูร้อนในบาร์เซโลนาถึงจุดสูงสุด และผู้คนต่างเพลิดเพลินกับยามเย็นกับครอบครัวและเพื่อนฝูง
ถนนทุกสายมีการเฉลิมฉลองด้วยดนตรีและการเต้นรำ
ร้านอาหารและโรงอาหารล้นหลาม

ภายในยี่สิบนาทีพวกเขาก็อยู่บนชายหาด
บาร์เซโลนาเป็นสวรรค์ของคนรักชายหาด
อมายารู้ดีตอนที่เธอไปเที่ยวเมืองนี้กับพ่อแม่หลายครั้ง มีทั้งมือกลอง นักไวโอลิน นักมายากล พนักงานขายร้องเพลง และศิลปินทราย Karan จอด BMW GS ไว้ด้านนอกร้านอาหารและช่วย Amaya ลงอย่างนุ่มนวล
ร้านอาหารมีการจัดที่นั่งอย่างสวยงาม
และพวกเขาได้จัดโต๊ะมุมสองที่นั่งซึ่งเขาได้จองไว้ล่วงหน้า

"อมายา ฉันเป็นคนที่มีความสุขที่สุดในโลก ตอนนี้ฉันมีคุณ เมื่อปีที่แล้ว ฉันกำลังค้นหาคู่ครองอย่างเข้มข้น
และการค้นหาก็สิ้นสุดลงเมื่อฉันได้พบกับผู้หญิงที่น่ารักคนนี้"
คารันเริ่มบทสนทนา

"ฉันก็มีความสุขไม่แพ้กันที่ได้พบคุณ คาราน
เธอพิชิตใจฉันโดยไม่รู้ว่าฉันหลงรักเธอ" อมายากล่าวเสริม

"ขอบคุณนะอามายา คุณเป็นคนมหัศจรรย์ ฉลาด มีการศึกษา
และมีเสน่ห์ คุณยังเด็ก ร่าเริง ร่าเริงและเชิญชวน"
คารันกล่าวด้วยรอยยิ้มอันน่าหลงใหล

"ฉันอายุยี่สิบสาม" อมายากล่าว
แต่เธอไม่รู้ว่าทำไมเธอถึงบอกเธอว่าเธออายุเท่าไหร่
มีความเสียใจเล็กน้อยในใจของเธอที่แทงเธอ

"ฉันอายุยี่สิบเก้าปี
แต่การรอคอยอย่างบังเอิญกับผู้หญิงที่น่ารักคนนี้มาเป็นเวลานานก็ให้ผลลัพธ์ที่ดี ตอนนี้คุณอยู่ที่นี่กับฉัน มันเป็นประสบการณ์อันยาวนาน
ฉันรู้สึกแข็งแกร่งขึ้นด้วยความเป็นเพื่อนของคุณ"
คำพูดของคารันมีผลทางจิตวิทยาเป็นพิเศษต่อจิตใจของอมายา
ราวกับว่าเขากำลังบอกเป็นนัย ทุกสิ่งที่มีคารานดูน่ายินดี
คำทักทายของเขาห่อหุ้ม Amaya
ด้วยคำสัญญาที่อธิบายไม่ได้และคำมั่นสัญญาส่วนตัวที่ยุ่งยาก
การมองไปที่ Karan มีผลแม่เหล็ก
เธอแสดงความรักต่อเขาและเชื่อใจทุกคำพูดของเขา
และผมสีเข้มสลวยของเขามีผลกระทบต่อจิตใจของเธอในทางอื่น
อมายาถูกมนต์สะกดมาเป็นเวลานาน

Karan ขอให้ Amaya เป็นคนสั่ง และเธอเลือก Bacalla
ซึ่งเป็นปลาปรุงแบบดั้งเดิมในแคว้นคาตาโลเนีย
จานที่สองเป็นลูกชิ้นปรุงกับปลาหมึกในซอสเกรวี่ครีม มีไก่กับมันบด
แล้วก็ข้าวหมกบสเตอร์ล็อบสเตอร์
สุดท้ายก็ได้กาแฟดำร้อนไม่ใส่น้ำตาล
อมายาและคารันคุยกันขณะรับประทานอาหารและอยู่ที่ร้านอาหารจนถึงแปดโมง
จากนั้นพวกเขาก็นั่งรถเป็นระยะทางไกลบนชายหาดประมาณหนึ่งชั่วโมงก็กลับมาถึงหอพักของมหาวิทยาลัยประมาณเที่ยงคืน
ก่อนออกเดินทางการินขออนุญาตอมายากอดเธอ

"คาราน ฉันรักคุณ" คุณและฉันเป็นเพื่อนกันตลอดไป"
คำพูดของเธอเร้าใจและเธอก็พูดด้วยรอยยิ้ม แล้วจู่ๆก็มุ่งตรงมาหาเขา
เธอเหวี่ยงร่างผอมเพรียวของเธอไว้ในอ้อมแขนของเขา
ความสุขที่ได้อยู่ใกล้คือสิ่งใหม่สำหรับ Amaya

"ขอบคุณนะอามายา" เขากระซิบ ขณะที่โน้มตัวเข้าหาเธอ
เขามองเห็นผมสีดำดกของเธอที่มีกลิ่นเหมือนไวน์โบราณในสวนองุ่นที่แปลกตาในเทือกเขาพิเรนีส ไร้ตัวตนและน่าหลงใหล
ขณะที่เธอซ่อนหน้าไว้ที่หน้าอกของเขา
เขาดึงร่างของเธอเข้าหาเขาด้วยมือจับที่แน่นและอ่อนโยน
แต่อมายาพบว่ามันสวยงาม อ่อนโยน น่าพึงพอใจ และน่าพึงพอใจ

"อามายาของฉัน ฉันรักคุณ" เขากล่าวอีกครั้ง
"วันนี้เป็นวันที่คุ้มค่าที่สุดในชีวิตของฉัน"
เขากล่าวขณะเก็บคางของเธอไว้ในฝ่ามือและเงยขึ้นเพื่อดูดวงตาสีเข้มของเธอ

เธอยิ้ม.

ราตรีสวัสดิ์ที่รัก" เขาพึมพำ

"ราตรีสวัสดิ์คาราน" อมายาอวยพรเขา
แต่เธอคร่ำครวญเมื่อใกล้ถึงการแยกทางที่เขาสังเกตเห็นจากการเคลื่อนไหวของริมฝีปากของเธอ

ทำไมเธอถึงรู้สึกสนใจคารัน? ทำไมเธอถึงทำเหมือนรู้จักเขามานานแล้ว
อมายา ก็ถกเถียงกันอยู่ภายในตัวเธอ
เธอรักเขาหรือเป็นเพียงความหลงใหล?
อมายารู้สึกว่าความสัมพันธ์นั้นไม่มีทางหลุดออกไป
ราวกับติดอยู่กับเว็บแห่งอารมณ์
ความรู้สึกหายใจไม่ออกครอบงำเธออยู่ครู่หนึ่ง
แต่เธอก็แก้ไขความรู้สึกของเธอทันทีโดยอ้างว่าการสำลักอันเป็นผลมาจากความกลัวในระยะชั่วคราว
มันไม่เกี่ยวอะไรกับสายสัมพันธ์อันฉุนเฉียวที่เธอได้สร้างไว้กับเขาแล้ว
กลิ่นที่ลอยอยู่ในอากาศ และกลิ่นน้ำหอมของเขา

นอกจากความตื่นเต้นแล้ว ยังเป็นความรู้สึกวิตกกังวลถึงอนาคตชั่วขณะ
เป็นความรู้สึกกดดันขณะโอบกอดด้วยความรู้สึกตื่นเต้นระทึกใจชั่วนิรันดร์ ปราศจากความกังวลชั่วคราว
อมายารู้สึกว่าความรักของเธอเป็นมากกว่าการตกหลุมรัก
ไม่ใช่เพราะเขาหล่อ แต่เป็นผลมาจากการตัดสินใจอย่างมีเหตุผล
เธอมีประสบการณ์กับความรักที่เพิ่มขึ้นจากความไว้วางใจที่ได้รับจากการดูแลของ Karan
อมายาเปรียบเทียบว่าความรักของเธอรุนแรงกว่าความรักที่แม่มีต่อสามีอย่างไร Amaya หลงรัก Karan โดยสิ้นเชิงโดยไม่ลังเลเลย

ความสัมพันธ์ของเธอกับคารันคือคำมั่นสัญญาที่สร้างสายสัมพันธ์อันเหลือเชื่อ
เธอต้องการที่จะอยู่ในคำมั่นสัญญานั้นตลอดไปภายในตัวเขาเพียงผู้เดียว เธอสามารถคิดถึงสิ่งอื่นได้แม้ว่าเธอจะไม่รู้อะไรเกี่ยวกับเขาก็ตาม
ความไว้วางใจก็เพียงพอแล้วสำหรับความร่วมมือที่แน่นแฟ้น
โดยที่บรรพบุรุษไม่มีความสำคัญ

เช้าวันรุ่งขึ้น มีโทรศัพท์จากคาราน "ที่รัก มาอยู่กับฉันเถอะ แล้วเราจะได้อยู่ด้วยกัน"

"แน่นอน คาราน ฉันชอบที่จะอยู่กับคุณ" เธอตอบ
เธอไม่คิดว่าจำเป็นต้องวิเคราะห์ความตั้งใจของเขาในการตัดสินใจแบบวัดผล

"เก็บข้าวของของคุณ ฉันจะไปถึงที่นั่นก่อนหกโมงเย็น

"ฉันจะพร้อมแล้วคาราน" เธอตอบ

Karan เติบโตขึ้นภายในตัวเธอ
โดยเปลี่ยนความปรารถนาและความอยากที่ซ่อนอยู่ของเธอให้กลายเป็นอวาตาร์
เธอมีความต้องการที่จะกลืนกินเขาในขณะที่เธอขดตัวอยู่เป็นเวลานาน โดยคิดว่าจะมีคนคว้าเขาไปถ้าเธอไม่ดำเนินการอย่างรวดเร็ว
ความกลัวเปลี่ยนเธอ
เผยให้เห็นแรงกระตุ้นในจิตไร้สำนึกที่ดำเนินอยู่ในตัวเธอ
แต่กลับเพิ่มพลังให้กับเธออย่างที่เธอไม่เคยสัมผัสมาก่อน
มันเป็นไปไม่ได้ที่จะถอนตัวจากเขาเพราะเขามีค่านิยมและเป้าหมายเดียวกัน เธอเริ่มชื่นชมคุณสมบัติของเขา โดยเชื่อว่าเขานับถือเธอ รวมถึงความชอบร่วมกันและความยินยอมของพวกเขา

ตามที่สัญญาไว้ Karan มาถึงตอนหกโมงเย็น
เขากอดอมายาอย่างอ่อนโยน

"อามายา ฉันรักคุณ" คุณดูมีเสน่ห์มาก ฉันรักคุณโดยสิ้นเชิง" เขากล่าว
คำพูดของเขาช่างมหัศจรรย์ พวกเขาเจาะลึกเข้าไปในหัวใจของ Amaya ขจัดความสงสัยและความกลัวของเธอ
เธอมองเห็นตัวเองในตัวเขาเสมือนว่าเขาเป็นกระจกเงาของเธอ และเธอก็เริ่มยืนยันตัวเองอีกครั้งในฐานะบุคคลที่มีคุณสมบัติและความสามารถมากมายที่เขาเคารพ

คารานถือสัมภาระไปที่รถของเขา ไม่อนุญาตให้อามายาถือสิ่งใดไว้ วางไว้อย่างระมัดระวังในรถ BMW ของเขา
เขาเปิดประตูรถและขอให้เธอนั่งที่นั่งข้างคนขับ ภายในรถ Karan ยิ้ม จูบฝ่ามือขวาของเธอ แล้วพึมพำว่า "รักเธอนะที่รัก" ฉันโชคดีที่มีคุณ เพราะคุณเป็นอัญมณีล้ำค่า"

"ขอบคุณนะคารานที่รัก" อมายาตอบ

ภายในยี่สิบนาที พวกเขาก็มาถึงลานภายในของวิลล่าเล็กๆ
แต่ได้รับการออกแบบอย่างดีตรงข้ามกับหาด Nova Mar Bella

"ยินดีต้อนรับสู่โลตัส อมายา" เขาพูดขณะเปิดประตูรถ

มันเป็นความรู้สึกใหม่สำหรับอมายา
เธอกับคารานอยู่คนเดียวในบ้านใกล้ชายหาดในบาร์เซโลนา
คารันจับมือของอมายาแล้วพาเธอเข้าไปข้างใน
มันคือห้องนั่งเล่นที่เขาเรียกว่าห้องนั่งเล่น
ปูด้วยพรมอิหร่านทั้งผนังและตกแต่งอย่างดี โคมระย้าตรงกลาง
ทีวีติดผนัง นาฬิกาคุณปู่อันงดงาม
และเฟอร์นิเจอร์ไม้แกะสลักอย่างประณีตประดับห้อง

"ที่รัก นี่คือบ้านของเรา" เขากอดเธอเบาๆ
และจูบเธอที่ริมฝีปากของเธอ อมายารู้สึกสบายและบ้าคลั่ง
ราวกับเป็นความรู้สึกที่น่าตกตะลึง
เป็นความรู้สึกเย้ายวนที่ผสานทุกเซลล์ในร่างกายของเธอ

คารันพาเธอไปรอบๆ บ้าน
ห้องรับประทานอาหารอยู่ติดกับห้องครัวสไตล์โมเดิร์นที่อมาญารู้สึกเหมือนอยู่บ้านทันที ถัดจากห้องครัวเป็นห้องเก็บของและห้องซักรีด
ใกล้ห้องรับประทานอาหารคือห้องนอนหลักของพวกเขา
และอีกห้องนอนหนึ่งอยู่ข้างห้องนั่งเล่น การศึกษาของ Karan
อยู่อีกด้านหนึ่ง โดยมีหนังสือมากมายเกี่ยวกับฟุตบอล สโมสรฟุตบอล
และส่วนแบ่งการตลาด
มีช่องเปิดจากห้องนั่งเล่นไปยังสระว่ายน้ำหินอ่อนที่ได้รับการดูแลอย่าง
ดีและมีผนังสูงสามด้านเพื่อรักษาความเป็นส่วนตัว

"ฉันซื้อบ้านหลังนี้ในนามของคุณ อมายาที่รัก เมื่อวานมีค่าเช่าอยู่
ฉันคิดว่าเราควรอยู่บ้านของตัวเอง"
คารันพูดพร้อมยื่นเอกสารทะเบียนและกุญแจสำรองให้อมายา
มีเสียงแห่งความยินดีในคำพูดของเขา
เจ้าหน้าที่เมืองบาร์เซโลนาลงนามในเอกสารดังกล่าว
เธออ่านชื่อของเธอว่า Amaya Menon อายุยี่สิบสามปี
เป็นพลเมืองอินเดีย

"คาราน" เธอเรียก คำพูดของเธอเต็มไปด้วยความตื่นเต้น
"คุณควรจะจดทะเบียนบ้าน โลตัส ของเรา ในนามของคุณ"

"อามายะ ฉันรักคุณ" เขากอดเธออีกครั้ง เขาระวังที่จะไม่บีบเธอ
เธอสังเกตเห็น

Karan เนื้อแกะสับปรุงสุกพร้อมมะเขือเทศหั่น หัวหอม และเห็ดในน้ำมันมะกอกสำหรับมื้อเย็น อมายาหุงข้าวจีระ มีไวน์ขาวและแดง "ดื่มไวน์ขาวหลังอาหารเย็นทุกวัน มันดีต่อการย่อยอาหารและการนอนหลับที่ดี การศึกษากล่าวว่าผู้หญิงชอบดื่มไวน์ขาว" คารานกล่าวโดยเสนอไวน์ขาว

"ผลการศึกษาบอกว่าอย่างไร" อามายะเอ่ยถาม

"ไม่มีข้อค้นพบเกี่ยวกับประโยชน์ของไวน์ขาว แต่มีความเชื่ออย่างแรงกล้าว่าไวน์ขาวช่วยให้ผู้หญิงตั้งครรภ์ตั้งครรภ์ได้โดยไร้ปัญหา และมีลูกที่มีสุขภาพดีและฉลาด" คารันอธิบาย

เมื่อมองดูคารัน อมายาก็ยิ้ม "ในกรณีนี้ ฉันชอบดื่มไวน์ขาวทุกวัน" เธอกล่าว

หลังอาหารเย็น พวกเขาฟัง BBC และ CNN ซึ่งเป็นรายการโปรดของ Kiran; อมายาก็ชอบพวกเขาเช่นกัน ก่อนหลับก็มีเซ็กส์กันหลายครั้ง มันเป็นประสบการณ์ที่น่ารักที่สุดสำหรับ Amaya และเธอรู้ว่า Karan ระวังที่จะไม่ทำร้ายเธอขณะร่วมรัก แล้วอมายาก็นอนอยู่ข้างๆ

"สวัสดีอมายา" คารันโทรหาเธอในเช้าวันรุ่งขึ้นประมาณหกโมงเช้าพร้อมจิบกาแฟร้อนๆ ทั้งคู่นั่งบนโซฟาในห้องนอนและจิบกาแฟ อมายายิ้มมองคารัน

"สวัสดีคาราน รักคุณ" เธอกล่าว ความใกล้ชิดของเธอกับเขาเป็นเหมือนความโรแมนติกในมิตรภาพ เธอรู้อยู่แล้วว่าเขากลายเป็นเพื่อนที่ดีที่สุดของเธอแล้ว ความมุ่งมั่นของ Amaya คือความภักดีเมื่อเธอตัดสินใจจะอยู่กับเขา เธอตระหนักดีว่าการอยู่ร่วมกันของพวกเขาอาจมีขึ้นและลง แต่ความสัมพันธ์ของพวกเขาจะเป็นการเดินทางด้วยความซื่อสัตย์ เธอแน่ใจว่าคารันรักเธอ

ความผูกพันกะทันหันของเธอกับคารันเหมือนกับการตกหลุมรัก วิธีที่เขาจิบกาแฟนั้นมีพลังที่น่าหลงใหล เธอรู้สึกตื่นเต้นและยุ่งวุ่นวายและอยากอยู่กับเขามาตลอด เธอบอกเขาว่าจะไม่ไปมหาวิทยาลัยเป็นเวลาหนึ่งสัปดาห์และอยู่กับเขา Karan เห็นด้วยกับข้อเสนอของเธอและยิ้มราวกับว่าเขาตัดสินใจร่วมกับเธอเพราะความรักของเขา โดยไม่คาดคิด Amaya ต้องการกอด Karan; เธอชอบเล่าเรื่องมาดริด พ่อแม่ของเธอ

และการสำเร็จการศึกษาจากมุมไบและเบงกาลูรู
เธอรู้ว่าเหตุการณ์บางอย่างเป็นเรื่องเล็กน้อย แต่เมื่อแบ่งปันกับ Karan เธอรู้สึกว่าจำเป็นต้องเป็นหนึ่งเดียวกับเขาและสูญเสียอัตลักษณ์ที่แยกจากกันของเธอ

หลังอาหารเช้า
พวกเขาจับมือกันไปที่ระเบียงด้านใต้ซึ่งคารานเล่นเปียโน
เธอสามารถมองเห็นชายหาดได้ทั้งจากแกลเลอรี่ด้านตะวันออกและทิศใต้ และนักท่องเที่ยวจำนวนมากก็เพลิดเพลินกับฤดูร้อนอยู่แล้ว
ต้นอินทผาลัมที่เกาะคานารี่สองสามต้นอยู่ภายในกำแพงของโลตัส
และมีกระรอกวิ่งเล่นกันอย่างสนุกสนานบนลำต้นและใบของมัน
เธอรู้สึกว่า Karan ยืนอยู่เคียงข้างเธอ
และเธอก็หันไปหาเขาแล้วกอดเขา
เธอรู้สึกราวกับว่าเธอหลงรักเขาอย่างบ้าคลั่ง
หลังจากจูบเธอแล้วเขาก็ช่วยเธอเปลื้องผ้า
พวกเขายืนแสดงความรักซึ่งเป็นการกระทำที่น่าพึงพอใจที่สุดในชีวิตของเธอ

จากนั้นพวกเขาก็นั่งเล่นเปียโนและเล่น Franz Schubert ด้วยกัน
คารานเล่นได้ดีมาก และหลังจากผ่านไปสิบห้านาที
อมายาก็หยุดเล่นและมองดูการเคลื่อนไหวของนิ้วของเขา
เธอเริ่มทอฝันเกี่ยวกับความสัมพันธ์ของพวกเขา มันเป็นโลกแห่งสีสัน ดนตรี การเต้นรำ และความเป็นจริงในจินตนาการ มีความดึงดูด ความใกล้ชิด และความมุ่งมั่น แม้ว่าบางครั้งเธอจะรู้สึกไม่มีเหตุผลก็ตาม แต่เธอชอบที่จะเกาะติดกับพวกเขา ความรู้สึกของ Karan มีอิทธิพลต่อเธอ และเธอก็ก้าวข้ามโลกแห่งการฝันกลางวัน
เธอรู้ว่าต้องใช้เวลาอีกสองสามวันเพื่อเอาชนะจินตนาการเช่นนั้น

บางครั้ง
มันก็อยู่นอกเหนือการควบคุมของเธอที่จะไม่หลุดเข้าไปในโลกแห่งการครุ่นคิดถึงชีวิตร่วมกัน
ส่วนอมายามันเป็นรักแรกพบและเธอก็มอบตัวให้กับคารันทั้งหมด
เธอจินตนาการว่าเขาเดินและเคลื่อนที่ไปรอบๆ
ในลักษณะใดลักษณะหนึ่ง ยืนนิ่งอย่างสง่าผ่าเผย
และรักทุกสิ่งร่วมกับเขา

"คาราน" เธอเรียกเขาทันที

"ใช่ไหมอามายะ?" เขาถามโดยมองไปข้างเขา

"คุณเล่นเปียโนได้เก่งมาก" เธอกล่าว

"คุณเล่นเปียโนเก่งกว่านะ Amaya ที่รัก" เขากอดเธอแล้วพูด

"ขอบคุณนะคารานที่รัก" เธอตอบ

เธอไปเรียนกับคาราน "อมายา
ฉันซื้อและขายหุ้นของสโมสรฟุตบอลยุโรป เป็นธุรกิจที่ทำกำไรได้สูง
คุณต้องมีความรู้เพียงพอเกี่ยวกับประวัติของแต่ละสโมสร แฟนคลับ
การแข่งขันที่พวกเขาเล่น ชื่อผู้เล่นและภูมิหลัง และมูลค่าตลาด
ฉันเริ่มมันเมื่อปีที่แล้วและใช้เวลาอย่างน้อยหกชั่วโมงต่อวันในวันนี้
ฉันซื้อบ้าน รถยนต์ จักรยาน
และทุกอย่างจากเงินที่ฉันทำได้ในตลาดหุ้น"
คำพูดของเขาสงบเสน่หาและน่าหลงใหล

การศึกษาครั้งนี้ซึ่งติดตั้งคอมพิวเตอร์และอุปกรณ์อิเล็กทรอนิกส์อื่นๆ
ดูเหมือนสตูดิโอเพลง

ประมาณสี่โมงเย็นก็ไปสระว่ายน้ำ คารานชอบว่ายน้ำเปล่า
แนะนำให้อมายาถอดเสื้อผ้าออก
การได้เห็นคารันว่ายน้ำอย่างมืออาชีพเป็นเรื่องน่าตื่นเต้นมาก
อมายาเข้าร่วมด้วยแต่เธอเป็นมือใหม่ว่ายน้ำ
พวกเขาอยู่ในสระน้ำจนถึงหกโมงเย็น และ Karan
ก็เช็ดตัวของเธอด้วยผ้าฝ้าย "คุณดูสวย; รูปร่างของคุณก็ดูดีนะอมายา"
เขากล่าวพร้อมกับเช็ดผมที่เปียกของเธอ จากนั้นเขาก็กอดเธอ
และเธอก็รู้สึกเหมือนเธอกับคารันมีเพียงร่างเดียว

ตอนเย็นก็สบาย ลมพัดแรง
อมายาและคารันเดินเล่นแบ่งปันเรื่องราวและเหตุการณ์ต่างๆ
เธอแสดงความเคารพต่อ Karan
เนื่องจากเธอรู้ว่าเขามีความรู้สึกแบบเดียวกับเธอ
เธอปรารถนาที่จะได้ใกล้ชิดกับร่างของเขาขณะเดินขณะที่เธอคิดถึงเขา
อยู่ตลอดเวลา บางครั้งเธอก็จินตนาการว่าจะต้องอยู่ห่างจากเขา
เธอประสบความทุกข์ทรมานอย่างมาก
เธอจึงจับฝ่ามือซ้ายของเขาไว้แน่นขณะเดิน

Amaya ไม่ชอบความโศกเศร้า ความวิตกกังวล และความเหงา
แต่ความสุขที่ได้อยู่กับ Karan
และความกลัวที่จะสูญเสียเขาไปนั้นยังคงมีอยู่
และสิ่งเหล่านี้ก็เข้ามาในจิตใจของเธอโดยไม่มีการเตือนล่วงหน้า
ในขณะที่พูด

เธอมองหน้าเขาและตระหนักว่าเขากำลังฟังเธออย่างตั้งใจ
จากนั้นเธอก็จินตนาการว่า Karan ไม่สามารถทำอะไรผิดได้
โดยเชื่อมั่นในความสัมพันธ์ของเธอกับเขาอย่างไม่มีข้อผิดพลาด
พวกเขาเป็นคู่ที่สมบูรณ์แบบและถูกกำหนดไว้ตลอดไป
ทันใดนั้นเธอก็มีความอยากที่จะเล่าเรื่องส่วนตัวของเธอ

"คาราน" เธอเรียก

"ครับที่รัก" มองดูเธอ เขาตอบแล้วหยุดเดิน

"คุณรู้จักคารันไหม? ฉันเกิดในมหาวิหารซากราดาฟามิเลีย"

"จริงหรือ?" คำพูดของเขามีความประหลาดใจมาก

พวกเขานั่งบนทราย มองหน้ากัน และเธอก็เล่าเรื่อง
คารันอยากรู้ทุกสิ่งที่เกิดขึ้นกับอมายาอันเป็นที่รักของเขา
ดวงตาเบิกกว้าง
เขาใส่ใจทุกคำพูดของเธอราวกับว่าไม่มีใครเคยเล่าเรื่องที่ใกล้ชิด
น่าหลงใหล และมหัศจรรย์เช่นนี้มาก่อน
ไม่มีใครอยู่บนชายหาดอันกว้างใหญ่และพลุกพล่าน Karan
เอนตัวไปทางเธอด้วยความประหลาดใจเมื่อเธอพูดว่าแม่ชีชื่อ Amaya
จับมือเธอทันทีหลังคลอด เขามองเห็นแม่ชีในชุดคลุมสีขาวร่าเริง
ช่วยเหลือดี และอ่อนโยน
อุ้มทารกอันล้ำค่าไว้ในมือเหมือนงูที่ถืออัญมณีอันล้ำค่าที่สุดในปากของ
มันในนิทานปัญจตันตระ

"อามายา ไปพบพี่อามายากันเถอะ"
คารันแสดงความปรารถนาที่จะพบแม่ชี

โอเค เราไปพบเธอกันเถอะ"
เธอพูดพร้อมยิ้มและสนับสนุนคำแนะนำของ Karan

"เราไปพรุ่งนี้เลยไหม?" เขาถาม.

"แน่นอน" เธอแสดงข้อตกลงและความพร้อมของเธอ

ทันใดนั้นก็มีฟ้าร้องและฟ้าผ่าหลายชุด
อมายากระโดดลงจากเก้าอี้และดึงสติออกจากชายหาดบาร์เซโลนา
ฝนเริ่มตก; เธอมองเห็นยอดไม้ที่เปียกโชกจากห้องทำงานของเธอ
เสียงฟ้าร้อง ฟ้าผ่า และลมกระโชกแรงอย่างต่อเนื่องต่อเนื่อง
เธอได้ยินเสียงบางอย่างตกลงมาจากนอกประตูกำแพงรวมของเธอ
เธอไปที่หน้าต่างที่อยู่ติดกับประตูหลักแล้วมองออกไปข้างนอก

มีกิ่งไม้ล้มอยู่ใกล้ทางเข้าหลัก ลมยังคงดำเนินต่อไป โดยไม่คาดคิดโทรศัพท์ดังขึ้น พรนิมาโทรมา เธอคิด

สัญญา

ภูนิมามีปัญหาที่ซับซ้อนของมนุษย์อยากจะเล่าให้ฟัง
มันทำลายความสงบสุขของเธออย่างไม่หยุดยั้ง
บังคับให้เธอค้นหาคำตอบที่อาจสนองความต้องการในการตามหาคนที่ตามหาพ่อของเธอ ภูนิมาอาจคิดว่าบุคคลสามารถช่วยเขาฟื้นคืนสติได้
ความทุกข์ทรมานของปุรณิมานั้นรุนแรงจนนึกไม่ถึง

"สวัสดี" อมายาพูดหลังจากรับสาย

"สวัสดีคุณผู้หญิง สวัสดีตอนเย็น ฉันชื่อ ปุรณิมา จากจันดิการ์
ขออภัยที่รบกวนคุณอีกครั้ง
เมื่อวานฉันบอกคุณว่าฉันจะตามล่าหาหลักฐานเพิ่มเติมเกี่ยวกับบุคคลที่พ่อของฉันเล่าซ้ำแล้วซ้ำเล่าเมื่อเขาหมดสติ
แม้ว่าเขาจะอยู่ในอาการโคม่าเกือบตลอดเวลาก็ตาม
ฉันค้นหาบุคคลนั้นมาสามเดือนที่ผ่านมา ฉันเชื่อว่าคุณคือคนนั้น"
พรนิมา แม่นแล้ว.

"คุณมีหลักฐานไหม" อามายะเอ่ยถาม

"คุณอยู่ที่มหาวิทยาลัยในบาร์เซโลนาใช่ไหม" พรนิมาถาม

"แน่นอนว่าฉันอยู่ที่มหาวิทยาลัยบาร์เซโลนา" Amaya ตอบ

"นั่นคือข้อพิสูจน์ของฉันค่ะคุณผู้หญิง คุณคือคนที่ฉันกำลังตามหา"
น้ำเสียงของพรนิมามีความมั่นใจและความสุข

เกิดฟ้าร้องและฟ้าผ่าต่อเนื่องกัน และโทรศัพท์ก็ดับลง
ไฟฟ้าดับและเกิดความมืดมิดเหมือนพายุเฮอริเคนจากทะเลอาหรับ
อมายาหยิบคบเพลิงมือถือขึ้นไปที่ประตูหลักและสังเกตเห็นว่าบริเวณทั้งหมดมืด
การเปิดอินเวอร์เตอร์ที่ไม่ได้ใช้ทำให้ไฟในสำนักงานและที่อยู่อาศัยสว่างขึ้น โทรศัพท์ยังคงไม่ได้ใช้งาน อย่างไรก็ตาม
มีความวิตกกังวลอย่างไม่อาจหยั่งรู้ได้ มีบางสิ่งขนาดใหญ่กดทับหัวลึกลับแทงทะลุภายในหัวใจ
ภูรนิมาอยากเล่าถึงผลการค้นหาพ่อของเธอและผู้หญิงที่เขารู้จัก
พวกเขาพบกันที่บาร์เซโลนาตรงที่มหาวิทยาลัย
เป็นเรื่องเกี่ยวกับความสัมพันธ์ส่วนตัวและใกล้ชิดที่เขาพัฒนาและทะนุถ

นอมโดยที่เขาไม่ได้เปิดเผยต่อใครเลย ภูรนิมาเปิดแฟ้มเก่าๆ และสมุดบันทึกเพื่อช่วยเขา มันไม่ใช่การแอบดูชีวิตส่วนตัวของเขา เธอระมัดระวังที่จะไม่ตัดสินเขาและใส่ร้ายพ่อของเธออย่างไม่มีมูล เธอไม่สามารถพูดต่อได้ มันจบลงกะทันหัน โทรศัพท์บ้านขัดข้องเนื่องจากฟ้าร้องและฟ้าผ่า ปูรณิมาจะโทรมาในวันรุ่งขึ้น ความคาดหวังอย่างกะทันหันนั้นดูไม่มีที่สิ้นสุดแต่จับต้องไม่ได้ บดขยี้ความสงบสุขขณะที่มันหนักหน่วงและเป็นภาระราวกับผลพวงของพายุไซโคลนทำลายล้าง

ขณะทำวิปัสสนา อมายาควบคุมจิตใจที่เป็นทุกข์ได้ จดจ่ออยู่กับตัวตนภายในสุดของเธอ การมีอยู่ ความเป็นอยู่ เธอก้าวข้ามความเจ็บปวดและความโศกเศร้า ความเจ็บปวดและความสิ้นหวัง ไม่ใช่ความยินดี ความอุดมสมบูรณ์ ความสมหวัง แต่เป็นความสงบอันบริสุทธิ์ ความว่างเปล่าในความบริบูรณ์ นางตั้งจิตจดจ่อ ลอยอยู่ในความว่าง มีประสบการณ์แห่งพระนิพพานเป็นสุข

อมายานอนหลับสบายจนถึงสี่โมงเช้า ขอย้ำอีกครั้งว่าเธอได้ปฏิบัติวิปัสสนาเป็นเวลาหนึ่งชั่วโมงและประสบกับความสงบ ซึ่งเป็นระดับความสงบที่ปราศจากอารมณ์ใดๆ ซึ่งไม่ใช่การปฏิเสธ แต่เป็นความว่างเปล่า วิปัสสนาอนุญาตให้เธอกลั่นกรองงานของเธอตลอดทั้งวันเพื่อบรรลุความพึงพอใจและความตระหนักรู้ในงานของเธอ ไม่ใช่หน้าที่หรือความรับผิดชอบ แต่เป็นการเดินทางเพื่อลดความทุกข์ของตนเองและผู้อื่น การเดินทางแห่งจิตสำนึกขั้นสูงสุด การประสบกับตนเองอย่างบริบูรณ์

ช่างเทคนิคของแผนกไฟฟ้าได้ซ่อมแซมการเชื่อมต่อที่ผิดพลาดในตอนเช้า โทรศัพท์ก็ใช้งานได้ตามปกติเช่นกัน หลังอาหารเช้า อมายากวาดบ้านทั้งหลังและถูพื้น ใช้เวลาประมาณสามชั่วโมงในการทำงานให้เสร็จ จากนั้นเธอก็ซักเสื้อผ้าด้วยเครื่องอัตโนมัติที่ติดอยู่กับระบบรีดผ้าอัตโนมัติ หลังจากดื่มกาแฟแล้ว เธอก็เริ่มอ่านนิยายที่เธอชื่นชอบ เรื่องราวเกี่ยวกับการแสวงหาการศึกษา อาชีพการงาน และชีวิตที่มีความสุขของเด็กผู้หญิง เธอเป็นลูกสาวของหญิงม่ายที่ทำงานใช้แรงงานเพื่อหาเลี้ยงชีพ เด็กหญิงตัวเล็ก ๆ เก่งเรื่องการเรียน ครูของเธอให้กำลังใจเธอ

และมีคนสังเกตเห็นว่าเธอวาดภาพได้ดี
หลังจากได้รับการฝึกฝนขั้นพื้นฐานแล้ว เด็กสาวก็เริ่มวาดภาพเหนือจริง
ขณะที่อยู่ชั้นมัธยมปลาย เธอเริ่มจัดแสดงภาพวาดในศาลากลาง
มีผู้คนหลายร้อยคนมาเยี่ยมชมนิทรรศการ
เด็กสาวสามารถขายงานศิลปะของเธอได้นับสิบชิ้น
ซึ่งเพียงพอสำหรับการเรียนในวิทยาลัยของเธอ
จากนั้นเธอก็เริ่มเดินทางไปยังเมืองต่างๆ
ในอินเดียและต่างประเทศเพื่อจัดแสดงนิทรรศการ
ทันใดนั้นอมาญาก็เริ่มเดินทางไปกับเธอขณะอ่านหนังสือ
เธอพาตัวเองเข้าสู่โลกที่แตกต่าง เธอได้พบกับคนอื่นๆ
อาศัยอยู่ในเมืองใหญ่ และพูดภาษาใหม่ๆ สำหรับเธอ
การอ่านกำลังสร้างการมีส่วนร่วมส่วนตัวในการเล่าเรื่องอีกครั้ง
จากนั้นเธอก็เดินทางย้อนอดีตไปยังบาร์เซโลน่า

เธออยู่กับการานระหว่างทางไปพบแม่ชีชื่ออมายา
การเข้าสู่ซากราดาฟามีเลียอันยิ่งใหญ่เป็นประสบการณ์ที่อบอุ่นใจ
และเธอก็พา Karan ไปที่อาสนวิหาร เธอเกิดที่นั่นเมื่อยี่สิบสามปีที่แล้ว
เธอเล่าเรื่องราวอีกครั้ง

"อมายา คุณโชคดีมาก
คุณเป็นคนแรกและอาจเป็นคนเดียวที่เกิดภายในบริเวณศักดิ์สิทธิ์เหล่านี้
" คารันกล่าว

"ใช่ คาราน ฉันรู้สึกเป็นหนึ่งเดียวกับคริสตจักรแห่งนี้
และตอนนี้ก็เป็นหนึ่งเดียวกับคุณ"
คำพูดของเธอเปล่งประกายด้วยความรักและฝังอยู่ในความไว้วางใจ

"คุณมีค่ามากสำหรับฉัน เป็นวาระสุดท้ายของภารกิจของฉัน
เมื่อฉันพบคุณครั้งแรกในโรงอาหาร
ฉันสรุปได้ว่าการเดินทางของฉันสิ้นสุดลงแล้ว ฉันโชคดีจริงๆ"
คารันพูดแล้วกอดอมายา

"เรากำลังยืนกอดกัน ณ ที่ที่ฉันเกิด ช่างเป็นความบังเอิญที่น่ารักจริงๆ"
อมายาอุทาน

"แน่นอน. ที่นี่เราได้สัมผัสกับความสมหวังของสหภาพของเรา"
คารานกล่าว

"มาเถอะ
ไปที่ลอเรโตคอนแวนต์ซึ่งอยู่บริเวณเดียวกันอีกฝั่งหนึ่งกันเถอะ"
อมายาจับมือคารันแนะนำ

เธอบอกเขาอีกครั้งว่าเธอใช้เวลาสิบวันแรกของชีวิตในสำนักแม่ชีเมื่อมาถึงทางเข้าคอนแวนต์ พวกแม่ชีก็ดูแลแม่และลูกด้วยความรักอย่างสุดซึ้ง
"อมายา คุณเต็มไปด้วยความรัก
ฉันไม่เคยเห็นใครสามารถรักได้เหมือนคุณ และคุณเชื่อใจฉันเหมือนเด็ก
คุณคงได้คุณสมบัติเหล่านี้มาจากแม่ชี" อมายา การัน กล่าวแล้วยิ้ม
เธอรักรอยยิ้มของเขา

เมื่อถามถึงซิสเตอร์อมายา
แม่ชีสูงอายุคนหนึ่งเล่าให้ฟังว่าเธออยู่ที่ซานเซบาสเตียน ทันทีที่ Amaya และ Karan
ตัดสินใจไปซานเซบาสเตียนซึ่งอยู่ห่างจากบาร์เซโลนาห้าร้อยหกสิบเจ็ดกิโลเมตร คารันบอกอมายาว่าพวกเขาจะไปถึงที่นั่นภายในหกชั่วโมง Amaya แนะนำให้ไปค้างคืนที่ Zaragoza เมืองที่น่ารักระหว่างทาง
คารันดีใจที่ได้ยินข้อเสนอของอมายา

คารันขอให้อมายาขึ้นพวงมาลัย
ระยะทางจากบาร์เซโลนาถึงซาราโกซาประมาณสามร้อยสิบสองกิโลเมตร เขาบอกว่าพวกเขามีเวลาอยู่กับพวกเขาทั้งวัน
และแนะนำให้พวกเขาขับรถค่อนข้างช้า
โดยชมทิวทัศน์ทั้งสองด้านของทางหลวง
และไปถึงซาราโกซาตอนสี่โมงเย็น
คารันนั่งข้างอมายาและพูดคุยเกี่ยวกับชนบท แต่สำหรับอมายา
จุดดึงดูดใจของเธอคือคารัน เนื่องจากเธอต้องการแนบชิดเขา
ซึ่งเป็นการแสดงออกถึงความสัมพันธ์ใกล้ชิดของเธอ
มันเป็นความปรารถนาอันแรงกล้าสำหรับความใกล้ชิดทางกาย
ความสามัคคีที่ลึกซึ้งยิ่งขึ้น และการแบ่งปันที่เข้มข้นระหว่างกัน
ขณะที่เธอคิดถึงความต้องการของเธอเอง
เธอใส่ใจในความต้องการของเขา เห็นคุณค่าความสุขของเขา
และคิดถึงการได้อยู่กับเขาและเดินทางไปกับเขาอยู่เสมอ
เธอปรารถนาที่จะได้รับการดูแล การอนุมัติ
และการสัมผัสทางร่างกายเพื่อแสดงอารมณ์ที่รุนแรง รวมถึงความรัก
ความผูกพันทางเพศ และความสุข
การดำรงอยู่ของเธอคือการเป็นหนึ่งเดียวกับเขา

Amaya
รู้ว่าการจอดเรือทางวัฒนธรรมและความคาดหวังของเธอส่งเสริมให้เกิดการตกหลุมรัก
และแนวคิดเรื่องความรักที่เตรียมไว้ล่วงหน้าของเธอก็สอดคล้องกับอาร

มณ์และการกระทำของเธอ
ความเร้าอารมณ์ทางเพศที่เพิ่มขึ้นของเธอเป็นผลมาจากความรักอันลึกซึ้งระหว่างพ่อแม่ของเธอ
มันช่วยให้เกิดความใกล้ชิดทางเพศที่เข้มข้นกับ Karan
ไม่ว่าเธอจะพบเขาหรือเมื่อใดก็ตามที่เธออยู่ต่อหน้าเขา
ทันใดนั้นความรู้สึกยั่วยวนก็ระเบิดขึ้นซึ่งเธอเก็บกดมาหลายปี

การขับรถเป็นไปด้วยดีเพราะคารานอยู่กับเธอ
การปรากฏตัวของเขาเป็นพลังขับเคลื่อนให้ก้าวไปข้างหน้าไปตามถนนและเป้าหมายก็คือเขา
พื้นที่เพาะปลูกและคฤหาสน์ทั้งสองด้านดูมีมนต์ขลัง
แต่ไม่สามารถดึงดูดความสนใจของ Amaya
ได้เนื่องจากเธอมุ่งความสนใจไปที่ Karan โดยสิ้นเชิง

ประมาณเที่ยง
พวกเขาแวะใกล้ร้านอาหารบนทางหลวงที่ติดกับปั๊มน้ำมันแห่งหนึ่งในภูมิภาคอารากอน หลังจากเติมน้ำมันในรถแล้ว
พวกเขาก็ไปที่ร้านอาหารและสั่งย่าง Ternasco
และเนื้อแกะลูกแกะส่วนหนึ่งที่มีรากเป็นยา
อมายาพบว่าโบราจกับมันฝรั่งอร่อย
จึงบอกกับคารันว่าโบเรจได้ชื่อว่าเป็นราชินีแห่งผัก
สตูว์ผักผสมกับเบคอนขาวน่ารับประทานมาก ในที่สุด
พวกเขาก็ทานลูกพีชกับไวน์ ซึ่งเป็นลูกพีชหมักในไวน์แดงกับอบเชย
Amaya และ Karan ใช้เวลาอยู่ในร้านอาหารเพียงหนึ่งชั่วโมงกว่าๆ
หลังอาหารกลางวัน Karan ก็เริ่มขับรถ และในหลายสถานที่
พวกเขาหยุดเพื่อชมเนินเขาเตี้ยๆ แม่น้ำ พื้นที่เพาะปลูก และไร่องุ่น

เมื่อถึงเวลาห้าโมงเย็น
พวกเขาไปถึงซาราโกซาและเช็คอินเข้าโรงแรมแห่งหนึ่งริมแม่น้ำเอโบร
อมายายืนอยู่ใกล้หน้าต่างมองออกไปเห็นแม่น้ำ Karan
เข้ามาใกล้เธอแล้วกอดเธอ และเธอก็มองไปที่ Karan แล้วพูดว่า
"อยู่กับฉันเสมอ อย่าทิ้งฉันไว้ตามลำพัง" เมื่อมองไปที่ Amaya Karan
ก็ยิ้มและจูบเธอที่ริมฝีปากของเธอ
เธอรู้สึกราวกับว่าเธอกำลังเป็นหนึ่งเดียวกับคารัน

"คุณรักฉันไหมคาราน"
เธอถามทันทีโดยรู้ว่าคำถามของเธอไม่มีความหมาย
แต่ใจของเธอกลับโหยหาคำตอบที่ยืนยันจากเขา
หรือเธออยากได้ยินจากคารันว่า "ฉันรักเธอนะ อมายาที่รัก"

คารันกดเธอแนบชิดหน้าอก "ฉันรักเธอ อมายา มากกว่ารักหัวใจ" คุณคือลมหายใจของฉัน"

"ฉันก็รักคุณเหมือนกัน" เธอพูดด้วยความเอร็ดอร่อย "ลองดูที่ Murallas Romanas กำแพงโรมันสิ มีคนบอกฉัน; ว่านายพันกองทัพโรมันสร้างมันขึ้นมาเพื่อภรรยาของเขา เขารักเธออย่างสุดซึ้ง"

"อามายา ฉันชอบสร้างพระราชวังให้เธอ" เขาแสดง Palacio de la Aljafería ให้เธอดูที่อีกฟากหนึ่งของแม่น้ำ

"ถ้าอย่างนั้น ฉันจะขอให้แม่สร้างสะพานหินที่ตระการตายิ่งกว่าปุนเต เด เปียดรา เหนือแม่น้ำเอโบร" อมายากล่าวพร้อมหัวเราะเหมือนเด็กผู้หญิง

"ฉันรักความไร้เดียงสาของคุณอามายา คุณไม่มีอุบายเกินไป" เขาจูบแก้มเธอ

"เมื่อคุณเชื่อใจใครสักคนโดยไม่ต้องสงสัย คุณจะไร้เดียงสาและไร้ความเห็นแก่ตัว" Amaya ตอบ

ในเวลาพลบค่ำพวกเขาเดินไปรอบเมืองรวมกับฝูงชน พวกเขารับประทานอาหารเย็นในร้านอาหารแบบเปิดริมฝั่งแม่น้ำที่รายล้อมไปด้วยสวน และชิมไก่พริก ซึ่งเป็นเมนูที่ใส่เนื้อสัตว์ปีกในซอสพริก พริกไทย หัวหอม และมะเขือเทศ Bacalao ajoarriero เป็นเมนูปลาที่ปรุงอย่างพิถีพิถันและมีรสชาติเป็นเอกลักษณ์ ทั้งคู่เพลิดเพลินกับสตูว์ผัก จากนั้นพวกเขาก็ดื่มกาแฟดำร้อนแล้วกลับห้องพักประมาณสิบเอ็ดโมงครึ่ง ขณะนอนอยู่ข้างๆ คาราน เอามือซ้ายวางบนหน้าอกที่เปลือยเปล่า อมายาคิดว่าเธอโชคดี โชคดีที่มีผู้ชายที่รักเธอและคนที่เธอจะรักได้ เขามองโลกในแง่ดีในทุกความคิด คำพูด และการกระทำ และสนับสนุนให้เธอไม่ต้องกังวล อมายารู้ดีว่าคารันมุ่งความสนใจไปที่ความรู้สึกของเธอและเข้าใจความโศกเศร้าและความวิตกกังวลแม้เพียงเล็กน้อยของเธอ คำพูดของเขามีพลังที่ปลอบประโลมและมีชีวิตชีวา และเธอก็ชอบฟังเขาครั้งแล้วครั้งเล่าโดยใช้เวลาอยู่กับเขาตลอดเวลา เธอตระหนักดี ที่พวกเขาใช้เวลาทำสิ่งต่างๆ ทั้งคู่ก็มีความสุข คารานมีความเอาใจใส่อย่างน่าทึ่ง เขามีความรักทางกาย นอกเหนือจากคำพูดแสดงความรักของเขา ในการสัมผัส กอดรัด และแสดงความรัก เขาไม่ลังเล และคิดถึงความชอบของอมายาอยู่เสมอ ในทุกกิจกรรมของเขา เธอเป็นคนแรกสำหรับเขา

คารันฟังขณะที่เธอพูดและปล่อยให้เธอพูดก่อนที่เขาจะพูด
เขาพยายามเข้าใจทุกสิ่งที่เธอพูด
เขาพบความสุขและความสมหวังโดยสนับสนุนให้เธอขับรถหรือเล่นเปีย
โนซึ่งเธอชอบ คารันสามารถทำให้เธอหัวเราะได้
เขาพูดตลกและหัวเราะเก่ง ภายในระยะเวลาที่จำกัดของการเป็นเพื่อน
บางครั้งเขาก็แสดงความไม่รู้ แสดงความสนใจที่จะเพิ่มพูนความรู้
และไม่เคยรู้สึกละอายใจที่จะขอคำแนะนำและความเชี่ยวชาญจากเธอ
ยิ่งไปกว่านั้น เขาไม่ลังเลเลยที่จะขอความช่วยเหลือจากเธอ
ซึ่งเขาคิดว่าอมายามีความเข้าใจหรือทักษะที่ดีกว่า

Amaya และ Karan เริ่มต้นสำหรับ San Sebastian
ในวันรุ่งขึ้นหลังอาหารเช้า ภายในหนึ่งชั่วโมง
พวกเขาก็เข้าสู่ประเทศบาสก์
พื้นที่เพาะปลูกสองข้างทางของทางหลวงก็สวยงามตระการตา
มีสวนแอปเปิ้ลและไร่องุ่น อมายาสนุกกับการขับรถ เธอพูดคุยกับ
Karan
อย่างต่อเนื่องเกี่ยวกับการไปเยือนประเทศบาสก์กับพ่อแม่ของเธอตอน
ที่เธอเป็นนักเรียน
พวกเขาแวะชมสถาปัตยกรรมอันซับซ้อนและน่าทึ่งซึ่งปรากฏให้เห็นเป็น
ครั้งคราวแม้แต่ในเมืองเล็กๆ พักรับประทานอาหารกลางวันที่ปัมโปลนา
ซึ่งพวกเขารับประทานสตูว์ปลาที่เรียกว่ามาร์มิทาโกะ เสิร์ฟพร้อมทูน่า
มันฝรั่ง หัวหอม พริกไทย และมะเขือเทศ
ปลาคอดทอดในน้ำมันมะกอกกับพริกแดงมีรสชาติเยี่ยมมาก
พวกเขาชอบ txistorra ไส้กรอกหมู และของหวานคือ leche frita

หลังอาหารกลางวัน Karan เริ่มขับรถไปทางเหนือ และ Amaya
ก็เฝ้าดูเขาขับรถ ประมาณสี่โมงเย็น
พวกเขามาถึงซานเซบาสเตียนและตรงไปที่คอนแวนต์เพื่อพบกับอมายา
ภิกษุณี ในการสอบสวน
นักบวชคนหนึ่งขอให้พวกเขารออยู่ในห้องของผู้มาเยือนหลังจากรู้ว่าต้อ
งการพบซิสเตอร์อมายา ภายในห้านาที แม่ชีวัยกลางคนเข้ามาในห้อง
และทันใดนั้นเธอก็จำผู้หญิงที่สวมกางเกงยีนส์และเสื้อยืดได้

"อมายา" เธอร้องไห้แล้ววิ่งไปหาอมายาแล้วกอดเธอ
อมายารู้สึกน่ารักในอ้อมแขนของเธอมาเป็นเวลานาน
แม่ชีจูบอมายาและแสดงความยินดีที่ได้พบเธอ

"มาเดร" อมายาเรียกแม่ชี

"อมายา คุณกลายเป็นผู้หญิงแล้ว เหมือนแม่ของคุณเลย ฉันดีใจมากที่ได้พบคุณ" แม่ชีอุทาน

"ฉันตื่นเต้นมาก Madre; พบกับการานคู่ชีวิตของฉัน" อมายาแนะนำการานให้รู้จักกับพี่อมายา

"เป็นอย่างไรบ้างคาราน" ภิกษุณีจับมือคารันทักทาย

"คุณเป็นยังไงบ้าง มาเดร" คารันตอบ

"อมายาพูดถึงคุณอยู่ตลอดเวลา เธอบอกฉันว่าคุณเป็นคนแรกที่สัมผัสเธอ หลังจากตัดสายสะดือแล้ว คุณพาเธอและย้ายแม่และเด็กไปที่คอนแวนต์ของคุณเป็นการส่วนตัว และพวกเขาอยู่ที่โลเรโตเป็นเวลาสิบวัน" คารันกล่าว

"โอ้พระเจ้า อามายา คุณได้บอกเขาทุกอย่างแล้ว คุณช่างวิเศษเหลือเกิน คุณเป็นผู้หญิงที่สวยมาก ครั้งสุดท้ายที่เราพบกันคือที่มาดริดก่อนที่คุณจะเดินทางไปอินเดีย ตอนนี้ฉันได้พบคุณหลังจากสิบปี มันคือความฝันที่เป็นจริง" แม่ชีอุทาน

"ใช่ Madre Karan แสดงความปรารถนาที่จะพบคุณ" เมื่อมองไปที่ Karan แล้ว Amaya กล่าว

"คารัน คุณโชคดีมาก อมายาคือหนึ่งในล้าน" พี่อมายากล่าว

"ครับ Madre" Karan เปิดกระเป๋าสะพายแล้วหยิบห่อเล็กๆ ที่ห่อด้วยกระดาษสีทอง "มาเดร นี่เป็นของขวัญเล็กๆ น้อยๆ สำหรับคุณ" คารันกล่าว

"คาราน มันไม่จำเป็น" เธอได้รับของขวัญจากอมายาและคารัน

"มาเดร คุณสามารถเปิดมันและดูว่าคุณชอบมันไหม" อมายากล่าว

พี่อมายาเปิดกล่องเล็กแล้วหยิบลูกประคำทองคำที่มีไม้กางเขนทองคำขาวออกมา "มันดูน่ารักมาก ขอบคุณอามายา คารัน สำหรับของขวัญน่ารักๆ ฉันสมบัติล้ำค่าแต่ไม่สามารถใช้มันเป็นการส่วนตัวได้ มันจะเก็บไว้ในพิพิธภัณฑ์ของเราเพื่อรำลึกถึงการมาเยือนของคุณ" แม่ชีพูดพร้อมกับมองไปที่คารันและอมายา

จากนั้นซิสเตอร์อมายาก็พาพวกเขาไปที่ห้องอาหารและเสิร์ฟกาแฟและของว่าง นั่งคุยกันอยู่นาน หลังจากรับประทานอาหารเสร็จ ซิสเตอร์อมายาก็พาพวกเขาไปดูโบสถ์ ห้องสัมมนา ห้องประชุม ห้องสมุด และสวน ก่อนจะลาพี่อมายาก็เดินขึ้นรถไปด้วย "อมายา

ฉันรู้สึกประหลาดใจมากที่ได้พบคุณ เธออยู่ในใจฉันเสมอ" เธอพูดขณะกอดอมายา

"ขอบคุณมาเดรที่เอ็นดูฉันและยังนึกถึงฉันและเก็บฉันไว้ในใจ" อมายาพูดแล้วหอมแก้มพี่อมายา

"คาราน ยินดีที่ได้รู้จัก" คุณสองคนเป็นคู่ที่น่าสนใจ ฉันขอให้คุณมีเวลาอันคุ้มค่าข้างหน้า" เธอจับมือกับคารัน

"ขอบคุณนะมาเดร; โปรดมาที่บ้านของเราเมื่อคุณเยี่ยมชมบาร์เซโลนา" คารันร้องขอซิสเตอร์อมายา

"แน่นอน ฉันชอบที่ได้พบคุณอีกครั้ง" ซิสเตอร์อมายาให้ความมั่นใจ

"ลาก่อน Madre" Amaya กล่าว

"ลาก่อน" พี่อมายาตอบ

อมายาและคารันไปที่ใจกลางเมืองและเช็คอินที่โรงแรมแห่งหนึ่ง พวกเขาไม่ได้ออกไปข้างนอกเพราะแปดโมงแล้วและไปทานอาหารเย็นที่ร้านอาหารชั้นล่าง ขากลับเริ่มเวลาหกโมงเช้า อมายานั่งอยู่เบาะคนขับและพูดเป็นร้อยเรื่องขณะขับรถ หลังจากผ่านไปหนึ่งร้อยห้าสิบกิโลเมตร พวกเขาก็รับประทานอาหารเช้าที่ตู้ และตอนเที่ยง รับประทานอาหารกลางวันในร้านอาหารใกล้ปั๊มน้ำมัน หลังจากพักหนึ่งชั่วโมง Karan ก็เริ่มขับรถและไปถึงบาร์เซโลนาตอนห้าโมงเย็น อมายาเปิดประตูข้างบ้านจากที่จอดรถพร้อมกุญแจสำรองที่คารันมอบให้เธอ

"อามายา ขอบคุณสำหรับการเดินทางที่น่ารัก" เมื่อเข้าไปในบ้าน คารานกล่าว

"ฉันต้องขอบคุณ Karan สำหรับความรัก มิตรภาพ และการอยู่ร่วมกันของคุณ มันวิเศษมากที่ได้เดินทางไปกับคุณ คุณเป็นคนมีน้ำใจมาก" อมายาจูบแก้มเขา

พวกเขาใช้เวลาหนึ่งชั่วโมงในสระว่ายน้ำ น้ำก็เย็นแม้ว่าฤดูร้อนจะถึงจุดสูงสุดแล้วก็ตาม อมายาสนุกกับการว่ายน้ำเปล่ากับคารันซึ่งมีเสน่ห์เป็นเอกลักษณ์ จากนั้นพวกเขาก็ปรุงผักปูลาฟ ดอกกะหล่ำ และผักโขมกับมันฝรั่ง และหลังอาหารเย็น พวกเขาก็เล่นเปียโนเป็นเวลาหนึ่งชั่วโมง Karan เฝ้าดูการเคลื่อนไหวของนิ้วของ Amaya

บนคีย์บอร์ดด้วยความประหลาดใจ
เธอเล่นเพลงของโชแปงซึ่งเป็นเพลงโปรดของเธอ
และคารันก็รู้จักผู้แต่งจากดนตรี ต่อมา Karan รับบทเป็น Clara Schumann

อมายาลุกจากเก้าอี้เมื่อหนังสือหลุดจากมือ การตระหนักว่าเธออยู่ที่โคจิ
ไม่ใช่ในบาร์เซโลนาเมื่อยี่สิบห้าปีที่แล้ว
ทำให้เธอประหลาดใจอยู่ครู่หนึ่ง หลังจากทำงานเสร็จ
เธออ่านอีเมลและอ่านบทความสองบทความของเธอที่ตีพิมพ์ในหนังสือ
พิมพ์ท้องถิ่นในเวลาประมาณหกโมงเช้า
เรื่องหนึ่งคือสิทธิที่เท่าเทียมกันของผู้หญิงในทรัพย์สินในสิทธิบัตรของ
ตน ประการที่สองคือการแสวงประโยชน์จากสตรีในศาสนา
เธอคาดหวังว่าจะได้รับโทรศัพท์จากจันดิการ์
และอยากรู้ว่าปูร์นิมาต้องการพูดอะไร ภายในห้านาทีก็มีสายเข้ามา

"คุณผู้หญิง สวัสดีตอนเย็น ฉันชื่อ พรนิมา"

"สวัสดี ภูริมา" อมายาตอบ

"เมื่อการสนทนาของเราหยุดชะงัก ฉันไม่สามารถพูดต่อได้
ฉันไม่อยากรบกวนคุณทีหลัง" ภูริมาชี้แจง

"เมื่อวาน ฉันถามว่าคุณอยู่ที่มหาวิทยาลัยในบาร์เซโลนาหรือไม่
คุณให้คำตอบยืนยันว่าคุณเป็นนักศึกษาในมหาวิทยาลัย
ฉันเห็นข้อความในเอกสารของพ่อว่าเขาพบคุณ" ภูริมาอธิบาย

"บันทึกบอกว่าอะไร? อะไรคือคำเฉพาะ?" อามายะถาม

"เจออมายาที่โรงอาหารในมหาวิทยาลัย" ภูนิมาอ่านจากโน้ต

"แต่มันไม่ได้มีความหมายอะไรเลย
ผู้คนหลายร้อยคนมาเยี่ยมชมโรงอาหารทุกวัน
อาจมีผู้หญิงจำนวนมากที่ชื่ออมายา
เนื่องจากเป็นชื่อสามัญไม่เฉพาะในมหาวิทยาลัยแต่ทั่วทั้งสเปน"
อมายากล่าว แต่เธอก็เกิดความสงสัยในใจ "พรนิมาตามหาอมายา
เมนอนอยู่หรือเปล่า? ปูรณิมาคือใคร?"
อมายาถกเถียงกันอยู่ภายในตัวเธอ
แต่เธอไม่ต้องการถามคำถามส่วนตัวกับพรนิมาอีกต่อไป
ให้เธอนำหลักฐานยืนยันตัวตนของอมายาเพิ่มเติม

"ฉันกระตือรือร้นที่จะรู้ ฉันเชื่อว่า Amaya
ซึ่งพ่อของฉันรู้จักที่มหาวิทยาลัยในบาร์เซโลนา

สามารถช่วยให้พ่อของฉันฟื้นคืนสติได้ มันเป็นสิ่งจำเป็นสำหรับฉัน โปรดช่วยด้วย" ภูริมาร้องขอ

การให้ความหวังแบบผิด ๆ แก่ Poornima นั้นผิด
นอกเหนือจากปัญหานี้แล้ว
ยังเป็นปัญหาร้ายแรงที่เกี่ยวข้องกับตัวตนที่แท้จริงของใครบางคนอีกด้วย Amaya
ไม่ต้องการอ้างว่าเธอคือคนที่พบกับพ่อของเธอในโรงอาหารของมหาวิทยาลัยในบาร์เซโลนา หรือสนับสนุนให้ Poornima
เสนอข้อสรุปกับใครบางคนโดยไม่มีหลักฐานที่ถูกต้องและสามารถตรวจสอบได้

" คุณผู้หญิงให้ฉันดูเอกสารเก่าทั้งหมด
เป็นการยากที่จะค้นหาบันทึกที่เขียนด้วยลายมือซึ่งมีอายุถึงสี่ศตวรรษ
นอกจากนี้ข้าพเจ้าไม่ทราบว่ามีบันทึกหรือเอกสารดังกล่าวอยู่ด้วย
แต่ฉันก็จะค้นหา
ฉันตั้งใจที่จะตามหาอมายาที่พ่อของฉันเจอที่มหาวิทยาลัย
มีเพียงเธอเท่านั้นที่สามารถช่วยพ่อของฉันได้
ไม่อย่างนั้นฉันก็ไม่มีความสงบสุข" ภูรนิมากล่าว

"การพิสูจน์ที่มั่นคงเป็นสิ่งจำเป็นในกรณีเช่นนี้" Amaya กล่าว

"คุณผู้หญิง ฉันขอคุยกับคุณพรุ่งนี้เวลานี้ได้ไหม" พรนิมาขอร้อง

"ยินดีต้อนรับค่ะ ปูรณิมา" อมายาตอบ

"ขอบคุณครับคุณผู้หญิง ราตรีสวัสดิ์."

"ราตรีสวัสดิ์ค่ะคุณพรนิมา"

ภูนิมากำลังทุกข์ทรมาน และอมายาก็ตั้งใจที่จะช่วยปูรนิมา
ครั้งหนึ่งเธอต้องทนทุกข์ทรมานจากความเศร้าโศกที่ไม่อาจจินตนาการได้มานานหลายปีด้วยกัน
แต่เธอก็เอาชนะมันได้ด้วยความช่วยเหลือจากแม่ของเธอ
ความพากเพียรของเธอรุนแรงมาก ทะลุทะลวง และลดน้อยลง
โรสเป็นคนสงบ มีบุคลิก
และสามารถสัมผัสถึงความเศร้าโศกของลูกสาวและเห็นอกเห็นใจเธอ
การระบุตัวตนโดยไม่มีใครเทียบได้ของโรสกับลูกสาวของเธอทำให้ Amaya ก้าวเข้าสู่โลกใหม่ของการรับรู้
ซึ่งเป็นผลมาจากความเข้าใจในความต้องการของเธออย่างถ่องแท้
ความลับคือการรู้ความรู้สึกของบุคคลที่ทุกข์ทรมานโดยไม่กล่าวโทษหรือตัดสิน

การที่โรสมีความเท่าเทียมถือเป็นความรู้ใหม่ที่อมายาไม่เคยสัมผัสมาก่อนตั้งแต่เด็กหรือผู้ใหญ่ คำพูดที่อ่อนโยน การกระทำความห่วงใยต่อความทุกข์ทรมานของลูกสาว และความพร้อมที่จะฝึกฝนและควบคุมจิตใจของเธอเปลี่ยนแปลงทุกสิ่ง อมายาประหลาดใจกับความเป็นไปได้ของวิปัสสนาที่แม่ของเธอแนะนำ มันเป็นจักรวาลที่แตกต่างออกไป

วิปัสสนาที่แปลกแต่จริงได้เปลี่ยนจุดสนใจในชีวิตของอมายาไปอย่างมากเมื่อเธอตระหนักถึงปัญหาที่มีอยู่ในตัวบุคคล การเปลี่ยนแปลงเกิดขึ้นได้ด้วยการควบคุมจิตใจของตน ทีละชั้น ทีละใบ โรสบอกกับอมายาว่าไม่ใช่การค้นพบ แต่เป็นการสร้างสรรค์ในตัวเอง โดยที่ไม่มีอะไรเกิดขึ้นมาก่อน การเรียนรู้ที่จะควบคุมจิตใจคือการเดินทางสู่ความโดดเดี่ยว ซึ่งเป็นการต่อสู้กับความสันโดษที่เกิดจากการขาดคนที่ Amaya รักที่จะพบ

เธอฝึกฝนตัวเองให้ขจัดความทุกข์ยากและความปวดร้าวด้วยการอยู่คนเดียว เป็นเวลาหลายปีที่การไม่มีสุปรียาส่งผลกระทบต่อความอ่อนไหวและความฝันของอมายา หลังจากประเมินสิ่งที่เกิดขึ้นแล้ว อมายาก็รู้ตัวว่าเธอไม่สามารถยกเลิกการขาดสุปรียา ซึ่งเป็นการตระหนักรู้ถึงความเป็นจริงอันทรงพลังที่เธอรับรู้โดยไม่ต้องรู้สึก

"ยอมรับข้อเท็จจริงด้วยความเปลือยเปล่าของพวกเขา อย่าวิ่งหนี เผชิญหน้ากับพวกเขาด้วยความกล้าหาญและความมุ่งมั่น เพื่อมีชีวิตที่สงบสุขและมีประสิทธิผล" โรสแนะนำ

สร้างความหมายในชีวิตและพยายามบรรลุเป้าหมายด้วยความพยายามอย่างสม่ำเสมอ การเปิดรับความกลัว ความวิตกกังวล ความกังวล ความโกรธ และการแก้แค้นจะทำลายความสงบสุข เพิ่มความทุกข์ และไม่สามารถแยกแยะความจริงออกจากสิ่งที่ไม่จริงได้ การรู้แจ้งนั้นคือความเข้มแข็ง ไม่มีใครสามารถทำลายมันได้เมื่อใครคนหนึ่งกลายเป็นเจ้าแห่งโชคชะตาของเธอ หากเธอไม่ตื่นตัว ความเหงาคงจะกลืนกินเธออีกครั้ง ทำให้ชีวิตไร้ความหมาย และนำไปสู่เส้นทางแห่งความทุกข์ทรมาน เมื่อเธอสัมผัสได้ถึงสถานการณ์เช่นนี้ เธอก็ควบคุมจิตใจไม่ให้หลงทางและเล่นเปียโนด้วยกันเป็นเวลาหลายชั่วโมง

เนื่องจากดนตรีจะทำให้จิตใจของเธอสงบลงและเชื่อมโยงเธอกับจักรวาล อมายาสร้างสรรค์ดนตรีที่ไพเราะและไพเราะ

ความเหงาที่เธอประสบนั้นทำลายล้างมากก่อนที่เธอจะเริ่มนั่งสมาธิกับตนเอง การดำรงอยู่ของเธอ ความตื่นตัว และความเป็นอยู่ทันทีหลังจากการหายตัวไปของสุปรียา ความรู้สึกส่วนใหญ่เกี่ยวกับการขาดความรักและการปราศจากความผูกพัน ซึ่งก่อให้เกิดความทุกข์ยาก ความคับข้องใจ และความทุกข์ทรมานในหัวใจของเธอ ไม่มีทางออก ไม่มีแสงแห่งความหวัง เนื่องจากท้องฟ้ามืดมนและน่ากลัว มันลดความสามารถในการใช้เหตุผลของ Amaya เนื่องจากเธอล้มเหลวซ้ำแล้วซ้ำเล่าที่จะมีสมาธิและตัดสินใจส่วนตัวได้อย่างตรงไปตรงมาที่สุด ชีวิตประจำวันเริ่มโทรมและสกปรกและสร้างความคลื่นไส้ให้กับทุกสิ่ง ความสามารถในการแก้ปัญหาของเธอลดลง ผลักดันให้เธอมีความเชื่อมั่นในตนเองด้านลบและความซึมเศร้า การหายตัวไปของ Karan พร้อมด้วย Supriya ทำให้เกิดรอยฟกช้ำที่รักษาไม่หายในหัวใจของเธอ และรอยเท้าที่จางหายไปของเขาก็ดังขึ้นถึงความตายของชีวิตครอบครัว อมายาพยายามวิ่งหนีจากตัวเอง แต่เงาของคารันตามเธอไปทุกที่ ความกลัวต่อความจริงก็เพิ่มขึ้นราวกับเลวีอาธาน ความกลัวทุกอย่างวิ่งตามเธอไป และในขณะเดียวกัน ความจริงก็กำลังหลบหนีไปจากเธอ เป็นการแย่งชิงอำนาจของสุปรียาการต่อสู้โดยไม่มีอะไรเกิดขึ้น มันสร้างความสยองขวัญและความหลบหนีอันเป็นผลมาจากความหวาดกลัว ความอับอาย และความเวทนาตนเองอย่างมาก

Amaya ดูถูกความสัมพันธ์และรังเกียจที่จะเชื่อใจใครก็ตาม เนื่องจากมิตรภาพเป็นสิ่งที่ไร้ประโยชน์สำหรับเธอ ความโดดเดี่ยวของเธอไร้ความสามารถโดยไม่ได้ตระหนักถึงการอยู่ร่วมกันของเธอกับสุปรียา อมายากำลังจางหายไปในตัวเธอ เธอกำลังขีดเขียนตัวตนของเธอ เกลียดการดำรงอยู่ของเธอ และยั่วยุตัวเองด้วยความรู้สึกเจ็บปวดที่ระเบิดขึ้นเมื่อไดนาไมต์ระเบิดซ้ำอีก การหลอกลวงนั้นอยู่เหนือจินตนาการของเธอ และคำสัญญาก็พังทลายลง มันเป็นหายนะเมื่อเป้าหมายชีวิตของเธอบอบช้ำต่อหน้าต่อตาเธอ แม้ว่าเธอจะกลายเป็นแม่แล้ว แต่เธอก็ไม่สามารถสัมผัสลูกสาวและเก็บเธอไว้ใกล้หัวใจได้

เธอจินตนาการว่าลูกสาวของเธอคลาน อุ้มลูกน้อยเดินไปรอบๆ และวิ่งไปมานับล้านครั้ง และอมายาก็กลายเป็นลูกสาวของเธอ และสุปรียาก็กลายเป็นอมายา

ในที่สุด โรสก็ช่วยอมายาเอาชนะความบอบช้ำทางจิตใจ โดยถอนตัวตนที่น่าเกรงขามของมันออกจากจิตใจของเธอ

นั่นคือเหตุผลที่อมายาอยากช่วยปูรณิมาเอาชนะความทุกข์ของเธอ นั่นเป็นจุดประสงค์เดียวกันที่ Amaya ต้องการให้ผู้หญิงต่อสู้เพื่อความยุติธรรม และการต่อสู้ทางกฎหมายของเธอถือเป็นเรื่องราวของความเป็นกลางสำหรับผู้หญิงเสมอมา เธอได้ช่วยให้ผู้หญิงหลายร้อยคนยืนหยัดและพบกับความเป็นอิสระ คุณค่าในตนเอง และศักดิ์ศรีในช่วงยี่สิบปีที่ผ่านมา คดีที่เธอต่อสู้ในศาลต่างๆ สะท้อนให้เห็นถึงความมุ่งมั่นของเธอที่จะปลดปล่อยผู้หญิงจากการเป็นทาสทางเพศ การแสวงหาผลประโยชน์ และการกดขี่ และเตรียมพวกเธอให้พร้อมเผชิญกับความเป็นจริงและเผชิญกับสภาพแวดล้อมที่ลดทอนความเป็นมนุษย์ ความเป็นกลางนั้นมีมนุษยธรรม ซึ่งจำเป็นต้องยืนหยัดสูงสุดในทุกกรณี และสโลแกนของเธอคือการเลือกปฏิบัติที่ไม่เป็นพิษเป็นภัยต่อสตรี

เช้าวันอาทิตย์มีแดดจัด อมายาตัดสินใจไปเยี่ยมบ้านพ่อแม่ของเธอแล้ว ซึ่งใช้เวลาขับรถจากตัวเมืองไปยังเขตกึ่งเมืองเพียง 30 นาที Rose และ Shankar Menon อยู่ที่ทางเข้าหลักเพื่อรอ Amaya เพราะพวกเขารู้ว่าเธอจะถึงบ้านตอนประมาณสิบโมงเช้า นั่นคือการปฏิบัติตามปกติของเธอ แม่ของเธอทำงานเป็นสถาปนิกเมื่อชังการ์ เมนอนทำงานรับใช้ต่างประเทศกับรัฐบาลอินเดีย หลังจากที่เขาลาออกจากงานกับรัฐบาล โรสก็เดินทางกลับอินเดียพร้อมสามี ในมุมไบ Shankar Menon เป็นบรรณาธิการของ *The Word* เป็นเวลาหลายปี และ Rose เข้าร่วมเป็นสถาปนิกเต็มเวลาในบริษัทที่ Malabar Hills Design-Glory ซึ่งเป็นบริษัทที่โรสทำงานอยู่ ให้ความสำคัญกับสไตล์ที่เป็นเอกลักษณ์ของเธอในการผสมผสานสถาปัตยกรรมกอทิกเข้ากับสไตล์อินเดียตอนใต้ ตามแบบฉบับของ Kerala เข้ากับสถาปัตยกรรมร่วมสมัย Design-Glory เชี่ยวชาญด้านการวาดภาพและการพัฒนาการออกแบบเท่านั้น

และมีลูกค้าจากทั่วอินเดียและต่างประเทศ
หลังจากที่โรสร่วมงานกับบริษัท ลูกค้าก็เพิ่มขึ้นสามเท่า

อมายากอดพ่อแม่ของเธอในวัยแปดสิบด้วยการแสดงความรัก
ที่ดูสุขภาพดีและร่าเริง ในขณะที่ทำงานเป็นบรรณาธิการของ *The Word* Shankar Menon
เป็นศาสตราจารย์รับเชิญในโรงเรียนสื่อสารมวลชนหลายแห่ง
และประพันธ์หนังสือหลายเล่มเกี่ยวกับการเมือง การสื่อสารมวลชน
และเสรีภาพ หนังสือของเขา *The Freedom to Write* และ *The Editor Who Dares* มีผลงานด้านสื่อสารมวลชนที่โดดเด่น
เขาบอกกับอมายาว่าเขาได้จัดทำร่างแรกของหนังสือเล่มอื่นชื่อ *The Unknown Journalist* เกี่ยวกับนักข่าวที่ทำงานภาคสนามเรียบร้อยแล้ว Shankar Menon
เป็นนักมนุษยนิยมที่ต่อสู้เพื่อสิทธิมนุษยชนและความเท่าเทียมกัน
อมายารู้เรื่องนี้ตั้งแต่สมัยเด็กๆ
และสืบทอดคุณสมบัติหลายอย่างของเขามา
เธอชื่นชมบทบรรณาธิการของเขาและคอลัมน์อื่นๆ
ซึ่งเป็นการแสดงออกถึงการแสวงหาอิสรภาพและความยุติธรรมของมนุษยชาติอย่างต่อเนื่อง เขาไม่บูชาใคร ไม่กลัวใคร
และหัวเราะเยาะเผด็จการและเผด็จการที่ออกมาจากระบอบประชาธิปไตย จากการวิเคราะห์ข้อมูลทางสถิติเป็นเวลาหลายปี
เขาได้เปิดเผยผู้คนที่ยุยงให้เกิดความรุนแรง
กล่าววาจาสร้างความเกลียดชัง
หมกมุ่นอยู่กับการประชาทัณฑ์และการสังหารหมู่
และพิสูจน์ว่าพวกเขากลายเป็นรัฐมนตรีที่มีอำนาจ อย่างไรก็ตาม
พวกเขาเป็นคนว่างเปล่าที่มีความกลัวมากมาย กลัวทุกสิ่ง
แม้แต่เงาของพวกเขา ในฐานะบรรณาธิการ Menon
ได้เปิดเผยความสัมพันธ์ระหว่างอาชญากร-
นักการเมืองและอาชญากรที่พัฒนามาเป็นนักการเมืองและผู้บริหาร
เขาเขียนเพื่อปกป้องประชาธิปไตย การประท้วงจึงเป็นสิ่งจำเป็น
เขาสรุปว่าสังคมที่ลืมประท้วงนั้นเป็นวัฒนธรรมที่โง่เขลาและตายไปแล้ว สำหรับ Shankar Menon
การค้นพบทางวิทยาศาสตร์ที่สำคัญที่สุดคือการตรวจจับเสรีภาพและความเท่าเทียมกัน

ในทำนองเดียวกัน สำหรับเมนอน
วิธีที่ดีที่สุดในการปกป้องประชาธิปไตยคือการประท้วงในที่สาธารณะ
นักการเมืองที่ยกระดับตนเองไปสู่ความเป็นพระเจ้าได้ให้ความหมายระดั

บสากลแก่กิจวัตรและการกระทำประจำวันของพวกเขา
พวกเขาทำทุกอย่างเพื่อความรุ่งโรจน์ของพวกเขา พวกเขาอ้างว่า
ผลที่ตามมา สำหรับมินเนี่ยน
ทุกคำพูดของปรมาจารย์ทางการเมืองของเขาเต็มไปด้วยศักยภาพในกา
รทำนาย และด้วยเหตุนี้ความจริงจึงหายไปจากการบูชาวีรบุรุษ
ซึ่งเป็นการแสดงออกถึงความจริงหลังความจริง

อมายาไปเยี่ยมพ่อแม่ทุกสัปดาห์
และเดือนละครั้งพวกเขาก็ไปกับอมายะและพักอยู่กับเธอที่โคจิสองสาม
วัน สำหรับอมายา พ่อแม่ของเธอคือเพื่อนสนิทของเธอ
พวกเขาก็ถือว่าเธอเป็นเพื่อนที่ดีที่สุดเช่นกัน
โรสและชังการ์แสดงความยินดีเป็นพิเศษที่ได้พบกับลูกสาว
บ่อยครั้งที่โรสและเมนอนนั่งใกล้ชิดกับลูกสาวของตนในอ้อมกอดที่แน่น
หนา วางมือของแต่ละคนไว้บนไหล่ของอีกฝ่าย
เพลิดเพลินกับการอยู่ร่วมกันอย่างผ่อนคลาย
พวกเขาใช้เวลาหลายชั่วโมงในการแบ่งปันโลกทัศน์
ตรวจสอบประเด็นทางกฎหมายและสังคม
และหารือเกี่ยวกับเทคโนโลยีล่าสุด สิ่งประดิษฐ์ทางวิทยาศาสตร์
สิ่งมหัศจรรย์ทางสถาปัตยกรรม การสืบสวนของนักข่าว หนังสือ ดนตรี
ศิลปะ สิทธิมนุษยชน และความยุติธรรมทางสังคม
บางครั้งพวกเขาก็นึกถึงชีวิตของมาดริด การไปเยือนบาร์เซโลนา
ประเทศบาสก์ และเมืองต่างๆ ในยุโรป
บทสนทนาของพวกเขาจบลงด้วยการแบ่งปันชีวิตส่วนตัว สุขภาพ
ความปรารถนา งาน และอนาคต

Amaya จะร่วมกับพ่อแม่ของเธอทำอาหารกลางวัน
ซึ่งเป็นอาหารมังสวิรัติสไตล์ Kerala พร้อมด้วยแอปปัม ข้าว
อาหารต่างๆ ซัมบาร์ ปาปัด และปาซัม
ห้องรับประทานอาหารเป็นส่วนต่อขยายของห้องครัว
การนั่งด้วยกันแบบเห็นหน้าและแบ่งปันอาหารนั้นช่างผูกพันและทำให้เ
ป็นทาส
หลังจากดื่มชาและของว่างเสร็จภายในสี่โมงเย็นก็พากันเดินเล่นขึ้นไปบ
นน้ำตก โรสและชังการ์ เมนอนไม่มีปัญหากับการปีนขึ้นเขา
น้ำตกตระหง่านและความเขียวขจีน่าประหลาดใจเมื่อมีมรสุมพัดแรง
อมายามองเห็นอาคารสูงใหม่ๆ อยู่อีกฟากหนึ่งของเนินเขา
พวกเขากลัวว่าอาคารใหม่จะมาเหนือเนินเขาและทำลายความสงบและ
ความบังเอิญของน้ำตก

Rose และ Shankar Menon กอดลูกสาวก่อนที่ Amaya จะสตาร์ทรถเพื่อออกเดินทาง

"แม่ครับพ่อ รักนะครับ" เธอจูบทั้งสองคน

"รักคุณนะ *โมล* ที่รัก" โรสกล่าว

"รักคุณนะ Amaya" Shankar Menon กล่าว

ขณะขับรถกลับไปที่โคจิ โรสและชังการ์ เมนอน และชีวิตของพวกเขาในหมู่บ้านก็ครอบงำจิตใจของอมายา พวกเขามีความสุขกับตัวเองและชีวิตที่พวกเขาดำเนินอยู่ จากนั้น ปูรณิมาก็ปรากฏชัดขึ้น และวิธีพูดของเธอ เนื่องจากมีจุดมุ่งหมายที่ชัดเจนเหมือนนักสืบ น้ำเสียงจึงมีน้ำเสียงที่แม่นยำ คำพูดของปูรนิมาไม่เร่งรีบ และเธอก็เคารพคนที่เธอพูดด้วย เธอไม่เคยหยิ่งผยอง ถ่อมตัวเสมอ เป็นสัญญาณของการขัดเกลาทางสังคมและการเลี้ยงดูที่เพียงพอ

อมายามั่นใจว่าพรนิมาจะโทรหาเธอพร้อมหลักฐานบางอย่าง เมื่อเวลาแปดโมงครึ่ง โทรศัพท์ก็ดังขึ้น อมายารู้ว่าภูรนิมาตื่นเต้นเล็กน้อยจากเสียงนั้น

"คุณคะ ฉันมีหลักฐานชัดเจนว่าพ่อพบคุณที่โรงอาหารของมหาวิทยาลัย" ภูรนิมากล่าว

"นั่นหลักฐานอะไรคะ พรนิมา" อามายาถาม หัวใจเต้นแรง มีความกระตือรือร้นที่จะทราบเรื่องราวของ Poornima ให้มากขึ้น

"ฉันสามารถค้นพบบันทึกเล็กๆ น้อยๆ เกี่ยวกับ Amaya ในแฟ้มของพ่อฉัน และฉันเชื่ออย่างยิ่งว่ามันเกี่ยวกับคุณ" ปูรณิมาอ่านอันแรกว่า "เจออมายา วันที่สองเดือนสิงหาคม"

มีอาการสั่นไปทั่วร่างกายของ Amaya และมีความคิดที่แหลกสลายว่ามีสิ่งที่ไม่สามารถควบคุมได้กำลังกลืนเธอผ่านอุโมงค์แคบๆ ในสุญญากาศอันไม่มีที่สิ้นสุดที่เต็มไปด้วยกระแสน้ำ เธอพบกับความสับสนที่เอาชนะได้ และเธอก็เคลื่อนตัวผ่านความว่างเปล่าที่ไร้รอยต่อ ประสบกับความไร้น้ำหนักจนกลายเป็นหิน สอดประสานเข้ากับการกระทำอันพิชิตของการหายใจไม่ออกที่ลดน้อยลง

อามายานั่งบนเก้าอี้พร้อมผูกปมแล้วสั่งจิตใจให้ประพฤติตนให้สงบ เธอนั่งอยู่บนเก้าอี้และนึกถึงการประชุมครั้งแรกครั้งนั้น เป็นวันพุธที่ 2 สิงหาคม 1995

"ปูรนิมา หลักฐานที่สองคืออะไร" หลังจากสงบสติอารมณ์ได้แล้ว อมายาก็ถามขึ้น

"มันเป็นเรื่องเกี่ยวกับการที่คุณไปเยี่ยมบ้านของเขาที่โลตัส" พรนิมาหยุดกะทันหัน

อมายาแทบไม่เชื่อหูเมื่อไปอยู่กับคารันเมื่อวันศุกร์ที่ 5 สิงหาคม

"ช่วยบอกชื่อเต็มของพ่อเธอหน่อย" อมายาร้องขอ

"เขาคือกะรันอาจารย์" ภูนิมาตอบ

อมายานั่งเงียบ ๆ สองสามวินาที

"คุณผู้หญิง คุณมีความลับบางอย่างเกี่ยวกับพ่อของฉัน
มีเพียงคุณเท่านั้นที่สามารถช่วยเขาได้
เขาท่องชื่อของคุณอยู่ตลอดเวลา" ภูนิมารีบร้องขอความช่วยเหลือ

"ปูรณิมา เจ้าเป็นลูกคนเดียวของพ่อเจ้าหรือ" อามายะถาม

"ใช่ ฉันเป็นลูกคนเดียวของดร.เอวาและคารัน อจารยา วันที่ 31 กรกฎาคม 1996 ฉันเกิดที่บาร์เซโลนา" ปูร์นิมากล่าว

"ภูริมา"
อมายาเรียกชื่อเธอเหมือนอยากจะพูดอะไรมากกว่านี้แต่ก็ต้องหยุด

"ครับคุณ" คำตอบของ Poornima ฟังดูเหมือนเป็นคำถาม

"ปูรณิมา ข้าคืออามายา; คุณกำลังค้นหาฉัน
บอกฉันว่าฉันจะทำอะไรให้คุณได้บ้าง" อามายะถาม

"คุณผู้หญิง โปรดมาที่จันดิการ์ทันที พบกับพ่อของฉัน
ฉันแน่ใจว่าพ่อของฉันจะจำการปรากฏตัวของคุณได้ เขาจะฟื้นคืนสติ
โปรดใช้บริการเที่ยวบินเช่าเหมาลำ
หากไม่มีเที่ยวบินตรงจากโคจิไปยังจัณฑีครห์
ฉันสามารถจ่ายได้ทุกอย่าง
พ่อของฉันเป็นหนึ่งในคนที่ร่ำรวยที่สุดในประเทศ
ดังนั้นเงินจึงไม่ใช่ปัญหา" ภูริมากังวลใจที่จะโน้มน้าวอมายา

"เมื่อไหร่ฉันควรจะมาจันดิการ์" อามายะเอ่ยถาม

"กรุณาเริ่มตั้งแต่วันนี้ ไม่เช่นนั้นพรุ่งนี้
ฉันสามารถมาที่โคจิและพาคุณไปจันดิการ์ด้วยเครื่องบินส่วนตัวของเรา
ได้ ถ้าคุณไม่รังเกียจ" ภูริมาขอโทษ

"ฉันเป็นทนายความ; มีรายชื่อประมาณสี่สิบรายตลอดทั้งสัปดาห์
เริ่มตั้งแต่วันจันทร์ สำหรับลูกค้าของฉัน
คำร้องของพวกเขาคือปัญหาชีวิตและความตาย
คดีนี้กระทบถึงครอบครัวของพวกเขาด้วย
และฉันก็ต้องรับผิดชอบต่อพวกเขาด้วย" อมายาอธิบายอาการของเธอ

"คุณผู้หญิง พ่อของฉันอาจจะตาย เชิญมาเถิด" ภูริมาขอร้อง

"ฉันต้องการขจัดความทุกข์ทรมานของลูกค้าซึ่งเป็นสิ่งสำคัญอันดับแรก
ของฉัน
หากคุณยืนยันฉันสามารถเยี่ยมชมสถานที่ของคุณได้ในวันเสาร์"
อมายาแม่นๆครับ

"ฉันรู้สึกขอบคุณคุณผู้หญิง
มีอีกเหตุผลหนึ่งที่ฉันขอให้คุณมาที่จัณฑีครห์ทันที
ฉันกลัวความปลอดภัยของพ่อฉัน ชีวิตของเขาตกอยู่ในอันตราย
คู่แข่งทางวิชาชีพหลายรายไม่สามารถแยกแยะการเติบโตอย่างที่ไม่เคย
มีมาก่อนของบริษัทยาของเราได้
อาจมีบางคนในบริษัทของเราที่ทำงานให้พวกเขา
ฉันได้แต่งตั้งแพทย์และพยาบาลที่เชื่อถือได้มากที่สุดเพื่อดูแลเขา
นอกจากนี้ฉันใช้เวลาอยู่กับพ่อเยอะมาก"
คำพูดของปูร์นิมามีความปวดร้าวอยู่บ้าง

"คุณต้องระมัดระวังอย่างยิ่งในการปกป้องพ่อของคุณ
ดีใจที่รู้ว่าคุณเชื่อใจคนรอบข้าง อีกอย่าง
ฉันสามารถนั่งเครื่องบินจากโคจิไปเดลี แล้วต่อเครื่องไปจันดิการ์ได้
ไม่ต้องกังวลเรื่องการเดินทางของฉัน ฉันจะจัดการเอง" อมายากล่าว

"แน่นอน. คุณผู้หญิง" พรุ่งนี้ฉันจะโทรหาคุณตอนแปดโมงครึ่งได้ไหม"

"ครับ ราตรีสวัสดิ์ครับคุณผู้หญิง"

"ราตรีสวัสดิ์ ปูรณิมา" อมายาตอบ

ทันใดนั้นก็มีความเงียบทั้งหมด
เอวาเป็นชื่อที่คารันบันทึกไว้ในบันทึกของโรงพยาบาลแทนที่จะเป็นอม
ายา สำเนาหนังสือเดินทาง วีซ่า วันเกิด ที่อยู่อาศัย และเอกสารอื่นๆ
ทารกที่เกิดเป็นลูกสาวของอีวาและคาราน

อมายาก็ร้องไห้ มันเป็นเสียงกรีดร้องที่ไร้เสียง
แต่หัวใจของเธอกลับเต้นรัว ความปวดร้าวรุนแรง
อมายาสูญเสียการควบคุมตัวเองเป็นครั้งแรกในรอบยี่สิบปี
จิตใจของเธอกำหนดเงื่อนไข "ให้ฉันร้องไห้และร้องไห้
ชะล้างความเจ็บปวดและความทุกข์ยากตลอดยี่สิบสี่ปีที่ผ่านมาออกไป"
เธอกล่าว อามายานั่งอยู่ที่นั่นนานกว่าสองชั่วโมงโดยไม่คิดอะไร
มีแต่ความว่างเปล่า ความมืดมิดโดยสิ้นเชิง

เป็นอีกครั้งที่เธออยู่ในอุโมงค์ที่มีก้านเรียวยาวหลายพันเส้นเชื่อมต่อกัน
นรกแห่งนิรันดร์กลืนกินทุกสิ่ง แต่ทารกก็ร้องไห้จากที่ไหนเลย
อมายาอยากเข้าถึงลูกแล้ววิ่งไปไม่ถึงจุดหมายเลย เสียงตะโกนดังขึ้น
หลายพันคนร้องคำรามและร้องคร่ำครวญเหมือนสุนัขจิ้งจอกท่ามกลางเ
สียงฟ้าร้องที่ดังเป็นช่วง ๆ ของกระแสน้ำก่อนมรสุม
เสียงกรีดร้องดังขึ้นและน่ากลัวมากขึ้น
เสียงคำรามของสึนามิทำให้เสียงกรีดร้องสงบลง
กำแพงสูงเสียดฟ้าของน้ำที่เข้ามาใกล้และพลังของน้ำสามารถทำลายทุ
กสิ่งและทำลายทุกสิ่งที่ขวางทางได้ มันช่างหนาวเหน็บ
และเธอก็ได้ล่องลอยอยู่เหนือคลื่นด้วยกันหลายชั่วโมง
มันเป็นความรู้สึกราวกับตายที่จมูก คอ ปอด และท้องแตกกระจาย

อมายามองเห็นบ้านหลายร้อยหลังแยกกัน
เธอจึงพยายามเข้าไปหาบ้านหลังหนึ่ง
เธอก็เข้าไปในบ้านหลังใหญ่ซึ่งมีแต่ผู้หญิงที่สวมชุดส่าหรีสีขาวและโกน
ศีรษะเท่านั้นที่ปฏิเสธมนุษย์
ลูกชายของพวกเขาทิ้งพวกเขาไว้ในวัดโดยไม่พึงประสงค์

"วันเวลาของเราหมดลงแล้ว
เราไม่มีสิทธิที่จะอยู่เป็นมนุษย์เพราะว่าเราเป็นม่าย"
พวกเขาตะโกนพร้อมกัน

"แต่วันหนึ่งความเป็นม่ายจะมาถึงเจ้า เธอไม่มีทางออก"
หญิงตาบอดคนหนึ่งที่กำลังดูดนมอยู่ร้อง

"อย่าสาปแช่งเธอ" ผู้หญิงอีกคนเสียใจ

"หลีกเลี่ยงไม่ได้ที่คุณจะต้องเป็นหนึ่งเดียวกันในวันนี้หรือพรุ่งนี้
หุ่นยนต์จะรวบรวมร่างกายของคุณ โยนมันลงในซอกลึก
ซึ่งคุณจะเน่าเปื่อยเหมือนหนู"
ผู้หญิงคนแรกพูดราวกับว่าเธอกำลังอ่านหนังสือศักดิ์สิทธิ์

"ชีวิตคือการต่อสู้ที่ไร้ความหมาย หากคุณพยายามให้ความหมายกับมัน จะไม่มีใครยอมรับมัน" หญิงตาบอดกล่าวต่อ

ความเป็นม่ายก็เหมือนกับความตาย แต่ดูเหมือนว่าจะไม่ใช่คนปรับระดับ
ผู้หญิงจะต้องทนทุกข์และตาย โลกก็จะปราศจากพวกมัน
เมื่อผู้หญิงหายไป ผู้ชายก็จะหายไปเช่นกัน
มีสัตว์พูดและคิดเหล่านี้ในช่วงสี่ล้านปีที่ผ่านมา
พวกเขาใช้เวลาครึ่งล้านปีในการเดินเท้า
การสร้างภาษาใช้เวลามากกว่าหนึ่งล้านปี
พวกเขาตั้งอาณานิคมตามซอกมุมของโลกนี้
ตามล่ามนุษย์นีแอนเดอร์ทัล ตกหลุมรักผู้หญิงของพวกเขา
ให้กำเนิดลูกผสม
และทำลายสัตว์เกือบทั้งหมดในออสเตรเลียและอเมริกา
พวกเขาค้นพบไฟ แร่เหล็ก อาวุธ การทำอาหาร และการทำฟาร์ม
ศาสนาเจริญรุ่งเรืองด้วยเทพเจ้า การจุติเป็นมนุษย์ การเกิดที่บริสุทธิ์
การเสียสละ ดาบที่ส่องแสง
การจู่โจมยามค่ำคืนในเครื่องเทศหลายร้อยแห่ง
การสังหารหมู่ของชาวยิว การที่ผู้หญิงเปลี่ยนใจเลื่อมใส
การแต่งงานในวัยเด็ก สงครามครูเสด ญิฮาด และตอลิบาน

ผู้ก่อตั้งศาสนานำกองทัพ รุกรานผู้คนที่สงบสุข
และสังหารผู้คนหลายพันคน พวกเขาจัดสรรผู้หญิงและเด็กหญิงตัวเล็ก ๆ ให้เป็นภรรยาและนางสนม พวกเขาเผยแพร่ศรัทธา และทุก ๆ
ที่ศีรษะหลายพันคนถูกตัดขาดด้วยดาบที่เปื้อนเลือด
ราวกับสัตว์บูชายัญที่แท่นบูชา
ผู้ชนะได้สร้างสถานที่สักการะตามความเป็นจริงที่จินตนาการไว้และเรียกสถานที่เหล่านั้นว่ามีเมตตา
สิ่งมีชีวิตในจินตนาการเหล่านั้นคุกคามมนุษย์และเริ่มตัดสินใจทุกอย่างเพื่อพวกเขา ผู้หญิงเป็นทรัพย์สินของผู้ชนะ
และพวกเขาสัญญากับสวรรค์ที่ซึ่งเด็กสาวมีประชากรมากเกินไปเพื่อความสนุกสนานทางกามารมณ์และลำธารเหล้าที่หลั่งไหล
หลายคนหัวเสียเพราะการดูหมิ่นศาสนาซึ่งกำหนดโดยนักบวช
เมาริซิโอ และผู้ฉ้อโกง พวกเขาเรียบเรียงตำนาน เขียนตำนานใหม่
แจกจ่ายหนังสือเวทมนตร์ กวาดล้างวัฒนธรรมและสิ่งประดิษฐ์โบราณ
และกำจัดผู้ที่ปฏิเสธที่จะเชื่อ ในที่สุด มนุษย์ก็อยู่ที่นี่
รอคอยดาวเคราะห์ที่ไม่มีมนุษย์ หญิงม่ายซึ่งลูกกำลังดูดนมอยู่
ยังคงคร่ำครวญต่อไป
ซึ่งเป็นเหยื่อของผู้คลั่งไคล้ศาสนาที่ถอนตาของเธอขณะตั้งครรภ์

พวกเขายิงสามีของเธอเพราะข้อเท้าของเธอถูกเปิดออกในขณะที่เธอเดินไปกับเขา

มีสัตว์ประหลาดตัวหนึ่งอยู่ในอุโมงค์ที่อยู่ติดกัน
อมายามองเห็นแสงริบหรี่อยู่ข้างหลังเขาแต่ไกล
แต่สำหรับการเอาชนะสัตว์ร้ายที่ยืนอยู่ราวกับภูเขา
การแบกอุโมงค์ไว้เหนือหัวของเขานั้นยากลำบากมาก
เธอคลานไปหาเขาเพื่อหนีจากสายตาที่จับจ้องของเขา
แต่ต้องใช้เวลานานหลายชั่วโมงกว่าจะผ่านไปใต้เท้าของเขาได้
สัตว์ประหลาดกำลังเฝ้าค่ายกักกันสำหรับหญิงสาวที่เป็นทาสทางเพศ
คุณต้องต่อสู้กับสัตว์ร้ายและฆ่าเขาเพื่อช่วยทาสที่ซ่อนอยู่ในค่าย
โลกไม่รู้; มีค่ายกักกันสำหรับทาสกาม ซึ่งมีเน่าเปื่อยนับล้าน
เธอปีนข้ามกำแพงเพื่อเข้าไปในสนาม มันเป็นฉากที่น่าสยดสยอง
ไม่เคยเจอโศกนาฏกรรมของมนุษย์ขนาดนี้มาก่อน
ผู้หญิงทุกคนเปลือยกาย ดัดผม; ไม่มีมือและขาถูกล่ามไว้กับเสาเหล็ก
ในระยะสลายตัว เธอสามารถเห็นมือที่ถูกตัดขาดของพวกเขา
อีกด้านหนึ่งเหมือนภูเขา ใกล้ทางเข้า
ฉากที่น่ารังเกียจทำให้เธอแตกสลาย

ทาสโสเภณีเริ่มร้องไห้ราวกับลิงที่หวาดกลัว
ซึ่งเป็นประสบการณ์ที่ทำให้หัวใจบีบคั้น เธอหักโซ่ทีละอัน
ต้องใช้เวลายาวนานกว่าจะเสร็จสิ้นภารกิจ
พวกเขาวิ่งไปที่ประตูราวกับพายุเฮอริเคนและกลืนกินสัตว์ประหลาดในขณะที่พวกเขาหิวโหย
เสียงหายนะที่เกิดจากความปั่นป่วนดังก้องไปทั่วทุกมุมของค่ายกักกัน
มันเป็นการปลดปล่อย
การต่อสู้เพื่ออิสรภาพสำหรับผู้หญิงที่ถูกเอารัดเอาเปรียบและถูกล่ามโซ่
อมายาก็มาร่วมด้วย และพวกเขาก็เคลื่อนไหวเหมือนกำแพงเมฆ

"อมายา"
เธอตบไหล่พูดกับตัวเองด้วยความตกใจสุดขีดหลังจากคุยกับภูรนิมา
มันเป็นเวลาเที่ยงคืน เธอพลาดวิปัสสนาเป็นครั้งแรกในรอบยี่สิบเอ็ดปี
เพราะความวุ่นวายในใจเธอรุนแรงมาก มันเป็นเรื่องท้าทายที่จะนั่งยองๆ
วางแขนในท่าดอกบัวบนต้นขาและนั่งสมาธิ
นอนหลับยากเช่นกันแม้ว่าเธอจะพยายามปิดเปลือกตาก็ตาม
เธอรู้ว่าเธอกำลังคุยกับลูกสาวของเธอ
ซึ่งเธอฝันถึงคนที่เธอตื่นอยู่ตลอดเวลาตลอดยี่สิบสี่ปีที่ผ่านมา

มีความปรารถนาอันไม่สิ้นสุดที่จะได้พบหน้าเธอ พูดคุยกับเธอ โอบกอดเธอ แต่ความสุขภายในที่ได้พูดคุยกับภูรนิมากลับหายไป

มีความรู้สึกห่างเหิน
ปรารถนาที่จะรักษาระยะห่างทางอารมณ์จากปรมณิมา
เพื่อให้เธอได้มีชีวิต มีความสุข และสมหวัง หากเป็นไปได้
เธอต้องการให้ปูร์นิมาขจัดความทุกข์ทรมานของเธอด้วยการพบปะกับพ่อของเธอ การแบ่งปันชีวิตของเธอกับ Poornima
นั้นไม่สามารถทำได้เพราะเธอไม่สามารถเป็นลูกสาวของเธอได้
ปูร์นิมาไม่ใช่คนเดียวกับที่แม่ของเธอโอบกอดอยู่ในใจ
ซึ่งเธอใฝ่ฝันถึงมาประมาณหนึ่งในสี่ของศตวรรษ
สุปรียาเป็นของเธอสำหรับอมายา แต่ปูรนิมาเป็นของคนอื่น ทันใดนั้น Karan ก็กลายเป็นคนแปลกหน้าและเป็นคนนอก
คารานซึ่งเธอพบที่มหาวิทยาลัย เป็นคนอ่อนโยน มีความรัก
กระตือรือร้น เป็นเพื่อนและเป็นเพื่อน
แต่คารันที่หายตัวไปพร้อมกับลูกสาวเป็นมนุษย์ต่างดาว

จากนั้นอมายาก็เข้านอนและตื่นตอนหกโมงหลังจากนอนไม่หลับไปสามชั่วโมง นี่เป็นครั้งแรกในรอบหลายปีที่เธอนอนดึก เธอสามารถทำวิปัสสนาได้หนึ่งชั่วโมงและจิตใจของเธอก็จะอยู่ภายใต้การควบคุม
หลังจากนั่งสมาธิแล้วมีความสุขที่ได้เอาหินก้อนใหญ่ออกจากใจตลอดไป เธอชื่นชมกับอิสรภาพนั้นอย่างเต็มเปี่ยม

สิทธิของเธอและชีวิตของเธอ

หลังจากกลับจากซานเซบาสเตียน Amaya
ได้พบกับความสุขภายในที่ไม่เหมือนใครและความผูกพันที่ลึกซึ้งกับ
Karan อมายาคิดว่าเธอรู้จักเขาตั้งแต่เด็ก และพวกเขาก็อยู่ด้วยกันทุกที่
เธอเริ่มชอบตัวตนของเขากับฟุตบอล สโมสรฟุตบอล ตลาดหุ้น
รถจักรยานยนต์ รถยนต์ และการประเมินผู้อื่นของเขา
แต่ก็ยังเกลียดการสู้วัวกระทิง
ความเป็นหนึ่งเดียวและความร่วมกันของเธอเพิ่มขึ้นมากมายทุกวัน
ความประหลาดใจของ Amaya
ไม่มีสิ้นสุดเมื่อรู้ว่าพวกเขามีหลายอย่างที่เหมือนกัน
มันช่วยให้เธอเข้าใจความรักของคารันดีขึ้น
เขาชงกาแฟบนเตียงเมื่อพวกเขาตื่นแต่เช้าซึ่งเธอชื่นชอบ Karan
ยืนกรานที่จะทำบางสิ่งที่พิเศษสำหรับมื้อเช้าทุกวัน
เขาทอดตาวัวเป็นอาหารเช้า Amaya ชอบไข่กวนที่ใส่พริก หัวหอมหั่น
เม็ดมะม่วงหิมพานต์ กานพลู กระวาน อบเชยเล็กน้อย
และเกลือเล็กน้อย มันรสชาติอร่อย

อมายากินตาวัวเพราะไม่อยากทำร้ายคารัน
เธอรับประทานอาหารกลางวันที่โรงอาหารของมหาวิทยาลัยทุกครั้งที่เธอไปโรงเรียนวารสารศาสตร์ คารันและอมายาเตรียมอาหารเย็นด้วยกัน
การรับประทานอาหารร่วมกับคารันถือเป็นประสบการณ์ที่อบอุ่นใจเสมอมา เขาแบ่งปันเรื่องราวเกี่ยวกับทุกสิ่งภายใต้ดวงอาทิตย์ เรื่องตลกขำขัน
และร้องเพลงรักภาษาฮินดีโดย Mohammed Rafi สำหรับ Dev Anand
ใน *Tere Ghar Ke Samne*
คารันให้ความสำคัญกับการทำความสะอาดและถูพื้นห้องครัวด้วยตัวเอง
ทุกวันหลังจากทำอาหารมื้อสุดท้าย อมายาไปมหาวิทยาลัยทุกเช้า
เขายุ่งอยู่กับธุรกิจแบ่งปันของเขาตลอดทั้งวัน

พวกเขาเทน้ำในสระว่ายน้ำสัปดาห์ละครั้งและทำความสะอาดด้วยผงซัก
ฟอกสีเขียว การได้อยู่กับคารันเป็นประสบการณ์ที่น่าพึงพอใจ
ไม่มีอะไรต้องกังวลและไม่มีอะไรผิดปกติกับชีวิตของเธอกับเขา
บางครั้งอมายาก็พบว่าการินรักเธอมากเกินไป
เธอต้องการทะเลาะวิวาทและต่อสู้กับเขาซึ่งจำเป็นสำหรับการอยู่ร่วมกัน
ตลอดชีวิตแบ่งปันความเป็นจริงของชีวิต

ชีวิตที่ปราศจากข้อโต้แย้งและความขัดแย้งสร้างความผิดหวังเล็กน้อยใน
ใจเธอ เมื่อนั่งอยู่คนเดียวในห้องสมุดมหาวิทยาลัย บางครั้งเธอก็คิดว่า
Karan เป็นคนลึกลับ เนื่องจากไม่มีใครสามารถมีน้ำใจ มีความรัก
และสมบูรณ์แบบได้ขนาดนั้น บางครั้งเธอก็ขอให้ Karan
ต่อสู้กับเธอเป็นครั้งคราว เมื่อได้ยินคำอุทธรณ์ของอมายา
คารันก็หัวเราะออกมา

"บางครั้งคุณควรจะไม่เห็นด้วยกับฉัน ทำร้ายอัตตาของฉัน
และทำให้ฉันร้องไห้
คุณกำลังทำให้ชีวิตของฉันปราศจากปัญหาและการอยู่ร่วมกันของเราส
มบูรณ์แบบ ฉันเคยเห็นพ่อแม่ทะเลาะกัน
แต่หลังจากครึ่งชั่วโมงพวกเขาก็กลายเป็นเพื่อนกัน
ทะเลาะวิวาทแบบนี้ก็มีความสวยงาม" อมายาอธิบาย

ในระหว่างการทัวร์ เยี่ยมชมสำนักงานหนังสือพิมพ์ ช่องทีวี ห้องสมุด
และหอจดหมายเหตุเพื่อรวบรวมข้อมูลสำหรับการวิจัยของเธอเกี่ยวกับสิ
ทธิมนุษยชน Karan ก็ร่วมเดินทางไปกับเธอด้วย
เพราะเขาไม่เคยต้องการทิ้งเธอไว้ตามลำพัง
เขาเก่งมากในการจัดการการจองโรงแรมและตารางการเดินทางของอม
ายา เขาแสดงความตั้งใจที่จะทำจอบ
ชีวิตกับคารันเป็นซิมโฟนีที่สมบูรณ์แบบ
แต่เธอรู้สึกกลัวความสมบูรณ์แบบของมัน
มีความกลัวที่จู้จี้จุกจิกว่าสถานการณ์ดังกล่าวจะนำไปสู่โศกนาฏกรรมแล
ะความเจ็บปวดที่ไม่อาจจินตนาการได้
เมื่ออมายาเล่าเรื่องความกลัวและความวิตกกังวลของเธอให้การันฟัง
เขาก็กอดเธอไว้แน่นเก็บเธอไว้ใกล้หัวใจ อมายาชอบกลิ่นตัวของเขา
โดยการสัมผัสจมูกของเธอบนรักแร้ของเขา
เธอเพลิดเพลินไปกับความสุขอันแสนสุข
ซึ่งเป็นผลพลอยได้จากความเป็นอันหนึ่งอันเดียวกันของการโอบกอดข
องเขา จากนั้นพวกเขาก็มีการเกี้ยวพาราสี
การแบ่งปันเป็นเรื่องที่น่างงงวย
พวกเขาเติบโตขึ้นมาในฐานะเพื่อนที่ดีที่สุด
มันคือความโรแมนติกในมิตรภาพ ความใกล้ชิดในการแบ่งปัน
ความเหนียวแน่นในความไว้วางใจ และคารันก็ค่อยๆ พัฒนาเป็นอมายา
และอมายา คารัน

คารันบอกอมายาว่าเขาต้องการโอนเงินเข้าบัญชีธนาคารของเธอเพื่อซื้
อรถไปมหาวิทยาลัยและรวบรวมข้อมูลสำหรับการวิจัยของเธอ

หลังจากให้หมายเลขบัญชีแก่ Karan แล้ว Mercedes Benz
คันใหม่ก็มาถึงโรงรถภายในสองวัน Amaya
พบเงินมากพอที่จะซื้อของที่แพงพอๆ
กันเมื่อตรวจสอบยอดเงินในธนาคารของเธอ
แต่เธอก็ค่อนข้างงุนงงเมื่อเห็นการถ่ายโอนของ
"เพื่อนที่ไม่ต้องการเปิดเผยตัวตนของเขา"
อมายาหัวเราะแล้วเรียกคารันว่า "ชายปริศนา" คารานหัวเราะ

พวกเขาใช้เวลานานหลายชั่วโมงบนระเบียงทางใต้พร้อมกับเปียโน
Disklavier
เป็นเปียโนอะคูสติกแบบดั้งเดิมผสมผสานกับเทคโนโลยีสมัยใหม่
อมายาเล่นเปียโนครั้งแรกด้วยเครื่อง Upright ของโรส
แกรนด์ที่โรงเรียน Loreto ในมาดริดดูโอ่อ่า และ Amaya
ก็ใช้เวลาไปกับคีย์บอร์ดที่น่ารักของมัน Karan
เชื่อว่าการเล่นเปียโนช่วยให้ประสานมือและตาประสานกัน
ปรับปรุงความคล่องตัว และลดความดันโลหิตสูงและอัตราการหายใจ
การเล่นเปียโนช่วยลดอาการโรคหัวใจได้อย่างมาก
เพิ่มการตอบสนองของภูมิคุ้มกัน และความชำนาญของนิ้วมือ ฝ่ามือ
และมือ มันเพิ่มทักษะด้านสมาธิ
ทำให้สมองกระตือรือร้นและใส่ใจมากขึ้น
อมายารู้ว่าการานพูดจากใจแต่ก็เหมือนกับแพทย์
เธอตระหนักดีว่าการเล่นเปียโนช่วยให้เธอฟังเพลงที่เปียโนสร้างขึ้น
นักเปียโนทำหลายๆ อย่างพร้อมกัน อ่านท่อน ฟังโน้ตที่คุณกำลังเล่น
และเหยียบแป้นเหยียบไปพร้อมๆ กัน
คารันจะบอกว่าเปียโนสามารถสอนวิธีประสานชีวิต ความปรารถนา
และอนาคตของคุณได้
อมายาคิดว่าเขาอาจจะได้อ่านบทความและหนังสือเกี่ยวกับประโยชน์ทางร่างกายและทางการแพทย์ของการเล่นเปียโนแล้ว

แม่ชีที่โรงเรียนโลเรโต กรุงมาดริด
ยืนกรานในเรื่องผลประโยชน์ทางจิตใจหรือจิตวิญญาณ
พวกเขาเป็นครูสอนดนตรีที่ยอดเยี่ยมที่มุ่งเน้นการพัฒนาและซึมซับวัฒนธรรมเปียโน พวกเขาบอกว่าอมายาเล่นเปียโนเป็นเรื่องง่าย
ก็สามารถเล่นโดยการนั่งและกดปุ่มได้
ดนตรีเป็นปรากฏการณ์ทางธรรมชาติ ภาษาของจักรวาล
พวกแม่ชีอธิบายว่ากาแล็กซี ดวงดาว
และดาวเคราะห์สื่อสารกันด้วยดนตรีเพราะเป็นภาษาเดียวที่พวกเขาเข้าใจได้ เมื่อพระเจ้าสร้างจักรวาล พระองค์ทรงสนทนาด้วยดนตรี

และจักรวาลก็เรียนรู้โน้ตแต่ละตัวและเล่นมันด้วยตัวมันเองเป็นเวลาหลายพันล้านปี ดนตรีนั้นดังก้องไปทั่วทุกมุมของจักรวาล
และเมื่อมนุษย์ต่างดาวมาเยือนโลกของเรา พวกเขาพูดด้วยโน้ตดนตรี
พวกแม่ชีก็จะพูดด้วยรอยยิ้ม การเล่นเปียโนเปลี่ยนสมองของมนุษย์ Karan กล่าว Karan ถือว่าสัตว์ทุกชนิด รวมทั้งโลมา ชิมแปนซี ช้าง วัว สุนัข แมว นกยูง ไก่ และแม้แต่หนู
ต่างแสดงความสุขขณะฟังเพลงเปียโน
การเล่นเปียโนและดนตรีประกอบช่วยกระตุ้นสมอง ยกระดับจิตใจ และกระตุ้นให้ทุกคนเพลิดเพลินกับชีวิต อามายานึกถึงคำพูดของแม่

"การเล่นเปียโนช่วยเพิ่มการรับรู้ทางเสียงโดยการจดจำโทนเสียง ช่วงเวลา และคอร์ด และพัฒนาความรู้สึกของระดับเสียง" Karan อธิบาย

"อมายา ระดับพลังงานของคุณจะสูงขึ้นเสมอ ในขณะที่เล่นเปียโน นักเปียโนได้เพิ่มการเชื่อมต่อทางประสาทแบบใหม่" วันหนึ่ง Karan กล่าวขณะนั่งอยู่บนระเบียงและดื่มชายามเย็น

"มันช่วยให้สมองและการทำงานของมัน เช่น การคิดที่ดีต่อสุขภาพ มีสมาธิดีขึ้น และการกระทำที่ประสบความสำเร็จ" คารันกล่าวต่อ

อมายามองเขาราวกับว่าเขาพูดเหมือนนักประสาทวิทยา
ในความเห็นของเขา
สมองที่แข็งแรงเป็นที่นั่งของความทรงจำที่น่ารื่นรมย์
การรับรู้ที่ผ่อนคลาย คำพูดที่น่าดึงดูด ภาษาที่ทรงพลัง
และการควบคุมการตอบสนองทางอารมณ์
อมายามองคารันด้วยความชื่นชม
คำอธิบายของเขาแม่นยำและเป็นวิทยาศาสตร์

"การเล่นเปียโนจะทำให้คุณมีจิตใจที่ตื่นตัว อ่อนเยาว์ และมีชีวิตชีวา"
โรสเคยบอกกับ Amaya เมื่อพวกเขาอยู่ที่มาดริด
โรสเป็นครูสอนเปียโนคนแรกของเธอที่เล่นได้ดีมาก และชังการ์
เมนอนก็ชื่นชมความสามารถของเธอ
โดยนั่งเล่นเคียงข้างเธอเป็นเวลานานหลายชั่วโมง Rose มีรุ่น Upright
ซึ่งซื้อจากร้านเปียโนใน Bagley's Lane ในลอนดอน
พร้อมด้วยคอลเลคชันเปียโนล้ำค่ามากมาย The Upright
เป็นเปียโนที่ยอดเยี่ยม ส่วนลำตัวทำด้วยไม้หลากหลายชนิด
ซาวด์บอร์ดเป็นแบบไม้สปรูซ
ให้เสียงสะท้อนมากที่สุดเนื่องจากความยืดหยุ่น
ซาวด์บอร์ดเปียโนถูกสร้างขึ้นให้โค้งและมีมงกุฎเหมือนกรวยลำโพง

ไม้เมเปิ้ลสำหรับพินบล็อคเนื่องจากมีความเสถียรในระดับสูง
กุญแจแปดสิบแปดดอกทั้งหมดทำจากไม้สนชิ้นเดียว
ตัวเรือนทำจากไม้โอ๊ค
และขอบเป็นส่วนผสมของไม้เมเปิ้ลและมะฮอกกานี
เสาด้านนอกและด้านหลังทำด้วยไม้มะเกลือ

"นักวิทยาศาสตร์ผู้ยิ่งใหญ่เป็นนักดนตรีที่ยอดเยี่ยม"
โรสบอกกับลูกสาวของเธอขณะสอนวิธีอ่านโน้ตและเล่นด้วยมือทั้งสอง
ข้าง Amaya เป็นคนเรียนรู้เร็ว และแม่ชีของโรงเรียน Loreto
สนับสนุนให้ Amaya ฝึกฝนทักษะของเธอ

หลังจากกลับจากบาร์เซโลนาและหายจากอาการซึมเศร้า
อมายายังคงเล่นเปียโนต่อไปโดยอยู่กับแม่ในบ้านในหมู่บ้านพร้อมชม
น้ำตก ในช่วงสามปีที่ผ่านมา เธอใช้เวลาอยู่กับแม่ของเธอ
โรสพยายามสร้างสภาพแวดล้อมทางดนตรีในชีวิตที่พังทลายของอมาย
าอย่างต่อเนื่อง เมื่อ Amaya ย้ายไปโคจิเพื่อรับหน้าที่ด้านกฎหมาย
Rose มอบเปียโน Steinway Art Grand ตัวใหม่ให้เธอ
อมายาเล่นด้วยกันหลายชั่วโมงทุกเย็นวันเสาร์ วันหยุด และวันอาทิตย์
ดนตรีวิเศษที่สร้างขึ้นในชีวิตของเธอนั้นน่าทึ่งมาก
และเมื่อรวมกับวิปัสสนาแล้ว มันได้เปลี่ยนชีวิตของเธอไปอย่างสิ้นเชิง
กระนั้น
ความคิดหนึ่งยังคงอยู่ในใจเธอราวกับความหวังริบหรี่เมื่อได้พบกับสุปรีย
าผู้เป็นที่รักของเธอ

โทรเข้ามาอย่างเคร่งครัดตอนแปดโมงสามสิบ "คุณผู้หญิง
ความปรารถนาอันอบอุ่นจากจันดิการ์ ฉันชื่อ พรนิมา"
เสียงนั้นก้องกังวาน

"สวัสดี ภูริมา" อมายาตอบ

"เมื่อคืนฉันนอนไม่หลับ ฉันคิดถึงการมาเยือนจันดิการ์ของคุณ
มันจะเป็นจุดสิ้นสุดของการค้นหาของฉัน
ฉันเชื่อว่าคุณมีอยู่ที่ไหนสักแห่ง คุณรู้จักพ่อของฉัน
และคุณสามารถช่วยพ่อของฉันได้
แต่ถึงกระนั้นฉันก็ไม่สามารถแยกแยะได้ ฉันสามารถหาคุณได้
ฉันคุยกับคุณแล้ว" คำพูดของ Poornima
เต็มไปด้วยการตระหนักรู้ในตนเองและความหวัง

"ปูรนิมา
ความตั้งใจเดียวของข้าพเจ้าคือช่วยให้ท่านเอาชนะความทุกข์ทรมานไ

ด้ หากการมาเยือนสถานที่ของคุณของฉันช่วยคุณในเรื่องนี้ มันก็คุ้มค่า"
คำตอบของ Amaya มีความชัดเจนโดยปริยาย
เธอรู้ว่าเธอได้ก้าวข้ามโลกแห่งความเจ็บปวด ความโศกเศร้า
และความหดหู่ไปแล้ว
ซึ่งชีวิตคือการทำหน้าที่ในการช่วยเหลือผู้อื่นให้มีคุณค่าในตนเอง
ภูนิมาจำเป็นต้องเข้าถึงสภาวะจิตสำนึกที่เธอรู้สึกได้ว่าไม่มีความทุกข์
ความวิตกกังวล และความหดหู่ และอมายาต้องการช่วย ภูรนิมา

"แหม่ม คุณใจดีมาก อย่างไรก็ตาม
ฉันไม่รู้ว่าคุณเกี่ยวข้องกับพ่อของฉันอย่างไร
หรือพ่อของฉันเกี่ยวข้องกับคุณในบริบทใด แต่มีสิ่งหนึ่งที่แน่นอน
พ่อของฉันไม่สามารถลืมคุณได้
เนื่องจากคุณฝังลึกอยู่ในความทรงจำและจิตสำนึกของเขา
มันอาจจะเป็นการแสดงความขอบคุณที่ไม่ได้แสดงออกมาหรือเป็นผลจ
ากความรู้สึกผิดที่จมอยู่ใต้น้ำ หรือแม้แต่อย่างอื่นก็ตาม
ฉันแน่ใจว่าคุณอยู่ในเขา" ภูรนิมาเล่า

อมายาไตร่ตรองอยู่ครู่หนึ่งและประเมินคำพูดของปูรณิมาที่พูด น้ำเสียง
ความตั้งใจ และภูมิหลังของพวกเขา แม้ว่าจะส่งสัญญาณตรงไปตรงมา
แต่ก็มีเจตนาที่จะสร้างความสัมพันธ์ระหว่างคนสองคนที่มันหมายถึง
จิตใจทางกฎหมายของ Amaya ได้ตั้งสมมติฐาน
แต่มันไม่จำเป็นที่จะต้องออกแถลงการณ์เกี่ยวกับเรื่องนี้หรือตอบโต้
และความเงียบก็เกิดขึ้นเป็นเวลานาน

"ฉันขอถามเรื่องส่วนตัวได้ไหม" พรนิมาขอร้องด้วยเสียงแผ่วเบา

"ใช่" อามายะตอบ

"คุณมีลูกสาวหรือเปล่า"

"ใช่" อมายาตอบทันที

"คุณเรียกเธอว่าอะไร; เธออายุเท่าไหร่แล้วเธอกำลังทำอะไรอยู่"
ดูเหมือนว่าภูรนิมาต้องการทราบหลายสิ่งหลายอย่างเพื่อสร้างสายสัมพั
นธ์เชิงบวกกับอมายา

"เธอชื่อสุปรียา เธออายุยี่สิบสี่อายุเท่าคุณ
และฉันไม่รู้ว่าเธอกำลังทำอะไรอยู่ อาจจะเป็นมืออาชีพ" Amaya
กระชับและเป็นกลางที่สุดเท่าที่จะเป็นไปได้

เป็นอีกครั้งที่ความเงียบเกิดขึ้นราวกับว่าไม่มีอะไรจะพูดคุยอีกต่อไปหรือ
พวกเขาอยู่ที่จุดตัน

"ราตรีสวัสดิ์ครับคุณผู้หญิง
ขอโทษที่ฉันพูดไม่ชัดไม่งั้นฉันอาจทำให้คุณเจ็บ"
อมายาได้ยินจากอีกฟากหนึ่ง
จิตใจของเธอสับสนอลหม่านเมื่อเธอเสียใจที่ต้องเปิดเผยชื่อและอายุของลูกสาว

Amaya ดำเนินการตามรายการกรณีต่างๆ
อย่างระมัดระวังสำหรับวันถัดไป มีการสมัครเข้าศึกษาสี่ครั้ง
สามรายการสำหรับการพิจารณาคดีครั้งแรก
และอีกหนึ่งรายการสำหรับการไต่สวนครั้งสุดท้าย
เธออ่านไฟล์ทั้งหมดและจดบันทึกประเด็นสำคัญของข้อโต้แย้ง
คดีในการพิจารณาคดีครั้งสุดท้ายเป็นผู้หญิงอายุยี่สิบปี Divya
ผู้ดำเนินคดีได้ยื่นคำร้องเพื่อขอค่าชดเชยที่เหมาะสมสำหรับเธอและลูกสาววัย 1 ขวบของเธอจาก Abdul Kunj ซึ่งมีอายุสามสิบสองปี
เขาละทิ้ง Divya หลังจากมีสัมพันธ์กับเธอ Divya เริ่มอยู่กับ Abdul Kunj นักธุรกิจผู้มั่งคั่ง
หลังจากมีความสัมพันธ์ใกล้ชิดกับเขามาสองสามปี ชาวฮินดู
พ่อแม่ของเธอไม่เห็นด้วยกับการรอคอยของเธอกับอับดุล คุนจ์ มุสลิม
แต่พวกเขาก็ตอบตกลงอย่างไม่เต็มใจเมื่อรู้ว่าดิยาตั้งท้องได้หกเดือนแล้ว Abdul Kunj แต่งงานแล้วและมีลูกสี่คน เขาไม่สามารถแต่งงานกับ Divya ได้อย่างถูกกฎหมาย
แต่เก็บเธอไว้ในบ้านสองห้องใกล้โกดังของเขา หลังจากการคลอดบุตร
Abdul Kunj ทำร้ายร่างกาย Divya ที่ให้กำเนิดเด็กผู้หญิง
และภายในหนึ่งสัปดาห์ เขาก็ทิ้งแม่และลูกไป พ่อแม่ของ Divya
ปฏิเสธที่จะยอมรับเธอ และเธอใช้เวลาหลายคืนในกองขยะร้าง
ซึ่งมีสุนัขจรจัดติดเชื้อ จนกระทั่งแม่ชีของแม่ชีเทเรซามาช่วยเหลือเธอ
Amaya มุ่งมั่นที่จะเรียกร้องความยุติธรรมจาก Divya
เนื่องจากเธอรู้คดีดังกล่าวหลายร้อยคดีทั่ว Kerala

อมายารู้สึกขำเล็กน้อยที่เห็นอีเมลของภูนิมาในวันรุ่งขึ้น
มันเป็นจดหมายที่มีความยาว และ Poornima
เริ่มต้นด้วยการขอโทษที่ไม่อนุญาตจาก Amaya เพื่อส่งอีเมลถึงเธอ
เธอชี้แจงว่าเธอได้รับที่อยู่อีเมลของอมายาจากบทความล่าสุดที่อมายาตีพิมพ์ในนิตยสารสิทธิสตรีและชีวิตสตรี *e* ขณะไปเยือนจันดิการ์
ปูร์นิมาต้องการบอกข้อเท็จจริงที่เฉพาะเจาะจงเพื่อช่วยให้ Amaya
รู้จักครอบครัวของดร.อาจารยา

มีเรื่องราวโดยย่อเกี่ยวกับครอบครัวของปูรนิมา
เธอเติบโตขึ้นมาในจันดิการ์พร้อมกับพ่อแม่ที่รักและเอาใจใส่
เธออยู่ในโรงเรียนที่ดำเนินการโดยแม่ชีจนถึงชั้นประถมศึกษาปีที่ 10
และพวกเขาสอนให้เธอเป็นคนดี
ถึงแม้จะยุ่งอยู่กับโรงพยาบาลที่อยู่ติดกับศูนย์วิจัยเภสัชกรรม ดร.อัจริยะ
แต่แม่ของเธอ ซึ่งเป็นแพทย์ ก็ยังมีเวลาเพียงพอที่จะดูแล ภูนิมา
มันไม่ใช่การพูดเกินจริง
ภูริมาได้เรียนรู้ความหมายของความรักจากแม่ของเธอ

พ่อของเธอ Dr Karan Acharya ดำรงตำแหน่ง CEO ของบริษัท Dr Acharya Pharmaceutical Company
และหลังจากที่บิดาของเขาเสียชีวิต
เขาก็รับหน้าที่รับผิดชอบในฐานะประธาน เมื่อยังเป็นเด็ก
เขาเป็นตัวแทนของปัญจาบในทีมฟุตบอลที่ได้รับชัยชนะถึงสามครั้ง
ดร.อาจารยาเป็นนักเปียโนที่เก่งกาจ
และบ้านของพวกเขาก็ก้องกังวานไปด้วยบทเพลงของนักประพันธ์เพลงแนวโรแมนติกที่ยิ่งใหญ่ที่สุด
ในขณะที่กำลังศึกษาระดับปริญญาเอกด้านประสาทวิทยาและพัฒนายาสำหรับโรคอัลไซเมอร์
เขาได้ค้นคว้าผลของดนตรีต่อการทำงานของสมอง

พ่อแม่ของปูร์นิมาแยกจากกันไม่ได้
และความรักของพวกเขาก็งดงามตระการตา
พวกเขาพบกันตั้งแต่เยาว์วัย ตกหลุมรักกัน และแต่งงานกัน
แม่ของเธอตั้งครรภ์ไม่ได้ประมาณเจ็ดปี เธอจึงซึมเศร้า
ทั้งคู่ลาพักร้อนนานถึง 3 ปี
ดร.อาจารยาพร้อมภรรยาเดินทางไปมาร์กเซย
และแม่ของเธอเข้ารับการรักษาที่นั่น
ดร.อาจารยาใช้เวลาหนึ่งปีตามลำพังในบาร์เซโลนาเพื่อซื้อและขายหุ้นของสโมสรฟุตบอลในปีที่สอง เนื่องจากเขาเป็นมหาเศรษฐีอยู่แล้ว
และบริษัทยากำลังดำเนินไปด้วยดีภายใต้การนำของบิดาของเขา
จึงน่าแปลกใจที่เขาเข้าสู่ส่วนแบ่งการตลาด เนื่องจากไม่ทราบสาเหตุ
ปูร์นิมาจึงแสดงความคิดเห็นว่าเขาอาจทำท่าเหมือนยุ่งอยู่กับการซื้อและขายหุ้นของสโมสรฟุตบอล

อมายาหยุดอ่านไปหนึ่งนาที
คำโกหกของบุคคลที่ไว่ใจได้บิดเบือนบุคลิกลักษณะ บุคลิกภาพ
และศักดิ์ศรีความเป็นมนุษย์ของเธอ อมายาอ่านย่อหน้าถัดไปอีกครั้ง

"ในช่วงสามเดือนที่ผ่านมา ฉันตามหาคุณ และทันทีที่ฉันคุยกับคุณ
ฉันก็เริ่มตรวจสอบเอกสารที่เป็นลายลักษณ์อักษรอย่างจริงจัง
แม้กระทั่งกระดาษแผ่นหนึ่งที่ระบุชื่อของคุณโดยเฉพาะ
ฉันพบชื่อของคุณที่ขอบแฟ้มที่พ่อของฉันเขียนเมื่อประมาณยี่สิบห้าปีก่
อน เมื่อคุณท้าทายให้ฉันแสดงเอกสารจริง
ฉันก็ค้นหาและพบว่าคุณไปบ้านพ่อครั้งแรกที่ชายหาดบาร์เซโลนา
แต่ไม่มีบันทึกการทำธุรกรรมใดๆ เกี่ยวกับธุรกิจหุ้นของเขา
มีบันทึกการส่งเงินจากอินเดียเพื่อซื้อบ้าน รถยนต์
และเพื่อเป็นค่าใช้จ่ายอื่นๆ ใต้หัว ค่าใช้จ่ายทางธุรกิจของบริษัทยา"
หลังจากอ่านแล้ว อมายาก็หยุดอีกครั้ง
ภูนิมาไม่สามารถแกะรอยบันทึกการทำธุรกิจหุ้นของเขาได้เลย
ซึ่งเป็นข้อเท็จจริง

ในช่วงกลางปีที่สองที่พ่อแม่ของเธออาศัยอยู่ในยุโรป Poornima
เกิดที่บาร์เซโลนา
แต่เธอไม่เข้าใจว่าทำไมแม่ที่ตั้งครรภ์ของเธอจึงเดินทางไปบาร์เซโลนา
เพื่อรับการคลอดบุตร
มีสิ่งอำนวยความสะดวกด้านการดูแลแม่และเด็กที่มีอุปกรณ์ครบครันในโ
รงพยาบาลที่มีชื่อเสียงในมาร์เซย์ แม่ของเธออยู่ระหว่างการรักษาที่นั่น

เป็นการหลอกลวงที่วางแผนไว้อย่างดี คดีอุบาย
ของบุคคลที่อมายาไว้วางใจ ดูแล และรักมากที่สุด
เธอประสบกับความเจ็บปวดขณะอ่านหนังสือ
ความเจ็บปวดพยายามเอาชนะเธอ "เงียบไว้นะ ใจเย็น"
เธอพยายามควบคุมจิตใจของเธอ

"คุณคะ มีบางอย่างลึกลับในพฤติกรรมของพ่อฉัน
เขาจะทิ้งภรรยาท้องในมาร์กเซยให้อยู่คนเดียวในบาร์เซโลนาได้อย่างไ
ร? จากนั้นเขาก็เริ่มพบกับคุณ
ฉันไม่มีหลักฐานที่จะสร้างความสัมพันธ์ระหว่างพ่อกับคุณ
แต่ฉันกำลังค้นหาหลักฐานเพิ่มเติม
ที่อาจซ่อนอยู่ที่ไหนสักแห่งในแฟ้มของพ่อฉัน ฉันกำลังขุดมันออกมา
อ่านทุกตัวอักษร ฉันอยากช่วยให้พ่อฟื้นคืนสติ บันทึกเล็กๆ น้อยๆ
จะช่วยเขาในกระบวนการนี้
ฉันเชื่อมั่นว่าคุณเป็นคนเดียวที่สามารถช่วยเขาได้"
อมายาอ่านอีเมลจบพร้อมกับถอนหายใจ

อมายาทุบโต๊ะด้วยกำปั้นกำแน่น
ความเจ็บปวดแสนสาหัสแทรกซึมเข้าไปในร่างกาย

เธอประสบความเจ็บปวดแบบเดียวกันนับพันครั้งเมื่อเธอเดินไปตามถนน
สวนสาธารณะ และสถานีรถไฟในบาร์เซโลนา ลอนดอน เจนีวา เวียนนา
และเฮลซิงกิ เป็นเวลานานกว่าหนึ่งปี
เธอมีเวลามากมายในการค้นหาทารกแรกเกิดของเธอ
มันเป็นการล่าชั่วนิรันดร์ เป็นภารกิจที่น่าสมเพช
ในระหว่างการเดินทางที่อกหัก
ความมืดอันน่าสะพรึงกลัวเติมเต็มความว่างเปล่าของเธอ
เธอพัฒนาตัวเองเป็นมนุษย์ที่ถูกดูหมิ่น
เร่ร่อนไร้จุดหมายที่สูญเสียตัวตนของเธอ
นั่งมองไฮด์ปาร์คโดยไม่เห็นที่ไหนเป็นเวลาหลายชั่วโมง
เดินเล่นอย่างไร้จุดหมายที่สถานีรถไฟเจนีวา
พร้อมครางเพลงกล่อมเด็กขณะเดินบนฝั่งแม่น้ำดานูบในกรุงเวียนนา
เธอลดระดับตัวเองลงสู่ระดับที่ต่ำกว่ามนุษย์
ความเจ็บปวดที่เธอต้องทนนั้นรุนแรงกว่าความทุกข์ยากของ Oizys
ถึงพันเท่า และไม่มีมนุษย์คนใดต้องทนทุกข์เกินกว่านั้น

อมายาสูดหายใจเอาหัวโขกโต๊ะอยู่ ในเฮลซิงกิ
นักศึกษาวิทยาลัยคนหนึ่งนั่งใกล้เธอแล้วถามว่า
"ทำไมคุณถึงหมดหวังขนาดนี้? ทำไมคุณถึงร้องไห้?
มีความเศร้าโศกมากมายในดวงตาของคุณ"
เธอช่วยอมายาทำความสะอาดใบหน้าด้วยผ้าเช็ดหน้า
"ได้โปรดอย่าร้องไห้อีกเลย อย่านั่งอยู่ที่นี่เป็นเวลานาน
มันเริ่มมืดและหนาวแล้ว ฉันจะช่วยคุณได้อย่างไร?
กรุณามากับฉันและดื่มกาแฟสักแก้ว" เธอร้องขอ อามายาไปกับเธอ
ร้านอาหารก็อบอุ่น กาแฟอุ่นๆ และบำรุง
เธอพาอมายาไปที่ล็อบบี้โรงแรมของเธอ "ดูแลตัวเองด้วย
รักษาตัวให้อบอุ่นนะ" เธอพูดพร้อมตบไหล่อมายา "ฉันชื่อเอซาเบล
หากคุณมีปัญหา ฉันก็อยู่ในเมือง พร้อมให้บริการคุณตลอดเวลา"
เอซาเบลให้การ์ดแก่เธอ
เธอเป็นนักศึกษาระดับปริญญาตรีที่ทำงานพาร์ทไทม์ในร้านอาหาร
ความปลอบใจที่อมายาได้รับจากบริษัทของเธอนั้นช่างซาบซึ้งใจชั่วนิรั
นดร์ อมายาสัมผัสได้ถึงหัวใจอันอบอุ่น ณ ใจกลางเฮลซิงกิ
เมืองแห่งความสุขของมนุษย์ ขณะรับประทานอาหารเช้า
อมายานึกถึงใบหน้าที่เป็นมิตรของเอซาเบลได้

หลังอาหารเช้า อมาญาก็ไปที่ออฟฟิศ ลูกๆ
ของเธอจะไปถึงที่นั่นก่อนแปดโมงเช้า Amaya มีวันที่ยุ่งมาก
เมื่อเธอปรากฏตัวต่อหน้าม้านั่งตัวอื่น

สุนันดาช่วยอมายาในคดีของดิยาต่อหน้าผู้พิพากษาสองคน
และการโต้เถียงดำเนินไปเป็นเวลาสองชั่วโมงในช่วงบ่าย
ผู้ถูกกล่าวหาได้แต่งตั้งทนายความที่แพงที่สุดคนหนึ่งจากเดลี
เขาแสดงลักษณะของชีวิตของ Divya อย่างไม่สุภาพ
เปลื้องผ้าเธอเปลือยเปล่า
และใช้เวลาประมาณหนึ่งชั่วโมงในการโปรยโคลนไปทั่วร่างกายของเธอ
ซึ่งทำให้เกิดคำศัพท์ทางกฎหมาย Amaya
ใช้เวลาไม่นานในการแสดงร่างกายที่ถูกทารุณกรรมและใบหน้าช้ำของ
Divya ต่อศาล; ตามกฎหมายต่างๆ Amaya
หักล้างคำใส่ร้ายของคู่ต่อสู้ของเธอและสร้างสิทธิ์ของ Divya
อย่างน่าเชื่อถือ ในคำตัดสิน ศาลมีหลักเกณฑ์เด็ดขาดและขอให้ Abdul
Kunj จ่ายค่าชดเชยจำนวน 10 ล้านรูปีให้กับ Divya
นอกเหนือจากการฝากเงินในนามของ Divya ในธนาคารที่ระบุอีก 10
ล้านรูปีสำหรับการดูแล การคุ้มครอง และการศึกษาของเด็ก

ระหว่างขับรถกลับบ้านก็เจอบาร์เซโลน่า
ทุกวันเธอกระวนกระวายใจที่จะกลับบ้านประมาณหกโมงเย็นจากมหาวิท
ยาลัย คารานคงจะอยู่ในการศึกษาของเขา ยุ่งอยู่กับการซื้อขายหุ้น
"อามายา รักคุณ; วันนี้เป็นยังไงบ้าง? กินหรือยัง?"
เขาเคยถามคำถามมากมายด้วยความรัก ทุกเย็นทันทีที่อมาญาถึงบ้าน
คารันจะกอดและจูบริมฝีปากของเธอ พวกเขาดื่มชายามเย็นด้วยกัน
อย่างที่เธอรู้ คารานมักจะรอให้เธอดื่มชาและของว่างอยู่เสมอ
ร้านอาหารปัญจาบและเบงกาลีในบาร์เซโลนามักจะเสิร์ฟซาโมซ่า
นามัคพาราอบ เบดมีปุริราซีลาอาลู
หรือแชทปาตีอาลูสำหรับของว่างเป็นประจำ

Amaya เชื่อว่าความอบอุ่นและความรักที่ Karan
แสดงออกนั้นไม่มีสิ่งใดเทียบได้และมีความสุขกับความไว้วางใจที่อยู่ใน
อ้อมแขนของเขา ซึ่งเธอไม่รู้จักในช่วงที่เธอเรียนมหาวิทยาลัย
ชายหนุ่มหลายคนแสดงความปรารถนาที่จะอยู่กับอมายา
เพื่อมีความสัมพันธ์ที่ยั่งยืน
แต่อมายากลับปฏิเสธอย่างไม่มีเงื่อนไขกับทุกคน
เธอไม่มีแฟนหรือเพื่อนที่จะใช้ชีวิตร่วมกัน
แม้ว่าจิตวิทยาที่ซับซ้อนของเธอจะเรียกร้องในช่วงวัยรุ่นก็ตาม
ผลผลิตแห่งความเป็นอิสระ Amaya
ปฏิเสธที่จะผูกมัดตัวเองกับใครสักคนและใช้ชีวิตร่วมกัน เนื่องจาก
Amaya ไม่มีเหตุผลที่จะละทิ้งความเหงาของเธอ

เธอไม่เหงาหรือมีประสบการณ์กับความเหงาและไม่เคยคิดที่จะทดลองเรื่องเซ็กส์เลย เธอไม่เคยคิดที่จะฟังเสียงเรียกร้องของหัวใจว่ามีเพื่อน

เธอไม่เคยตระหนักเลยว่าความสนิทสนมกันที่ใกล้ชิดเป็นสิ่งสำคัญ ซึ่งนำไปสู่การพัฒนาทางร่างกาย อารมณ์ และสังคม หลังจากกลับมาจากบาร์เซโลนา ในช่วงที่เธอซึมเศร้าหลายปี Amaya นึกถึงความผิดหวังที่อาจเกิดขึ้นกับชายหนุ่มบางคนที่เข้าหาเธอเพื่อความสนุกสนานทางเพศหรือคนอื่นๆ ด้วยความปรารถนาที่จะสร้างความสัมพันธ์ที่ยั่งยืน เธอหยาบคายกับหลายๆ คนหรือหยิ่งเพราะเธอมั่นใจมากเกินไปในความสามารถของเธอ โดยเฉพาะอย่างยิ่งในการโต้วาที การพูดในที่สาธารณะ เป็นผู้นำการอภิปรายอย่างขยันขันแข็ง และความคล่องแคล่วในการแสดงออกในภาษาต่างๆ กว่าครึ่งโหล คำชมเชยและชื่นชมจากผู้อื่นทำให้อมายาเพิกเฉยต่อความเข้าใจชายหนุ่ม เธอมีเพื่อนเพียงคนเดียวในโรงเรียนคืออลาสน์ ซึ่งสอนให้เธอพูดภาษายูสเครา แต่อมายาไม่รู้ว่ามิตรภาพกับเพื่อนร่วมชั้นคนอื่นๆ จะกระตุ้นให้เธอเสริมสร้างความคาดหวังที่ดีในการเลือกคู่ชีวิตที่เหมาะสม การที่เธอปฏิเสธที่จะมีเพื่อนส่งผลกระทบต่อเธอในการสร้างรากฐานที่แข็งแกร่งสำหรับความสัมพันธ์ในผู้ใหญ่ที่ประสบความสำเร็จ ส่งผลเสียต่อการเลือกคู่ชีวิตจากหลายๆ คน ทางเลือกส่วนตัวของเธอเป็นของเธอเอง เนื่องจากเธอไม่เคยปรึกษาเรื่องนี้กับใครเลย แม้แต่กับโรสก็ตาม

เธอไม่เคยเข้าใจเลยสักครั้งว่ามิตรภาพที่ใกล้ชิดกับคนอย่างน้อยสองสามคนจะช่วยให้เธอเข้าหาพวกเขาได้ในยามจำเป็นและทำให้เธอมีความยืดหยุ่นได้ดีขึ้น เมื่อเธออยู่กับแม่ในหมู่บ้านเป็นเวลาสามปี เธอก็เริ่มตระหนักรู้ขึ้น เธอคิดถึงการมีเพื่อนที่มีความสนใจ พรสวรรค์ รูปร่างหน้าตา ค่านิยม และความเชื่อที่แตกต่างกันไป ซึ่งสามารถช่วยเธอประเมินคารานได้

มีความทรงจำที่ชัดเจนของ Anurag เพื่อนร่วมชั้นของเธอ ขณะทำงานสื่อสารมวลชนในมุมไบสมัยเป็นนักศึกษาปริญญาตรี เขาเป็นนักแสดง ผู้จัดงาน และผู้นำในทุกรายการและกิจกรรม นักเรียนและครูก็ชอบเขา บางคนชื่นชมและชื่นชอบเขา ในการศึกษา อนุรักมีแผนที่ชัดเจนสำหรับอนาคตของเขา

โดยทำงานร่วมกับพ่อของเขา
ซึ่งเป็นเจ้าของช่องข่าวทีวีที่กำลังเติบโตในเมือง นักการเมือง
ข้าราชการ นักอุตสาหกรรม
และดาราภาพยนตร์มาเยี่ยมชมสตูดิโอของเขา Anurag
ชอบที่จะเป็นที่สนใจด้วยการเป็นผู้สร้างความคิดเห็นและผู้มีอำนาจตัดสิ
นใจในสังคม กำหนดนักการเมืองและผู้กำหนดนโยบายในอนาคต
นักเรียนชายและหญิงจำนวนมากมักจะอยู่รอบตัวเขาเหมือนผู้ติดตามขอ
งเขา อมายารักษาระยะห่างที่เป็นมิตรจากอนุรัก
แต่เขาชื่นชมความเป็นเลิศทางวิชาการ คุณสมบัติการพูดในที่สาธารณะ
ความสามารถในการโต้วาที
และวุฒิภาวะทางอารมณ์ของอมายาซ้ำแล้วซ้ำเล่า

Amaya รู้สึกท่วมท้นกับโอกาสใหม่ๆ ของวิทยาลัยในการเริ่มต้นใหม่
เนื่องจากเป็นสถานที่ใหม่ๆ ที่รายล้อมไปด้วยคนหน้าใหม่ๆ มากมาย
แต่การผูกมิตรกับพวกเขาไม่ใช่เรื่องสำคัญของเธอ อย่างไรก็ตาม
อนุรักให้ความสำคัญกับการมีเพื่อนมากมาย
เพราะเขารู้ว่าความสนใจและบุคลิกภาพที่มีร่วมกันมีส่วนสำคัญในการสร้
างสรรค์อนาคต
เขาต้องการเรียนรู้จากอมายาในการพัฒนาแนวคิดและแสดงออกอย่างมี
สติและเข้มแข็ง ซึ่งสามารถสร้างความประทับใจไม่รู้ลืมแก่ผู้ฟังได้
นอกจากนี้ อนุรักษ์ยังให้ความสำคัญกับบริษัทของอมายา
แต่อมายาเลือกที่จะรักษาระยะห่างด้วยความเคารพและเชื่อมั่นในความ
สัมพันธ์ทางวิชาชีพ
อนุรักษ์อยากใช้เวลากับอมายาให้มากขึ้นและสนุกกับการทำกิจกรรมร่ว
มกับเธอ เขาปรารถนาที่จะพัฒนาความสัมพันธ์ที่ยั่งยืนกับอมายา
มันเป็นความตั้งใจทำให้เขามีความสุข
เขาพยายามทำให้อมายาหัวเราะอย่างเต็มที่ทุกครั้งที่มีโอกาส

อนุรักมั่นใจ;
สองเดือนแรกของปีแรกมีความสำคัญอย่างยิ่งในการสร้างความสัมพันธ์
ที่ยั่งยืน เขาทำตัวให้พร้อมสำหรับ Amaya แม้จะทำธุระเล็กๆ น้อยๆ
และอยู่กับเธอในงานต่างๆ ของมหาวิทยาลัย ในเกือบทุกโอกาส
อนุรักษ์เป็นผู้มีส่วนร่วมอย่างแข็งขัน
เช่นเดียวกับสัปดาห์ครูที่อาจารย์แนะนำตัวเองและพูดคุยสร้างความคุ้นเ
คยเกี่ยวกับหลักสูตรที่เปิดสอน
หรือชมรมกาแฟที่อาจารย์เชิญนักเรียนที่ส่งรายงานภาคเรียน
เขาสนับสนุนให้อมายาคุยกับเขาโดยปริยาย เทศกาลดนตรี
การแสดงการกุศล การแสดงละคร ปิกนิก และกิจกรรมทางสังคมอื่นๆ

อนุรักติดตามอมายา
และงานดังกล่าวทำให้เขามีโอกาสมีปฏิสัมพันธ์ที่เป็นธรรมชาติ

มีองค์กรวิทยาเขตหลายแห่งที่อมายาเป็นสมาชิกอยู่
และอนุรักษ์ก็เลือกเข้าร่วมด้วย
สมาคมดังกล่าวทำให้เกิดปฏิสัมพันธ์ซ้ำแล้วซ้ำเล่าในหมู่สมาชิก
และอนุรักพยายามเข้าใกล้อมายาอย่างจงใจ
กิจกรรมของมหาวิทยาลัยที่ไม่มีโครงสร้างมีโอกาสมากขึ้นในการสื่อสารที่ดีขึ้นและใกล้ชิดยิ่งขึ้น
และโครงการกลุ่มก็ให้โอกาสมากมายในการแลกเปลี่ยนความคิดเห็น
อนุรักษ์จึงจงใจสนับสนุนโปรเจ็กต์ที่มีอมายาเป็นสมาชิกเพื่อให้ใกล้ชิดกับเธอมากขึ้น เมื่อสิ้นปีที่ 2
อนุรักแนะนำให้อมายาฝึกงานกับช่องข่าวทีวีของพ่อเป็นเวลา 1 เดือน
เพราะเขารู้ว่านี่อาจเป็นโอกาสอันดีในการสร้างมิตรภาพที่ยั่งยืนกับเธอ
มีนักศึกษาจำนวนมากสมัครเพื่อฝึกงานที่นั่น แต่ผู้ที่ได้รับเลือกมีน้อย
เมื่ออมายาตัดสินใจสมัครเข้ารับการฝึกอบรมในช่องข่าวทีวี
อนุรักก็ยกย่องสิ่งนี้เป็นการเปิดเผยแก่เขา เธอไม่ได้ไม่ชอบเขา

อนุรักเริ่มมีความสัมพันธ์อันอบอุ่นกับ Amaya ทีละน้อย
และเชิญเธอเข้าร่วมงานเทศกาลและงานพบปะสังสรรค์กับครอบครัว
เช่น งานฉลองวันเกิด ดีปาวาลี ราม นวมี ศรีกฤษณะชยันตี วันปีใหม่
และพระพิฆเนศ จตุรธี ในบ้านพักหลังใหญ่ของพ่อแม่ของเขา Anurag
แสดงความสนใจเสมอที่จะไปรับ Amaya จากบ้านของเธอที่ Bandra
โดยขับรถข้ามถนนอันพลุกพล่านในมุมไบไปยัง Malabar Hills
ที่ซึ่งพ่อแม่ของเขาและพี่น้องสองคนของเขาอาศัยอยู่
อนุรักภูมิใจในบ้านอันโอ่อ่าของเขาที่หันหน้าไปทางมารีนไดรฟ
การมาเยี่ยมครั้งแรกของอมายาเป็นการฉลองวันเกิดของน้องสาวฝาแฝดของเขา อนุปามา และอาปาร์นา
ซึ่งเป็นนักเรียนมัธยมปลายในสถานที่ของอนุรัก
เขาเชิญอมายาไปทานอาหารเย็นล่วงหน้าหนึ่งสัปดาห์
โดยบอกว่าจะมีสมาชิกในครอบครัวเพียงคนเดียวที่มาด้วย
เพราะเขารู้ดีว่าอมายาไม่ชอบฝูงชน
อมายาพบพ่ออนุรักษ์ครั้งแรกผู้มีการศึกษาดี
เขาให้อมาญาที่บ้านคุยเรื่องสถานการณ์การเมืองในประเทศ แม่ของ Anurag
สำเร็จการศึกษาระดับปริญญาโทสาขาวิทยาการคอมพิวเตอร์และทำงานร่วมกับองค์กรพัฒนาเอกชนที่ให้ความรู้ด้านคอมพิวเตอร์ฟรีแก่ผู้หญิงในสลัมต่างๆ ในมุมไบ เธอกอดอมายาเบา ๆ เมื่อเข้าไปในบ้าน

ความเป็นมิตร ความเรียบง่าย
และการเปิดกว้างของเธอทำให้อมายาประหลาดใจ
อนุภามาและอาปาร์นาเล่าเรื่องราวมากมายเกี่ยวกับโรงเรียน ครู
และแม่ชีที่บริหารโรงเรียนและหอมแก้มอมายา

เป็นการฉลองวันเกิดที่เรียบง่ายแต่เป็นการแลกเปลี่ยนความรักอันมากม
าย Amaya ชอบคณะของ Anupama และ Aparna
ซึ่งร้องเพลงสักการะภาษามราฐีและเพลงภาพยนตร์ภาษาฮินดีบางเพล
ง
ดูเหมือนว่าทุกคนจะเพลิดเพลินกับอาหารค่ำและชื่นชมการปรากฏตัวขอ
งอมายา
แม่ของอนุรักสอบถามเกี่ยวกับโรสและยินดีที่ได้ทราบว่าเธอเป็นสถาปนิ
กจากคอร์เนลซึ่งทำงานในลอนดอน มาดริด และมุมไบ พ่อของ
Anurag มีความคิดเห็นสูงเกี่ยวกับ Shankar Menon และ The Word
ซึ่งเขาแก้ไข
อนุรักษ์รักษาความเงียบด้วยความเคารพระหว่างรับประทานอาหารเย็น
โดยฟังการสนทนาระหว่างพ่อแม่กับอมายา แม้ว่าจะเป็นงานวันเกิด
แต่อมายาก็เป็นศูนย์กลางของแรงดึงดูด และอนุปามา
อาปาร์นาก็ตอบรับตามนั้น

"อมายา มาอีกแล้ว" แม่ของอนุรักกล่าวเมื่ออมายาขอบคุณที่ชวนเธอ
เธอนำเสนอภาพวาดสองภาพแก่อนุปามาและอาปาร์นา
การแข่งเรือในอลัปปูชาและกัตกะลี

ระหว่างถึงบ้านที่บันดรา
อนุรักได้คุยกับอมายาและแสดงความยินดีที่มาเยือนบ้านของเขา
หลังจากงานวันเกิด อมายาไปเยี่ยมบ้านอนุรักหลายครั้ง
อนุปามาและอาปาร์นาคุ้นเคยกับอมายาและแสดงความยินดีเมื่ออยู่ด้วย
แม่ของพวกเขาปฏิบัติต่ออมายาราวกับว่าเธอเป็นสมาชิกในครอบครัว

"อมายา ชีวิตคือสิ่งที่เราสร้าง ในขณะเดียวกันก็ทำโดยเพื่อน
เราเป็นเพื่อนกันมาตลอดสามปีที่ผ่านมา
ฉันขอเชิญคุณมาใช้ชีวิตร่วมกับฉัน
และฉันพร้อมที่จะใช้ชีวิตร่วมกับคุณ"
อนุรักษ์บอกกับอมายาในเดือนสุดท้ายของภาคเรียนสุดท้ายด้วยความค
าดหวัง

มันเป็นการวิงวอน Amaya ตระหนักดี อนุรักเป็นเพื่อนที่ดี
เป็นผู้ใหญ่และมุ่งมั่น เขามีอารมณ์ ความปรารถนา และโอกาส

แต่อมายาไม่เคยตอบสนองด้วยความรู้สึกผูกพันและเสน่หา
การติดต่อของเธอกับอนุรักเป็นเหมือนเพื่อนและไม่มีอะไรมากไปกว่านั้น

"อนุรัก คุณเป็นเพื่อนของฉันและจะยังคงเป็นเพื่อน
ฉันไม่เคยคิดอะไรเกินเลย" อมายากล่าว

"ฉันสามารถรอคุณทั้งชีวิตของฉัน ขอพูดอะไรสักคำ;
คุณเป็นอัญมณีล้ำค่าอันล้ำค่า เราสามารถทำสิ่งที่ยิ่งใหญ่ในชีวิตได้
การทำงานเป็นทีมเราจะประสบความสำเร็จ มาสร้างชีวิตกันเถอะ"
อนุรักขอร้อง

"ฉันขอโทษ อนุรัก การติดต่อของฉันกับคุณเป็นมืออาชีพ
ฉันไม่มีเจตนาอื่นใด โปรดเข้าใจฉันด้วย คุณเป็นคนที่ยอดเยี่ยม ฉลาด
หล่อเหลา ทำงานหนัก และเป็นผู้ใหญ่ คุณเป็นคนที่มีไมตรีจิต
ความหวัง และความจริงใจอันยิ่งใหญ่
ฉันรู้สึกได้ถึงความรักของคุณที่มีต่อฉัน มันจริงใจ
และไม่มีอุบายในตัวคุณ" อมายาอธิบาย

"อามายา ฉันไม่สามารถลืมคุณได้เลย คุณจะอยู่ในใจของฉันตลอดไป;
ฉันรักคุณอย่างมาก ความรู้สึกของฉันมีให้คุณและคุณคนเดียว
ฉันไม่เคยคิดที่จะขอให้ใครมาเป็นคู่ของฉันและเป็นเพื่อนตลอดชีวิตขอ
งฉัน ในตัวคุณฉันเห็นความบริบูรณ์ของชีวิต
อนาคตของเราคงจะรุ่งโรจน์ แต่ฉันรู้ว่าคุณมีแผนอื่นในชีวิต
คุณไม่ได้คิดถึงการสร้างมิตรภาพที่ยั่งยืนในปัจจุบัน
ขอให้โชคดีมีอนาคตที่สดใส" อนุรักกล่าว
อมายาสัมผัสได้ถึงความโศกเศร้าในน้ำเสียงของเขา

"ขอบคุณ อนุรัก สำหรับความเข้าใจของคุณ
เรายังคงเป็นเพื่อนกันตลอดไป" อมายากล่าว

"หากคุณเปลี่ยนความตั้งใจ โปรดแจ้งให้เราทราบ ฉันรอได้ตลอดไป"
อนุรักกล่าว

"อนุรัก โปรดดำเนินการตามแผนของคุณต่อไป อย่ารอฉันเลย บาย"
อมายาตอบรับ

"ลาก่อน อามายา" อนุรักตอบ

เย็นวันนั้นอมายาได้รับโทรศัพท์จากแม่ของอนุรัก "อมายา
เรารักคุณเสมอ และคุณคือสมาชิกในครอบครัวของพวกเราทุกคน
เราทุกคนคิดถึงคุณมาก
เนื่องจากเราไม่สามารถคิดว่าใครเป็นคู่ชีวิตของอนุรักได้

เรามีความฝันมากมาย คุณสองคนทำงานในช่องข่าวทีวีของเรา
พัฒนาให้เป็นสถาบันที่ยิ่งใหญ่ ฉันไม่สามารถลืมคุณได้."

"มาดาม ฉันรักพวกคุณทุกคน ฉันเคารพคุณเกินขอบเขต
แต่การตัดสินใจของฉันถือเป็นที่สิ้นสุด" อมายาตอบ

"ฉันรักเธอตลอดไป" เธอพูดพร้อมกับสั่น

อมายาจำคำพูดของเธอได้เป็นเวลานาน
ส่วนใหญ่ตอนที่เธออยู่กับโรสผู้เป็นแม่ของเธอในบ้านในหมู่บ้าน
และอมายาสังเกตเห็นว่าน้ำตกก็มีเสียงกึกก้องแบบเดียวกันในช่วงฤดูร้อ
น มันร้องไห้ออกมาจากใจ

Surya Rao แตกต่าง ดูแตกต่าง ประพฤติไม่เหมือน
และพูดจาอย่างชาญฉลาด
เขาเป็นเพื่อนร่วมชั้นของอมายาที่โรงเรียนกฎหมาย สูงและผอมเพรียว
เขามีสติปัญญาที่เฉียบคมที่สุด
และสามารถวิเคราะห์ประเด็นทางสังคมและกฎหมายได้อย่างพิถีพิถัน
Surya เป็นเพื่อนของ Amaya ในการแข่งขันศาลจำลองหลายรายการ
และพวกเขาก็เดินทางไปด้วยกันในหลายๆ เมือง
เขาพูดโดยไม่มีอารมณ์
อาศัยเพียงกฎหมายและศาลสูงที่มีอยู่และคำตัดสินของศาลฎีกาเท่านั้น

Amaya พบกับ Surya ในวันแรก
โดยยืนอยู่คนเดียวตรงมุมถนนในทางเดินของโรงเรียนกฎหมาย
เช่นเดียวกับอมายา เขาไม่มีเพื่อนสนิท
เดินเตร่ตามลำพังในมหาวิทยาลัย หรือนั่งคุยกันในห้องสมุด
เขาสามารถถามคำถามที่เฉียบคมที่สุด โดยเน้นประเด็นต่างๆ
ที่เป็นรากฐานของปัญหาทางกฎหมาย
ครูต้องคิดที่จะตอบหรือจัดการอภิปรายโดยที่ Surya เข้าร่วม Surya
ไม่ค่อยโต้แย้งข้อโต้แย้งของเขา เผชิญหน้ากับผู้อื่นด้วยข้อโต้แย้งเล็กๆ
น้อยๆ หรือทำให้คู่ต่อสู้ของเขาอับอาย
เขาไม่เคยพูดโดยไม่เคารพเลยสักครั้ง
คำอธิบายของเขาเป็นแบบปลายเปิดเพื่อให้ผู้อื่นสามารถอภิปรายต่อไป
และวิเคราะห์ได้อย่างมีเหตุผล Surya เป็นมืออาชีพด้านกฎหมายทั่วไป
เป็นคนเงียบๆ และเก็บตัวในการติดต่อธุรกิจ

สุริยะไม่สนใจที่จะสร้างมิตรภาพกับอมายาหรือแสดงความพึงพอใจให้เ
ธออยู่ด้วย ถึงกระนั้น เมื่อพวกเขาอยู่ด้วยกันในศาลจำลอง โต้วาที
หรือพูดในที่สาธารณะเป็นทีม เขากลับสนใจความเป็นอยู่ที่ดีของ

Amaya เป็นอย่างมาก เขาเป็นนักพูดที่มีอำนาจ พิจารณาเรื่องสิทธิมนุษยชนและความยุติธรรมอย่างกระชับด้วยเงื่อนไขที่ชัดเจน และผู้ชมแสดงความสนใจอย่างไม่มีเงื่อนไขในการปราศรัยและทุนการศึกษาของเขา สำหรับเขาแล้ว สวัสดิการของคนส่วนมากไม่ควรอยู่เหนือความยุติธรรม เนื่องจากความยุติธรรมไม่ได้ขึ้นอยู่กับการเจรจาต่อรองทางการเมือง ครั้งหนึ่งในการถกเถียงเรื่องรัฐธรรมนูญของอินเดีย สุริยะแย้งว่ารัฐธรรมนูญไม่ใช่เครื่องมือทางศีลธรรมที่พึ่งตนเองได้ เพราะคำตัดสินของสมัชชารัฐธรรมนูญไม่เคยรับประกันความเป็นธรรมของสนธิสัญญาสำหรับทุกคน เขายกตัวอย่างชนเผ่าต่างๆ ของอินเดีย เนื่องจากไม่มีใครพยายามรักษาสิทธิของตน ดังนั้นความยุติธรรมจึงถูกปฏิเสธสำหรับพวกเขา รัฐธรรมนูญเป็นข้อตกลงที่ทำโดยกลุ่มคนที่ได้รับการคัดเลือก แต่ไม่ได้กำหนดกฎหมายที่ตกลงกันไว้สำหรับพวกเขาทั้งหมด ดังนั้นการกบฏของชนเผ่าเพื่อให้บรรลุความยุติธรรมจึงเป็นเรื่องเหมาะสม รัฐธรรมนูญเป็นข้อตกลงเพื่อผลประโยชน์ร่วมกันเนื่องจากเป็นการกระทำโดยสมัครใจและเป็นการตัดสินใจของชายและหญิงที่กำหนดให้เป็นอิสระ แต่ชนเผ่าไม่ได้เป็นพันธมิตรที่เท่าเทียมกันเพื่อผลประโยชน์ร่วมกัน และไม่มีการตอบแทนซึ่งกันและกัน จึงไม่มีเงื่อนไขที่เป็นธรรม สมาชิกสภาร่างรัฐธรรมนูญคนอื่นๆ มีการศึกษาสูง มีฐานะดี มีอิทธิพล พูดชัดแจ้ง และมีอำนาจเหนือกว่า ซึ่งชนเผ่ายังขาดอยู่ ดังนั้นชนเผ่าจึงไม่มีข้อผูกมัดที่จะต้องเคารพกฎหมายที่ไม่ยุติธรรมสำหรับชนเผ่า รัฐธรรมนูญล้มเหลวในการตระหนักถึงคำที่โดยทั่วไปให้สัญญากับพลังทางศีลธรรมของพวกเขา ดังนั้นมันจึงอ่อนแอทางศีลธรรม อำนาจต่อรองของฝ่ายต่างๆ ภายในร่างกาย ซึ่งอนุมัติรัฐธรรมนูญไม่สมดุลในเรื่องผลประโยชน์ของชนเผ่า กลุ่มต่างๆ ที่สร้างรัฐธรรมนูญเพิกเฉยต่อชนเผ่า ปฏิเสธเอกราชของชนเผ่าและอุดมคติของการตอบแทนซึ่งกันและกัน กลุ่มที่ผ่านรัฐธรรมนูญยืนกรานเกี่ยวกับมุมมองของตน ไม่เกี่ยวข้องกับจุดยืนของชนเผ่า ต่อจากนี้ไป รัฐธรรมนูญไม่ได้รับรองความเท่าเทียมหรือโอกาสที่เท่าเทียมกันอย่างแท้จริง

ข้อเสนอของ Surya ก่อให้เกิดการโต้แย้งอย่างดุเดือดในหมู่ผู้ชม
บางคนเรียกเขาว่าต่อต้านชาติซึ่งเป็นบุคคลที่ต่อต้านอินเดีย ปู่ทวดของ
Surya ซึ่งเป็นสมาชิกสภาแห่งชาติอินเดียและนักต่อสู้เพื่ออิสรภาพ
ใช้เวลาสองสามปีกับมหาตมะ คานธีในเมือง Sevagram
เขาเดินทางไปตามเขาไปยังหลายส่วนของอินเดียและจัดกลุ่มต่อต้านอังกฤษ
เขาถูกจำคุกในเรือนจำกลางเยรวดาเป็นเวลาสี่ปีในข้อหาเข้าร่วมการต่อสู้เพื่ออิสรภาพ
เขาเป็นเจ้าของที่ดินเพื่อเกษตรกรรมมากกว่าหนึ่งพันเอเคอร์ในพรรคเตลัง ในฐานะเจ้าของบ้าน
มีความเมตตากรุณาที่จะแบ่งพื้นที่เก้าร้อยห้าสิบเอเคอร์ให้กับคนงานที่ทำงานในฟาร์มของเขาและคนไม่มีที่ดิน
ลูกชายของเขาเข้าร่วมพรรคคอมมิวนิสต์อินเดียในขณะที่เขารู้สึกผิดหวังกับนโยบายต่อต้านคนจนของชนชั้นปกครองและเสียชีวิตในเรือนจำ
พ่อของ Surya เข้าร่วมขบวนการเหมาอิสต์
ซึ่งเป็นพรรคคอมมิวนิสต์ปฏิวัติ
เพื่อยึดอำนาจรัฐผ่านการระดมมวลชนและการก่อความไม่สงบด้วยอาวุธ
เขาทำงานท่ามกลางชนเผ่าในรัฐอานธรประเทศ โอริสสา
และบาสตาร์มานานกว่าสี่สิบปี โดยต่อสู้กับบุคลากรกึ่งทหารส่วนกลาง
แม่ของ Surya ทำงานในฟาร์มเป็นเวลาแปดถึงสิบชั่วโมงทุกวัน
ดูแลลูกสามคนของเธอ
และให้การศึกษาและปลูกฝังพวกเขาด้วยเรื่องราวของพ่อและแนวคิดเรื่องความเสมอภาค โอกาสที่เท่าเทียมกัน สิทธิมนุษยชน
และความยุติธรรม Surya
กลายเป็นลัทธิเหมาที่มุ่งมั่นและมุ่งมั่นที่จะต่อสู้เพื่อความยุติธรรมให้กับชนเผ่า Surya
ได้รับทุนการศึกษาและเข้าศึกษาในสถาบันการศึกษาที่มีชื่อเสียงอย่างรวดเร็วเนื่องจากเขาเก่งในด้านวิชาการ

Amaya และ Surya
ตัดสินใจทำโครงการภาคสนามระยะเวลาหนึ่งเดือนร่วมกับชนเผ่าต่างๆ
ใน Chhattisgarh Surya แนะนำพื้นที่ Sukma ของเขต Dantewada
เนื่องจากพ่อของเขาทำงานที่นั่นมานานกว่าสิบห้าปี เมื่อ Surya
เล่าเรื่องราวให้ Amaya ฟัง
เธอรู้สึกอยากรู้อยากเห็นที่จะรู้จักชนเผ่าต่างๆ
และแสดงความปรารถนาที่จะทำงาน
เนื่องจากไม่ทราบภูมิหลังของลัทธิเหมาอิสต์ใน Surya

โรงเรียนกฎหมายจึงสนับสนุนให้ Surya และ Amaya
ทำโครงการภาคสนามร่วมกับชนเผ่าต่างๆ
การสังเกตสถานการณ์ทางสังคมและเศรษฐกิจของผู้คนในเมืองสุขมาเ
ป็นเรื่องน่าสยดสยอง ผู้ชาย ผู้หญิง
และเด็กเกือบทุกคนในหลายหมู่บ้านต้องทนทุกข์ทรมานจากการแสวงห
าผลประโยชน์อย่างไร้มนุษยธรรมโดยรัฐบาล บริษัทเหมืองแร่ นักธุรกิจ
เจ้าหน้าที่ป่าไม้ เจ้าของร้านค้า ข้าราชการ และนักการเมือง
คนยากจนอย่าง Abysmall
อาศัยอยู่ในบ้านอิฐหรือบ้านไม้ไผ่ที่ทรุดโทรม ชนเผ่าส่วนใหญ่ที่มี
Amaya และ Surya อาศัยอยู่เป็นผู้ที่ถูกขับไล่ออกจากถิ่นฐานอื่น
รัฐบาลมอบที่ดินของบรรพบุรุษให้กับยักษ์ใหญ่เหมืองแร่
ซึ่งสร้างโรงงานถ่านหิน แร่เหล็ก หินปูน โดโลไมต์ แร่ดีบุก บอกไซต์
และซีเมนต์
หลายหมู่บ้านบอกพวกเขาว่าชาวบ้านจะถูกไล่ออกจากชุมชนปัจจุบันภา
ยในระยะเวลาอันสั้นเนื่องจากรัฐบาลได้ให้ที่ดินสำหรับทำเหมืองแล้ว
ชนเผ่าหลายพันเผ่าต้องอดอยากและยากจนข้นแค้น
ซึ่งเป็นหนึ่งในกรณีที่เลวร้ายที่สุดของการละเมิดสิทธิมนุษยชน
การทำร้ายร่างกายและการข่มขืนเป็นเรื่องปกติ
เด็กหลายคนเกิดมาในสถานการณ์เช่นนี้
และโศกนาฏกรรมของมนุษย์ที่อมายาได้พบเห็นก็เกินจินตนาการของเธ
อ คนส่วนใหญ่ไม่มีอะไรกิน
ผู้หญิงและเด็กจำนวนมากเสียชีวิตเพื่อค้นหารากและใบไม้ที่กินได้ในป่า
ในช่วงที่ไม่มีโรงเรียน เด็กจำนวนมากยังคงไม่รู้หนังสือ
สถานพยาบาลไม่มีอยู่จริง และผู้คนก็ดูตัวเล็ก อ่อนแอ และน่าสังเวช

Amaya และ Surya
อยู่กับครอบครัวของชนเผ่าและไปกับพวกเขาเพื่อเก็บราก ใบไม้
เมล็ดพืช และน้ำผึ้งจากป่า
บ้างก็เก็บกิ่งไม้แห้งมาประกอบอาหารแล้วนำมาไว้บนหัว
พวกเขาร่วมกับผู้หญิงในการปรุงอาหารรากและใบไม้ที่เก็บมาจากป่าใน
ที่โล่งบนฟืนหรือในครัวเล็กๆ ที่อยู่ติดกับบ้านของพวกเขา
ซึ่งไม่มีการระบายอากาศ
ชนเผ่าจำนวนมหาศาลต้องทนทุกข์ทรมานจากการถูกแสวงหาประโยช
น์และการกดขี่จากชนชั้นสูงในรัฐบาลหรือนักธุรกิจ
อมายาพูดคุยกับผู้หญิงและเด็กจำนวนมาก
โดยสอบถามเกี่ยวกับสุขภาพและการเลี้ยงลูกเป็นหลัก

หลังจากรับประทานอาหารเย็นเพียงเล็กน้อย ชาวบ้านเกือบทั้งหมดก็รวมตัวกันเพื่อเต้นรำรอบกองไฟในใจกลางหมู่บ้านพร้อมกับผู้ชาย ผู้หญิง และเด็ก Surya พูดกับพวกเขาด้วยสำเนียงระหว่างการร้องเพลงและการเต้นรำ โดยอธิบายถึงความจำเป็นในการน่ารังเกียจสำหรับการเปลี่ยนแปลงโครงสร้าง โครงการสวัสดิการของรัฐบาลและงานสังคมสงเคราะห์โดยองค์กรพัฒนาเอกชนส่งผลให้เกิดการพัฒนาสังคมและเศรษฐกิจรอบนอก แต่การเปลี่ยนแปลงที่พวกเขานำมานั้นไม่ได้ผลเนื่องจากล้มเหลวในการบรรลุสิทธิมนุษยชนและความยุติธรรม Surya โต้แย้งเรื่องรายได้ ความมั่งคั่ง อำนาจทางการเมือง และโอกาสสำหรับชนเผ่าที่พวกเขาไม่เคยได้รับ

อย่างไรก็ตาม Surya ยืนยันว่าพวกเขาไม่ได้แลกเปลี่ยนสิทธิและเสรีภาพขั้นพื้นฐานเพื่อความได้เปรียบทางเศรษฐกิจ เนื่องจากความไม่เท่าเทียมกันทางสังคมและเศรษฐกิจที่รุนแรง การกระจายรายได้และความมั่งคั่งที่เท่าเทียมกันจึงมีความจำเป็น นอกจากนี้ ดินแดนที่ชนเผ่าอาศัยอยู่เป็นเวลาหลายพันปียังเป็นทรัพย์สินของบรรพบุรุษของพวกเขา และไม่มีรัฐบาลใดมีอำนาจขับไล่พวกเขาออกจากที่นั่นได้ ในขณะที่ความมั่งคั่งที่สร้างขึ้นจากดินแดนของชนเผ่าเปลี่ยนไปสู่ผู้มีอิทธิพลทางการเมืองและร่ำรวย Surya เรียกร้องหลักการแห่งความเท่าเทียมกัน เช่น การกระจายความมั่งคั่งเพื่อประโยชน์ของทุกคน โดยเฉพาะอย่างยิ่งผู้ที่อยู่ด้านล่างสุดของสังคม การกระจายความมั่งคั่งและโอกาสไม่ควรขึ้นอยู่กับกฎหมายโดยอำเภอใจ ด้วยเหตุนี้ ความมั่งคั่งที่สร้างขึ้นโดยยักษ์ใหญ่ในการขุดจึงจำเป็นต้องทำงานเพื่อผลประโยชน์ของผู้มีรายได้น้อย เช่น ชนเผ่า

ผู้คนรวมตัวกันอยู่ในกระท่อมเล็กๆ ของตน โดยมีฝนตกหนัก ฟ้าร้อง และลมแรง ทันใดนั้น เยาวชนบางคนก็วิ่งเข้ามาและพูดด้วยเสียงแผ่วเบาว่า "ตำรวจ ตำรวจ" ผู้หญิงและเด็กเริ่มร้องไห้เสียงดัง ผู้ชายวิ่งหายเข้าไปในป่า เยาวชนช่วย Amaya และ Surya ให้วิ่งเร็วที่สุดเท่าที่จะเป็นไปได้จนกระทั่งถึงหุบเขา

และพวกเขาก็ซ่อนตัวอยู่ใต้ก้อนหินตลอดทั้งคืน
สุริยะบอกกับตำรวจติดอาวุธของอมายาบุกเข้าไปในหมู่บ้านต่างๆ
อย่างน้อยหนึ่งครั้งในรอบหกเดือน ถูกยิงใส่เยาวชนโดยไม่เลือกหน้า
และในกระบวนการนี้ ทุกหมู่บ้านสูญเสียคนหนุ่มสาวไปหลายสิบคน
ไม่มีหน้าต่างให้บ่นเพราะชนเผ่าอยู่ในความเมตตาของรัฐบาล
ความเคารพของ Amaya ที่มีต่อ Surya
เพิ่มขึ้นมากมายระหว่างที่พวกเขาอยู่ที่หมู่บ้าน Sukma
เขาเป็นผู้ชายที่ต่อสู้เพื่อความยุติธรรมเพื่อมนุษยชาติที่ถูกกดขี่
ต่อต้านรัฐบาลที่กดขี่ที่ใช้อำนาจในทางที่ผิดในการปราบชนเผ่าด้วยการ
ปฏิเสธความยุติธรรม

"อมายา หลังจากเรียนกฎหมายเสร็จแล้ว ฉันจะกลับมาที่นี่
อยู่กับคนเหล่านี้ และพยายามสร้างความตระหนักรู้ในตัวพวกเขา
ฉันจะต่อสู้เพื่อความเท่าเทียม โอกาสที่เท่าเทียมกัน
และการกระจายความมั่งคั่ง ซึ่งฉันถือว่าเป็นความยุติธรรม" สุริยะกล่าว

อามายามองไปที่สุริยะ
ดวงตาของเขาราวกับคบไฟที่เห็นในขณะที่สายฟ้าแลบวาบอยู่ในป่าที่เ
ผายอดไม้คาซัวรินา สุริยะได้เข้าเป็นสมาชิกของชนเผ่าแล้ว "สุริยะ
ฉันชื่นชมความจริงใจ ความทุ่มเท และวิสัยทัศน์ของคุณ" อมายาตอบ

"สิ่งที่ฉันเป็นนั้นไม่สำคัญ แต่สิ่งที่คนเหล่านี้ต้องการนั้นสำคัญ
ข้าพเจ้าขอเชิญท่านมาอยู่กับข้าพเจ้าเพื่อจุดประสงค์นั้น
และเราจะทำงานร่วมกัน คุณและฉันสามารถเป็นพลังที่น่าเกรงขามได้
เราจะบรรลุความยุติธรรมแก่มวลชนที่ถูกกดขี่และไร้เสียงเหล่านี้ได้สำเร็
จ" คำพูดของสุริยะนั้นแม่นยำ มีพลัง และเป็นกลาง
พวกมันเด้งขึ้นมาจากยอดหินแกรนิตซึ่งดูเหมือนความอุดมสมบูรณ์ของ
ต้นไทรอันกว้างใหญ่กลางหมู่บ้าน
อมายาไม่รู้จะพูดหรือตอบสนองอย่างไรแม้จะดังก้องอยู่ในหูก็ตาม

"สุริยะ ฉันเคารพและชื่นชมคุณและงานของคุณเป็นอย่างสูง
แต่ฉันมีแผนของฉันแล้ว ในฐานะนักข่าวด้านสิทธิมนุษยชน
ฉันสามารถให้ความกระจ่างแก่สาธารณชน ระบบราชการ และรัฐบาลได้
การโทรของฉันแตกต่างออกไป" อมายาอธิบาย

"เอาล่ะ Amaya แต่ฉันคิดว่า" Surya กล่าว

การระลึกถึงวันเวลาร่วมกับเทพก็เหมือนกับการเคี้ยวมะยม ขม ฉุน
เปรี้ยว หวาน ค่ำคืนในที่ซ่อนใต้โขดหิน
กลางดึกที่หิ่งห้อยส่องแสงบนเนินเขาที่เต็มไปด้วยต้นไม้ในงานรื่นเริงข

องธรรมชาติที่ผสานเข้ากับเส้นขอบฟ้า
ซึ่งครอบครองโดยชนเผ่าดันเทวาดา
ราวกับแสงไฟนับล้านบนชิงช้าสวรรค์ในช่วงที่เมืองมาตาเดโร มาดริด
มีเสน่ห์อันเป็นเอกลักษณ์มายาวนานหลายปี

แต่ในบาร์เซโลนา
คารันจับภาพอมายาด้วยรูปลักษณ์ที่เหมือนซุสของเขา
สะกดใจเธอด้วยคำพูดอันเย้ายวนของเขา
และกักขังเธอไว้ในอ้อมกอดอันน่าหลงใหลของเขา
โดยไม่เปิดเผยเจตนาของเขา อมายาเชื่อและวางใจในพระองค์
และยืนหยัดดั่งประภาคาร
ส่องประกายระยิบระยับแม้ในคืนฝนพรำเหมือนถ้ำดันเทวาดาที่ถูกบดบัง
Amaya เดินทางไปกับ Karan
ไปยังมาดริดเพื่อรวบรวมข้อมูลสำหรับการวิจัยของเธอจากหนังสือพิมพ์
ห้าฉบับที่อาจเทียบเท่ากับ *The Print* เรียบเรียงโดยพ่อของเธอ
และช่องข่าวทีวีอีกครึ่งโหลที่เป็นคู่แข่งกับ Anurag และเช่นเคย Karan
ได้ทำแผนการเดินทาง จองตั๋วเครื่องบินและห้องพักในโรงแรม
กำหนดตารางการลงพื้นที่ สัมภาษณ์ เยี่ยมชมสถานที่ท่องเที่ยว
ความบันเทิง และสุดท้ายคือการแข่งขันสู้วัวกระทิง Amaya
ไม่ชอบการสู้วัวกระทิง แต่ Karan เป็นคนเลือกเอง
เธออยากจะไปกับเขาทุกที่ที่เขาไป Karan
ใช้เวลาพอสมควรในการจัดกิจกรรมในแต่ละวันและเยี่ยมชมกรุงมาดริดเ
ป็นเวลาสิบวัน

อิสรภาพของเธอ

มาดริดมีการเปลี่ยนแปลงอย่างมากในช่วงสิบปีที่ผ่านมา Amaya
สังเกตเห็น สนามบินมีรูปลักษณ์ที่ตระการตา
ถนนสะอาดอย่างน่าอัศจรรย์ และมีการควบคุมการจราจร
เมืองนี้เปล่งประกายด้วยแสงไฟและโฆษณา อาคารต่างๆ
สวยงามอย่างไม่น่าเชื่อ สถาปัตยกรรมที่น่าประหลาดใจ
และเทคโนโลยีที่มองเห็นได้ทั่วไป โรงแรมของพวกเขาตั้งอยู่บนถนน
Serrano ในซาลามังกา และ Amaya
ไม่เคยอาศัยอยู่ในสภาพแวดล้อมที่หรูหราเช่นนี้มาก่อน แต่ Karan
ก็รู้สึกเหมือนอยู่บ้านทันที เขาสบายใจกับทุกสิ่ง
และอมายาที่ระมัดระวังก็รู้สึกสบายใจ
หลังจากรับประทานอาหารเย็นในร้านอาหารในสวนแล้ว
พวกเขาก็เดินไปรอบๆ เมือง
อมายาสามารถจดจำสภาพแวดล้อมที่เธอใช้ชีวิตในวัยเด็กมาสิบสามปีได้ ถนนเต็มไปด้วยผู้คน บางแห่งไม่มีการจราจรติดขัด
และอารมณ์ของเทศกาลก็มีอยู่ในเกือบทุกแยกที่มีดนตรี การเต้นรำ
และความบันเทิงอื่นๆ

Amaya และ Karan พูดคุยไม่รู้จบ เล่าเรื่องราว สังเกต
และสนุกสนานกับการอยู่ร่วมกัน การเดินกับเขาเป็นประสบการณ์ที่น่ารัก
เธออยากจะอยู่กับเขาชั่วนิรันดร์และก้าวไปสู่ความไม่มีที่สิ้นสุด
ประมาณเที่ยงคืนพวกเขาก็กลับถึงโรงแรม หอคอย Torre Bankia,
Torre Picasso, Torre de Madrid, โบสถ์ Torre Espacio
และยอดแหลมของโบสถ์และมหาวิหารหลายแห่ง
มองเห็นได้จากหน้าต่างห้องของพวกเขาบนชั้นที่ 28

ตามกำหนด Amaya
สัมภาษณ์นักข่าวอาวุโสที่เกี่ยวข้องกับประเด็นสิทธิมนุษยชนในหนังสือ
พิมพ์ซึ่งเป็นหนึ่งในหนังสือพิมพ์ที่เก่าแก่ที่สุดของสเปน
นักข่าวเริ่มพูดภาษาอังกฤษแต่เปลี่ยนมาใช้ภาษาสเปน
เพราะรู้ว่าอมายาพูดภาษาสเปนได้คล่อง
เธอถามคำถามและนักข่าวก็ตอบทุกคำถามของเธออย่างเป็นกลางจนเธอพอใจ นักข่าวพา Amaya และ Karan ไปที่เอกสารสำคัญ
และเปิดบทความและเรื่องราวเกี่ยวกับสิทธิมนุษยชนมากมาย

มีห้องสมุดที่มีหนังสือมากกว่าหนึ่งแสนเล่ม หัวข้อต่างๆ
และวารสารศาสตร์ การเมือง ศาสนา ศิลปะ วัฒนธรรม เศรษฐกิจ
และวิชาอื่นๆ ที่เกี่ยวข้อง
พิพิธภัณฑ์ที่อยู่ติดกับห้องสมุดมีความโดดเด่น
พวกเขาใช้เวลาประมาณหนึ่งชั่วโมงในการชมนิทรรศการต่างๆ
นักข่าวได้ออกรหัสผ่านดิจิทัลให้อมายาเพื่อใช้ห้องสมุดเป็นเวลา 12
เดือน ซึ่งช่วยให้เธอเปิดเว็บไซต์หนังสือพิมพ์เรื่องสิทธิมนุษยชนในช่วง
5 ปีที่ผ่านมา Amaya มอบรูปปั้น Kathakali
อันวิจิตรงดงามซึ่งทำจากไม้ Devadaru จาก Kerala ให้เขา
เธอไปเยี่ยมสำนักงานหนังสือพิมพ์ใช้เวลาประมาณสี่ชั่วโมง
จุดต่อไปคือสตูดิโอช่องข่าวทีวีในตอนเย็น
อมายาและคารันก็กลับโรงแรม คารันจ้างรถ SUV มาสิบวันแล้ว
ไปเที่ยวที่ต่างๆก็สะดวก

การไปเยี่ยมสำนักงานสถานีโทรทัศน์ทำให้เธอคิดใหม่ถึงความถูกต้องของข่าวที่ปรากฏในสื่อ ผู้ประกาศข่าวบอกกับอมายาว่างานต่างๆ
สามารถฉายได้จากทัศนคติและอุดมการณ์ของผู้จัดทำรายการ
"ไม่มีความจริงที่เป็นรูปธรรม
เนื่องจากข้อเท็จจริงที่บิดเบี้ยวสร้างภาพลวงตาโดยที่เหตุการณ์ในตัวเองไม่เคยมีอยู่จริง สิ่งที่เกิดขึ้นคือการตีความ" ผู้ประกาศข่าวอธิบาย
เขามีประสบการณ์ทำงานในช่องข่าวเดียวกันมาสิบแปดปีและสงสัยว่าข่าวจะมีอยู่เหมือนข่าว แม้แต่คนที่ดูรายการทีวีก็ยังชอบดูคำอธิบาย
รูปภาพหรือวิดีโอจะมีความหมายก็ต่อเมื่อชี้แจงผู้ประกาศข่าวหรือนักข่าวเท่านั้น "เหตุการณ์ที่ไม่มีคำอธิบาย ขาดความหมายและความถูกต้อง
เช่นเดียวกับศิลปินที่ตั้งชื่อภาพวาดด้วยลายเซ็นต์
ศิลปะก็ไร้ค่าหากไม่มีรายละเอียดดังกล่าว ในรายการโทรทัศน์
ไม่ว่าจะเป็นเหตุการณ์ทางการเมือง ระเบิดในตลาด
การชุมนุมทางศาสนา รูปภาพ การผสมสี มุม ฯลฯ
ล้วนมีความหมายตามการชี้แจง
แม้แต่ฉากฆาตกรรมก็อาจเป็นเหตุการณ์แห่งความกล้าหาญ
การเล่าเรื่องเกี่ยวกับความรักชาติ หรือการทรยศหักหลัง
ไม่ว่าจะตีความด้วยวิธีใดก็ตาม ดังนั้นความจริงย่อมอยู่ในผู้สังเกตการณ์
เธอเพียงคนเดียวที่สร้างคุณค่า ความแท้จริง
และความหมายของมันขึ้นมา" ผู้ประกาศข่าวกล่าวต่อ สำหรับเขา
ไม่มีสิทธิมนุษยชนใดที่อยู่นอกแนวคิดเรื่องการดำรงอยู่ของมนุษย์
ไม่มีพระเจ้าใดอยู่เหนือการดำรงอยู่ของมนุษย์
และไม่มีชาติอื่นใดนอกจากกลุ่มทางสังคม

เมื่อบุคคลหนึ่งระบุถึงความหมาย มันจะถือว่ามีอุดมการณ์เฉพาะ ดังนั้นจึงไม่มีคุณค่าอื่นใดนอกจากมนุษย์แต่ละคน

 หลังจากรับประทานอาหารเย็นในร้านอาหาร Amaya และ Karan ก็เดินไปที่ El Retiro Park ซึ่งมีคนหนุ่มสาวหลายร้อยคนเดินเล่นเป็นคู่หรือเป็นกลุ่มเล็กๆ Amaya และ Karan นั่งบนม้านั่งหันหน้าไปทางน้ำพุ ไตร่ตรองคำพูดของผู้ประกาศทีวี อมายาพบว่าเป็นเรื่องยากที่จะยอมรับข้อเสนอหลายประการของเขา แต่สำหรับ Karan ความคิดส่วนใหญ่ที่แสดงโดยสมอเป็นตัวแทนของความเป็นจริง เนื่องจากความต้องการของแต่ละบุคคลถือเป็นความกังวลหลัก อมายารู้สึกประหลาดใจ ทัศนคติของ Karan แตกต่างจากเธอเป็นครั้งแรก อย่างไรก็ตาม เธอเคารพ Karan สำหรับความรักของเขา

"การรันสำหรับฉัน ความยุติธรรมคือการแสดงออกถึงความรักที่เรามีต่อสังคม ผู้คนที่ต้องทนทุกข์เนื่องจากการกดขี่" อมายากล่าวขณะนั่งอยู่บนม้านั่ง

"เราไม่สามารถมีความยุติธรรมโดยการคิดเชิงนามธรรมได้ มันเป็นสิ่งที่แต่ละบุคคลกำหนด บุคคลนั้นคือฉัน" คารันตอบ

"ความชอบของแต่ละบุคคลหรือชุมชนอาจกดดันบุคคลหรือกลุ่มอื่น" อมายากล่าว

"ความยุติธรรมเริ่มต้นที่ฉันและสิ้นสุดที่ฉัน ลำดับความสำคัญของฉันคือคู่ครอง ลูก พ่อแม่ พี่น้อง และสมาชิกครอบครัวคนอื่นๆ ในระยะต่อมาจะขยายไปสู่ชุมชนและสังคม ดังนั้นความชอบของแต่ละบุคคลจึงเป็นเกณฑ์สูงสุด" Karan อธิบาย

"เป็นไปได้ไหมที่จะรักษาคุณค่าดั้งเดิมของมนุษยชาติ? หากความยุติธรรมเป็นเรื่องของบุคคลและครอบครัวของเขา จะเกิดอะไรขึ้นกับสังคมที่ใหญ่กว่าและการดำรงอยู่ของมัน? หากคุณปฏิเสธความเป็นมนุษย์โดยยอมรับความเป็นปัจเจกบุคคล แล้วความกังวลของชุมชน เสรีภาพ ความเท่าเทียม และโอกาสที่เท่าเทียมกันจะหายไปตลอดกาล" อมายาแสดงความกลัว

"ไม่มีเสรีภาพใดดำรงอยู่ได้นอกจากเสรีภาพส่วนบุคคล ความเสมอภาคและโอกาสที่เท่าเทียมกันนั้นไม่มีความหมายในสังคมที่

บุคคลสูญเสียอัตลักษณ์ของตนเอง แต่ละคนรักครอบครัวของเขา และทุกคนก็มีแนวคิดเกี่ยวกับความเป็นอยู่ที่ดีของประชาชนของตน ความรักต่อมนุษยชาตินั้นไร้ความหมาย
และไม่มีใครสามารถทำได้เหมือนที่มันเป็นยูโทเปีย
มันไม่สามารถมีอยู่ได้ เมื่อมีบุคคลย่อมมีครอบครัว ชุมชน และชาติ"
คารานเป็นคนเด็ดขาด

"คุณหมายถึงเสรีภาพ ความเสมอภาค
และความยุติธรรมนั้นจำกัดอยู่แค่ตัวบุคคล
และไม่มีความหมายในบริบทที่กว้างกว่านั้นหรือ?" อามายาเอ่ยถาม

"แน่นอนว่า ในทุกบริบท บุคคลต้องมาก่อน ฉันให้สี เสียง รส และความหมายแก่จักรวาล จักรวาลดำรงอยู่เพราะฉันดำรงอยู่ ถ้าฉันไม่อยู่ก็หายไป ดังนั้น
ทุกสิ่งทุกอย่างจึงให้ความสำคัญกับแต่ละบุคคลเป็นหลัก" Karan อธิบายเมื่อมองดูที่ Amaya

"คุณแยกแยะความดีของผู้อื่นออกจากคุณได้อย่างไร" อามายะถาม

"ความวิตกกังวล ความกังวล ความเจ็บปวด ความเศร้า ความสุข ความยินดี และความหวังของฉันเป็นของฉัน
ไม่มีใครเข้าใจความหมายทั้งหมดได้เพราะผมให้ความหมายแฝงและความเข้มข้น เมื่อฉันแบ่งปันกับคนของฉัน
พวกเขาก็เข้าใจมันเพียงบางส่วน ในฐานะปัจเจกบุคคล
ฉันกำหนดอารมณ์ของตัวเองและมองผู้อื่นภายใต้กรอบการทำงานที่ฉันพัฒนาขึ้น
สิ่งที่ฉันเป็นและสิ่งที่เกิดขึ้นกับฉันคือความกังวลของฉันตามความหมายของการรับรู้ของฉัน ไม่มีใครสามารถแบ่งปันได้ทั้งหมด
ถ้าคนอื่นค้นพบความสมหวังภายในโครงสร้างที่ฉันสร้างขึ้น
พวกเขาอาจจะเข้าใจฉันในทางที่ดีขึ้น แต่ฉันมีเอกลักษณ์เฉพาะตัว และคนอื่นๆ
มีอิสระที่จะพัฒนาโครงสร้างของตนเองตามความต้องการและความหวังของพวกเขา จ่ายเงินให้ผู้อื่นสำหรับบริการของพวกเขาเต็มขอบเขตมากกว่าที่พวกเขาคาดหวังหรือสมควรได้รับ ในกระบวนการนี้
ทุกคนจะได้รับอิสรภาพ ความเสมอภาค
และความยุติธรรมในแบบของตนเอง" คารานวิเคราะห์

"คุณหมายถึงจะบอกว่าปัจเจกบุคคลคือข้อกังวลหลัก
และสังคมไม่เกี่ยวข้องเหรอ?" อามายะถาม

"ยิ่งกว่านั้นสำหรับฉัน ฉันมาก่อนในทุกบริบท ฉันรวมถึงคนของฉัน ชุมชนของฉัน และประเทศของฉัน เมื่อฉันรักฉัน ฉันก็รักพวกเขา ไม่มีความรักเกิดขึ้นได้โดยการปฏิเสธคนที่รัก ฉันเป็นตัวเอกของเรื่องราวของฉัน เป็นฮีโร่ในการกระทำของฉัน เรื่องราวทั้งหมดเป็นเรื่องเกี่ยวกับผู้คนของฉันและฉัน" คารานกล่าว

"คุณเห็นคนที่คุณสนิทด้วยเป็นยังไงบ้าง"

"ฉันเห็นฉันกับคนที่ฉันสนิทด้วย สิ่งที่พวกเขารักเป็นสิ่งสำคัญสำหรับฉัน และฉันจะทำทุกอย่างเพื่อให้บรรลุผลเหล่านั้น ดังนั้นสิ่งถูกและผิดจึงไม่เกี่ยวข้องในบริบทนั้น" Karan ไม่มีคุณสมบัติเหมาะสมในคำตอบของเขา

"คุณจะอธิบายความรับผิดชอบของคุณต่อมนุษยชาติโดยรวมได้อย่างไร " อามายะเอ่ยถาม

"ฉันไม่มีความรับผิดชอบต่อมนุษยชาติ เนื่องจากมนุษยชาติไม่มีอยู่เป็นหน่วยเดียว เป็นแนวคิดที่ไม่มีรูปทรง ความยาว ความกว้าง หรือความหนาแน่น มีอะไรเป็นของแต่ละคน คุณและฉัน ถ้าทุกคนดูแลตัวเองได้ ปัญหาก็จะหมดไป นอกจากนี้ ฉันไม่สามารถรักคนที่ไม่รู้จักได้ พวกเขาไม่มีอยู่จริง ตัวอย่างเช่น ฉันไม่รู้สึกถึงดอกไม้ที่อาจอยู่ในถิ่นทุรกันดารของไซบีเรีย โลมาในอ่าวเบงกอล หรือนกเพนกวินในแอนตาร์กติกา แนวคิดเรื่องความรักต่อมนุษยชาติเป็นเพียงตำนาน ขณะทิ้งระเบิดฮิโรชิมาและนางาซากิ เฮนรี ทรูแมนไม่ได้คิดถึงมนุษยชาติ สตาลินสังหารมนุษย์มากกว่าสิบล้านคนทั้งเนื้อและเลือด ฮิตเลอร์ไม่มีความมั่นใจในการกำจัดชาวยิวหลายล้านคนในห้องรมแก๊ส ที่เอาชวิทซ์ เทมบินกา เบลเซค และเชล์มโน ภายใต้เหมา มีผู้เสียชีวิตหลายล้านคนในชนบทของจีน หลังจากการแบ่งแยกอินเดีย ชาวฮินดูและมุสลิมสังหารหมู่เพื่อนมนุษย์มากกว่าสิบล้านคน เชอร์ชิลล์เป็นผู้รับผิดชอบต่อการเสียชีวิตของชาวอินเดียมากกว่าหกล้านคนในช่วงภาวะกันดารอาหารเบงกอล และชาวสเปนได้สังหารผู้คนหลายล้านคนในละตินอเมริกาในศตวรรษที่ 16 ชาวฝรั่งเศส เบลเยียม และเยอรมันก็ทำเช่นเดียวกันในแอฟริกา สิ่งที่อิหร่านกำลังทำในเยเมนและซีเรียก็เหมือนกัน คนที่ทนทุกข์ทรมานจากอาชญากรรม การก่อการร้าย สงคราม และการยึดครองคือปัจเจกบุคคล ไม่ใช่มนุษยชาติ" คารานอธิบาย

"เสรีภาพในการเลือกของแต่ละบุคคลถือเป็นเงื่อนไขของสังคมที่ยุติธรรมหรือไม่" อามายะถาม

"เสรีภาพเป็นทางเลือกของแต่ละบุคคล
เนื่องจากเป็นการสันนิษฐานถึงความรับผิดชอบ สำหรับบางคน
อิสรภาพคือการเป็นทาส
เพราะพวกเขาชอบที่จะอยู่แบบประนีประนอมหรือเป็นทาส
ไม่มีหลักการแห่งเสรีภาพภายนอกตัวบุคคล
การใช้ชีวิตเพื่อให้บรรลุความสุขคืออิสรภาพของฉัน
ซึ่งไม่ได้หมายความว่าชีวิตมีเป้าหมายที่ตายตัว
ทุกช่วงเวลาที่เราสร้างจุดมุ่งหมาย บุคคลนั้นมีอิสระที่จะคิด
แม้ว่าเธอจะไม่รู้ว่าจะเกิดอะไรขึ้นในอนาคตก็ตาม

"อย่างไรก็ตาม เรามุ่งมั่นที่จะไปให้ถึงอนาคต
โดยลืมอนาคตที่มีอยู่ในตัวเรา ดังนั้น การใช้ชีวิตคือการทำภารกิจ
ความปรารถนาที่จะรู้ถึงประโยชน์ใช้สอยของมัน
เมื่อต้องเผชิญกับสิ่งกีดขวางบนถนนและทางตัน
ฉันออกแบบมันใหม่อย่างเหมาะสมเพื่อให้เหมาะสมที่สุดเพื่อให้เข้าใจถึงตัวเลือกของฉัน
จุดประสงค์ของฉันรวมถึงคนของฉันคนเดียวและฉันด้วย
ไม่มีศีลธรรมนอกเหนือการเลือกของฉัน
เนื่องจากศีลธรรมไม่สามารถดำรงอยู่ได้หากปราศจากการกระทำของบุคคล ศีลธรรมภายนอกบุคคลใดๆ ก็เป็นนามธรรมพอๆ กับมนุษยชาติ
และสิ่งที่มีอยู่ภายนอกตัวฉันไม่รบกวนฉันเลย
สิ่งที่สำคัญสำหรับฉันคือการตีความชีวิตของฉัน" คารันอธิบาย Amaya
รู้สึกว่าข้อโต้แย้งของเขาชัดเจน
แนวคิดนี้มีพื้นฐานมาจากความเชื่อมั่นบางอย่างที่เขารัก

"คุณจะอธิบายตัวเลือกที่คุณเลือกอย่างไร? เช่น
คุณตัดสินใจชวนฉันมาอยู่กับคุณ และตอนนี้เราเป็นหุ้นส่วนกันแล้ว
เรารักและไว้วางใจซึ่งกันและกัน" อามายาอยากรู้จังเลย

"ตัวเลือกของฉันสามารถสื่อความหมายได้
ซึ่งฉันรู้สึกดีต่อผู้คนที่ฉันสัมผัสได้ถึงความเป็นหนึ่งเดียวกัน
คุณเป็นคนแปลกหน้า ตอนนี้คุณเป็นส่วนหนึ่งของชีวิตของฉัน
มันเป็นการตัดสินใจอย่างมีสติ
แน่นอนว่าการตัดสินใจทั้งหมดถือเป็นเรื่องเห็นแก่ตัวเมื่อแต่ละคนประเมินผลประโยชน์ที่พวกเขาได้รับจากตัวเลือกดังกล่าว
คุณเองก็อาจรู้สึกเช่นนั้นเช่นกัน

และการตัดสินใจของคุณก็เป็นผลมาจากแรงจูงใจที่เห็นแก่ตัวของคุณเช่นกัน เพราะคุณอาจรู้สึกว่าการเลือกของคุณจะเป็นประโยชน์ต่อคุณ แรงจูงใจที่เห็นแก่ตัวคือเส้นชีวิตของความสัมพันธ์ ความรัก ความไว้วางใจ

และการเอาใจใส่เป็นผลจากการตัดสินใจโดยคำนึงถึงผลประโยชน์ของตนเอง รักเป็นความรักหรือไว้วางใจเป็นความไว้วางใจไม่มีอยู่จริง คุณอาจจะเห็นอกเห็นใจใครบางคนหรือสังคม

แต่ความเห็นอกเห็นใจแสดงถึงความยังไม่บรรลุนิติภาวะและความอ่อนแอของคุณ มันเจ็บปวดและเจ็บปวด ส่งผลต่อบุคลิกภาพของคุณ มันทำลายความภาคภูมิใจในตนเอง

ความรู้สึกเศร้าอยู่ตลอดเวลาและการพัฒนาแนวโน้มเชิงลบในชีวิตเป็นผลมาจากการเอาใจใส่ ในตอนแรกคุณตั้งใจที่จะช่วยใครสักคน แต่คุณค่อยๆ เริ่มเกลียดแม้กระทั่งคนๆ นั้นเนื่องจากความโกรธและความหดหู่ของคุณ

เราต้องเติบโตเกินกว่าความเห็นอกเห็นใจเพราะความสัมพันธ์แบบมืออาชีพจะเป็นประโยชน์ต่อทุกคนเสมอ

ความรักต่อสมาชิกในครอบครัวเป็นผลมาจากการรักตนเอง ในที่นี้ความรักหมายถึงความเคารพ

การตัดสินใจของฉันที่จะรับคุณคือการไตร่ตรองถึงตนเองเกี่ยวกับสิ่งที่ดีสำหรับครอบครัวและฉัน"

"คารัน ตอนนี้ฉันเข้าใจได้ดีขึ้นแล้ว คุณรักฉันเพราะคุณรักตัวเอง" อมายาตอบ

"อย่างแน่นอน. ฉันแน่ใจว่ามันเป็นเรื่องจริงในกรณีของคุณเช่นกัน ถ้าคุณไม่รักตัวเอง คุณจะไม่สามารถรักฉันหรือใครอื่นได้ ตัวตนคือศูนย์กลางของการดำรงอยู่ของเรา

ฉันสร้างเรื่องราวเกี่ยวกับความต้องการของฉัน และฉันก็มีอยู่จริง คุณมีอยู่ในเรื่องราวที่ฉันสร้างขึ้นเกี่ยวกับตัวฉันเท่านั้น ในทุกวินาทีของชีวิต

ฉันประเมินและสร้างเรื่องราวและความต้องการของผู้อื่นขึ้นมาใหม่ ฉันสัมผัสได้ถึงการมีอยู่ของฉันกับบุคคลอื่นที่แยกจากกันไม่ได้ ซึ่งทำให้ชีวิตของฉันเป็นแบบองค์รวม

นั่นคือความลับของการเป็นเจ้าของ ทางเลือกสูงสุดในชีวิต เรียกว่าเป็นสมาชิกที่ใกล้ชิดในกลุ่มที่เล็กที่สุดโดยบุคคลสองคน อมายา ทุกวันนี้เธอคือคนคนนั้นในชีวิตฉัน

แต่มันสามารถเปลี่ยนแปลงได้" คำพูดของคารันชัดเจนและสม่ำเสมอ อมายาคิด

"คาราน คุณไม่คำนึงถึงคุณค่า อัตลักษณ์ และทิศทาง
ซึ่งอาจทำให้คุณยอมรับความรับผิดชอบของมนุษย์ที่ไม่รู้จักบ้างไหม"
อามายะถาม

"ไม่นะ Amaya ฉันไม่ชอบรับผิดชอบแบบนั้น
ฉันให้ความสำคัญกับผู้คนที่อยู่ใกล้ฉัน ซึ่งฉันสามารถสัมผัส มองเห็น
และได้ยินได้
ความทุกข์ระทมและความยินดีของพวกเขาเป็นของเราเอง
ฉันไม่สามารถแยกตัวเองจากพวกเขาได้
จักรวาลของฉันถูกจำกัดอยู่เพียงผู้คนและฉันเท่านั้น
ไม่มีใครอยู่นอกเหนือจากนั้นเพราะฉันไม่รู้จักพวกเขา
จนกระทั่งฉันได้พบกับพวกเขา ฉันไม่มีความสัมพันธ์กับพวกเขาเลย
พวกเขาไม่ได้มีอยู่สำหรับฉัน ในอดีต
ระบบวรรณะมีมานานกว่าห้าพันปีแล้ว
และมนุษย์บางส่วนได้รับการปฏิบัติที่เลวร้ายยิ่งกว่าสัตว์ในกรง
แต่ฉันไม่รับผิดชอบเนื่องจากฉันไม่ยินยอมหรือเกี่ยวข้องกับมัน
ในบริบทที่กว้างขึ้น ฉันไม่สามารถรับผิดชอบต่ออาชญากรรม ประเทศ
หรือศาสนาของบรรพบุรุษของฉันได้
ไม่มีใครสามารถรับผิดชอบต่อชาวอาหรับในปัจจุบันในการตัดศีรษะคนข
องชนเผ่า Banu Qurayza
และสังหารและทำลายล้างชุมชนชาวยิวที่กระจายอยู่ทั่วโอเอซิสอาหรับ
โดยมูฮัมหมัดและกองทัพของเขาในการจู่โจมในเวลากลางคืน
ในทำนองเดียวกัน
คุณไม่สามารถตำหนิสมเด็จพระสันตะปาปาฟรานซิสสำหรับสงครามครูเ
สดต่อชาวมุสลิมได้
นอกจากนี้การทำสิ่งที่ถูกต้องสำหรับฉันไม่ใช่อาชญากรรม
เนื่องจากเป็นกฎแห่งการอยู่รอด"

อย่างน้อยในบางส่วนความคิดเห็นของ Karan ก็ไม่เหมาะสมกับ
Amaya แต่เธอก็ไม่ได้แสดงความคิดเห็น
หลังจากการเกี้ยวพาราสีเป็นเวลาสามเดือน
นี่เป็นครั้งแรกที่คารันได้พูดถึงความเชื่อส่วนตัวของเขา
และนั่นเป็นการเปิดเผยสำหรับอมายา
เธอประสบกับความกังวลและวิตกกังวลเกี่ยวกับอนาคตโดยไม่ได้แสดง
ออกมา เต็มไปด้วยความกลัว
แต่อมายาก็รักคารันและเชื่อมั่นในความจริงใจของเขา
เมื่อกลับถึงโรงแรมประมาณเที่ยงคืน การันก็กอดอมายาแล้วพูดว่า
"รักเธอนะอมายา" เมื่อมองไปที่คารัน อมายาก็ยิ้ม และจูบแก้มของเขา

การปรากฏตัวของ Karan ทำให้ Amaya ดีขึ้น
แต่การพูดคุยกับเขาหลังจากพบกับผู้ประกาศข่าวทางทีวีรบกวนเธอราวกับว่ามีบางอย่างผิดปกติกับการรับรู้ของเขาเกี่ยวกับสิทธิมนุษยชนและความยุติธรรม Amaya
เผชิญหน้ากับความเชื่อสองประการที่ขัดแย้งกับค่านิยมภายใน
โดยตั้งคำถามที่ไม่สอดคล้องกันและคำตอบที่ขัดแย้งกัน
ผลที่ตามมาคือการต่อสู้ชั่วนิรันดร์ในการยอมรับอุดมการณ์ของ Karan
แต่เธอก็รักเขาในฐานะบุคคล Amaya รู้ว่าเขาเป็นคนซื่อสัตย์ ใจกว้าง มีความรัก และสร้างแรงบันดาลใจ
และอาจรู้สึกไม่เห็นด้วยกับระบบค่านิยมของเขาได้ ตั้งแต่วัยเด็ก Amaya
มีประสบการณ์ด้านสติปัญญาที่ลึกซึ้งเนื่องจากอิทธิพลของพ่อแม่ของเธอ โรสรักมนุษยชาติในทุกมิติ การแสดงออก และสีสัน เช่น ดนตรี การเต้นรำ ศิลปะ สถาปัตยกรรม เสื้อผ้า อาหาร วัฒนธรรม การเฉลิมฉลอง เทศกาล กลุ่ม และฝูงชน
เธอเห็นอกเห็นใจผู้อื่นและความเศร้าโศกของพวกเขา

Shankar Menon มีเหตุผลในการจัดการกับปัญหาของเขา
ความสำเร็จของเขาในฐานะบุคลากรบริการต่างประเทศและต่อมาในฐานะบรรณาธิการเนื่องมาจากวัตถุประสงค์
การวิเคราะห์ข้อเท็จจริงทางวิทยาศาสตร์ และทัศนคติเชิงบวก
เขาเคารพความรู้ที่สร้างขึ้นจากการวิจัยและตีความพฤติกรรมของมนุษย์โดยใช้วิธีการทางวิทยาศาสตร์ เขาปฏิเสธการครอบงำจิตใจ
เขาปรึกษาหัวใจและยอมรับการตัดสินใจอันชาญฉลาดของหัวหน้า โรสและชังการ์
เมนอนเชื่ออย่างยิ่งว่าหัวใจของพวกเขามีความฉลาดที่เหนือกว่า
ซึ่งเป็นองค์ประกอบสำคัญในการรู้จักเพื่อนมนุษย์และความรู้สึกของพวกเขา แม้จะดูละเอียดอ่อนและเป็นนามธรรม
แต่ก็สามารถรับรู้ถึงแรงบันดาลใจ ความต้องการ และความรู้สึกของการอยู่ร่วมกันของมนุษย์ได้
ความฉลาดของหัวใจทำให้บุคคลมีเอกลักษณ์และแตกต่างจากสัตว์อื่น ๆ ซึ่งกำหนดความเห็นอกเห็นใจ การกุศล การบริการสังคม การสื่อสาร และความมุ่งมั่นที่ลึกซึ้งยิ่งขึ้นในการบรรลุความยุติธรรมสำหรับทุกคน ความจริงพัฒนาขึ้นภายในหัวใจ
งอกงามด้วยความปรารถนาที่จะช่วยเหลือเพื่อนมนุษย์และหล่อเลี้ยงการกระทำที่ไม่เป็นพิษเป็นภัย สำหรับพวกเขา
หัวใจคือมดลูกที่ศีลธรรมงอกงามและเจริญรุ่งเรืองผ่านการฟังเพลงแห่ง

ความเมตตา หากไม่คำนึงถึงหัวใจ
แต่ละบุคคลจะกลายเป็นคนไม่สมหวังและไม่น่าเชื่อถือ
ชีวิตที่ไร้หัวใจนั้นวุ่นวาย ไร้จุดหมาย ไร้ความรัก และสิ้นเปลือง
โรสมักจะบอกอมายาว่าพวกฟาสซิสต์ ผู้ก่อการร้าย นักการเมืองทุจริต
ผู้นับถือนิกายฟันดาเมนทัลลิสท์ และคนเห็นแก่ตัวไม่มีหัวใจ ชังการ์ เมนอน
ถือว่าการปรับสมดุลของหัวใจและศีรษะเป็นสิ่งสำคัญสำหรับชีวิตที่ประสบความสำเร็จ "ฟังหัวใจและสมองของคุณไปพร้อมๆ กัน"
เขาบอกกับอมายา เมื่อจิตใจและศีรษะไม่สมดุล ความขัดแย้งก็เกิดขึ้น
Amaya เติบโตขึ้นมาในสภาพแวดล้อมที่หัวใจและศีรษะเชิดชู
และเธอได้ซึมซับคุณค่าที่สืบทอดมาจาก Rose และ Shankar Menon
นอกจากนี้การศึกษาของเธอยังขึ้นอยู่กับค่านิยมทางศีลธรรมและจริยธรรมที่ Loreto
โรงเรียนกฎหมายของซาเวียร์และโรงเรียนกฎหมายมีแนวคิดมนุษยนิยม
ที่แน่วแน่ "ยิ่งความเชื่อ ความคิด ความคาดหวัง ความปรารถนา
และความฝันมีมากเท่าใด
โอกาสที่จะเกิดความขัดแย้งก็จะยิ่งสูงขึ้นเท่านั้น" ชังการ์ เมนอน
กล่าวกับลูกสาวของเขาเมื่อเธอแสดงความปรารถนาที่จะรับงานสื่อสารมวลชนเพื่อสำเร็จการศึกษา
"นักข่าวที่มีมโนธรรมสามารถรับรู้ถึงความมึนเมาในสังคมมนุษย์ได้อย่าง
ง่ายดาย โดยเฉพาะอย่างยิ่งในด้านการเมือง การเงิน
การปฏิบัติตามกฎหมาย และศาสนา
ประกอบอาชีพได้ก็ต่อเมื่อใจคุณต้องการและสนับสนุนมันเท่านั้น"
พ่อของเธอเตือน Amaya
พร้อมที่จะเผชิญหน้ากับโลกด้วยความกล้าหาญ ส่วน Rose และ
Shankar Menon คืออุดมคติและวีรบุรุษของเธอ

คำพูดของคารันท้าทายมาตรฐานที่อมายายึดถือ
เธอรู้ว่าเขาไม่ได้ทำอะไรเลยเพื่อลดความรักของเธอหรือกระตุ้นให้เกิดความขัดแย้งระหว่างบุคคล
แต่ความรักของเขากลับมีมากกว่าที่เธอคาดหวังไว้มาก
และมันได้มาถึงขั้นแห่งความสมบูรณ์แบบแล้ว อย่างไรก็ตาม
มีความรู้สึกไม่สบายใจและสับสนเกี่ยวกับค่านิยมของพวกเขา
เนื่องจากมีความเชื่อที่ขัดแย้งกันสองประการเกี่ยวกับความรับผิดชอบต่อสังคมและมนุษยชาติ
อมายารู้ว่าความไม่สบายใจของเธอค่อนข้างเป็นนามธรรม
และไม่เกี่ยวอะไรกับชีวิตประจำวันกับคารัน การวิเคราะห์ของเธอคือ

Karan ต้องการใช้ชีวิตอย่างเต็มที่และสนับสนุนให้ Amaya ทำเช่นเดียวกัน โดยไม่สนใจสิ่งที่เกิดขึ้นรอบตัวพวกเขา และมองข้ามความทุกข์ทรมานของมนุษยชาติ Karan ไม่ต้องการเปลี่ยนแปลงใดๆ เพื่อออกจากเขตความสะดวกสบายของเขาโดยการโอบกอดผู้ด้อยโอกาสไว้เป็นส่วนหนึ่งในชีวิตของเขา

มันสร้างสงครามขึ้นในใจของอมายา และเธอก็ได้ตระหนักถึงความขัดแย้งภายในตัวเธอ เธอต้องการฟังเสียงหัวใจของเธอ เสียงสัญชาตญาณ อย่างไรก็ตามเธอไม่ได้ต้องการให้หัวใจครอบงำเธอเพื่อให้เธอมีอารมณ์ อมายาขอศีรษะฟังเสียงหัวใจแล้วละทิ้งจิตไปโดยสิ้นเชิง เธอคิดว่าการยอมรับชั้นสุดท้ายของหัวใจเป็นสิ่งสำคัญ ควบคู่ไปกับการตัดสินใจอย่างมีเหตุผลบนพื้นฐานของความเป็นจริงตามความเป็นจริง เธอตัดสินใจละทิ้งจิตใจที่ไม่แน่นอน ชั่งน้ำหนักสิ่งที่ไม่สำคัญ จัดลำดับความสำคัญของเธอ และระบุความเชื่อที่ผิดที่กระตุ้นและมีอิทธิพลต่อการตัดสินใจของเธอ เธอประเมินสัญญาณของหัวใจอย่างเน้นย้ำว่าเป็นสาเหตุของความขัดแย้งภายใน และในที่สุดก็ตัดสินใจตอบแทนความรักที่เธอได้รับจากคารัน เพื่อใช้ชีวิตอย่างมีความสุขและน่าพึงพอใจไปกับเขา มันเป็นการตระหนักว่าความคิดเห็นของเขาเกี่ยวกับการแยกตัวออกจากมนุษยชาติโดยรวมไม่ได้มีอิทธิพลต่อชีวิตของเธอ แต่พวกเขาช่วยให้เธอเข้าใจ Karan ในฐานะปัจเจกบุคคลแทน

Amaya เพลิดเพลินกับทุกช่วงเวลาที่ได้อยู่กับ Karan หลังจากสัมภาษณ์และรวบรวมข้อมูลเป็นเวลาห้าวัน พวกเขาก็ตัดสินใจไปเยี่ยมชมโรงเรียน Loreto ในตอนเย็น ซึ่ง Amaya สำเร็จการศึกษาระดับประถมศึกษาแล้ว หลังจากจอดรถแล้ว พวกเขาก็เดินไปที่ทางเข้าหลัก และจากที่นั่น อมาญาก็มองเห็นอาคารสไตล์กอทิกที่สร้างขึ้นในศตวรรษที่ 16 เธอรู้สึกมีความสุขเป็นพิเศษเมื่อได้เข้าไปในบริเวณนั้น และประสบกับความสุขจากภายในที่คารันอยู่กับเธอ เธอมองเห็นแม่ชีได้ครึ่งโหล และเริ่มสนทนากับแม่ชีที่มีอายุค่อนข้างมากคนหนึ่ง ซึ่งดีใจที่รู้ว่าอมายาเป็นนักเรียนของโลเรโต ขณะที่แนะนำ Karan ให้รู้จัก ทั้งคู่ก็พูดคุยแลกเปลี่ยนความเห็นกันอย่างสนุกสนาน แม่ชีบอกพวกเขาว่าเธอเป็นคนฝรั่งเศส เพิ่งย้ายมาอยู่ที่มาดริดและเคยทำงานในฝรั่งเศส สวิตเซอร์แลนด์

และออสเตรีย
ภิกษุณีพาไปที่นั่นเมื่ออมายาแสดงความปรารถนาที่จะเยี่ยมชมห้องดนต
รีและเล่นเปียโน อมายาจูบแกรนด์ที่เธอเรียนดนตรีคลาสสิก
อมายาชวนคารันมาเล่นกับเธอ และทั้งคู่ก็เล่นได้สักพักหนึ่ง
อมายามีประสบการณ์ที่ยอดเยี่ยม/คิดถึง
และเธอขอบคุณแม่ชีสำหรับความมีน้ำใจของเธอ จากนั้น Amaya ก็พา
Karan ไปดูห้องเรียนต่างๆ ที่เธอเรียน ห้องสมุด ห้องทดลอง
และสนามเด็กเล่น ขณะดื่มกาแฟและบิซโกโชที่โรงอาหารของโรงเรียน
เธอได้เล่าเรื่องราวมากมายให้คารันฟัง

อมายาชอบเดินผ่านเขาวงกตของเมืองกับคารัน
ตรงทางแยกที่มีสวนเล็กๆ พวกเขาเห็นคู่สามีภรรยากำลังเล่นไวโอลิน
ผู้หญิงคนนั้นมีบทบาทนำ

"พวกเขาเล่นได้น่ารักจริงๆ" คารานกล่าว

"ใช่แล้ว ฟังดูเหมือนเพลงรัก ความรักของเด็กหญิงและเด็กชาย"
อมายาตอบ

"ใช่แล้ว Amaya คุณสัมผัสได้ดี
มันคือเพลงรักที่เต็มไปด้วยความกล้าหาญจริงๆ
อาจจะเป็นเพลงของทหารที่หลงรักสาวในหมู่บ้านหรือเด็กผู้ชายที่พบกั
บหญิงสาวในตลาด แต่มันฟังดูน่าทึ่งมาก" คารันกล่าว

ฝูงชนกลุ่มเล็กๆ กำลังฟังเพลงอย่างเงียบๆ
ลูกสาวของนักไวโอลินอาจมีอายุสิบถึงสิบสองปี
ยืนอยู่ที่ทางเข้าสวนพร้อมคูปองสีขาว
อมายาเห็นคนจ่ายเงินสูงสุดสองร้อยเปเซตา
"คุณสามารถจ่ายจำนวนเท่าใดก็ได้
คุณสามารถเข้าไปได้โดยไม่ต้องจ่ายเงิน" เด็กหญิงตัวเล็ก ๆ
กล่าวพร้อมรอยยิ้ม เมื่อคารานให้เงินสามพันเปเซตาแก่เธอ
เด็กหญิงก็ประหลาดใจ

"Senora, Senor, Gracias (คุณผู้หญิง เซอร์ ขอบคุณ)" เด็กหญิงกล่าว

"Dios Bendiga (ขอพระเจ้าอวยพรคุณ)" Karan ตอบ

"Senor, deje que lenga un hijo pronto (ท่านครับ
ขอให้ท่านมีลูกเร็วๆ นี้)" เด็กหญิงกล่าว

"Una nina como tu (เด็กผู้หญิงเช่นคุณ)" Karan ตอบ

อมายามองคารันด้วยรอยยิ้ม คารันก็ยิ้มเช่นกัน

คารานเป็นคนลึกลับจริงๆ เขารักทุกคน ช่วยเหลือผู้ขัดสน และมีน้ำใจ

พวกเขายืนอยู่ที่นั่นฟังเพลงเป็นเวลาหนึ่งชั่วโมง
มันเป็นการแสดงที่ยอดเยี่ยม อมายารู้สึกมึนงงกับเพลงที่พวกเขาเล่น

"ดนตรีเชื่อมโยงผู้คน สัตว์ และนกเข้าด้วยกัน
เป็นการแสดงออกถึงธรรมชาติ ในที่สุดมันก็เป็นของจักรวาล"
คารันแสดงความคิดเห็นขณะขับรถกลับโรงแรม

"จงฟังให้ละเอียด มีดนตรีอยู่ทุกที่
มันโอบรับทุกสิ่งและขยายไปสู่ความเป็นนิรันดร์และไม่มีที่สิ้นสุด"
อมายากล่าว

"ฉันเห็นด้วยกับคุณอมายา ดนตรีกำหนดพฤติกรรมของผู้คน
กระตุ้นความฉลาด เพิ่มพลังให้กับจิตใจ และสร้างชีวิตใหม่"
คารันอธิบาย

"การแสดงอารมณ์ ดนตรีทำให้เรามีสุขภาพที่ดี ช่วยให้เราเติบโต
สร้างความตระหนักรู้ และปลูกฝังความมั่นคง
พลังของดนตรีเข้าสู่จิตใจของผู้ฟังโดยตรง
ปรับโครงสร้างภายในให้กลมกล่อม
และนำไปสู่การกำหนดค่าที่สนุกสนาน ผู้ฟังจะค่อยๆ เปลี่ยนไป
ซึ่งกลายเป็นสาระสำคัญด้วยความสงบของจิตใจ
ดนตรีสามารถดำรงอยู่ได้หากไม่มีผู้ฟัง
แต่มีเพียงผู้ฟังเท่านั้นที่สามารถให้ความหมายและเติมเต็มดนตรีได้
ดังนั้นจึงมีการพึ่งพาซึ่งกันและกันระหว่างนักไวโอลิน เพลงที่เธอผลิต
และผู้ฟัง" อมายาวิเคราะห์

คารันมองดูอามายาแล้วยิ้ม "ฉันชื่นชมคุณอมายา คำพูดของคุณน่ารัก
มนุษย์เราให้ความหมายกับทุกสิ่ง
ความหมายของดนตรีแตกต่างกันไปในแต่ละบุคคล
วัยเด็กคือช่วงเวลาที่ดีที่สุดในการกระตุ้นให้เกิดความรักในเสียงดนตรี
ซึ่งเป็นช่วงเวลาที่เหมาะสมที่สุดในการสร้างความหมาย
เพราะการแสดงออกสามารถหยั่งลึกเข้าไปในจิตใจของเด็กได้โดยไม่มี
การต่อต้านใดๆ" คำพูดของคารันเรียบง่ายและจริงใจ อมายาคิด

Amaya รู้ว่าวัฒนธรรมมีอิทธิพลต่อดนตรี
และพัฒนาสถานที่เพื่อนำไปสู่ความสงบ สร้างความกว้างใหญ่ ความลึก
และความงดงามอันไร้ขอบเขตของดนตรี
เนื่องจากครอบคลุมงานศิลปะทุกประเภท
ลักษณะทางอารมณ์เบื้องต้นของดนตรีจึงคล้ายคลึงกันในทุกสังคม

แม้ว่าปฏิกิริยาจะแตกต่างกันก็ตาม
นั่นเป็นเพราะการรับรู้อารมณ์และความหมายของอารมณ์ของมนุษย์ที่หลากหลาย ในบางวัฒนธรรม
สภาพแวดล้อมทางอารมณ์มีความละเอียดอ่อน
และการแสดงออกทางดนตรีมีความเฉพาะเจาะจงมากขึ้น Amaya ตระหนักดีว่าโครงสร้างทางดนตรีของการเปล่งเสียงจังหวะ ความโดดเด่น
และจังหวะมีอิทธิพลต่อจิตใจและปฏิสัมพันธ์ของผู้คนในสังคม "อารมณ์ทำให้เกิดการเปลี่ยนแปลงทางร่างกายและจิตใจในบุคคล" อมายากล่าวพร้อมมองไปที่คารัน

"มันเป็นความจริง. ดนตรีสามารถลดความวิตกกังวล ความเจ็บปวด ความปวดร้าว ความกังวล แนวโน้มการฆ่าตัวตาย และความรู้สึกเชิงลบอื่นๆ ในตัวบุคคลได้" คารันตอบ

เมื่อไปถึงโรงแรม คารันก็กอดอมายาแล้วพูดว่า "เธอเปิดเผยนักดนตรีที่ซ่อนอยู่ในใจฉัน"

"คุณทำให้ฉันเปลี่ยนรูปแบบและแก้ความรักของฉัน" Amaya มองหน้าเขาตอบ

การสัมภาษณ์และเยี่ยมชมช่องข่าวโทรทัศน์ หอจดหมายเหตุ และห้องสมุดเป็นไปด้วยดี Amaya
รวบรวมข้อมูลเพียงพอสำหรับงานเริ่มแรกของเธอ และ Karan แสดงความสนใจที่จะประมวลผลข้อมูลเหล่านั้นเพื่อแปลงเป็นรูปแบบตารางเพื่อการตีความ เธอรู้สึกมีความสุขที่รู้ว่า Karan สามารถวิเคราะห์ข้อมูลทางสถิติและใช้การทดสอบต่างๆ ได้

เหลือเวลาอีกสองวัน วันสุดท้ายเป็นวันสู้วัวกระทิง Karan ได้ซื้อตั๋วแถวหน้าสองใบใต้ร่มเงา ใกล้กับมาธาดอร์และแอ็คชั่น และวัวตัวนั้นคือ Toro Bravo ซึ่งเป็นวัวต่อสู้
วันสุดท้ายที่พวกเขาอยู่ในเมืองคือการเยี่ยมชมสถานที่สำคัญทางประวัติศาสตร์ทั้งในและรอบๆ กรุงมาดริด แห่งแรกในตอนเช้าคือวิหารเดโบด ซึ่งเป็นสถานที่สักการะของเทพเจ้าอามุนแห่งอียิปต์ประมาณศตวรรษที่สองก่อนคริสตศักราช
อมายารู้ว่าอียิปต์บริจาคพระวิหารให้สเปนในปีหนึ่งเก้าร้อยหกสิบแปด Amaya และ Karan เดินไปรอบๆ
โครงสร้างอันสง่างามนี้เป็นเวลาประมาณสองชั่วโมง จากนั้นก็อยากเห็น Estacion De Atocha ทันใดนั้นอามายารู้สึกไม่สบายใจ คลื่นไส้ และเหนื่อยล้า "คาราน" เธอเรียก Karan

จับมือเธอแล้วเดินไปที่ลานจอดรถทันที
เมื่ออยู่ในรถเขาก็เช็ดหน้าอมายาด้วยผ้าขนหนูขณะที่เธอพยายามจะอาเจียน "อมายา ดูเหมือนว่าคุณกำลังตั้งครรภ์"
คารันพูดขณะขับรถไปหาสูตินรีแพทย์

หลังจากตรวจและสอบสวนประมาณยี่สิบนาที
สูติแพทย์ก็ออกมาและบอก Karan ด้วยรอยยิ้มว่า
"คุณกำลังจะเป็นพ่อคน ยินดีด้วย"

"ขอบคุณครับคุณหมอสำหรับข่าวดี ฉันกระตือรือร้นที่จะรู้มันมาก
มันเป็นข่าวที่น่ายินดีที่สุดสำหรับเรา" คารันกล่าวด้วยความตื่นเต้น

"กรุณาเข้ามา" หมอพูดกับคารันขณะกลับเข้ามา

"สวัสดีอมายา ขอแสดงความยินดีด้วย ฉันมีความสุขมาก"
ในขณะที่จูบแก้มของเธอ Karan กล่าว อามายะยิ้ม..

"ขอบคุณคารานสำหรับความรักของคุณ" เธอตอบ

"ฉันเป็นคนที่มีความสุขที่สุดในโลก" เขาจูบเธออีกครั้ง

"เธอต้องการพักผ่อนมากกว่านี้ ปล่อยให้เธออยู่ที่นี่สักสามชั่วโมง"
แพทย์บอกกับคาราน

"แน่นอนครับคุณหมอ" คารันตอบ

คารานรออยู่ข้างนอก พออมายาออกมาก็ยิ้ม "คารัน ฉันสบายดี;
ฉันรักคุณ" เธอกล่าว

"รักเธอนะอามายาที่รักของฉัน ฉันไม่สามารถเชื่อมันได้. คุณกำลังแบก;
ลูกของเรากำลังฟังเราอยู่" คารันกอดเธอ เขารู้สึกตื่นเต้น
อมายาสังเกตเห็น

"คุณต้องดูแลสักพักและพักผ่อน ฉันจะทำงานบ้านทั้งหมด"
คารานาพูดขณะขับรถและมองดูอมายา

อามายะยิ้มอีกครั้ง "สวัสดี คุณกำลังงีบหลับ
ถึงโรงแรมก็นอนหลับสบาย" คารันกล่าว

ทันทีที่ไปถึงโรงแรม Karan ก็ช่วย Amaya นอนลง
เขาเฝ้าดูเธอนอนหลับ หนึ่งชั่วโมงต่อมาเมื่ออมายาลุกขึ้น
คารันก็กอดเธอเบาๆ "รักเธอนะอามายา"
ฉันไม่มีคำพูดใดที่จะแสดงความสุขของฉัน" เขากล่าวเสริม

"ฉันมีความสุขนะคาราน มันคือความรักของเรา" เธอตอบ

พวกเขาทานอาหารเย็นที่ห้อง "คุณต้องกินอาหารเพื่อสุขภาพ การเพิ่มน้ำหนักบ้างก็ดี จะได้ฟื้นตัวเร็วและให้นมลูกได้" คารานกล่าวเมื่อมองตาเธอ

"แน่นอนคาราน" เธอพูดพร้อมรอยยิ้ม

พวกเขายกเลิกตั๋วสำหรับการสู้วัวกระทิงและเลื่อนเที่ยวบินไปยังบาร์เซโลนาเป็นเวลาหนึ่งวัน เมื่อถึงบ้าน
คารานก็กอดอมายาโดยกดเธอไว้กับตัวของเขา "รักคุณ."
เธอได้ยินเสียงบทสวดอันนุ่มนวลของเขา Amaya
สังเกตการเปลี่ยนแปลงใน Karan; จนถึงวันก่อน
เขาเป็นเพื่อนที่ดีที่สุดและเป็นคู่ชีวิตของเธอ
แต่อย่างรวดเร็วเขาก็กลายเป็นแม่ พี่สาว พ่อ พี่ชาย สามีและลูกชาย
Karan
มีความพิเศษในการสั่งอาหารที่มีคุณค่าทางโภชนาการจากร้านอาหารที่ดีที่สุด เขาปรึกษากับ Amaya เกี่ยวกับความชอบในแต่ละวันของเธอ และเตรียมรายการอาหารสามมื้อและของว่างเพื่อสุขภาพสองรายการ รายการประกอบด้วยผักและผลไม้สด และของเหลว เขาบอกกับ Amaya ว่ามื้ออาหารและของว่างของเธอจำเป็นต้องมีแคลเซียม ธาตุเหล็ก และวิตามินหลักอีกหลายชนิด ปลาเป็นส่วนประกอบหลัก และเขายืนกรานที่จะหลีกเลี่ยงอาหารที่เป็นอันตรายต่อการเจริญเติบโตของทารก อาหารดังกล่าวได้แก่ ปลาที่มีสารปรอทสูง ปลาแปรรูป ไข่ดิบ คาเฟอีน ถั่วงอก และผลิตภัณฑ์ที่ไม่ได้ล้าง
คารันมักจะทานอาหารกับอมายาเสมอและระมัดระวังว่าอาหารนั้นมีคุณค่าทางโภชนาการ รสชาติดี และมีวิตามินสูง
เขาไม่อนุญาตให้อมายาทำงานใดๆ
ในช่วงเดือนแรกเพื่อใช้ชีวิตแบบไร้ความเครียด

Karan บอกกับ Amaya ว่าการปฏิสนธิของอสุจิของเขากับไข่ของ Amaya เกิดขึ้นในหลอดของท่อนำไข่
และผลลัพธ์ก็คือไข่ที่ปฏิสนธิซึ่งก็คือลูกของพวกเขา
ทันใดนั้นเขาก็พูดว่า "เป็นผู้หญิง"

"คุณรู้ได้อย่างไร?" อามายาถาม

"เพราะฉันมีความปรารถนาอย่างแรงกล้าที่จะมีลูกสาวที่ดูเหมือนคุณ" คารันตอบ

"โอ้ คาราน" อมายาอุทาน

"รักเธอนะอามายา" เขาพูดซ้ำ

"เด็กผู้หญิงคือของขวัญล้ำค่าที่สุดที่ผู้หญิงสามารถมอบให้กับโลกนี้ได้" อมายากล่าวพร้อมมองดูคารัน

"ลูกสาวของเราเป็นของขวัญให้กับครอบครัวของเรา" คารานกล่าว

"เธอจะเป็นอัญมณี" อมายาตอบ

"เธอจะสวยที่สุดเหมือนคุณ" คารันทำนาย

"คารานที่รัก" อมายาพูดและหัวเราะ

Karan สั่งเก้าอี้ปรับระดับได้สามตัวให้กับ Amaya โดยแต่ละตัวใช้สำหรับห้องอาหาร ห้องนั่งเล่น และห้องอ่านหนังสือ

ในช่วงเดือนแรก คารานกีดกันอมายาจากการไปมหาวิทยาลัย ตลอดเดือนที่สอง เขาไปถึงอมายาที่โรงเรียนวารสารศาสตร์ รออยู่ในห้องรับแขกรวมสำหรับผู้มาเยี่ยมทั้งวัน และระมัดระวังในการรับประทานอาหารร่วมกับอมายา ตั้งแต่เดือนที่ 3 เขาสนับสนุนให้อมายาขับรถ คารันช่วยเธออาบน้ำอุ่นและเช็ดผมและร่างกายด้วยผ้าเช็ดตัวสะอาด พวกเขาเดินเล่นบนชายหาดจับมือกันในตอนเย็น และเขาก็ยังคงอยู่เคียงข้างเธอเสมอ หลังจากเดินเล่น Karan ช่วย Amaya ว่ายน้ำในสระว่ายน้ำโดยเปลือยเปล่าเพื่อให้ลูกน้อยได้สัมผัสถึงความงามและความว่องไวของน้ำ ในช่วงสามเดือนแรก Karan งดเว้นจากการมีเพศสัมพันธ์โดยสิ้นเชิง เมื่อพวกเขาเริ่มมีความรักเขาก็ระวังที่จะไม่ทำร้ายอามายาและทารกในครรภ์ เขาค่อยๆ ลดความถี่ของการเกี้ยวพาราสีลงหนึ่งครั้งในสองสัปดาห์ และจากสัปดาห์ที่ยี่สิบหก ก็มีการงดเว้นโดยสิ้นเชิง

การานเลือกโรงพยาบาลชั้นนำที่มีแผนกสูติกรรมที่ดีที่สุดสำหรับการตรวจสุขภาพและการรักษาพยาบาลของอมายา Amaya ไปพบสูตินรีแพทย์ทุกๆ สี่สัปดาห์ จนถึงสัปดาห์ที่ 26 จากสัปดาห์ที่ยี่สิบหกถึงสามสิบสอง การเยี่ยมชมคือทุกๆ สามสัปดาห์ และจากสัปดาห์ที่สามสิบสองถึงสามสิบหก จะเป็นทุกๆ สองสัปดาห์ และสัปดาห์ละครั้งเป็นเวลาสามสิบหกสัปดาห์จนกระทั่งถึงวันคลอด สูติแพทย์พูดคุยกับอมายาและคารันเกี่ยวกับการเตรียมตัวสำหรับการมาถึงของทารก เธอช่วยให้พวกเขาสามารถนับการตั้งครรภ์ของอมายาตั้งแต่วันแรกของการมีประจำเดือนครั้งสุดท้าย และขอให้พวกเขาตั้งครรภ์เมื่อใดก็ได้หลังจากสัปดาห์ที่สามสิบเจ็ด

แพทย์บอกว่าการปฏิสนธิของอมายาเกิดขึ้นสองสัปดาห์หลังจากวันแรกของการมีประจำเดือนครั้งสุดท้าย และไข่ที่ปฏิสนธิจะใช้เวลาประมาณห้าถึงเจ็ดวันจึงจะปักหลักอยู่ในมดลูก หลังจากการตรวจอัลตราซาวนด์ในสัปดาห์ที่ 9 และตรวจขนาดของมดลูก ช่องคลอด และช่องท้อง แพทย์แจ้งอมายาและการันว่าคาดว่าจะมีลูกได้ในช่วงต้นสัปดาห์แรกของเดือนสิงหาคม

ในช่วงสุดสัปดาห์ Amaya และ Karan ขับรถเป็นระยะทางไกลเข้าไปในหมู่บ้านต่างๆ ของแคว้นคาตาโลเนีย บริเวณชายแดนฝรั่งเศสในสวนแอปเปิลและไร่องุ่น วันหนึ่ง Karan บอก Amaya ว่าจะไปชิมไวน์ และพวกเขาก็แต่งตัวสบายๆ ราวกับเป็นงานที่ไม่เป็นทางการ พวกเขาระวังอย่าใส่เครื่องหอมใดๆ Karan มีแผนจะชิม แต่ Amaya ไม่ใช่มือใหม่ แม้ว่าเธอจะไม่เคยเข้าร่วมชิมไวน์มาก่อน แต่อมาญาก็รู้สึกตื่นเต้น

"มีไร่องุ่นหลายร้อยแห่งที่แคว้นคาตาโลเนียพบกับรุสซียง" คารันบอกกับอมายาว่าชาวคาตาลันทั้งสองฝั่งเป็นผู้ผลิตไวน์ที่ยอดเยี่ยมขณะเข้าไปในโรงกลั่นเหล้าองุ่น

"เราจะทำอะไรที่นี่?" อามายะถาม

"เราจะไปชิมไวน์กัน" คารานตอบ

"จริงหรือ? ถ้าฉันได้ชิมไวน์แดงจะส่งผลต่อลูกของเราไหม" อมายาแสดงความกังวลของเธอ

"เจ้าได้ลิ้มรสแต่เหล้าองุ่นขาวซึ่งเจ้าดื่มทุกวัน ไวน์แดงที่ดีที่สุดในปริมาณเพียงเล็กน้อยไม่ได้สร้างปัญหาใดๆ เลย" คารันตอบ

"มีการค้นพบทางวิทยาศาสตร์บ้างไหม?" อามายะถาม

"ยังไม่มีผลการวิจัยที่ได้รับการยืนยัน แต่การศึกษาบางชิ้นได้พิสูจน์ว่าไวน์แดงไม่ได้ส่งผลเสียต่อมารดาและทารกในครรภ์ ผู้หญิงหลายล้านคนดื่มไวน์ทุกวันในอิตาลี สเปน ฝรั่งเศส และแคลิฟอร์เนีย หลายคนเป็นสตรีมีครรภ์ แน่นอนว่าไวน์ไม่ได้ทำอันตรายใด ๆ แม้แต่กับพ่อ" คารานหัวเราะ

Amaya และ Karan มองเห็นหญิงสาวและชายหนุ่มจำนวนมากกำลังชิมไวน์ซึ่งอยู่ห่างออกไปเล็กน้อยในห้องโถงแบบเปิด

"เราจะลิ้มรสไวน์ได้อย่างไร" อามายะเอ่ยถาม

"มีสี่ขั้นตอน; ดู กลิ่น ลิ้มรส และตัดสิน" คารานกล่าว

"คุณต้องเป็นผู้เชี่ยวชาญในทุกประเภทเหล่านี้" Amaya แถลง

"ทุกคนเริ่มต้นจากการเป็นมือใหม่โดยไม่มีความรู้มาก่อน คุณพัฒนาความรู้ ทักษะ และทัศนคติในการชิมไวน์มาเป็นเวลานาน ขั้นแรก ตรวจสอบสี ความทึบ และความหนืด ซึ่งก็คือความหนา ความเหนียว ความเหนียว และความเหนอะหนะของไวน์ เมื่อพวกเขาบรรจุไวน์ ทุกขวดจะมีชื่อ รายละเอียดของไร่องุ่น ที่ตั้ง และพันธุ์องุ่น ซึ่งจะสามารถค้นหาได้ภายในห้านาที แต่เมื่อคุณลิ้มรสไวน์จากแก้ว จะไม่บอกรายละเอียดใดๆ ทั้งสิ้น" คารันอธิบาย

"จะแยกแยะกลิ่นของไวน์ได้อย่างไร" อามายะเอ่ยถาม

"กลิ่นจะบอกคุณเกี่ยวกับประเภทของององุ่นที่ใช้ อาจเป็นระดับประถมศึกษา มัธยมศึกษา และอุดมศึกษาในมิติที่แตกต่างกันระหว่างคนรวยและคนอ่อนแอ น่าหลงใหลหรือน่าหลงใหล" คารานกล่าวเสริม

"เป็นความคิดที่ดี. ฉันชื่นชมความรู้เรื่องไวน์ของคุณ" อมายากล่าวชื่นชมคารัน

"ปุ่มรับรสของคุณสามารถสร้างความแตกต่างให้กับทุกรสนิยมได้ รสเปรี้ยวเป็นพื้นฐานตามพารามิเตอร์หลายประการเนื่องจากองุ่นค่อนข้างเป็นกรด รสชาติเปลี่ยนจากไร่องุ่นสู่ไร่องุ่น ภูมิภาคสู่ภูมิภาค และทวีปสู่ทวีป เราสามารถเลือกเนื้อสัมผัสด้วยลิ้นได้ เนื่องจากรสชาติบางอย่างอาจคงอยู่ แต่บางอย่างก็เป็นเพียงชั่วคราว" Karan อธิบาย

"คารัน คุณจะตัดสินคุณภาพของไวน์ได้อย่างไร" อามายะถาม

"การตัดสินใจเลือกไวน์ของคุณขึ้นอยู่กับคุณลักษณะหลายประการ ขั้นแรก คุณต้องตัดสินใจว่ามีความสมดุลหรือทนไม่ได้ มีกรดหรือแอลกอฮอล์มากเกินไป เป็นยาชูกำลังหรือเปียก คุณเป็นผู้ตัดสินใจว่าไวน์ที่คุณชิมนั้นมีเอกลักษณ์เฉพาะตัว สัมผัสหรือชั่วคราว การตัดสินใจที่สำคัญที่สุดคือคุณลักษณะที่โดดเด่นของมัน และไม่ว่าคุณจะชอบมันหรือไม่ มันเหมือนกับการตัดสินผู้หญิง"

คารันมองดูอามายาแล้วยิ้ม "มาเถอะ ไปชิมไวน์กันเถอะ"
คารันพูดแล้วพาอมายาไปที่ห้องชิมไวน์

พวกเขาชิมไวน์หลายประเภทและตัดสินใจเลือกบันทึกการประเมิน Karan แนะนำ Amaya
ให้กับผู้ผลิตไวน์และพูดคุยเกี่ยวกับไวน์ที่เขาชิมขณะส่งบันทึกของเขาไปยังผู้ผลิตไวน์
ก่อนออกเดินทางเขาซื้อกล่องไวน์แดงและไวน์ขาวจำนวนยี่สิบกล่องซึ่งมีสี่ขวด

ขณะจอดรถในโรงรถตอนกลับจากสนาม
อมายานึกถึงขวดที่ซื้อจากโรงกลั่นไวน์บริเวณชายแดนคาตาโลเนีย-ฝรั่งเศส พวกเขายังคงอยู่ในโรงรถในบาร์เซโลนาเป็นเวลาสองวันเนื่องจากคารานสามารถเปลี่ยนกล่องได้เพียงห้ากล่องไปที่ห้องใต้ดินในห้องอาหารในวันแรก

เย็นวันนั้นอมายามีลูกค้าใหม่สองคน
เอลิซาเบธสำเร็จการศึกษาด้านวิทยาศาสตร์ในบ้านอายุสามสิบปีและเป็นแม่ลูกสอง อายุห้าและสามปี โธมัส สามีของเธอ อายุสามสิบห้าปี เป็นหัวหน้าบริษัทท่องเที่ยวเล็กๆ
มักจะยุ่งอยู่กับการจัดทริปเยี่ยมชมดินแดนศักดิ์สิทธิ์ ยุโรปสี่ครั้งต่อปีสำหรับกลุ่มที่ประกอบด้วยสี่สิบห้าถึงห้าสิบคน
เขาจัดการเยี่ยมชมและเดินทางร่วมกับคณะทั้งหมด
ประมาณเจ็ดปีที่แล้ว
โทมัสเริ่มต้นบริษัทตัวแทนท่องเที่ยวโดยได้รับการสนับสนุนทางการเงินจากเจมส์ ซึ่งเป็นบาทหลวงคาทอลิกจากกลุ่มนักบวช
เจมส์เป็นแรงบันดาลใจให้โธมัส เพื่อนร่วมวิทยาลัยของเขา
เป็นผู้ให้แนวคิดเกี่ยวกับบริษัทตัวแทนท่องเที่ยวเนื่องจากเจมส์เคยศึกษาด้านเทววิทยาและนักบวชในอิตาลี เยอรมนี และเบลเยียม
เขามีสายสัมพันธ์ในดินแดนศักดิ์สิทธิ์และยุโรป
เจมส์มักจะไปเยี่ยมสำนักงานตัวแทนการท่องเที่ยว
ซึ่งเป็นห้องที่อยู่ติดกับบ้านของโธมัส ในช่วงปีแรกๆ
โธมัสและเจมส์วางแผนร่วมกันหลายชั่วโมง
การเยี่ยมแต่ละครั้งอย่างพิถีพิถัน
และหน่วยงานก็ประสบความสำเร็จอย่างล้นหลาม ในขณะที่บริการต่างๆดำเนินไปอย่างรวดเร็ว ผู้คนหลายร้อยคนอยู่ในรายชื่อรอภายในสองปี
และโธมัสก็มีความสุขและมั่งคั่ง

ในขณะเดียวกัน เจมส์เริ่มมีความสัมพันธ์กับเอลิซาเบธ และทั้งคู่ต่างก็สนุกสนานทางเพศกันทุกวัน เมื่อใดก็ตามที่โธมัสไปกับกลุ่มไปยังดินแดนศักดิ์สิทธิ์และยุโรป เจมส์ใช้เวลาทั้งคืนกับเอลิซาเบธ และเธอมั่นใจว่าเจมส์เป็นพ่อของลูกทั้งสองของเธอ จากนั้น เจมส์ย้ายไปเวียนนาและทำงานร่วมกับอธิการบดีในสำนักงานระหว่างประเทศของคณะศาสนาของเขา ก่อนออกเดินทาง เจมส์สัญญากับเอลิซาเบธว่าเขาพร้อมที่จะแต่งงานกับเธอและจะพาเธอกับลูก ๆ ไปยุโรป หากไม่มีโธมัสอีกต่อไป เอลิซาเบธต้องการอยู่กับเจมส์ในยุโรปแต่ไม่ต้องการกำจัดโธมัส อมายาฟังเอลิซาเบธอย่างอดทน เมื่อเอลิซาเบธบรรยายจบ อมายาก็ครุ่นคิดอยู่พักหนึ่ง จากนั้นเธอก็แนะนำเอลิซาเบธให้ไปพบนักจิตวิทยาคลินิกด้วยเสียงเบา ๆ อย่างเร็วที่สุด

ฟาติมาอายุยี่สิบห้าปีมีสีหน้าหวาดกลัว เธอตัวสั่นและตีโพยตีพายราวกับกลัวบางสิ่งเมื่ออมายาขอให้เธอนั่งฟัตมาเล่าเรื่องราวของเธอโดยนั่งอยู่บนขอบเก้าอี้ ฟาติมาเป็นครูโรงเรียนประถมศึกษาในโรงเรียนที่ดำเนินการโดยองค์กรเทศบาลเป็นเวลาห้าปี เธอแต่งงานกับยูซุฟ มูฮัมหมัด เมื่อเธออายุสิบหก ภายในหกเดือนหลังจากแต่งงาน Yusuf ไปกาตาร์เพื่อทำงานในหน่วยทำความเย็นขนาดใหญ่ที่มีเงินเดือนดี เขากลับบ้านปีละครั้งและอยู่กับฟาติมาเป็นเวลาหนึ่งเดือน แต่พวกเขาก็ไม่มีลูกเลยแม้จะผ่านไปเก้าปีแล้วก็ตาม ยูซุฟมีพ่อแม่ น้องสาวสี่คนแต่งงานแล้ว และมีพี่ชายสี่คนในดูไบและคูเวตอาศัยอยู่กับครอบครัว

เนื่องจากฟาติมาเป็นครูในโรงเรียนและได้รับเงินเดือนจากรัฐบาล ยูซุฟจึงไม่ต้องการพาฟาติมาไปกาตาร์ นอกจากนี้ เนื่องจากเป็นลูกคนเล็ก ยูซุฟจึงอยู่ใกล้กับพ่อแม่ของเขา และเขารู้ว่าในช่วงที่ฟาติมาไม่อยู่ พ่อแม่ที่แก่ชราของเขา โดยเฉพาะแม่ที่ล้มป่วยของเขา จะต้องอยู่คนเดียว เนื่องจากพวกเขาอายุเกินหกสิบห้าปีแล้ว หลังจากที่ยูซุฟเดินทางไปกาตาร์ พ่อของเขาก็เริ่มล่วงละเมิดทางเพศฟาติมา และข่มขืนเธอทุกวัน เมื่อทนไม่ไหวสำหรับเธอ เธอก็ต่อต้าน และในโอกาสเช่นนี้ เขาจะสัญญาว่าจะโอนบ้านในชื่อของฟาติมาและยูซุฟ ต่อมาเขาได้ข่มขู่เธอ

เขาจะบอกลูกชายของเขาว่าฟาติมากำลังรบกวนชายชราทางเพศ
และบังคับให้เขานอนกับเธอ
ฟาติมาไม่ต้องการเปิดเผยสาเหตุของความเจ็บปวดของเธอให้สามีของเ
ธอทราบ เนื่องจากเขาจะปฏิเสธที่จะเชื่อเธอ สำหรับเขา
พ่อแม่ของเขาคือของขวัญอันเหลือเชื่อจากอัลลอฮ์
ฟาติมาบอกอมายาว่าเธอต้องการสมัครหย่าและอยู่คนเดียว
แต่เธอหวาดกลัวพ่อตาของเธอและผู้นับถือศาสนาอิสลามที่นับถือนิกาย
ฟันดาเมนทัลลิสท์จากการโจมตีที่ร้ายแรง
แม้แต่ในบริเวณโรงเรียนก็ตาม
อมายาสั่งให้ลูกน้องรวบรวมเอกสารที่เกี่ยวข้องทั้งหมด
ยื่นคำร้องต่อศาลเพื่อขอให้ตำรวจคุ้มครองฟาติมา
นอกเหนือจากการหย่าร้างและค่าเลี้ยงดูที่เหมาะสม

หลังจากทำวิปัสสนาได้หนึ่งชั่วโมง
อมายาก็อ่านอีเมล์ของเธอจากภูนิมา
เป็นเรื่องเกี่ยวกับการวิจัยระดับปริญญาเอกของบิดาของเธอที่มหาวิทยา
ลัยแห่งหนึ่งในแคลิฟอร์เนีย
ดร.อาจารยาเริ่มค้นคว้าวิธีการรักษาโรคอัลไซเมอร์หลังสำเร็จการศึกษา
ในสหราชอาณาจักร
และในที่สุดก็พัฒนายาที่มีประสิทธิภาพในระหว่างที่เขาศึกษาระดับปริญ
ญาเอก
เขาได้ทดสอบกับผู้ที่เป็นโรคสมองเสื่อมในหลายประเทศในสถานการณ์
ที่หลากหลาย หลังจากละลายยาในไวน์ขาวแล้ว
ให้จ่ายยาให้ผู้ป่วยระหว่างหรือหลังอาหารเย็น
ผลการทดสอบเป็นบวกในทุกที่ และบริษัท Dr Acharya
Pharmaceutical Company ใกล้จะออกสู่ตลาดแล้ว
"พ่อของฉันเป็นนักวิทยาศาสตร์ผู้ยิ่งใหญ่
ยาที่เขาสร้างขึ้นเป็นยารักษาโรคอัลไซเมอร์ที่มีประสิทธิภาพ
ฉันแน่ใจว่าเขาจะได้รับรางวัลสูงสุดในด้านการแพทย์" ภูรนิมาเขียน

นักวิจัยกลุ่มหนึ่งพบว่ายานี้สามารถนำไปใช้ในทางที่ผิดเพื่อดึงดูดสมอง
ของคนทั่วไป ส่งผลให้เกิดความปีติยินดี ความอิ่มเอมใจ
และภาพลวงตา
ดังนั้นจึงมีความเป็นไปได้ที่น่าหวาดกลัวที่ผู้ประกอบวิชาชีพแพทย์
ผู้นำทางการเมือง ผู้คลั่งไคล้ศาสนา หรือพวกโรคจิต
จะใช้สมองในทางที่ผิดโดยการใช้อำนาจและอำนาจในการสร้างสรรค์ส
มองของมนุษย์ตามที่พวกเขาต้องการ
ผลที่ตามมาจะน่ากลัวและร้ายแรง พวกเขาสรุป

ส่งผลให้มีการถอนตัวยาออก ห้ามกระบวนการผลิต และห้ามเผยแพร่เนื้อหา

"จริงๆ แล้ว พ่อของผมไม่ต้องรับผิดชอบต่อการใช้มันในทางที่ผิด" ภูรนิมากล่าวสรุป

"เธอไม่รู้ความจริงเลย ปูรณิมา" อมายาคิด
เธอไตร่ตรองหลังจากอ่านอีเมล เป็นอีกครั้งที่เธอนึกถึงขวดไวน์ขาวที่ Karan
ซื้อมาจากโรงกลั่นเหล้าองุ่นทางตอนเหนือของแคว้นคาตาโลเนียบริเวณชายแดนของ Roussillon
ซึ่งเขาจัดไว้อย่างประณีตในห้องใต้ดินของห้องอาหารในบาร์เซโลนา

ตั้งครรภ์กับลูกสาว

การตั้งครรภ์เป็นการมีส่วนร่วมอันงดงามของความรักของ Karan ประสบการณ์การเปลี่ยนแปลงรูปร่างของเขาในครรภ์ของ Amaya เริ่มต้นด้วยประกายไฟแห่งชีวิตใหม่ มันเป็นช่วงเวลาที่อัศจรรย์มาก อมายาครุ่นคิดถึงการพบกันครั้งแรกกับคารัน ความคิดของลูกน้อยในตัวเธอ และกระบวนการเจริญเติบโต Amaya ซ้ำแล้วซ้ำเล่าเกี่ยวกับความเป็นหนึ่งเดียวกันของเธอกับ Karan ความผูกพันที่แยกไม่ออก และเส้นใยแห่งความหวังที่เชื่อมโยงเธอกับเขาทุกช่วงเวลาที่เธอตื่น ความเงียบสงบของการปรากฏกายของเขาทั้งภายในและรอบตัวเธอช่างน่าตกตะลึง Karan ขัดเกลาจิตสำนึกของเธอ การรับรู้ที่จดจ่อ พลังฟื้นคืนชีพ และความหวังที่ส่องประกายด้วยการเติมพลังความไว้วางใจที่เธอมีต่อเขา ไม่ว่าเธอจะย้ายไปไหน ไม่ว่าเธอมองไปทางไหน สีสันใหม่ๆ ก็ปลุกเร้าเธอ และภาพแห่งชีวิตก็เติบโตขึ้นภายในตัวเธอ เขาอยู่ทุกหนทุกแห่งราวกับสายลมเย็น กลิ่นหอมของแคว้นอันดาลูเซีย ดอกมะลิยามค่ำคืนที่มีกลิ่นหอมเฉพาะตัว Amaya ถอนตัวออกจากโลกของ Karan ด้วยความประหลาดใจจากการปรากฏตัวทางเวทมนตร์ของเขา และเธอแทบไม่คิดถึงชีวิตที่เติบโตในตัวเธอเลย

อมายาไม่สนใจอาการคลื่นไส้ที่เกิดขึ้นบ่อยครั้งในช่วงเดือนแรกๆ โดยคิดว่าคารันอยู่ที่นั่นเพื่อดูแลเธอ สัมผัสรักของเขาจะบรรเทาผลร้ายทั้งหมดของความไม่สบายใจทางกายที่เกิดขึ้นอีก เมื่อฟังเสียงหัวใจของทารกเป็นครั้งแรก อมายาคิดว่าเป็นของการันต์เพราะเขาซ่อนตัวอยู่ในท้องของเธอ แม้ว่าเธอจะประสบกับอาการปวดหลังเรื้อรัง อารมณ์เปลี่ยนแปลง และความรู้สึกลดลงอย่างต่อเนื่องราวกับอยู่บนรถไฟเหาะ Karan ก็อยู่ที่นั่นโดยจูบแก้ม คอ ฝ่ามือ และหน้าท้องของเธอ และนวดเธอด้วยสำลีชุบน้ำอุ่น เขาเล่นเปียโนเป็นเวลานานและช่วยอมายานั่งเล่นเคียงข้างเขา เธอรู้สึกมั่นใจในความรักที่ไม่มีเงื่อนไขของ Karan และการอยู่เคียงข้างเขาอย่างต่อเนื่อง

เมื่อใดก็ตามที่เธออารมณ์เสียโดยไม่ทราบสาเหตุหรือร่างกายไม่สมส่วน
เขาจะปลอบเธอด้วยการนั่งข้างเธอ จับมือเธอ นวดขา
และฟังการเคลื่อนไหวของทารกโดยแนบหูไว้บนท้องที่ปูดของเธอ
Amaya เพลิดเพลินกับการอยู่ใกล้ๆ ของ Karan
และโหยหาการสัมผัสที่อ่อนโยนของเขา
เนื่องจากร่องรอยของเขาช่วยผ่อนคลาย
และลดความตึงเครียดของกล้ามเนื้อและความวุ่นวายทางอารมณ์

คารันบอกกับอมายาว่าลูกสาวของพวกเขาที่เติบโตในตัวเธอจะมีหน้าตา
เหมือนอมายาที่มีดวงตาเป็นประกาย เธอรู้ว่าทารกน้อยคนนี้มีค่าสำหรับ
Karan เพราะเขาภูมิใจกับการตั้งครรภ์ ความสัมพันธ์
และความใกล้ชิดกับเขา
เธอมั่นใจว่าทั้งคู่มีฐานะการเงินดีและจะทำให้ลูกมีอนาคตที่มีความสุข
คารันสนับสนุนให้อมายามีความสุขและรักษาสุขภาพให้แข็งแรง
แม้ว่าจะมีความรู้สึกสงสัย ความกังวล ความโศกเศร้า ความปวดร้าว
และความไม่สบายใจอยู่บ้างก็ตาม
เขากระตุ้นให้เธอคิดถึงประสบการณ์ที่น่ารื่นรมย์
จินตนาการถึงใบหน้าของทารกในครรภ์ที่ยิ้มแย้ม
ขยับมือและขาของเธอ
คารันอธิบายให้อมายาทราบล่วงหน้าถึงวิธีเตรียมตัวคลอด
และเธอคิดว่าคารันคืออมายาที่กำลังตั้งครรภ์
พระองค์ทรงสั่งเครื่องหอมอันประณีต
กลิ่นอายของพวกเขากระตุ้นความทรงจำการเกี้ยวพาราสีที่สวยงามด้วย
ความรู้สึกเป็นหนึ่งเดียวกันและไว้วางใจอย่างเลียนแบบไม่ได้
คารันช่วยอมายานั่งสมาธิในท่าดอกบัวตั้งแต่เดือนแรก
เขายังนั่งกับเธอด้วย และเธอก็ได้ใกล้ชิดกับคารานอย่างน่าตื่นเต้น
ขจัดความเครียด ควบคุมความวิตกกังวล
และเพิ่มการตระหนักรู้ในตนเอง ขณะทำปราณยามะ
อมายารู้สึกถึงคนเพียงสามคนในจักรวาล ได้แก่ คารัน เด็กทารก
และตัวเธอเอง
เธอยังรู้สึกได้ถึงความเมตตาที่หลั่งไหลมาจากคารานราวกับสายน้ำที่ไม่
มีที่สิ้นสุด ขยายออกไปทั่วทุกมุมของจักรวาล

อมายาแปลกใจที่ธนาคารทราบว่ามีการโอนเงินจำนวน 2
แสนดอลลาร์เข้าบัญชีของเธอโดย "เพื่อนที่ไม่ต้องการเปิดเผยชื่อ"
"ทำไมคุณถึงโอนเงินจำนวนมหาศาลเข้าบัญชีของฉัน?
ฉันจะทำอย่างไรกับมัน?" อามายาถามคารัน

"คุณจะต้องการมัน" Karan พูดด้วยรอยยิ้ม

"คุณอยู่กับฉันเสมอ ฉันไม่มีค่าใช้จ่ายใดๆ" อมายาตอบ

"เงินจะทำให้คุณแข็งแกร่ง ในสถานการณ์ที่เราไม่สามารถคาดเดาได้ มันจะทำให้คุณปลอดภัย" คารันกล่าว

"เอาเป็นค่าใช้จ่ายโรงพยาบาลก็ได้" อมายายืนยัน

"เพื่อการนั้น ฉันมีเงินทุนเพียงพอ" คารันตอบ

อมายายิ้มมองคาราน แต่ในใจเธอไม่มีความเจ็บปวดที่ไม่รู้จัก แต่เธอก็ลืมมันไปอย่างรวดเร็ว

อาหารที่ปรุงเองที่บ้าน Amaya ชอบ ส่วน Karan ปรุงอาหารเช้า กลางวัน และเย็น เธอชอบดูเขาทำอาหารและร่วมหั่นผักชิ้นใหญ่ๆ กับเขาด้วย แม้ว่า Karan จะเลือกเป้าเป้าในตอนแรก แต่เธอก็ชอบทำไข่เจียว
แต่เขาก็เปลี่ยนมาใช้ไข่เจียวเช่นกันในระหว่างที่เธอตั้งครรภ์ เธอตีไข่ด้วยเกลือ พริกไทย กานพลู กระวาน พริกเขียว พริกหวาน และใบผักชีอย่างละชิ้น หลังจากเทน้ำมันมะกอกลงในกระทะที่ไม่ติด เธอก็เทไข่ที่ตีแล้วลงไป และเมื่อมันปรากฏเป็นสีทอง เธอจึงพลิกไข่เจียวสองครั้งเพื่อให้กรอบ Karan และ Amaya กินมันจากกระทะ และทั้งคู่ก็ชอบมัน คารันไม่เคยลืมใส่ไข่เจียวชิ้นเล็กๆ ห่อด้วยขนมปังและชีสเข้าปากอมายา มีปลาทอด เนื้อแกะสับ ข้าวกล้อง และผักฉ่ำเป็นอาหารกลางวัน

ชาดาร์จีลิงอยู่ที่นั่นในตอนเย็นพร้อมกับซาโมซ่าหรือคาโชริ ซึ่งพวกเขายืนบนระเบียงตะวันออก หลังจากเดินเล่นบนชายหาด ว่ายน้ำในสระเป็นเวลาหนึ่งชั่วโมงก็สดชื่น
และพวกเขาก็เล่นเปียโนได้ทุกเมื่อที่ต้องการ การฟังเพลงเบาๆ ระหว่างมื้อเย็นเป็นเรื่องปกติเพราะทั้งคู่เชื่อว่าทารกจะชอบ พวกเขาดูข่าวหลังอาหารเย็นประมาณครึ่งชั่วโมง
และคารันก็เจาะจงมาก อามายา หลับสบาย.. บางครั้งเขานวดหน้าผาก มือ และขาของเธอ
และร้องเพลงรักภาษาฮินดีด้วยเสียงต่ำในขณะที่ศีรษะของเธอวางบนตักของเขา
พวกเขายังคงดื่มกาแฟร้อนบนเตียงทุกเช้าทันทีที่อมายาลุกขึ้นซึ่งการันเตรียมไว้

ตั้งแต่สัปดาห์ที่ 26 ถึงสัปดาห์ที่ 32 Karan ไปมหาวิทยาลัยกับ Amaya ทุกวัน และใช้เวลาทั้งวันในห้องพักรวมของ School of Journalism

เขาช่วย Amaya ประมวลผลข้อมูลในรูปแบบตาราง
วิเคราะห์ด้วยการทดสอบทางสถิติ
และสร้างวิทยานิพนธ์ทั้งหมดด้วยคอมพิวเตอร์
อมายาได้หารืออย่างละเอียดกับหัวหน้าฝ่ายวิจัยของเธอก่อนที่จะสรุปงาน หลังจากสัปดาห์ที่ 32 อมายาอยู่ที่บ้าน และทุกสัปดาห์ร่วมกับคารันเธอก็ไปเยี่ยมสูติแพทย์
คารานสังเกตคำพูดของแพทย์แต่ละคนและรวบรวมยาที่สั่งจากร้านขายยาของโรงพยาบาล ตั้งแต่เริ่มตั้งท้องของอมายา
คารานก็ปฏิบัติตามคำแนะนำอย่างพิถีพิถันโดยให้ยาแก่อมายา Amaya ไม่สนใจว่าเธอต้องกินยาตัวไหน และเมื่อ Karan รู้ทุกอย่าง
เขาจัดการมันเหมือนพยาบาลที่ตื่นตัวและทุ่มเทในการดูแลคนไข้ของเธอ

ขณะเดียวกันอมายาสำเร็จการศึกษาและส่งวิทยานิพนธ์เพื่อประเมินผลต่อมหาวิทยาลัยหลังจากได้รับอนุมัติจากหัวหน้างานแล้ว ชื่อของ Karan ปรากฏอยู่ในคำขอบคุณและชื่อของหัวหน้างาน
อมายาทำงานอย่างพิถีพิถันตั้งแต่เด็กด้วยดีและตรงเวลา
การทำงานเสร็จตรงเวลาช่วยให้อมายาโดดเด่นในฐานะทนายความที่โดดเด่นคนหนึ่งของศาลสูง
ผู้พิพากษาถือว่าเธอเป็นทนายความที่ซื่อสัตย์ซึ่งไม่เคยพยายามทำให้ศาลเข้าใจผิดหรือเธอไม่เคยพูดอะไรที่นอกเหนือกฎหมายในการโต้แย้งเลยสักครั้ง

หลังจากไปถึงที่ทำงานในตอนเย็น
อมายาได้พบกับลูกค้าทุกคนและสั่งให้ลูกน้องเตรียมแฟ้มคดีสำหรับลูกค้าใหม่ จัดทำรายการเพื่อการพิจารณาคดีในวันถัดไป
และติดตามคดีที่ระบุไว้เพื่อการพิจารณาคดีครั้งสุดท้าย ขณะเช็คอีเมล
เธอพบอีเมลฉบับหนึ่งจาก Poornima ก่อนเข้านอน
อามายาอยากอ่านจังเลย

"สวัสดีค่ะคุณผู้หญิง" เธอเริ่ม
"วันนี้ฉันอยากจะเล่าให้คุณฟังมากขึ้นเกี่ยวกับพ่อแม่ของฉัน
ซึ่งจะช่วยให้คุณรู้จักพ่อของฉันมากขึ้น
แม่ของฉันรักพ่อของฉันเกินกว่าจะบรรยายใด ๆ
เนื่องจากภาษาไม่สามารถอธิบายความรุนแรงของความรัก
ความไว้วางใจ และความใกล้ชิดของเธอได้ เธออยากมีลูกสาว
และพ่อของฉันก็ทำให้เธอมั่นใจว่าความปรารถนาจะเป็นจริง
แม่ของฉันร้องไห้และหัวเราะด้วยกันหลายวันเมื่อเห็นหน้าฉันเพราะเธอ

แทบไม่เชื่อสายตาตัวเอง ความสุขของเธอไม่มีที่สิ้นสุด
หนึ่งปีหลังจากที่ฉันเกิด เมื่อพวกเขากลับมาจากยุโรปที่อินเดีย
แม่ของฉันเฉลิมฉลองวันเกิดของฉันกับครอบครัว ญาติ
และเพื่อนฝูงเป็นเวลาหลายวัน
วันเกิดของฉันทุกปีเป็นงานสำคัญในบริษัท ดร.อัจริยะ ฟาร์มาซูติคอล
และแม่ของฉันก็ไม่เคยลืมที่จะประกาศการเพิ่มเงินพิเศษให้กับพนักงาน
ทุกคนในบริษัท

"ความสุขที่ได้มีสามีจำลองพร้อมทั้งเพศของเธอเป็นสิ่งที่ไม่อาจหยั่งรู้ไ
ด้ในหัวใจของแม่ฉัน
ฉันมักจะนึกถึงสิ่งที่เธอชอบต่อเด็กผู้หญิงที่ดูเหมือนสามีของเธอ
ฉันคิดว่าอาจเป็นเพราะพ่อที่สังเกตเห็นความคล้ายคลึงระหว่างลูกกับเข
าจะมีความมั่นใจมากขึ้น ทารกเป็นของเขาและใช้เวลาอยู่กับลูกมากขึ้น
ดูแลเธอ และรักเธอ
แต่แม่ของฉันไม่จำเป็นต้องรับรองทางอ้อมกับสามีว่าลูกจะดูเหมือนเขาเ
พราะพวกเขาเชื่อใจและรักกัน
ฉันไม่สามารถนึกภาพพ่อของฉันสงสัยในพรหมจรรย์ของภรรยาได้
แต่ทำไมแม่ถึงอยากมีลูกสาวที่หน้าตาเหมือนสามีล่ะ? ในกรณีส่วนใหญ่
แม่จะดูแลทารกที่เธอให้กำเนิดเพราะเธอรู้ว่าเป็นลูกของเธอ
นอกจากนี้ยังเป็นความต้องการเชิงวิวัฒนาการด้วย
แต่ผู้ชายไม่แน่ใจว่าเขาเป็นบิดาผู้ให้กำเนิดของเด็กหรือไม่ ดังนั้น
เด็กที่มีลักษณะคล้ายพ่อจึงมีข้อได้เปรียบเพราะเด็กสามารถโน้มน้าวพ่อ
ได้ว่าเขาคือบิดาผู้ให้กำเนิด
ทำไมผู้ชายจึงควรดูแลลูกของผู้ชายอีกคนที่ภรรยาของเขาให้กำเนิด
มันอาจจะจริง
พ่อมีส่วนสำคัญอย่างยิ่งในการทำให้มั่นใจว่าลูกเป็นของเขา
ทันทีที่ทารกเกิดมา
ผู้เป็นพ่อจะมองดูทารกเพื่อค้นหาความคล้ายคลึงทางกายภาพ
แม่ต้องโน้มน้าวพ่อ ว่าเขาเป็นบิดาผู้ให้กำเนิด
แต่ทำไมแม่ของฉันถึงไม่ชอบเด็กผู้ชายที่ดูเหมือนสามีของเธอล่ะ?
ฉันยังคงค้นหาคำตอบที่น่าเชื่อถือ"

อมายาเลิกอ่านไปบ้างแล้ว *ปูรณิมา*
เพราะว่าแม่ของเธอไม่ใช่มารดาผู้ให้กำเนิดเธอ
เธอต้องการมีลูกของสามีซึ่งสามารถรับมรดกทรัพย์สมบัติของตนไม่ว่าจ
ะต้องแลกมาด้วยราคาใดก็ตาม
แต่เพื่อที่จะมีความสัมพันธ์ที่เป็นธรรมชาติและความรักที่ไม่มีเงื่อนไขสำ
หรับคุณ เธอจึงพยายามให้เด็กเป็นเพศของเธอ

เพื่อที่เธอจะได้อ้างสิทธิ์ในเธอ แบ่งปันอัตลักษณ์ทางกายภาพ และโน้มน้าวตัวเองว่าทารกเป็นของเธอ เธอเริ่มอ่านอีกครั้ง:
"แม่ของฉันเป็นพี่สาว เพื่อน และที่ปรึกษาของฉันในเวลาเดียวกัน ความสัมพันธ์ของเราเติบโตขึ้นจากความรักและความไว้วางใจ เธอสอนฉันถึงวิธีการเป็นอิสระและกล้าเสี่ยง
เรารักกันและเข้าใจอารมณ์ของแต่ละคน ไม่มีความกลัวที่จะถูกปฏิเสธ ในวัยเด็กของฉัน เธอเป็นเชียร์ลีดเดอร์ของฉัน

"พ่อของฉันมีบทบาทที่สร้างแรงบันดาลใจในชีวิตของฉันซึ่งไม่มีใครสามารถชดเชยได้ ฉันแน่ใจ เขาช่วยฉันกำหนดวิสัยทัศน์ อุดมคติ และการรับรู้ของฉัน
ซึ่งยืนหยัดเคียงข้างฉันเสมอในฐานะเสาหลักในการพัฒนาทางอารมณ์ ความรู้ความเข้าใจ สติปัญญา และจิตวิญญาณของฉัน
ด้วยการช่วยวางกฎเกณฑ์ในชีวิตของฉัน
เขาบังคับใช้กฎเหล่านั้นในกิจกรรมประจำวันของเขา
ความมั่นคงทางอารมณ์และร่างกายที่เขามอบให้น่าทึ่งมากเมื่อเขามีส่วนในการเติบโตและพันธกิจโดยรวมของผม
ด้วยความรักใคร่และการสนับสนุน
เขาทำให้ฉันได้รับการศึกษาและคุณสมบัติทางวิชาชีพที่ต้องการ ฉันก็กลายเป็นแพทย์ศัลยแพทย์ด้านประสาทวิทยาเช่นเดียวกับพ่อแม่ของฉันเช่นกัน
การปรากฏของพระองค์ช่วยให้ฉันแยกแยะความสัมพันธ์ของฉันกับผู้คนได้ โดยเฉพาะกับครอบครัว ญาติ ครู เพื่อน และคนอื่นๆ
เพราะเขาทำให้ฉันสามารถรับรู้ถึงความละเอียดอ่อนและความหมายในความสัมพันธ์ของมนุษย์ในมิติ สถานการณ์ และชั้นต่างๆ ที่หลากหลาย"
อีกครั้งหนึ่งที่อมายาหยุดอ่าน ใช่ เขาสวมหน้ากากที่แตกต่างกันออกไป แสดงอารมณ์ที่รุนแรงเพื่อประโยชน์ของเขา
มันเป็นไปไม่ได้ที่จะแยกแยะว่าอะไรคือเรื่องจริงและเรื่องลวงตา

อ่านต่อ: "เมื่อเป็นวัยรุ่นและผู้ใหญ่
ฉันพึ่งพาพ่อเพื่อช่วยเหลือด้านอารมณ์และความมั่นคง เขากระตือรือร้นที่จะแสดงให้ฉันเห็นว่าความสัมพันธ์ที่ดีคืออะไร และฉันจะพัฒนาความสัมพันธ์แบบไหนในชีวิตในวัยผู้ใหญ่
ด้วยความรักและความเมตตา พ่อของฉันเป็นพ่อแม่ในอุดมคติของฉัน และฉันค้นหาคุณสมบัติดังกล่าวจากคู่ชีวิตในอนาคตของฉัน
บทบาทที่เขามีบทบาทในการปรับตัวทางจิตวิทยาของฉันนั้นยิ่งใหญ่มาก ซึ่งเริ่มตั้งแต่ฉันยังเป็นเด็กเล็กและดำเนินต่อไปในวัยเด็ก วัยรุ่น วัยรุ่น

และในฐานะผู้หญิงที่โตแล้ว
ฉันตระหนักถึงอิทธิพลมหาศาลที่เขามีต่อชีวิตฉัน
พ่อของฉันทำตัวเป็นแบบอย่างของฉัน เป็นรากฐานของความปลอดภัย
ความรัก และความไว้วางใจของฉัน
เนื่องจากพ่อคือมาตรฐานของฉันในทุกสถานการณ์ ความมั่นใจ
ความภูมิใจในตนเอง
และแรงจูงใจในการประสบความสำเร็จของฉันพัฒนาผ่านเหตุการณ์ต่างๆ ในครอบครัวของเรา และสะท้อนถึงบุคลิกภาพของพ่อฉัน
เมื่อเขาสนใจการศึกษาของฉันอย่างไม่มีใครเทียบ
ฉันจึงทำได้ดีกว่าเด็กผู้หญิงคนอื่นๆ
ที่พ่อไม่เอาใจใส่ลูกสาวของพวกเขา
พ่อของฉันเป็นคนไม่ตัดสินและไม่เคยพูดคำที่ไม่ดีเกี่ยวกับผู้อื่น
เขาสนับสนุนให้ฉันมีความรอบคอบและเป็นผู้ใหญ่ในการพัฒนาความสัมพันธ์ที่ดีกับบุคคลภายนอก
และทำให้ฉันได้รู้ถึงปรัชญาชีวิตที่หลากหลายและแง่มุมของการแลกเปลี่ยน"

อมายาหยุดอ่านไปหนึ่งนาที
"คุณต้องระมัดระวังในการเลือกคู่ชีวิตที่ไม่เคยหลอกลวงคุณ ภูริมา
ขอให้โชคดีนะ" อมายาพึมพำ
ทันใดนั้นเธอก็นึกถึงการเตรียมการที่คารันเพื่อรับทารก

Karan เฝ้าระวังในสัปดาห์ที่ 36 ของการตั้งครรภ์ และติดตาม Amaya
ในห้องนอน ห้องครัว ห้องรับประทานอาหาร ห้องน้ำ ห้องอ่านหนังสือ
และระเบียง เขาทำความสะอาดและฆ่าเชื้อทั้งบ้าน
รวมถึงห้องใต้ดินที่เขาเก็บขวดไวน์ รถยนต์ และโรงรถ Karan
ซื้อเสื้อผ้านุ่มๆ ผ้าขนสัตว์ เตียงเด็กอ่อนที่เขาเรียกว่าเปล
และสิ่งจำเป็นทั้งหมดให้กับ Amaya
และจัดเธอและเสื้อผ้าของทารกในถุงต่างๆ ทุกๆ วัน
คารันจะพูดคุยกับสูติแพทย์ที่ให้การดูแลทางการแพทย์เฉพาะทางแก่อมายาตั้งแต่เธอตั้งครรภ์
เขารายงานแม้แต่อาการของอมายาที่เปลี่ยนแปลงเพียงเล็กน้อยและเก็บรายงานคำแนะนำของแพทย์โดยละเอียดเป็นลายลักษณ์อักษร Karan
เผายาที่ไม่ต้องการ รวมทั้งกระดาษห่อด้วย
และส่งคืนขวดไวน์เปล่าทั้งหมดหลังจากทำความสะอาดอย่างละเอียดด้วยผงซักฟอกไปยังโรงกลั่นเหล้าองุ่นที่เขาซื้อมา เมื่อ Amaya ถาม
Karan ว่าทำไมเขาถึงล้างขวดไวน์
เขาบอกเธอว่ามันเป็นพฤติกรรมที่สุภาพของเขา

และชาโตว์คงจะซาบซึ้งใจ
อมายาจำได้ว่าการานทำความสะอาดและถูบ้านโดยเก็บทุกอย่างให้เป็นระเบียบในขณะที่เขารอบคอบ
บ้านจะต้องเป็นระเบียบและปลอดภัยสำหรับเขา

ทันใดนั้นฝนก็ตก ฟ้าร้องเหนือเส้นขอบฟ้า
อมายาตรวจสอบอีกครั้งว่าเธอล็อคประตูใหญ่บ้านที่อยู่ติดกับห้องทำงานของเธอ และปิดหน้าต่างก่อนทำวิปัสสนาหรือไม่

Amaya มีงานยุ่งในวันรุ่งขึ้น
เนื่องจากมีการพิจารณาคดีหลายครั้งในศาลต่างๆ
เมื่อเธอกลับมาที่ห้องทำงานของเธอในตอนเย็น
มีหญิงสาวคนหนึ่งพร้อมลูกสองคนอยู่ในห้องรอ Liza Thomas
ซึ่งอาศัยอยู่ใน Wayanad
สำเร็จการศึกษาระดับปริญญาโทสาขาวิทยาการคอมพิวเตอร์และทำงานในบริษัทระหว่างประเทศในบังคาลอร์เป็นเวลาสี่ปีด้วยเงินเดือนที่ดี
Lisa พบกับชายหนุ่มชื่อ Abdul Aziz จาก Kasargod ในปีที่สี่ของเธอ
เขาบอกลิซ่าว่าเขาเป็นเจ้าหน้าที่ระดับสูงในบริษัทแห่งหนึ่งในดูไบ
อยู่ที่เบงกาลูรูเพื่อทำข้อตกลงทางธุรกิจ และจะอยู่ที่นั่นเป็นเวลาหนึ่งปี
ต่อมาได้พบกันบ่อย ตกหลุมรัก และตัดสินใจแต่งงานกัน
ลิซ่ารู้ว่าพ่อแม่ที่เป็นคริสเตียนออร์โธด็อกซ์ของเธอต่อต้านการแต่งงานกับมุสลิม ดังนั้นเธอจึงแต่งงานกับอับดุลโดยไม่แจ้งให้พวกเขาทราบ
อับดุลมีเพื่อนสองคนในเมืองนี้
และพวกเขาก็จัดพิธีสมรสภายใต้กฎหมายอิสลาม

หลังการแต่งงาน
อาบุลบอกกับลิซ่าว่าพวกเขาจะนั่งเรือจากชายฝั่งคุชราตไปยังเยเมนและดูไบ เพราะเขาทำหนังสือเดินทางและวีซ่าหาย
สิ่งที่ทำให้เธอประหลาดใจคือ Liza พบว่า Abdul
สามารถติดสินบนเจ้าหน้าที่ของรัฐในรัฐ Gujarat ได้อย่างง่ายดาย
ซึ่งเพื่อนๆ ของเขาได้จัดเรือไว้ แต่หลังจากนั้นไม่กี่ชั่วโมง
พวกเขาก็ขึ้นเรือของปากีสถานพร้อมชายและหญิงที่มีการศึกษาจำนวนมาก ซึ่งส่วนใหญ่เป็นบัณฑิตด้านวิศวกรรมศาสตร์จากอินเดีย
ไปยังอัฟกานิสถานและเยเมนเพื่อสู้รบในสงคราม ภายในสองวันพวกเขาก็มาถึงท่าเรือที่เสื่อมโทรมในเยเมน ทันทีที่พวกเขาไปถึงเยเมน
อับดุลก็หายตัวไป
ลิซ่าไม่เคยเห็นเขาอีกเลยและพักอยู่ในค่ายที่มีผู้คนมากกว่าสองร้อยคน

ที่มีส่วนร่วมในกิจกรรมการก่อการร้าย ชีวิตในค่ายช่างเลวร้าย
ลิซ่าต้องสนองความต้องการทางเพศของผู้ชายอย่างน้อยครึ่งโหล

งานหลักของเธอคือควบคุมคอมพิวเตอร์ ถอดรหัสข้อความจากอิหร่าน
และส่งต่อไปยังผู้ที่ต่อสู้กับซาอุดีอาระเบีย
เกือบทุกวันเธอทำงานเป็นเวลาสิบสองถึงสิบห้าชั่วโมง
ลิซ่าไม่รู้ว่าเกิดอะไรขึ้นกลางแจ้ง
เนื่องจากเธอไม่มีอิสระที่จะออกไปข้างนอก
แต่เธอมักจะได้ยินเสียงเครื่องบินรบคำรามอยู่บ่อยครั้ง ลูกๆ
ของเธอเกิดที่นั่นโดยไม่ได้รับความช่วยเหลือจากแพทย์
เมื่อเป็นเด็กผู้ชาย พวกเขารอดพ้นจากการถูกตัดศีรษะ
แต่เด็กผู้หญิงกลับไม่มีโชค
ผู้ดูแลค่ายได้ตัดหัวเด็กผู้หญิงในวันเดียวกับวันเกิดของพวกเขา
ลิซ่าไม่รู้ว่าใครเป็นพ่อของลูก ๆ ของเธอ

ในปีที่สี่ ลิซ่าได้พบกับชายคนหนึ่งชื่ออาบูจากมังกาลอร์
ซึ่งจัดหาอาหารให้เมื่อมีจำหน่าย
อาบูสัญญากับลิซ่าว่าจะช่วยเธอและลูกๆ
ของเธอหนีออกจากค่ายภายในหกเดือน
คืนหนึ่งมีเหตุระเบิดประปรายใกล้ฐานทัพ ซึ่งก่อให้เกิดความวุ่นวาย
และมีผู้ได้รับบาดเจ็บหรือเสียชีวิตจำนวนมาก อบูอุ้มเด็ก ๆ
ในอ้อมแขนของเขาแล้ววิ่งไปที่ทะเล ลิซ่าวิ่งตามเขาไป
มีเรือเล็กลำหนึ่งรอพวกเขาอยู่ และในวันที่สาม
พวกเขาก็มาถึงที่เบย์ปอร์ในมาลาบาร์ ลิซ่าอยู่กับครอบครัวหนึ่งใน
Kozhikode เป็นเวลาหนึ่งเดือน
เธอเดินทางไปโคจิเพื่อพบกับอมายะด้วยความช่วยเหลือของพวกเขา

อมายากล่าวว่าลิซ่าควรแจ้งตำรวจทันทีเกี่ยวกับการเดินทางไปเยเมนโดยไม่มีเอกสารการเดินทางที่ถูกต้อง
และการกลับมาของเธอพร้อมลูกสองคนที่ไม่มีวีซ่า
อมายาให้ความมั่นใจกับเธอว่าเธอจะช่วยลิซ่าและลูกๆ
ของเธอในการหาที่อยู่อาศัยที่ปลอดภัย
นอกจากนี้เธอจะสอบถามเกี่ยวกับงานที่เหมาะสม

ลูกค้าอีกรายหนึ่งคือ Deepa จากชุมชนชนเผ่าในเขตปาลักกัด
มากับแม่ของเธอ Deepa เป็นคนที่สดใส
สำเร็จการศึกษาระดับมัธยมศึกษาตอนปลายและเตรียมพร้อมสำหรับการสอบเข้าหลักสูตรวิชาชีพ
พ่อแม่ของเธอทำงานร่วมกับกรมป่าไม้ในตำแหน่งผู้พิทักษ์ และ Deepa

เป็นลูกคนโตในบรรดาลูกทั้งสามคน ประมาณ 8 เดือนที่แล้ว กฤษนัน
นัมบูดิริ
นักศึกษาระดับปริญญาเอกสาขามานุษยวิทยาจากมหาวิทยาลัยแห่งหนึ่
งในเดลี อยู่ในหมู่บ้านของพวกเขาเป็นเวลา 6
เดือนเพื่อค้นคว้าเกี่ยวกับชนเผ่า เขาขอพ่อแม่ ที่พัก และหอพักของ
Deepa โดยสัญญาว่าจะเป็นโค้ชให้กับ Deepa ในการสอบเข้าวิชาชีพ
และให้พี่น้องสองคนของเธอในการศึกษา
นอกเหนือจากการจ่ายค่าใช้จ่ายของเขา พวกเขาอนุญาตให้ Krishnan
อยู่ในบ้านอย่างมีความสุข โดยแบ่งปันอาหารที่แม่ของ Deepa ปรุงให้

เนื่องจากเป็นวันหยุดฤดูร้อนของ Deepa Krishan
จึงขอให้เธอไปกับเขาเพื่อเยี่ยมชมบ้านต่างๆ
และรวบรวมข้อมูลโดยการสัมภาษณ์ กรอกแบบสอบถาม
และดูตารางเวลาสำหรับการชำระเงินรายวันจำนวนสี่ร้อยรูปี Deepa
สนุกกับงานนี้อย่างเต็มที่
เนื่องจากเธอสามารถเรียนรู้เพิ่มเติมเกี่ยวกับผู้คนของเธอโดยใช้เครื่องมื
อทางวิทยาศาสตร์และวิธีการวิเคราะห์ข้อมูลทางมานุษยวิทยา
ยิ่งไปกว่านั้น Deepa ยังหลงใหลในบุคลิกของ Krishan
ความเฉียบแหลมในการค้นคว้า และการพิจารณาอย่างมีมนุษยธรรม
และความสัมพันธ์ระหว่างเธอกับเขาก็ค่อยๆ
กลายเป็นความสนิทสนมกัน
หลังจากอยู่กับเธอเป็นเวลาหกเดือนและรวบรวมข้อมูลเสร็จสิ้น
Krishnan ก็กลับมาที่เดลี โดยสัญญาว่าจะ Deepa
จะโทรหาเธอทุกวันและแต่งงานกับเธอเมื่อสำเร็จการศึกษาระดับปริญญ
าเอก แต่ Deepa ไม่ได้รับโทรศัพท์หรือข้อความจาก Krishnan
หลังจากออกเดินทาง ประมาณหนึ่งเดือนก่อนที่จะพบกับ Amaya
Deepa ตระหนักว่าเธอกำลังท้อง
และพ่อแม่ของเธอมีความทุกข์ทางอารมณ์อย่างสุดซึ้ง เนื่องจาก
Deepa ยังเป็นผู้เยาว์ซึ่งอายุต่ำกว่า 18 ปี
เธอต้องมาสอบเข้าและเรียนหลักสูตรวิชาชีพ
มารดาของดีปาอยากรู้ว่าดีปาสามารถแท้งบุตรในครรภ์ได้หรือไม่

ตามพระราชบัญญัติการยุติการตั้งครรภ์โดยแพทย์
อมายาบอกกับแม่ของดีปาว่าความยินยอมของดีปานั้นเพียงพอสำหรับก
ารทำแท้ง เนื่องจากเธอยังเป็นผู้เยาว์
การอนุมัติของผู้ปกครองของเธอก็มีผลเช่นกัน และในทั้งสองกรณี
การทำแท้งอาจเกิดขึ้นได้นานถึงยี่สิบสัปดาห์เมื่อการตั้งครรภ์เกิดจากกา
รข่มขืน

มีบทบัญญัติให้เพิ่มขีดจำกัดการตั้งครรภ์เพื่อทำแท้งอย่างปลอดภัยสำหรับผู้รอดชีวิตจากการถูกข่มขืน หญิงโสด และผู้หญิงที่อ่อนแออื่นๆ ได้นานถึงยี่สิบสี่สัปดาห์ เนื่องจาก Deepa ยังเป็นผู้เยาว์และยังไม่ได้แต่งงาน

Deepa บอกกับ Amaya ว่าความใกล้ชิดทางเพศของเธอกับ Krishnan Namboodiri ยินยอม และนั่นไม่ใช่ความผิดฐานข่มขืน Amaya อธิบายให้ Deepa และแม่ของเธอฟังว่าความยินยอมของ Deepa นั้นไม่เกี่ยวข้อง เพราะในฐานะผู้เยาว์ เธอไม่สามารถให้ความยินยอมได้ ดังนั้น การมีเพศสัมพันธ์กับ Deepa ไม่ว่าเธอจะยินยอมหรือไม่ ถือเป็นการข่มขืนตามกฎหมายโดย Krishnan Namboodiri กฎหมายคุ้มครองเด็กจากการกระทำผิดทางเพศเป็นการให้ความยุติธรรมแก่ผู้เยาว์ที่เกี่ยวข้องกับการกระทำทางเพศ และกฤษณะ นัมบุดีริมีความผิดฐานละเมิดกฎหมายดังกล่าว อมายาแจ้งเพิ่มเติมว่ากฎหมายกำหนดให้พ่อแม่หรือผู้ปกครองต้องรายงานการกระทำผิดต่อหน่วยตำรวจเยาวชนพิเศษหรือตำรวจท้องที่ หากไม่ทำเช่นนั้นถือเป็นความผิด อมายาเร่งเร้าแม่ของดีปาให้แจ้งความกับเจ้าหน้าที่ตำรวจ

เมื่อได้ยินเช่นนั้น Deepa ก็เริ่มร้องไห้โดยบอกว่าเธอยังคงรัก Krishnan Namboodiri และไม่ยอมรายงานเหตุการณ์ดังกล่าวให้ตำรวจทราบ อมายาบอกเธอว่ากฤษณัน นามบุดริรู้ว่าดีปายังเป็นผู้เยาว์ นอกจากนี้เขายังทำสัญญาเท็จเรื่องการแต่งงาน ความใกล้ชิดทางเพศของเขาทำให้เหยื่อต้องทนทุกข์ทรมานมายาวนาน ดังนั้นการลงโทษจึงไม่เพียงแต่เป็นทางกฎหมายเท่านั้น แต่ยังเป็นความจำเป็นทางสังคมและจิตใจด้วย การลงโทษไม่ใช่การแก้แค้นหรือขัดขวาง แต่เป็นความจำเป็นทางศีลธรรม และเขาก็สมควรได้รับมัน

อย่างที่อมายาคาดไว้ก็มีอีเมล์จากภูริมา เธอเตือน Amaya ว่าวันนี้เป็นวันพุธ โดยเหลือเวลาอีกเพียงสามวันเท่านั้นสำหรับเธอที่จะไปเยือนเดลี และเธอตั้งตารอที่จะพบกับ Amaya ที่สนามบินอย่างใจจดใจจ่อ ภูรนิมามั่นใจว่าพ่อของเธอจะจำอมายาได้แม้จะอยู่ในอาการโคม่า และการมีอยู่ของเธอจะนำไปสู่การฟื้นตัว เมื่อวันก่อน เธอพบข้อความในไฟล์ของเขาว่าอมายาเป็นนักเปียโนที่โดดเด่น นิ้วของเธอขยับอย่างหรูหราบนคีย์บอร์ดอย่างน่าอัศจรรย์ทำให้เกิดเสียงเพลงที่ไพเราะ เขากล่าวถึงนักแต่งเพลงคนโปรดของ Amaya คือ

Mozart, Beethoven และ Chopin พ่อของ Poornima อยู่ในห้องที่จัดเตรียมไว้เป็นพิเศษในที่พักของพวกเขา ซึ่งมีแพทย์กลุ่มหนึ่งจากบริษัทยาของพวกเขา รวมทั้งเธอด้วย คอยดูแลเขาตลอดเวลา เธอวางเปียโนไว้ในห้องโดยปรึกษากับพวกเขา โดยหวังว่าอมายาจะเล่นมันสักพักหนึ่ง ดังที่แพทย์เชื่อ ดนตรีจะช่วยให้พ่อของเธอฟื้นตัวได้อย่างไม่ต้องสงสัย อมายาจำได้ว่าเธอกับคารันนั่งอยู่บนระเบียงทิศใต้ เล่นเปียโนเป็นเวลาหลายชั่วโมง โดยเฉพาะเวลาถือของ อมายามักจะนั่งอยู่ทางขวามือของคารันและเล่นกับเขา บ่อยครั้งที่เขาหยุดเล่นและฟังเพลงของอมายา ความชื่นชมในตัวเธอนั้นเกินจะเชื่อ แม้ว่าเขาจะไม่เคยลืมจูบและกอดอมายาขณะเล่นเปียโน แต่การานก็แสดงความรักและเสน่หาผ่านบทเพลงอันแสนพิเศษของเขา เวลาที่พวกเขาอยู่ด้วยกันนั้นพิเศษมาก แม้จะรู้ว่า Karan หลอกลวงเธอ Amaya ก็ไม่มีความประสงค์ร้ายสำหรับเขา อมายาพ้นโทษเขาหลังจากเข้ารับการฝึกวิปัสสนา โดยคิดว่าเขาอาจจะถูกบังคับ แต่ก็มีความปรารถนาอันแรงกล้าที่จะพบกับลูกสาวของเธอ อมายาไม่ได้รู้สึกตื่นเต้นกับคารันในขณะที่เธอฝึกจิตใจให้สงบ ปูร์นิมากล่าวเพิ่มเติมว่าเธอได้ขอให้นักเปียโนสองคนเล่นในช่วงสั้นๆ อย่างไรก็ตาม อาการของพ่อเธอไม่เปลี่ยนแปลง

พรนิมายังกล่าวถึงในอีเมลด้วยว่าเธอพบข้อความว่าอมายาอยู่กับการาน เป็นเวลาหลายเดือนด้วยกัน ซึ่งสร้างความเจ็บปวดให้กับพรนิมาอย่างมาก เธอสงสัยว่าเหตุใดพ่อของเธอจึงออกจากเมืองมาร์เซย์ ที่ซึ่งแม่ของเธออาศัยอยู่ตามลำพังระหว่างที่เธอตั้งครรภ์ เมื่อเธอต้องการความรักและความมุ่งมั่นอย่างไม่มีเงื่อนไขจากสามีของเธอ แม่ของเธอเชื่อมั่นในตัวพ่อของเธอเป็นอย่างยิ่ง เพราะพรนิมารู้ว่าไม่มีใครในโลกที่จะรักกันได้เหมือนพวกเขา และพ่อของเธอก็พร้อมที่จะทำทุกอย่างเพื่อภรรยาของเขา ภูรนิมาอธิบายว่าเธอได้ไตร่ตรองถึงการแยกทางกันของทั้งคู่ โดยเฉพาะอย่างยิ่งในช่วงเวลาสำคัญของการตั้งครรภ์แม่ของเธอ ภูนิมาไม่เข้าใจว่าทำไมพ่อของเธอถึงชวนอมายามาที่บ้านและอยู่กับเธอ การอยู่ร่วมกันเช่นนั้นมักนำไปสู่ความใกล้ชิดทางเพศ และเหตุใดพ่อของเธอจึงมีความสัมพันธ์ที่ผิดกฎหมายกับผู้หญิงคนอื่น? เซ็กส์เป็นความต้องการทางชีวภาพ และความรักเป็นเรื่องทางอารมณ์

แต่ความไว้วางใจเพิ่มขึ้นเนื่องจากความเชื่อที่มีสติและการกระทำเนื่องจากความมุ่งมั่นที่ชัดเจนต่อบุคคลอื่น ในฐานะชายที่แต่งงานแล้ว พ่อของเธอทำผิดและละเมิดความมั่นใจที่แม่ของเธอมอบให้เขาอย่างไม่อาจให้อภัยได้

จู่ๆ อามายาก็หยุดอ่าน มันเป็นการละเมิดความไว้วางใจจริงๆ เป็นความผิดที่ดูเหมือนจะป้องกันตัวไม่ได้กับภรรยาของเขา แต่ภรรยาของเขาก็เป็นส่วนหนึ่งของกลุ่มที่กระทำการเช่นนี้ ก่ออาชญากรรมต่อบุคคลที่สาม และบุคคลภายนอกต้องทนทุกข์ทรมานมานานหลายปี ทำให้เสื่อมเสียสิทธิมนุษยชนของเธอด้วยการปฏิเสธความยุติธรรม เป็นเรื่องง่ายสำหรับ Poornima ที่จะตำหนิผู้หญิงที่อาศัยอยู่กับพ่อของเธอในบาร์เซโลนา แต่ผู้หญิงคนนั้นเชื่อใจเขาอย่างไม่ต้องสงสัย ปูร์นิมาเป็นคนฉลาด ช่างสงสัย ช่างวิเคราะห์ และมีความปรารถนาอย่างแรงกล้าที่จะค้นหาความจริง แต่การรู้ความจริงจะสร้างความเจ็บปวดและทำลายความมั่นใจในมนุษยชาติของเธอ

ภูนิมาเขียนว่าเธอไม่สามารถติดตามเหตุการณ์ความขัดแย้งระหว่างพ่อกับแม่ได้ ดร.อีวาไม่เคยกล่าวโทษสามีของเธอหรือกล่าวหาว่าเขานอกใจด้วยคำพูด และละเมิดความไว้วางใจของเธอ เธอเคยกล่าวไว้ว่าชีวิตในยุโรปเป็นยุคทอง เนื่องจากมีลูกสาวคนหนึ่งกำลังเติมเต็มความฝัน ดร.อีวาชื่นชมสามีของเธอซ้ำแล้วซ้ำเล่า และยกย่องความพยายามอันพากเพียรของเขาที่จะมีลูก อาจบ่งบอกว่าเธอตระหนักดีถึงการกระทำของสามีของเธอในบาร์เซโลนาเป็นเวลาหนึ่งปี Poornima กล่าว

อย่างไรก็ตาม ดร.อีวาไม่เคยสนับสนุนให้เขามีความสัมพันธ์กับผู้หญิงคนอื่นเลย Poornima มั่นใจว่าใน Marseille มีแพทย์และพยาบาลที่มีคุณสมบัติเหมาะสมคอยดูแลแม่ของเธอในระหว่างตั้งครรภ์ เนื่องจากเงินไม่ใช่ปัญหาสำหรับพ่อของเธอ บริษัทยาของพวกเขาได้พัฒนายาสำหรับโรคอัลไซเมอร์แล้ว แม้ว่าทางการจะสั่งห้ามก็ตาม มันจวนจะพัฒนาวิธีการรักษาอื่นๆ สำหรับอาการเจ็บป่วยทางระบบประสาท

ชื่อและชื่อเสียงของบริษัทเติบโตขึ้น
และเมื่อพ่อของเธอเข้ามาบริหารบริษัทหลังจากที่พ่อของเขาเสียชีวิต
บริษัทก็เติบโตขึ้นอย่างมาก โดยได้รับชื่อเสียงและความมั่งคั่งมากมาย

คารันทดลองยาเพื่อสร้างโลกแห่งจินตนาการที่เต็มไปด้วยความไว้วางใจและความชื่นชม แม้ว่าจะไม่ได้ทำร้ายร่างกายอมายาก็ตาม
ความรักที่เธอมอบให้กับเขานั้นไม่ต้องสงสัยเลย
เธอไม่เคยสงสัยในความซื่อสัตย์ ความซื่อสัตย์
และความเมตตากรุณาของเขา หลายเดือนต่อมา
เธอตระหนักว่าเงินที่เขาโอนเข้าบัญชีของเธอ
ทั้งบ้านและรถเป็นราคาของลูกสาวเขา ขณะเดียวกัน
เขาได้ชดใช้คืนอย่างไม่น่าเชื่อด้วยการทำให้หัวใจของแม่ของทารกบุบสลายจนเกินกว่าจะซ่อมได้
ดังนั้นทรัพย์สมบัติที่เขาโอนไปจึงไร้ประโยชน์ ไม่คู่ควร และน่ารังเกียจ

พ่อของเธอบริจาคเงินร้อยละ 25 ของรายได้ให้กับองค์กรการกุศล
ซึ่งส่วนใหญ่เป็นสวัสดิการสำหรับเด็กและสตรี Poornima เขียน
หลังจากลูกสาวของเขาเกิด ดร.
อีวากล่าวว่าเขาเป็นคนเปลี่ยนไปด้วยการเขียนปรัชญาชีวิตใหม่
และบริจาคเงินจำนวนมหาศาลเพื่อขจัดความหิวโหย ความยากจน
การไม่รู้หนังสือ และสุขภาพที่ไม่ดี

มนุษย์สามารถเปลี่ยนแปลงได้เนื่องจากกระบวนการวิวัฒนาการ
ไม่มีใครคงอยู่เหมือนเดิมตลอดไป ก่อนจะหลับไป อมายา วิเคราะห์

วันรุ่งขึ้นมีการพิจารณาคดีอันนัมมาเป็นครั้งสุดท้าย และลูกๆ
ของเธอก็ยื่นคำร้อง
อันนัมมามาจากครอบครัวชนชั้นกลางระดับสูงในคริสตจักรซีโร-มาลาบาร์ในสังกัดสมเด็จพระสันตะปาปาแห่งโรม Mathai
สามีของเธอเป็นชาวนาที่มีพื้นที่เพาะปลูกอันอุดมสมบูรณ์จำนวน 12
เอเคอร์ในพื้นที่ชนบทของเขต Ernakulam โดยปลูกต้นมะพร้าว หมาก
ยางพารา และต้นมะม่วงหิมพานต์
รายได้จากที่ดินเพียงพอสำหรับความต้องการหลักและรองของครอบครัว มาไท อนันมา และลูกๆ มีชีวิตที่มีความสุขและเจริญรุ่งเรือง
พวกเขาบริจาคเงินสดและความเมตตาให้กับคริสตจักรทุกครั้งที่พระสังฆมณฑลและพระสังฆราชร้องขอการสนับสนุนทางการเงิน
เนื่องจากพวกเขาค่อนข้างมีฐานะดี
แม่ชีและนักบวชจำนวนมากจึงมาเยี่ยมบ้านของพวกเขาและขอให้พวกเขาเข้าร่วมโปรแกรมและกิจกรรมทางศาสนาที่โบสถ์จัดขึ้น

พวกเขาพูดถึงความหลงใหลและการสิ้นพระชนม์ของพระเยซูซ้ำแล้วซ้ำเล่า แม้ว่าพระเยซูจะเป็นบุตรของพระเจ้า
แต่พระองค์ก็ทรงถ่อมพระองค์ลง ทนทุกข์เพื่อมนุษยชาติ
เพื่อบาปของพวกเขา และสิ้นพระชนม์บนไม้กางเขน
บรรดาแม่ชีและนักบวชบอกกับมาไทยและอันนัมมา
"สร้างความมั่งคั่งในสวรรค์โดยเดินตามรอยเท้าของพระเยซู
ดังคำแนะนำของคริสตจักร" พวกเขาจะกล่าว
แม่ชีและนักบวชมักจัดการประชุมสวดมนต์ทุกเดือนในบ้านของตน
เชิญเพื่อนบ้านและสนับสนุนการอุทิศตนของพระแม่มารีโดยการสวดภา
วนาด้วยลูกประคำและขอให้พวกเขาท่องทุกเย็น
บรรยากาศการอธิษฐานอันลึกซึ้งเริ่มกลืนกินครอบครัวของอันนัมมาและ
มาไท เด็กๆ จดจ่ออยู่กับการสวดมนต์ โดยละเลยการเรียน
"คุณตรึงพระเยซูที่กางเขนทุกครั้งที่คุณทำบาป พระเจ้าทรงรักเราทุกคน
เราจึงเป็นเจ้าสาวของพระองค์" พวกแม่ชีบอกกับอันนัมมาและมาไท
อันนัมมาสวดมนต์วันละหลายครั้งก่อนและหลังอาหารเช้ากลางวันและเ
ย็นเพราะพวกเขาเกลียดบาป
พวกเขาไม่ต้องการทำร้ายพระเยซูหรือตกนรก

นักบวชกลุ่มหนึ่งมาเยี่ยมบ้านเพื่อสวดภาวนาเพ็นเทคอส
หลังจากนั้นไม่กี่วัน
พวกเขาเสนอให้อันนัมมาและมาไทเข้าร่วมการประชุมธยานามหรือการ
ประชุมสวดมนต์เพ็นเทคอสต์ขนาดใหญ่เป็นเวลาสิบวัน
ซึ่งจัดขึ้นที่ศูนย์สวดมนต์ซึ่งมีผู้ศรัทธาหลายพันคนมารวมตัวกันและสวด
ภาวนา คำขวัญของธยานาเคนดรามคือ
"ช่วยตัวเองให้พ้นจากการสาปแช่งชั่วนิรันดร์
กลับไปหาพระเยซูเพื่อช่วยจิตวิญญาณของคุณ"
หลังจากขอให้ลูกสาวคนโตดูแลพี่น้องของเธอ
อันนัมมาและมาไทก็เข้าร่วมธยานัมเป็นเวลาสิบวัน
เป็นประสบการณ์ใหม่สำหรับคู่รักที่ได้อยู่และอธิษฐานร่วมกับผู้เชื่อหลา
ยพันคน พวกเขาร้องเพลงเสียงดัง เต้นรำอย่างบ้าคลั่ง
ท่องคำอธิษฐานในอาการประสาทหลอน
และพูดพล่ามเป็นภาษาแปลกๆ ที่ไม่รู้จัก
พวกเขาสรรเสริญพระเยซูและมารีย์
โดยการดลใจของพระวิญญาณบริสุทธิ์
พวกเขาเชื่อว่าคำอธิษฐานเพ็นเทคอสต์เปลี่ยนทัศนคติของพวกเขา

ธยานัมเริ่มต้นประมาณเจ็ดโมงและดำเนินต่อไปจนถึงแปดโมงในตอนเย็
น พระสงฆ์ได้จัดที่พักและหอพักโดยมีค่าธรรมเนียม

แม้ว่าอาหารจะมีน้อย
แต่สิ่งอำนวยความสะดวกในการขึ้นเครื่องก็ยังต่ำกว่ามาตรฐาน
ไม่มีใครบ่นในขณะที่คำอธิษฐานเตรียมพวกเขาให้ไปสวรรค์เพื่อพบกับพระเยซูและหญิงพรหมจารี
มวลชนฮิสทีเรียเต็มสถานที่เมื่อผู้เฉลิมฉลองหลักแตะศีรษะของผู้คนจำนวนหนึ่งในที่ประชุม
ท่ามกลางบรรยากาศอันบ้าคลั่งของการสวดภาวนา รูบริก ธูป เวทมนตร์และระฆังมือถือที่ดังขึ้นเพื่อแสดงถึงเหตุการณ์เหนือธรรมชาติที่เกิดขึ้นในหมู่พวกเขา พระสงฆ์ตะโกนว่า "ฮาเลลูยา ฮาเลลูยา"
ซ้ำแล้วซ้ำเล่าขอให้พระวิญญาณบริสุทธิ์ลงมาบนพวกเขาในรูปของนกพิราบ . ล้มลงบนพื้นกลิ้งอย่างต่อเนื่องและพูดภาษาแปลก ๆ
ผู้หญิงและผู้ชายประพฤติตนราวกับว่ามีคนเข้าสิง
เมื่อปุโรหิตหักขนมปังและดื่มเหล้าองุ่นซึ่งควรจะเป็นพระวรกายและพระโลหิตของพระเยซู หลายคนได้เห็นพระเยซูผู้ฟื้นคืนพระชนม์ที่แท่นบูชา

เหตุการณ์ที่สำคัญที่สุดในธยานา-
เคนดรามคือการไล่ผีโดยนักบวชขับไล่ปีศาจซึ่งส่วนใหญ่มาจากผู้หญิง
ใช้ไม้เท้าเฆี่ยนพวกเขา และท่องบทสวดในภาษาซีเรีย ละติน
และภาษาที่คลุมเครือ พิธีการรักษาผู้ป่วยเป็นไปโดยประธานพิธี

อันนัมมาและมาไทรู้สึกราวกับว่าพวกเขาอยู่กับพระเยซูและมารีย์ในสวรรค์ และหลังจากกลับบ้าน
พวกเขายังคงอยู่ในบรรยากาศของการสวดภาวนา
อันนัมมะมาพร้อมกับมาไทเพื่อเข้าร่วมการประชุมสวดภาวนาเพ็นเทคอสต์อีกสี่ครั้ง โดยแต่ละครั้งใช้เวลาสิบวันในส่วนต่างๆ ของเกรละ
โดยทิ้งลูกๆ ไว้ตามลำพังภายในสามเดือน อันนัมมาค่อยๆ
ตระหนักถึงความเสียหายที่เกิดจากธยานามที่เกิดขึ้นในครอบครัวของเธอซ้ำแล้วซ้ำเล่า เมื่อเด็กๆ หยุดเรียนหนังสือ
ส่วนวัวและสัตว์ปีกยังคงหิวโหยและป่วยไข้
สิ่งที่ร้ายแรงที่สุดคือการจัดการฟาร์มที่ผิดพลาด ผลตอบแทนจึงลดลง
ความหิวโหยและสุขภาพไม่ดีเข้ามาปกคลุม เด็กๆ กลายเป็นคนพเนจร
ทะเลาะวิวาทกันในครอบครัวบ่อยครั้ง
และมาไทยมีพฤติกรรมรุนแรงและทำให้ติดแอลกอฮอล์และยาเสพติด
อันนัมมาขอให้มาไทยหยุดประชุมสวดมนต์และปรึกษาจิตแพทย์
แต่เขาไปปฏิบัติธรรมบ่อยขึ้นเพื่อเอาชนะโรคพิษสุราเรื้อรังและเดินทางไปยังศูนย์สวดมนต์ต่างๆ มาไทชอบการรวมตัวของผู้เชื่อจำนวนมาก
การสวดภาวนาเสียงดัง พูดภาษาแปลก ๆ ขับไล่ปีศาจ
รักษาคนป่วยโดยไม่ต้องใช้ยา

วิงวอนต่อพระแม่มารีให้ทำปาฏิหาริย์และเต้นรำประสาทหลอน มาไทยยังคงอยู่ในโลกแห่งความเชื่อโชคลางและความมหัศจรรย์ของการแปรเปลี่ยนขนมปังและเหล้าองุ่นเข้าสู่พระวรกายและพระโลหิตของพระเยซูเหมือนกับมนุษย์กินคนในสมัยโบราณ
เขาเริ่มขายที่ดินเพื่อเดินทางไปยังศูนย์ละหมาดหลายแห่ง และพวกนักบวชก็สนับสนุนให้เขาอยู่กับมารีย์และพระเยซูเพื่อมีชีวิตที่บริสุทธิ์
พวกเขาสวดภาวนาด้วยกันโดยวางมือบนศีรษะของเขาเพื่อรักษาโรคพิษสุราเรื้อรัง ในขณะเดียวกัน
ลูกสาวคนโตของเขาหนีไปพร้อมกับมีคนจากโคอิมบาโตร์มาเยี่ยมชมหมู่บ้านของพวกเขา โดยขายเสื้อผ้าสังเคราะห์สำเร็จรูป

แอนนามาคิดมากพอแล้วจึงไปพบอมายา หลังจากปรึกษาปัญหาอย่างละเอียดแล้วจึงยื่นคำร้องห้ามมาไทยขายที่ดินอีกและงดร่วมสวดมนต์ นอกจากนี้ Annama ยังขอให้ศาลสั่งให้นักบวชของศูนย์ฝึกสมาธิและพระสังฆราชท้องถิ่นจ่ายค่าชดเชยจำนวน 1 สิบล้านรูปีสำหรับการทำลายความสงบสุขในครอบครัวและความมั่นคงทางการเงินของพวกเขา ในระหว่างการพิจารณาคดีถึงที่สุด อมายาได้อธิบายคดีอย่างละเอียดและโน้มน้าวให้ศาลสั่งห้ามมาไทยขายที่ดินและบ้านจำนวน 3 เอเคอร์ที่เหลือ ศาลบอกกับ Matthai ว่าเขามีหน้าที่ต้องอยู่บ้าน ทำงานภาคสนาม ดูแลลูกๆ และจัดหาอาหาร การศึกษา และความปลอดภัยที่เหมาะสมให้กับพวกเขา ศาลสั่งไม่ให้มาไทยขายที่ดินและบ้าน

นอกจากนี้ ศาลยังสั่งให้นักบวชและพระสังฆราชจ่ายเงินจำนวน 1 สิบล้านรูปีให้กับอันนัมมา
คริสตจักรจงใจและด้วยเจตนาชั่วร้ายทำลายสันติภาพ ความสามัคคี และความเป็นอยู่ทางการเงิน
การเปลี่ยนผู้คนให้เป็นทาสทางศาสนาถือเป็นความผิดร้ายแรงและอาจถูกจำคุก
และศาลได้ตัดสินจำคุกนักเทศน์เพนเทคอสต์อย่างเข้มงวดเป็นเวลาสามปี

เมื่อไปถึงออฟฟิศในช่วงเย็น อมาญาก็ได้พบกับลูกค้ารายใหม่ ชื่อของเธอคือ กัลยานี นัมเบียร์ พนักงานรัฐบาลที่เกษียณอายุแล้ว ซึ่งทำงานเป็นหัวหน้าเจ้าหน้าที่วิทยาศาสตร์สาขาสมุทรศาสตร์ Kalyani ได้รับปริญญาเอกด้านนิเวศวิทยาทางทะเลจากมหาวิทยาลัยบอสตัน

และทำงานร่วมกับรัฐบาลมานานกว่าสามสิบสี่ปี สามีของเธอ ซึ่งเป็นทหารที่ถูกสังหารในช่วงสงครามคาร์กิล และลูกสาวของเธอ ซึ่งเป็นลูกคนเดียวประมาณสี่สิบคน มีความพิการทางสติปัญญา ในช่วงสุดท้ายของอาชีพการงานของ Kalyani เธอต้องลาออกไปอีกสามปีเพื่อดูแลลูกสาวของเธอซึ่งเป็นโสดและอาศัยอยู่กับ Kalyani มาตั้งแต่เด็ก เมื่อกัลยานีเกษียณอายุราชการ รัฐบาลปฏิเสธที่จะจ่ายเงินบำนาญของเธอ โดยกล่าวว่ากัลยานีละทิ้งงานของเธอแล้ว กัลยานีไม่มีรายได้อื่น เธอต้องการความมั่นคงทางการเงินอย่างมากเพื่อดูแลลูกสาวของเธอ อมายาตระหนักถึงสถานการณ์ที่รุนแรง จึงขอให้ลูกๆ เตรียมสำนวนคดีย้ายไปศาลทันที

ก่อนนอน อมายาเจอข้อความจาก ภูริมา ขณะเปิดอ่านอีเมล มันเป็นช่วงสั้นๆ

"สวัสดีครับคุณผู้หญิง; วันนี้ ฉันสามารถสืบค้นข้อเท็จจริงที่น่ารังเกียจจากข้อความที่พ่อฉันเขียนได้ พวกเขาทำลายศรัทธาของฉันที่มีต่อพ่ออย่างมากในขณะที่เขาเขียนว่า: 'ในขณะที่อมายามีอาการคลื่นไส้ซ้ำแล้วซ้ำเล่า ฉันจึงพาเธอไปหาสูตินรีแพทย์ในกรุงมาดริด แพทย์ยืนยัน; ว่าอามายากำลังตั้งท้อง' คุณคะ ฉันรู้สึกละอายใจที่ได้อ่านบทความนี้ ไม่ใช่เพราะคุณกำลังตั้งครรภ์ แต่เป็นเพราะพ่อของฉันนอกใจแม่ของฉัน และหลอกลวงผู้หญิงที่ไร้เดียงสา ซึ่งเป็นการละเมิดความไว้วางใจของเธออย่างไม่อาจให้อภัยได้ เขาทำผิดต่อแม่ของฉัน และฉันก็ไม่สามารถให้อภัยเขาได้ คุณมีสิทธิ์ทุกประการที่จะตั้งครรภ์ แต่ฉันแน่ใจว่าคุณรู้ว่าพ่อของฉันแต่งงานแล้ว โดยมีภรรยาของเขาอุ้มท้อง ในส่วนของคุณไม่ถูกต้องที่จะชักชวนให้พ่อของฉันอยู่กับเขาเป็นเวลาหลายเดือนด้วยกัน ตั้งท้องลูก ซึ่งเป็นการตัดสินใจที่ร้ายกาจ คุณซ่อนปรัชญาของคุณเกี่ยวกับความยุติธรรมและสิทธิมนุษยชนไว้ที่ไหน? คุณต้องรู้สึกละอายใจกับการกระทำที่น่ารังเกียจที่คุณได้ทำไป ฉันไม่อยากรู้ว่าสุปรียาน้องสาวฉันอยู่ไหน แม้ว่าฉันจะไม่ได้เกลียดเธอ แต่ฉันรังเกียจคุณสำหรับพฤติกรรมดูหมิ่นของคุณ คุณทำตัวชั่วร้าย ไม่มีความเคารพในตัวฉันสำหรับคุณ ราตรีสวัสดิ์. พรนิมา"

อมายานั่งเงียบ ๆ ขณะที่หัวใจเต้นแรง เธอร้องไห้แต่พยายามควบคุมอารมณ์ของเธอ คืนนี้ช่างทรมาน

แต่เธอก็ปฏิบัติวิปัสสนาตามปกติเป็นเวลาหนึ่งชั่วโมง ตามที่คาดไว้ มันเป็นประสบการณ์ที่ผ่อนคลายที่สุดก่อนที่จะหลับลึก

ความหวังของเธอ

อมายามีวันที่ยุ่งวุ่นวายเนื่องจากมีคดีแปดคดีอยู่ในศาลที่แตกต่างกันตั้งแต่เช้า และสุนันทาก็อยู่ที่นั่นเพื่อช่วยเหลือเธอ
สำหรับการพิจารณาคดีครั้งสุดท้าย มีการยื่นคำร้องของวานาจา วัย 30 ปลายๆ ที่ถูกฟ้องเมื่อปีก่อน
ซึ่งเป็นหนึ่งในกรณีที่เลวร้ายที่สุดของการละเมิดสิทธิมนุษยชน
เธออธิษฐานขอค่าชดเชยในขณะที่เจ้าหน้าที่ป่าไม้ทำลายอาชีพของชาวนาอย่างไร้ความปราณีด้วยการเผาพื้นที่เพาะปลูกของเธอ
รื้อถอนบ้านของเธอ และถูกกล่าวหาว่าฆ่าหมูป่า
ปฏิกิริยาของเจ้าหน้าที่ป่าไม้นั้นไร้มนุษยธรรมและละเมิดสิทธิขั้นพื้นฐานที่กำหนดไว้ในรัฐธรรมนูญของอินเดีย Amaya แย้ง
ผลที่ตามมาจากการปฏิบัติอย่างโหดร้ายของวานาจาและครอบครัวของเธอนั้นสร้างความเสียหายอย่างร้ายแรง มันบดขยี้เสรีภาพ
ความเสมอภาค โอกาสที่เท่าเทียมกัน และศักดิ์ศรีความเป็นมนุษย์
Amaya พยายามโน้มน้าวศาล โดยเน้นย้ำถึงส่วนต่างๆ
ของสิทธิขั้นพื้นฐานของรัฐธรรมนูญของอินเดียและปฏิญญาสากลว่าด้วยสิทธิมนุษยชนของสหประชาชาติ ซึ่งอินเดียเป็นผู้ลงนาม
การละเมิดสิทธิมนุษยชนที่เจ้าหน้าที่ป่าไม้กระทำนั้นเป็นสิ่งที่ยอมรับไม่ได้ในสังคมที่เจริญแล้ว เธออธิบาย
โดยอ้างถึงเหตุการณ์ในฟาร์มของวานาจา
อมายาชุ่มโจมตีข้อโต้แย้งของผู้ร้องรัฐบาลอย่างเป็นระบบ
วานาจาและสามีของเธอบุกรุกป่าคุ้มครอง ตัดต้นไม้ และฆ่าสัตว์ป่า
ส่งผลให้พื้นที่สามเอเคอร์กลายเป็นฟาร์ม Amaya
ได้จัดทำเอกสารหลักฐานที่จำเป็นทั้งหมดจากสำนักงานหมู่บ้าน
ปัญจยัต สำนักงานสรรพากร
และสำนักงานนายทะเบียนที่ดินต่อหน้าศาล เพื่อพิสูจน์ว่า Vanaja และ Gopalan เป็นเจ้าของที่ดินตามกฎหมายและบ้านที่สร้างขึ้นในนั้น
ชื่อที่ดินและกรรมสิทธิ์ระบุว่าฟาร์มนี้เป็นของวานาจาและสามีของเธอ
ในเวลาเดียวกัน คำกล่าวอ้างของกรมป่าไม้นั้นเป็นเท็จ ปลอมแปลงและไม่มีหลักฐานที่ถูกต้อง
ดังนั้นการเผาที่ดินทำกินและบ้านเรือนจึงฝ่าฝืนกฎหมาย

Amaya อธิบายต่อศาลว่าปู่ของ Gopalan ซื้อพื้นที่ 3
เอเคอร์และบ้านหลังเล็กๆ บนเนินเขาข้างป่าเมื่อประมาณเจ็ดสิบปีก่อน
ที่ดินมีเอกสารที่จำเป็นทั้งหมดที่ออกโดยรัฐบาล
โกปาลันและวานาจาทำงานหนัก
พวกเขาผลิตเกือบทุกอย่างในฟาร์มของพวกเขา
พืชผลหลักคือนาข้าวขนาด 1 เอเคอร์ ซึ่งปลูกปีละ 2 ครั้ง
ซึ่งเพียงพอสำหรับการบริโภคในหนึ่งปี มันสำปะหลังครึ่งเอเคอร์
หนึ่งในสี่เอเคอร์ของพืชผักและต้นกล้วยหลายชนิดสามารถหาเงินได้ปร
ะมาณสองแสนรูปีต่อปี รายได้จากต้นยาง เม็ดมะม่วงหิมพานต์ มะพร้าว
และต้นหมากสำหรับพื้นที่เกษตรกรรมที่เหลือเพียงพอที่จะมียอดเงินคง
เหลือในธนาคารหนึ่งแสนรูปีต่อปีเพื่อการศึกษาของเด็กผู้หญิง
พวกเขายังมีต้นมะม่วงและขนุนอีกสองสามต้นซึ่งให้ผลไม้พันธุ์ที่ดีที่สุด
ในช่วงฤดูร้อน
วานาจาขายนมได้ประมาณสามสิบลิตรจากวัวสองตัวและควายหนึ่งตัว
และตลอดทั้งวันหลังจากส่งลูกไปโรงเรียน
เธอก็ยุ่งอยู่กับการตัดหญ้าสีเขียวและรวบรวมอาหารสัตว์
แพะครึ่งโหลมักจะอยู่ในโรงเก็บขนมปังของเธอเสมอ
และนมแพะที่เธอไม่ได้ขายแต่ใช้ที่บ้านก็ดีต่อสุขภาพสำหรับลูกๆ
ของเธอ
สัตว์ปีกของเธอให้ไข่และเนื้อเพียงพอสำหรับการบริโภคในแต่ละวัน
วานาจาเห็นคุณค่างานทั้งหมดของเธอ
และรักโกปาลันและลูกสาวของเธอ

อมายาบอกศาลว่าโกปาลันเป็นเกษตรกรในอุดมคติ
ด้วยความที่เป็นมนุษย์ตัวอย่าง
เขาไม่เคยกู้ยืมเงินจากธนาคารหรือสถาบันการเงินใดๆ เลย
เชื่อในการยืนหยัดด้วยเท้าของเขา
และมีส่วนช่วยเหลือประเทศชาติอย่างมีสติ โกปาลันไม่เคยเป็นภาระใคร
ใช้ชีวิตโดยปราศจากความชั่วร้าย รักภรรยาและลูกๆ
เขาทำงานในสนามตั้งแต่เจ็ดถึงสี่โมงเย็น
เขามีความเข้าใจอย่างดีเยี่ยมในทุกด้านของการทำฟาร์ม
เก็บน้ำฝนไว้ในถังเก็บขนาดเล็ก และทำให้มีน้ำปริมาณมาก
ดังนั้นเขาจึงสามารถชลประทานพื้นที่เพาะปลูกของเขาได้ในฤดูร้อน
ที่มุมบ้านของเขามีบ่อปลาเล็กๆ ที่เขาเลี้ยงปลาไว้
วานาจาและโกปาลันสร้างบ้านปูกระเบื้องที่มีสิ่งอำนวยความสะดวกทันส
มัย ส่งผลให้ชีวิตมีความสุขและเจริญรุ่งเรือง
พวกเขามีความฝันที่จะส่งลูกไปเรียนต่อในวิทยาลัยวิชาชีพ

เนื่องจากบ้านของพวกเขาอยู่ติดกับป่า อย่างน้อยปีละสองสามครั้งส่วนใหญ่ในช่วงมรสุม
หมูป่าจึงเข้ามาบุกรุกฟาร์มของพวกเขาในตอนกลางคืน
และทำลายพื้นที่เพาะปลูก โดยเฉพาะมันสำปะหลัง
โกปาลันรู้ว่าหมูป่าเข้ามาเป็นจำนวนมากและทำท่าอันตราย
แต่พวกมันไม่เคยเข้ามาใกล้บ้านเลย
คืนหนึ่งในช่วงมรสุมเมื่อประมาณห้าปีที่แล้ว
โกปาลันและวานาจาได้ยินเสียงสุนัขเห่าอย่างต่อเนื่อง
และโกปาลันคิดว่าอาจมีสุนัขจิ้งจอกหรืองูหลามมาจับสัตว์ปีก Amaya
หยุดคำบรรยายของเธอไว้ระยะหนึ่ง
แต่ศาลต้องการทราบข้อมูลเพิ่มเติมเกี่ยวกับ Vanaja และ Gopalan
และขอให้ Amaya ดำเนินเรื่องราวของเธอต่อไป

โกปาลันลุกขึ้นเปิดประตูหลักเข้าไปใกล้เล้าเพื่อรู้ว่าทำไมสุนัขถึงเห่ามาเป็นเวลานาน สุนัขอยู่กับเขา
ทันใดนั้นโกปาลันเห็นบางสิ่งพุ่งเข้ามาหาเขา และภายในครู่หนึ่ง
มันก็โจมตีเขา สุนัขพยายามช่วยเขา มันเป็นหมูป่าขนาดยักษ์
เมื่อได้ยินความโกลาหล วานาจะและเด็กๆ
ก็เปิดประตูแล้ววิ่งไปหาโกปาลัน
พวกเขาเห็นโกปาลันได้รับบาดเจ็บสาหัสและสุนัขอยู่บนพื้น
ด้วยความช่วยเหลือจากเพื่อนบ้าน
วานาจาจึงย้ายโกปาลันไปโรงพยาบาลห่างจากบ้านของพวกเขาประมาณสามสิบกิโลเมตร

บาดแผลที่ท้องของโกปาลันรุนแรงมาก
เขาไม่สามารถขยับมือหรือขาได้
สุนัขเสียชีวิตภายในสองชั่วโมงเนื่องจากมีรอยโรคลึกทั่วร่างกาย
ภายในหนึ่งสัปดาห์
ชาวบ้านที่โกรธแค้นได้ขังหมูป่าไว้ในกรงและกินเนื้อของมัน
เมื่อเจ้าหน้าที่ป่าไม้ทราบเหตุการณ์ดังกล่าว
พวกเขาก็ยื่นรายงานข้อมูลครั้งแรกต่อโกปาลัน วานาจา
และชาวบ้านบางคนที่ไม่รู้จัก ขณะที่วานาจาอยู่ในโรงพยาบาลกับสามี
เธอไม่เคยรู้เลยว่าจะเกิดอะไรขึ้นที่บ้าน

Amaya ยื่นเอกสารต่อหน้าโรงพยาบาลของศาลว่า Gopalan
ยังคงอยู่ในโรงพยาบาลเนื่องจากเขาได้รับบาดเจ็บที่ไขสันหลังอย่างรุนแรงและล้มป่วยเมื่อชาวบ้านจับหมูป่าได้ หลังจากนั้นสามเดือน
วานาจะพาโกปาลันกลับบ้าน

ความไร้ความสามารถของเขาสร้างความเสียหายให้กับวานาจาและลูก
ๆ ของเธอ พวกเขาต้องจ่ายเงินจำนวนมหาศาลให้กับโรงพยาบาล
และค่ารักษาพยาบาลรายวันก็ทนไม่ไหว ความฝันของ Vanaja
พังทลายลงต่อหน้าต่อตาเธอ แต่เธอไม่พร้อมที่จะยอมรับความพ่ายแพ้
หลังจากส่งลูกไปโรงเรียนและเลี้ยงอาหารสามีแล้ว
เธอทำงานในฟาร์มประมาณแปดชั่วโมงต่อวัน
แม้ว่าเธอจะทำงานทั้งหมดไม่เสร็จทันเวลา
แต่ความขยันของเธอก็ช่วยได้ และผลตอบแทนจากฟาร์มก็ให้กำลังใจ
วานาจาทำงานเหมือนทาสและจำเป็นต้องดูแลลูกและสามีของเธอ
การดูแลวัว แพะ และสัตว์ปีกเป็นงานที่ท้าทายที่สุด
ในฟาร์มมีหญ้าเขียวเพียงพอ
และวานาจาใช้เวลาประมาณสามชั่วโมงในการรวบรวมอาหารสัตว์สำหรั
บวัว เธอยังเก็บข้าวไว้หนึ่งกระสอบสำหรับสัตว์ปีกด้วย

เจ้าหน้าที่ป่าไม้สามคนมาที่บ้านของวานาจาหนึ่งวันภายในหนึ่งปีหลังจา
กฆ่าหมูป่า พวกเขาแจ้งเธอว่าพวกเขาจะยื่นฟ้องต่อศาล
เธอและสามีฆ่าหมูป่าซึ่งเป็นการละเมิดกฎหมายคุ้มครองสัตว์ป่าอย่างร้
ายแรง วานาจาร้องขอซ้ำแล้วซ้ำอีก - เธอไม่มีส่วนช่วยฆ่าหมูป่า
และเธออยู่ในโรงพยาบาลกับสามี -
ไม่สามารถโน้มน้าวเจ้าหน้าที่ป่าไม้ได้
พวกเขาบอกเธอว่าพวกเขาจะถอนชื่อของเธอออกจากอาชญากรรมหาก
เธอสามารถจ่ายเงินสองแสนรูปีให้พวกเขาได้
วานาจาไม่มีเงินจ่ายค่ารักษาพยาบาลให้กับเจ้าหน้าที่ป่าไม้
เนื่องจากเธอได้ใช้เงินไปเป็นจำนวนมากในการเข้ารับการรักษาในโรงพ
ยาบาลและค่ารักษาของสามีซึ่งยังคงทุพพลภาพอยู่ สองเดือนผ่านไป
เจ้าหน้าที่ป่าไม้ได้ไปเยี่ยมบ้านของวานาจา
พวกเขาอ้างว่าพื้นที่เพาะปลูกเป็นส่วนหนึ่งของป่า
วานาจาและสามีของเธอเข้ายึดครองอย่างผิดกฎหมาย
อาคารที่พวกเขาสร้างขึ้นนั้นไม่ได้รับอนุญาตและผิดกฎหมาย
จึงจำเป็นต้องย้ายบ้านและที่ดินภายในหนึ่งเดือน

วานาจาไปที่สำนักงานหมู่บ้าน ปัญจยัต และสถานีตำรวจท้องที่
เพื่อพิสูจน์ว่าเธอและสามีเป็นเจ้าของพื้นที่เพาะปลูก
บ้านไม่ได้อยู่ในพื้นที่ป่าที่ถูกยึดครองอย่างผิดกฎหมาย
สำนักงานหมู่บ้านและปัญจยัตไม่สนใจความเจ็บปวดของเธอ
แต่พวกเขากลับหยาบคาย ตำรวจทำร้ายเธอ
โดยบอกว่าเธอยึดครองพื้นที่ป่าอย่างผิดกฎหมาย
ปลูกป่ามานานหลายปี สร้างบ้าน และฆ่าสัตว์ป่า

เธอสมควรได้รับโทษจำคุกเป็นเวลาหลายปี วานาจารู้สึกเสียใจมาก
เธอไม่ได้รับความช่วยเหลือจากเพื่อนบ้านและชาวบ้าน
พวกเขากลัวที่จะยืนเคียงข้างเธอ
เพราะคิดว่าเจ้าหน้าที่ป่าไม้อาจบอกเป็นนัยว่าพวกเขาฆ่าหมูป่าได้
วันหนึ่ง
เจ้าหน้าที่ป่าไม้และเจ้าหน้าที่ป่าไม้สิบถึงสิบห้าคนมาพร้อมกับรถขนดิน
รื้อถอนบ้านโดยไม่มีการเตือนล่วงหน้า
ตัดพืชผลและไม้ผลในที่ดินการเกษตรแล้วเผาทิ้ง วานาจาและลูกๆ
ของเธอร้องไห้ออกมาดังๆ อย่างช่วยไม่ได้
เธอใจสลายเมื่อเห็นไฟลุกท่วมฟาร์มและบ้านของพวกเขา

ครอบครัวนี้ไม่มีที่จะไปและรวมตัวกันอยู่ที่หัวมุมถนนของเมืองที่อยู่ห่าง
ออกไปประมาณยี่สิบกิโลเมตร
พวกเขาหิวโหยอยู่ในที่โล่งเป็นเวลาหนึ่งสัปดาห์ เด็กผู้หญิงล้มป่วย
และ Gopalan เสียชีวิตในวันที่สิบ
นักสังคมสงเคราะห์คนหนึ่งไปพบวานาจา
สอบถามเกี่ยวกับสถานการณ์ที่น่าสมเพชของเธอ
แสดงเจตจำนงที่จะช่วยเหลือเธอ และยื่นฟ้องเจ้าหน้าที่ป่าไม้
ภายในหนึ่งสัปดาห์ นักสังคมสงเคราะห์ก็พา Vanaja ไปที่ Amaya
มันเป็นวันเสาร์ ไม่มีสำนักงาน ถึงกระนั้น Amaya
ก็ไปที่ห้องทำงานของเธอ ฟัง Vanaja เป็นเวลาสามชั่วโมง
และแสดงความตั้งใจที่จะไปกับ Vanaja
และนักสังคมสงเคราะห์เพื่อดูพื้นที่เกษตรกรรมที่ถูกไฟไหม้และที่ที่
Vanaja และลูก ๆ ของเธออาศัยอยู่

Amaya เริ่มต้นทันทีกับ Vanaja และนักสังคมสงเคราะห์
พื้นที่เพาะปลูกที่ถูกเผาและบ้านที่พังยับเยินก็เหมือนกับหมีลายจิ๋วที่ถูก
ทิ้งระเบิด อมายา คลิ๊กดูภาพฟาร์มและบ้านที่ถูกไฟไหม้
วานาจาบอกอมายาว่านี่คือความสำเร็จในชีวิตของพวกเขา
โกปาลันบิดาและปู่ของเขาอาศัยอยู่ที่นั่นและทำงานมาเจ็ดสิบปี
แม้ว่าอมายาจะพูดไม่ออกเมื่อเห็นความหายนะ
แต่เธอก็ไปที่สำนักงานป่าไม้เพื่อพบเจ้าหน้าที่
แต่เขาปฏิเสธที่จะให้เธอเข้าเฝ้า แล้วนางก็ไปดูว่าวานาจาและลูกๆ
พักอยู่ที่ใด มันเป็นฉากที่น่าสมเพช เด็กๆ ที่หิวโหยดูเศร้าหมอง
พวกเขาป่วยเป็นไข้
อมายาแม้จะรู้ว่าขัดต่อจรรยาบรรณในวิชาชีพก็ไม่สามารถกลั้นน้ำตาไว้ไ
ด้ เมื่อได้รับอนุญาตจาก Vanaja Amaya ได้ถ่ายรูปสองสามภาพ
และร่วมกับนักสังคมสงเคราะห์ เธอได้ส่งเด็กสาวไปโรงพยาบาลในโคจิ

องค์กรพัฒนาเอกชนช่วยเหลือ Amaya ในการหาสถานที่ให้ Vanaja อยู่ใกล้โรงพยาบาลและจัดหางานในตลาดผัก

Amaya อธิษฐานให้ผู้พิพากษาแสดงรูปถ่ายพื้นที่เพาะปลูกที่ถูกเผาและบ้านของ Vanaja ที่พังยับเยิน และศาลก็แสดงความเต็มใจ

ภาพถ่ายขาวดำแสดงให้เห็นการละเมิดสิทธิมนุษยชนของเจ้าหน้าที่ป่าไม้อย่างชัดเจน

ศาลแสดงความตกใจต่อการละเมิดสิทธิมนุษยชนขั้นพื้นฐานของครอบครัวผู้เคราะห์ร้ายอย่างโจ่งแจ้ง

การปฏิเสธวานาจาในการเลือกอิสระที่จะใช้ชีวิตอย่างอิสระ และปฏิเสธความเท่าเทียมกันโดยการทำลายวิถีชีวิตของเธอ ส่งผลให้เกิดการก่อการร้ายโดยเจ้าหน้าที่ป่าไม้ ขจัดการทำงานหนักเจ็ดสิบปีของคนสามรุ่น

วิธีการเผด็จการที่เจ้าหน้าที่ป่าไม้และรัฐบาลนำมาใช้ การผลักดันผู้หญิงและลูกผู้หญิงทั้งสามของเธอให้ต้องทนทุกข์ทรมาน ถือเป็นอาชญากรรมแห่งความน่าสะพรึงกลัวที่ไม่อาจจินตนาการได้

อาชญากรรมสมควรได้รับการลงโทษอย่างรุนแรง

ศาลตัดสินจำคุกสิบปีให้กับเจ้าหน้าที่ป่าไม้ทั้งสามคน และสั่งให้รัฐบาลยุติการให้บริการ

ศาลได้ปรับเจ้าหน้าที่ป่าไม้คนละหนึ่งแสนรูปีฐานเรียกร้องสินบน พร้อมทั้งขอให้พวกเขาจ่ายค่าชดเชยสามแสนรูปีให้กับเหยื่อทั้งสี่รายภายในหนึ่งเดือน

เมื่อไม่สามารถชำระเงินตามข้อตกลงได้เชิญจำคุกอีกห้าปี

รัฐบาลจะจ่ายเงิน 10 ล้านรูปีให้กับ Vanaja และลูกๆ ของเธอภายในหนึ่งเดือน

กรมป่าไม้จะให้ความช่วยเหลือทางการเงินแก่เด็กแต่ละคน หนึ่งแสนรูปีต่อปี จนกว่าพวกเขาจะสำเร็จการศึกษาระดับวิทยาลัย

ศาลยังสั่งให้รัฐบาลคืนพื้นที่เพาะปลูกให้กับวานาจา และสร้างบ้านที่มีสิ่งอำนวยความสะดวกทันสมัยทั้งหมดภายในหกเดือน

คำตัดสินดังกล่าวถือเป็นชัยชนะอันกึกก้องของ Amaya และ Vanaja เนื่องจากศาลยังคงรักษาคุณค่าของเสรีภาพ สิทธิมนุษยชน และความยุติธรรม

อมายามีคดีนัดพิจารณาคดีครั้งสุดท้ายในวันนั้นอีก 1 คดี คำร้องของซูลูยื่นฟ้องรัฐมนตรีในคณะรัฐมนตรีของรัฐฐานฉ้อโกง ในวันที่ห้องทำงานของอมายาส่งสำเนาคำร้องไปยังทนายความของรัฐม

นตรี
เธอได้รับโทรศัพท์จากปลัดกระทรวงส่วนตัวขอให้อมายาไม่รับเลี้ยงคดีของซูลู
อมายาบอกเขาว่าเขาไม่มีสิทธิ์เข้าไปยุ่งเกี่ยวกับงานอาชีพของเธอ
เขาอธิบายว่ามันเป็นคำขอจากรัฐมนตรี
และเขาก็พร้อมที่จะให้ความช่วยเหลือเธอ อมายาเป็นคนเด็ดขาด
เธอไม่ได้คาดหวังคำแนะนำจากรัฐมนตรี ภายในหนึ่งวัน
รัฐมนตรีโทรมาแนะนำให้ Amaya งดรับ Sulu เป็นลูกค้าของเธอ
"สนใจเรื่องของตัวเองเถอะครับท่านรัฐมนตรี" อมายาตอบ
คืนนั้นและคืนต่อๆ มา
อมายาได้รับโทรศัพท์จากคนที่ไม่รู้จักขู่ว่าจะสอนบทเรียนให้เธอ
ผ่านไปหนึ่งสัปดาห์
อมายาได้ยินเสียงดังกระทบกระจกหน้าต่างด้านหลังของเธอขณะไปศาล
ทันใดนั้นเธอก็หยุดรถข้างทางและเห็นกระจกหน้าต่างด้านหลังที่แตกร้าวหล่นลงมา
อมายาได้ส่งเรื่องร้องเรียนเป็นลายลักษณ์อักษรไปยังสถานีตำรวจเพื่อไปถึงศาลเพื่อชี้แจงเหตุการณ์ดังกล่าว
แม้ว่าอมายาจะบันทึกการสนทนาทางโทรศัพท์ของรัฐมนตรีไว้แล้ว
แต่เธอก็ตัดสินใจไม่พูดถึงเรื่องนี้ในการร้องเรียนของเธอ

ในศาล อมายาอธิบายการสมัครของซูลู หญิงม่ายที่มีลูกสองคน
ตอนที่เขาอยู่ในอาบูดาบี
สามีของเธอเสียชีวิตตกลงมาจากตึกสูงขณะซ่อมกระจกหน้าต่าง
ซูลูมีบ้านสี่ห้องนอนบนที่ดินสามสิบเปอร์เซ็นต์
หันหน้าไปทางริมฝั่งแม่น้ำมานิมาลา
ห่างจากกัตตะยัมประมาณครึ่งชั่วโมงหากเดินทางโดยรถยนต์
เธอให้เช่าห้องโฮมสเตย์สองห้องแก่นักท่องเที่ยวจากยุโรป
ปรุงเนื้อวัวสไตล์เกรละ ปลา และอาหารอื่นๆ ในราคาปานกลาง
และนักท่องเที่ยวก็เพลิดเพลินกับการต้อนรับของซูลู
ห้องของเธอมีคนเข้าพักตลอดทั้งปี
และเธอทำเงินได้มากพอจากธุรกิจของเธอ
ซูลูฝากเงินเข้าธนาคารเป็นประจำเพื่อการศึกษาของลูกๆ
และดูแลแม่ของเธอ ฝ่ายหลังอยู่กับเธอ
นอกจากช่วยซูลูทำงานบ้านและทำอาหารแล้ว

สมาชิกสภานิติบัญญัติท้องถิ่น (MLA) ได้ซื้อที่ดินประมาณ 50 เอเคอร์ติดกับบ้านของซูลู เพื่อสร้างสวนน้ำ ร้านอาหาร 2 แห่ง

และวิลล่า 50 หลังพร้อมห้องนอน 2 ห้องสำหรับนักท่องเที่ยว เขาวางแผนที่จะลงทุนประมาณ 500 ล้านรูปีในโครงการนี้ และได้รับความร่วมมือจากนักอุตสาหกรรมในประเทศอ่าวเปอร์เซีย มลารู้ว่าเป็นไปไม่ได้ที่จะสร้างถนนทางเข้าสวนสาธารณะของเขาโดยไม่ได้รับที่ดินของซูลู เย็นวันหนึ่ง เขาได้ไปที่ซูลู ขอให้เธอขายที่ดินและบ้านของเธอ โดยเสนอเงินสามสิบล้านรูปี เขาเขียนเลขสามลงบนกระดาษ ตามด้วยเลขศูนย์เจ็ดตัวราวกับว่าพยายามโน้มน้าวซูลูว่าเขาพร้อมจะจ่ายเงินให้เธอจำนวนมหาศาลเพียงใด ซูลูบอกกับ MLA ว่าเธอไม่สนใจที่จะขายเศษดินและบ้านที่เธอเป็นเจ้าของ เนื่องจากเธอต้องพึ่งพาอาศัยบ้านหลังนี้เพื่อหาเลี้ยงชีพ รายได้ที่เธอได้รับจากการช่วยเลี้ยงดูครอบครัวและให้ความรู้แก่ลูกๆ ของเธอ มลาขู่ซูลู โดยบอกพวกเขาว่าศพของเธอจะถูกลอยอยู่ในแม่น้ำมานิมาลาภายในไม่กี่วัน หากเธอปฏิเสธที่จะส่งมอบที่ดิน ซูลูยืนกรานว่าเธอจะไม่แยกจากทรัพย์สินของเธอ ในคืนเดียวกันนั้น คนร้ายได้โจมตีบ้านของเธอด้วยก้อนหินและกิ่งไม้ ทำให้ซูลู ลูกๆ ของเธอ และนักท่องเที่ยวที่นอนอยู่ที่นั่นได้รับบาดเจ็บ วันรุ่งขึ้น ซูลูไปที่สถานีตำรวจและขอให้เจ้าหน้าที่ตำรวจยื่นรายงานข้อมูลข้อกล่าวหา MLA ฉบับแรก ซึ่งเขาปฏิเสธที่จะทำ เจ้าหน้าที่ตำรวจใช้วาจาทำร้ายซูลูและบอกเธอว่า "อย่าพยายามร้องเรียนต่อ MLA เลย" แต่การขว้างก้อนหินและทำลายบานหน้าต่างยังคงดำเนินต่อไปในเวลากลางคืน และซูลูพบว่าการดำเนินธุรกิจโฮมสเตย์ของเธอเป็นเรื่องยาก เมื่อนักท่องเที่ยวหยุดจ้างโฮมสเตย์ของซูลู ธุรกิจของเธอก็พังทลายลงภายในหนึ่งเดือน

Amaya อธิบายต่อศาลว่า Sulu ต้องตกลงขายที่ดินและบ้านในราคา 3 ล้านรูปีให้กับ MLA ซึ่งจ่ายเงินให้เธอ 10 ล้านรูปีด้วยเช็ค โดยสัญญาว่าจะจ่ายยอดคงเหลือภายในหนึ่งสัปดาห์ ที่สำนักงานนายทะเบียนที่ดิน ซูลูลงนามในโฉนดขายโดยแสดงว่าเธอได้รับเงินหนึ่งล้านรูปีสำหรับที่ดินและบ้าน มลาบังคับให้ซูลูออกจากบ้านเมื่อซูลูลงนามในโฉนดขาย ซูลูซื้อที่ดินห้าเซ็นต์และบ้านสามห้องนอนอยู่ห่างจากที่นั่นประมาณห้ากิโลเมตรเป็นเงินเก้าสิบห้าแสนรูปี แต่แม้จะผ่านไปหกเดือนเธอก็ไม่สามารถหานักท่องเที่ยวมาโฮมสเตย์ได้เนื่องจากอยู่ห่างจากสถานที่ท่องเที่ยวหลัก .

ซูลูมักจะไปที่สำนักงานของ MLA เพื่อรักษาสมดุล
แต่เธอไม่สามารถพบเขาได้
เธอหงุดหงิดเพราะไม่มีรายได้มาเลี้ยงดูครอบครัว

ขณะเดียวกัน มลา กลายเป็นรัฐมนตรี
แต่เขาไม่เคยจ่ายเงินสองล้านรูปีให้กับซูลูเลย ศาลมีน้ำใจ
แต่ซูลูไม่ได้รับการผ่อนผันชั่วคราวใดๆ เมื่อเข้ารับการรักษา
ในระหว่างการพิจารณาคดีครั้งสุดท้าย Amaya
โน้มน้าวศาลว่ารัฐมนตรีได้สัญญากับ Sulu ว่าเขาจะจ่ายเงิน 3
ล้านรูปีเป็นราคาบ้านและที่ดิน แต่เขาจ่ายเพียง 1 สิบล้านรูปีเท่านั้น
อมายาหยิบกระดาษแผ่นหนึ่งขึ้นต่อหน้าศาล
โดยมีรัฐมนตรีเขียนเลขสามตามด้วยเลขศูนย์เจ็ดตัวเป็นหลักฐาน
อมายายื่นใบรับรอง 3 ใบต่อศาลเพื่อพิสูจน์ความถูกต้องของผู้เขียน
คนแรกเป็นของนักกราฟ
ซึ่งรับรองว่าลายมือของหนังสือพิมพ์เป็นของรัฐมนตรี
ผู้เชี่ยวชาญด้านการเขียนด้วยลายมือทางนิติเวชซึ่งมีตัวอย่างมากมายที่
ยืนยันสคริปต์นั้นเป็นของรัฐมนตรีในใบรับรองที่สอง
ผู้เชี่ยวชาญด้านนิติเวชอีกคนสามารถระบุลายนิ้วมือของรัฐมนตรีบนกระ
ดาษได้
อมายาอธิบายความถูกต้องตามกฎหมายและความชอบธรรมของข้อโต้
แย้งของเธอ
ศาลขอให้รัฐมนตรีจ่ายเงินสองสิบล้านรูปีพร้อมดอกเบี้ยร้อยละสิบห้าต่อ
ปีเป็นเวลาสามปีและสิบแสนรูปีสำหรับค่าใช้จ่ายในการคดีให้กับ Sulu
ภายในสองสัปดาห์
ศาลตั้งข้อสังเกตว่ารัฐมนตรีที่โกงหญิงม่ายไม่สมควรที่จะดำเนินการต่อ

ซูลูดีใจที่ได้ยินคำตัดสินและบอกกับอมายาว่าเธอจะซื้อบ้านสี่ห้องนอนใ
กล้ทะเลสาบเวมบานัด ซึ่งเป็นสถานที่ท่องเที่ยว
เพื่อฟื้นฟูธุรกิจโฮมสเตย์ของเธอ

เป็นเวลาเย็นแล้ว ลูกน้องของเธอทั้งหมดจากไปแล้ว
ก่อนนอนอมายาพบอีเมล์จากภูริมา
อานยาเริ่มอ่านข้อความนี้ขณะนั่งบนเก้าอี้พักผ่อนของเธอ:

"สวัสดีคุณผู้หญิง

ฉันขอโทษสำหรับคำพูดที่หยาบคายและดูถูกศักดิ์ศรีของคุณในการสื่อ
สารครั้งก่อนของฉัน
มันไม่สมศักดิ์ศรีเลยที่จะแสดงสภาวะจิตใจของฉันอย่างไม่สุภาพ
โดยไม่ใส่ใจความรู้สึกของคุณ

โดยไม่สนใจว่ามันจะทำลายหัวใจของคุณอย่างไร
สิ่งที่ฉันเขียนนั้นเป็นเรื่องจริง
แต่ฉันไม่ควรแสดงออกโดยกล่าวหาคุณโดยไม่ทราบถึงพฤติการณ์ที่บังคับให้คุณต้องอาศัยอยู่กับพ่อของฉัน
ฉันไม่รู้ถึงมิติความสัมพันธ์ของพ่อกับคุณ
การจินตนาการถึงสถานการณ์ที่ปรากฏแก่ฉันอาจไม่ใช่ข้อเท็จจริง
แม้แต่คนที่ดูซื่อตรงเช่นพ่อของฉันก็อาจไม่ได้มีเจตนาอันสูงส่งเมื่อพบคุณและชวนคุณให้ไปอยู่กับเขาในบ้านของเขา
นอกจากนี้คุณอาจไม่ได้ตระหนักถึงภูมิหลัง ความตั้งใจ
และแผนการของเขา

โปรดยกโทษให้ฉันสำหรับคำที่ไม่เหมาะสม;
ให้ฉันพูดตรงไปตรงมากับคุณ ฉันไม่ได้เกลียดใครเลย
โดยเฉพาะอย่างยิ่งเมื่อฉันไม่สามารถเกลียดคุณได้เลย
คุณเป็นคนพิเศษเสมอ และฉันก็นึกภาพคุณขณะค้นหาคุณ
โดยไม่เคยพบคุณต่อหน้า
ฉันสามารถฉายภาพว่าคุณปรากฏตัวในจิตสำนึกของฉันได้อย่างไร
คุณดูเหมือนฉันและฉันก็ชอบคุณ มันไม่ใช่แค่การสันนิษฐานเท่านั้น
แต่ยังเป็นการฉายภาพทางจิตวิทยาในตัวคุณด้วย
ฉันสามารถบอกคุณได้ว่าทำไม คุณอาจจะแปลกใจ
ความสัมพันธ์ระหว่างกันอาจเกิดขึ้นได้ระหว่างบุคคลที่ไม่เคยพบกันมาก่อน และรู้สึกหนักแน่นว่าอีกฝ่ายอยู่ที่ไหนสักแห่ง
พวกเขารับรู้ซึ่งกันและกันและดึงดูดซึ่งกันและกัน
พวกเขารู้ตัวว่าอีกฝ่ายเป็นใคร ผมขอเรียกมันว่าแรงโน้มถ่วงทางจิต
ซึ่งแม่นยำ ขณะเดียวกัน เป็นปรากฏการณ์วิทยา
นั่นคือการรับรู้ร่วมกันถึงการมีอยู่ของอีกฝ่ายหนึ่งโดยที่ขาดหายไป
เข้มข้นมากและครอบคลุมทุกด้าน คุณสามารถรู้สึก สัมผัส
และสัมผัสมันได้ภายในตัวคุณ
โดยไม่ต้องเห็นสัมผัสดมกลิ่นและได้ยินอีกฝ่ายคุณก็รู้ว่าอีกฝ่ายเป็นใคร

ในกรณีส่วนใหญ่ ความรู้สึก ความปรารถนา
และลางสังหรณ์ของคุณพิสูจน์แล้วว่าถูกต้อง ทันทีที่ข้าพเจ้าเกิด
ข้าพเจ้ารู้ว่าพระองค์ทรงอยู่ที่นั่น
คุณมีความเกี่ยวข้องกับฉันทั้งทางร่างกาย จิตใจ หรือจิตวิญญาณ
มีการพึ่งพาส่วนบุคคลระหว่างเรา แต่เราเป็นอิสระ
แต่มีความปรารถนาอย่างลึกซึ้งที่จะได้พบกันและแบ่งปันการดำรงอยู่และความรักของเรา นั่นเรียกว่าความผูกพันของใจ
เสียงภายในของฉันบอกฉันว่าคุณอยู่ใกล้ฉันและแยกกันไม่ออก

ความรู้สึก อารมณ์ ความปรารถนา
และนิมิตของเราเชื่อมโยงกันและเชื่อมโยงกันชั่วนิรันดร์
เมื่อคืนฉันพยายามลืมคุณ อย่างไรก็ตาม มันเป็นงานที่เป็นไปไม่ได้
เพราะเมื่อใดก็ตามที่ฉันต้องการที่จะจำหรือไปไกลจากคุณ
คุณก็เข้ามาใกล้ฉันมากขึ้นด้วยพลังที่มากขึ้นและใบหน้าที่สดใสยิ่งขึ้น
คุณคือกระแสแห่งจิตสำนึกของฉัน รดน้ำความรู้สึกที่ลึกที่สุดของฉัน

ฉันมีประสบการณ์กับคนที่อยู่ใกล้ฉันตั้งแต่สมัยเด็กๆ
เหมือนกับเป็นพลังนำทาง เป็นโคมไฟที่ถือได้
ฉันรู้ว่าไม่ใช่แม่ของฉันแต่เท่ากับแม่ของฉัน
การปรากฏตัวของเธอนั้นส่องสว่าง สม่ำเสมอ ผ่อนคลายและกระตุ้น
เธอร้องเพลงกล่อมเด็ก เล่านิทาน อ่านนิทานก่อนนอน
และนั่งรออยู่ใกล้เตียง เพื่อจะได้ไม่รู้สึกเหงาหรือเศร้าเมื่อตื่นขึ้นมา
สัมผัสของเธอช่างนุ่มนวล อ่อนโยน และห่วงใย
ทำให้ฉันพูดคุยก่อนที่เธอจะพูด เมื่อเธอไม่ได้สัมผัสฉัน
ฉันก็สัมผัสถึงความนุ่มนวลของเธอและไม่เคยรู้สึกว่าขาดความใกล้ชิดของเธอ เธออยู่กับฉันในโรงเรียนอนุบาล ไม่เคยรบกวน
ไม่มีใครบังคับให้ฉันทำสิ่งที่ฉันไม่ต้องการทำ
และยังคงอยู่กับฉันอย่างถาวรด้วยรูปลักษณ์ที่น่าพึงพอใจ

ตอนที่ฉันอยู่โรงเรียน
เธอนั่งกับฉันเหมือนกับว่าฉันมองเห็นเธอแต่คนอื่นมองไม่เห็น
เธอช่วยให้ฉันเรียนรู้ทุกบทเรียนที่สอน เล่นกับฉัน และเข้าร่วมกับเพื่อนๆ แม้ว่าเธอจะมองไม่เห็นก็ตาม เราแบ่งปันช็อคโกแลต เค้ก
และลูกอมที่ฉันได้รับจากผู้อื่น เธอเดินเคียงข้างฉันแต่ค่อยๆ
กลายเป็นเงาของฉัน ทำให้ฉันโดดเด่นและเป็นเพื่อนที่ยั่งยืน
ฉันได้ยินเธอคุยกับฉัน โทรหาฉัน และฉันชอบรูปลักษณ์ รอยยิ้ม
และการเคลื่อนไหวของเธอทุกครั้งที่ฉันมองไปด้านหลัง
ฉันพยายามเลียนแบบภาษากาย ท่าทาง การแสดงออกทางสีหน้า
และแม้แต่ลมหายใจของเธอ
ซึ่งเป็นความพยายามอย่างมีสติที่จะเลียนแบบ
ฉันอยากจะใช้เวลากับเธอมากขึ้นในโรงเรียนมัธยมเพราะฉันรู้สึกว่าเธอเป็นธรรมชาติ ไม่ใช่ผี ไม่ว่าฉันจะคิดอย่างไรเกี่ยวกับอนาคตของฉัน
ฉันรู้ว่าเธอมีอิทธิพลและออกแบบฉัน เมื่อฉันคิดว่าเธอจริงใจและใจดี
ฉันก็อยากจะตรงไปตรงมาและมีน้ำใจ
ฉันไม่ได้ทำตัวเป็นศัตรูหรือหยาบคายกับคนอื่นเพราะฉันไม่เห็นลักษณะที่ไม่พึงประสงค์ในตัวเธอ

ในช่วงวัยรุ่น เธอสัมผัสได้ถึงอารมณ์ของฉัน
ฉันสัมผัสได้ถึงปฏิกิริยาตอบรับที่ดีของเธอเพราะเธออยากให้ฉันมีความ
สุข ฉันรู้ว่าเธอเป็นคนมีน้ำใจ มีความรู้สึกอบอุ่น
ฉันจึงวางใจให้เธอรู้จักใช้ชีวิตอย่างมีความสุขได้ บางครั้ง
เธอบอกฉันว่า ไม่จำเป็นต้องสมบูรณ์แบบ เพราะไม่มีความสมบูรณ์แบบ
และฉันดีใจที่ได้ยินคำพูดของเธอ
เธอยังเตือนฉันด้วยว่าฉันต้องระวังไม่ให้อ่อนแอ
ฉันชอบการเลือกคำพูดของเธอ
และชอบความผิดพลาดและข้อเสียเล็กๆ น้อยๆ ของเธอ
ซึ่งช่วยให้ฉันรู้ว่าเธอเป็นมนุษย์ และการเป็นมนุษย์เป็นสิ่งสวยงาม
เมื่อฉันเริ่มชอบผู้ชายและชอบเพื่อนของพวกเขา
เธอสนับสนุนให้ฉันบอก เพื่อนสามารถช่วยให้ฉันเติบโตได้
ซึ่งช่วยให้ฉันรู้ว่าใครสามารถเป็นเพื่อนที่ไว้ใจได้
เป็นเพื่อนตลอดชีวิตในช่วงบั้นปลายของชีวิต
ค่านิยมของเธอเหมือนกับของฉัน และฉันชอบเธอเพราะเธอมีค่านิยม
ทัศนคติ และมุมมองที่คล้ายคลึงกัน
บางครั้งเธอก็สัมผัสฉันอย่างแนบเนียนในสมัยนั้น
ซึ่งเป็นประสบการณ์อันประเสริฐ
เนื่องจากสัมผัสของเธอทำให้เกิดความอบอุ่นมาก
ฉันโหยหาสัมผัสของเธอวันแล้ววันเล่า

รอยยิ้มของเธอช่างอ่อนโยน และฉันยังจำมันได้แม้ยามหลับใหล
ดังนั้นความสัมพันธ์ของฉันกับเธอจึงไหลลื่นราวกับสายน้ำได้อย่างง่ายด
ายเพราะเธอมีใบหน้าที่ยิ้มแย้ม
เธอเล่าความลับเกี่ยวกับเธอให้ฉันฟังเป็นครั้งคราว
ซึ่งเป็นสัญญาณว่าเธอเชื่อใจฉัน
และความสัมพันธ์ของเราก็ลึกซึ้งและมั่นคงมากขึ้น
บางครั้งเธอก็ถามคำถามส่วนตัวกับฉันเกี่ยวกับความรู้สึก ทัศนคติ
ค่านิยมและความไม่ชอบของฉัน ฉันชอบความเปิดกว้างของเธอ
เธอเริ่มมีความเป็นส่วนตัวมากขึ้น และฉันก็มีความผูกพันที่ใกล้ชิดยิ่งขึ้น
เธอพูดคุยเกี่ยวกับตัวเองและเริ่มการสนทนาแบบเปิดใจเกี่ยวกับมิตรภา
พ การศึกษา อาชีพ เงิน อาหาร จินตนาการทางเพศ เพื่อนและคู่ชีวิต
ฉันจินตนาการว่าเธอเป็นเพื่อนในอุดมคติของฉัน
และบางครั้งฉันก็ทำตัวราวกับว่าฉันเป็นครู ผู้ให้คำปรึกษา
และผู้นำทางของเธอ ฉันแนะนำเธอเกี่ยวกับการดูแลสุขภาพ
การออกกำลังกายเป็นประจำ สิ่งที่ไม่ควรกิน
และระยะเวลาที่เธอควรนอน เธอมีอารมณ์เปิดกว้าง ซื่อสัตย์

และพึ่งพาได้
เมื่อเธอบอกฉันว่าเธอสามารถเชื่อใจฉันและเก็บความลับของเธอได้
ฉันรู้สึกยินดีเป็นอย่างยิ่งเพราะคำพูดของเธอทำให้ฉันมั่นใจ
บางครั้งเธอก็มีอารมณ์ขันและตลกขำขัน แม้แต่เรื่องเพศด้วย
ฉันชอบเธอเพราะเธอรักฉัน มันง่ายมาก ฉันไม่เคยเกลียดคนที่รักฉันเลย
โดยธรรมชาติแล้วฉันรักคนที่รักฉัน
ฉันไม่สามารถเกลียดใครสักคนได้เพราะเธอไม่ได้เกลียดใครสักคน
และฉันก็ซึมซับค่านิยมของเธอและซึมซับสิ่งที่เธอสอนฉัน
เธออบอุ่นกับฉันโดยแสดงให้เห็นว่าฉันต้องมีอัธยาศัยดีต่อผู้อื่น

เมื่อโตเป็นผู้ใหญ่ เธอปฏิบัติต่อฉันอย่างเท่าเทียมกัน
เราอยู่ในเงื่อนไขที่เหมือนกันหลายประการ เคารพฉัน คำพูด ทัศนคติ
และความคิดเห็นของฉัน เธอแสดงความชื่นชมยินดีในมิตรภาพของฉัน
ละเว้นจากการถามเกี่ยวกับความสัมพันธ์ใกล้ชิดของฉัน
โดยเฉพาะอย่างยิ่งกับเพศอื่น
แต่แสดงความสนใจในความเป็นอยู่ที่ดีของฉันและความรอบคอบในการตัดสินใจ
ฉันสัมผัสได้ถึงความสัมพันธ์อันลึกซึ้งของเธอกับฉันเมื่ออยู่ต่อหน้าเธอ
ร่องรอยของมันยังคงดำเนินต่อไปแม้ในขณะที่เธอไม่อยู่
กระตุ้นให้ฉันเป็นอิสระและเคารพตนเอง
การปลูกฝังศักดิ์ศรีในตัวฉันที่จะมีความคิดเห็นและการตัดสินใจของตัวเองเป็นผลพลอยได้จากความสัมพันธ์ของฉันกับเธอ ในที่สุด
ฉันก็ตระหนักถึงบุคลิกภาพ มุมมองทางสังคม ทัศนคติทางจิตวิทยา
การสร้างอารมณ์ และระบบคุณค่าของตัวเอง
ฉันเป็นเจ้าของเธอในระดับมาก

เมื่อข้าพเจ้าสนทนากับท่านครั้งแรกข้าพเจ้าได้ยินเสียงนั้น
มันเป็นเสียงของเธอที่คุ้นเคยและเป็นส่วนตัว
ซึ่งหล่อหลอมให้ฉันเป็นคนในช่วงยี่สิบสี่ปีที่ผ่านมา
ฉันคิดว่าคุณเป็นเธอ และฉันก็แตกต่าง ฉันอยู่กับเธอแต่ยังเป็นอิสระ
เธอช่วยให้ฉันเติบโตโดยการตัดสินใจของตัวเอง แม้จะเดินผ่านอุโมงค์
ฉันก็พบเธอพร้อมกับตะเกียงมือถือในความมืดสนิท
แล้วเธอก็กลายเป็นเธอ เป็นเสียงแห่งความหวัง
และฉันก็โทรหาเธอครั้งแล้วครั้งเล่า
ความสุขที่ฉันได้รับเมื่อคุณพูดคุยกับฉันเป็นตัวอย่างสูงสุดของการแสดงออกที่ไม่มีใครเทียบได้ของฉัน
มีความปรารถนาในตัวฉันที่จะพูดกับคุณและฟังคุณตลอดไป

ฉันรอคอยที่จะพบคุณอย่างใจจดใจจ่อ
มีความปรารถนาที่แตกต่างออกไปที่จะพบคุณต่อหน้า ได้พบคุณ
สัมผัสคุณ และสัมผัสกับคุณ จนกระทั่งฉันได้พูดคุยกับคุณครั้งแรก
ความหลงใหลที่ยิ่งใหญ่ที่สุดในชีวิตของฉันคือการฟื้นตัวของพ่อ
ตอนนี้การได้พบคุณกลายเป็นความอยากที่ทรงพลังไม่แพ้กัน
ฉันไม่ได้นึกถึงคุณเพราะฉันเห็นคุณในดวงตาภายในของฉันมาหลายปีแ
ล้ว และฉันรู้ว่าคุณมอง พูด เดิน และตอบสนองอย่างไร
ฉันแน่ใจว่าฉันดูเหมือนคุณ ทุกวันนี้
ฉันมองในกระจกเพื่อพบคุณและสัมผัสกับการมีอยู่ของคุณ
ฉันคุยกับคุณหลายชั่วโมงด้วยกันเมื่อฉันอยู่คนเดียว
ผู้คนอาจคิดว่าฉันบ้า แต่สำหรับฉัน มันเป็นความจำเป็น
การได้คุยกับเธอคือการแสดงออกของหัวใจของฉัน
หัวใจที่น่ารักที่เธอเก็บเอาไว้ในครอบครอง

แหม่ม คุณเป็นใคร? เราเกี่ยวข้องกันอย่างไร?

พรนิมา"

ก่อนนอนอมาญาก็ส่งอีเมล์ไปหาพรนิมา

"สวัสดีค่ะ คุณพรนิมา ฉันพูดไม่ออกหลังจากอ่านข้อความของคุณ
ฉันเกิดภาวะที่กลืนไม่เข้าคายไม่ออกเกี่ยวกับวิธีโต้ตอบ
คุณอาจพิจารณาฉันเพื่อนของคุณ
ความสัมพันธ์ของฉันกับคุณเป็นสิ่งที่ง่ายที่สุดที่คุณเห็นในทุกครอบครัว
ราตรีสวัสดิ์.

อามายะ"

วันรุ่งขึ้น มีอีเมลล์รอหาอมายา และพบหลังจากทำวิปัสสนาแล้ว

"เรียนคุณผู้หญิง

ขอบคุณที่เขียนถึงฉัน อีเมลฉบับแรกที่ฉันได้รับจากคุณ
ฉันรู้สึกมีความสุขที่ได้อ่านมัน
ความสัมพันธ์ที่ไม่ซับซ้อนที่สุดในครอบครัวคือความผูกพันระหว่างแม่แ
ละลูกสาว แต่ฉันมีแม่อยู่แล้วซึ่งเป็นคนที่รักมากที่สุดที่ฉันเคยพบมา
ดังนั้นคุณไม่สามารถเป็นมารดาโดยสายเลือดของฉันได้ทั้งหมด

อย่างไรก็ตาม
ฉันสามารถตั้งสมมุติฐานได้ว่าพ่อของฉันเอาไข่ของคุณไปครึ่งหนึ่ง
แล้วไปหลอมรวมกับไข่ครึ่งหนึ่งของแม่ฉัน ฉันจึงเกิดมามีแม่สองคน
นั่นเป็นเหตุผลที่ฉันรู้สึกผูกพันกับคุณทั้งสองเท่าๆ กัน

นั่นเป็นทางเลือกทางวิทยาศาสตร์
การวิจัยกำลังดำเนินการในมหาวิทยาลัยที่ดีที่สุดในสหรัฐอเมริกา สิงคโปร์
และอิสราเอลเกี่ยวกับการหลอมไข่จากผู้หญิงสองคนด้วยสเปิร์มจากชายคนเดียวเพื่อสร้างลูกที่มีพ่อแม่ทางสายเลือดสามคน
โดยผสมผสานลักษณะที่ดีที่สุดของพวกเขาเข้าด้วยกัน
ฉันได้อ่านบทความสองบทความเกี่ยวกับความเป็นไปได้ดังกล่าวในวารสารนานาชาติที่ผ่านการตรวจสอบโดยผู้ทรงคุณวุฒิแล้ว

คุณเคยพูดถึงสุปรียาลูกสาวของคุณอายุเท่าฉันครั้งหนึ่ง
คุณไม่รู้เกี่ยวกับที่อยู่ของเธอและสิ่งที่เธอทำอยู่
ไม่มีลูกสาวคนใดที่จะอยู่ห่างจากคุณได้เนื่องจากคุณมีบุคลิกที่น่ารักและน่าดึงดูด
ฉันพยายามพบกับการมีอยู่ของสุปรียาในจิตสำนึกของฉันแต่ก็ไร้ผล
ฉันปรากฏเมื่อฉันใคร่ครวญถึงเธอความตระหนักรู้ในตนเอง
สติสามารถทดสอบความถูกต้องของความรู้สึกได้ เช่นเดียวกับจิตใจ
จิตสำนึกเป็นผลพลอยได้จากสมองมนุษย์ซึ่งอยู่ในอาณาจักรที่สูงกว่า
จิตใจสามารถนำคุณไปสู่เส้นทางที่ผิดของหลุมพรางอันตรายได้
ในขณะที่จิตสำนึกสะท้อนถึงความสุขของการดำรงอยู่ได้อย่างแม่นยำหากปลูกฝังอย่างเหมาะสม ดังนั้น มีโลกที่อยู่นอกเหนือทางกายภาพ
ไม่ใช่ความรู้หรือจิตวิญญาณ
แต่เป็นการรับรู้ที่บริสุทธิ์ถึงการปรากฏตัวของตนเอง
ซึ่งนำไปสู่ความว่างเปล่านอกเหนือจากร่างกายหรือจักรวาลวัตถุ
เนื่องจากเป็นวิทยาศาสตร์ใหม่
การศึกษาเรื่องจิตสำนึกในด้านประสาทวิทยาจึงอยู่ในระยะไซโกติก
ฉันสนใจมันอย่างลึกซึ้ง

เมื่อข้าพเจ้ารู้จักท่านในตัวข้าพเจ้า
ข้าพเจ้าก็จำท่านได้เมื่อข้าพเจ้าสนทนากับท่านครั้งแรก
นั่นมิใช่อะไรนอกจากความเข้าใจในความตระหนักรู้ของตน
เมื่อคุณเห็นภาพของคุณในกระจก คุณจะรู้ว่าสำเนานั้นเป็นของคุณ
แต่คุณสามารถไปไกลกว่าการรู้ว่าคุณรู้
การตระหนักรู้นั้นนำคุณเดินทางเกินข้อจำกัดทางกายภาพไปยังดินแดนอันห่างไกล ในอนาคตคุณไม่จำเป็นต้องเคลื่อนไหวร่างกาย
จิตสำนึกของคุณสามารถกระโดด ตอบสนองจิตสำนึกของผู้อื่น
และแลกเปลี่ยนแนวคิด ความคิด และวิสัยทัศน์ได้
ดังนั้นจึงมีการดำรงอยู่นอกเหนือจากสิ่งที่เรารู้สึกที่นี่และเดี๋ยวนี้

สถานการณ์นั้นไม่มีความตายเพราะจิตสำนึกไม่มีวันตาย
มันคือพลังงานต่อตัว

ในกระจกก็ฉายพระสุปรียาไม่ได้ เมื่อใดก็ตามที่ฉันค้นหาเธอ
ใบหน้าของฉันก็ปรากฏขึ้นทุกครั้ง แทนที่จะเป็นคนสองคน
แต่สิ่งที่ปรากฏต่อหน้าฉันมีเพียงใบหน้าของฉันเท่านั้น ไม่ใช่ของสุปรียา
การศึกษาทางระบบประสาทล่าสุดพยายามพิสูจน์สมมติฐานที่ว่าจิตสำนึกสามารถทดสอบและตรวจสอบได้โดยใช้สัญชาตญาณของมนุษย์
วิธีนี้ไม่เกี่ยวข้องกับจิตวิญญาณ เวทย์มนต์ หรือเวทมนตร์
พระภิกษุใช้วิธีนี้เพื่อยืนยันความจริงในบริบทของความว่างเปล่า
เพราะความไม่มีอะไรไม่ใช่ความไม่มีอยู่จริง
คือการดำรงอยู่ของความว่างเปล่าโดยสมบูรณ์และไม่มีอะไรอื่นใด
ก่อนเกิดบิ๊กแบง ความว่างเปล่านั้นดำรงอยู่
แต่ความว่างเปล่านั้นไม่ว่างเปล่าหรือว่างเปล่า
ความว่างเปล่านั้นเป็นจักรวาลก่อนจักรวาลของเรา
ดังนั้นความไม่มีอะไรมีศักยภาพที่จะพัฒนาและกลายเป็นเอนทิตีได้
สุปรียาเป็นมากกว่าความเป็นอยู่ทางกายภาพ
เนื่องจากการดำรงอยู่ทางวัตถุที่บริสุทธิ์อาจไม่มีจิตใจ จิตสำนึก
และสมองที่พัฒนาเต็มที่ มนุษย์มีความรู้สึก เป็นผลผลิตของหัวใจ
ระหว่างที่ฉันเรียนปริญญาโทสาขาประสาทวิทยา
ฉันพยายามตรวจสอบสมมติฐานหลายประการ
สิ่งที่สำคัญที่สุดคือการดำรงอยู่ก่อนแก่นแท้ พูดง่ายๆ ก็คือ
การมีอยู่ของบางสิ่งบางอย่างมาก่อนรายละเอียดของมัน
ดังนั้นการดำรงอยู่ของสุปรียาจึงรู้สึกได้ผ่านจิตสำนึก
นั่นคือทฤษฎีของฉัน หากไม่มีตัวตนที่เป็นอิสระ
ความรู้สึกของสุปรียาก็จะขาดหายไป ในการทดลองของฉัน
ฉันได้สัมผัสถึงการดำรงอยู่ของสุปรียาในฐานะความเป็นตัวตนของฉัน

ปรากฏการณ์ที่สองที่ฉันต้องการทดสอบคือความรู้จากวัตถุในจิตสำนึก
ฉันถือว่าความรู้เป็นผลผลิตจากการรับรู้ของบุคคลต่อวัตถุ
ดังนั้นความรู้สันนิษฐานว่าเป็นวัตถุและหัวเรื่อง ความรู้ใด ๆ
มีลักษณะเฉพาะของวัตถุและลักษณะของความเข้าใจของผู้รู้
ดังนั้นความรู้จึงไม่ได้มีวัตถุประสงค์หรือเป็นอัตวิสัยโดยสิ้นเชิง
มันไม่ได้สะท้อนความสมบูรณ์ของเรื่อง แต่ในมนุษย์
ความรู้เริ่มแรกของวัตถุจะเปลี่ยนไปสู่มิติที่สูงกว่า
ซึ่งผู้ที่รู้จักวัตถุจะพัฒนาการรับรู้ถึงเธอ วัตถุรู้ก็รู้ว่ามันรู้สิ่งที่รู้ พูดง่ายๆ
ก็คือ ฉันมีสติสัมปชัญญะของตัวเอง

จากจิตสำนึกนี้
มนุษย์สามารถไปสู่อาณาจักรแห่งจิตสำนึกที่สูงกว่าการดำรงอยู่ทางกายภาพ หรือสามารถละทิ้งแก่นแท้ของตนซึ่งไม่มีความรู้สึกได้
เป็นสภาวะที่ปราศจากกิเลส ความทุกข์ ความโศก ความเจ็บปวด
หรือความสุข แท้จริงแล้วไม่มีจิตใจ อารมณ์ ความสุข
และสติปัญญาแต่อย่างใด
มีเพียงความสุขเท่านั้นที่บริสุทธิ์และเรียบง่ายและเราเรียกว่านิพพาน
ปริญญาเอกในอนาคตของฉันจะอยู่ในสาขานี้

คุณคะ ฉันไม่เคยได้ยินพ่อพูดถึงชื่อสุปรียามาก่อนเลย
หากเธอเป็นลูกสาวของเขา ฉันมั่นใจว่าเขาจะลืมเธอไม่ได้
คงพูดถึงเธอต่อไป และห่อหุ้มสุปรียาด้วยความรักซึ่งฉันได้รับจากเขา
ความสัมพันธ์แบบพ่อ-ลูกสาวเป็นมากกว่าความสัมพันธ์ชั่วคราว
จำเป็นต้องค้นหาความกว้างใหญ่ของจิตสำนึกเพื่อพบกับความสุขอันประเสริฐ เมื่อการสมาคมของบุคคลสองคนถูกจำกัดอยู่เพียงทางกายภาพ
ความรักใดๆ ก็ไม่สามารถเกิดขึ้นได้
เนื่องจากความรักเป็นเรื่องของจิตสำนึก มันจะต้องเกินโลกวัตถุ
ปรัชญาชีวิตของฉันเรียบง่าย: ผูกมัดจิตใจ ปลดปล่อยจิตสำนึก
บินเหมือนนกนางนวลไปยังเกาะอันห่างไกล
และสัมผัสกับความกลัวและอิสรภาพจากความตาย
ความพยายามของมนุษย์คือการพยายามเอาชนะความตาย ดังนั้น
มีความเป็นไปได้อีกประการหนึ่ง โดยสังหรณ์ใจ ฉันเป็นสุปรียาของคุณ
พ่อและแม่ตั้งชื่อฉันว่า ปูรณิมา สุปรียาคือฉัน
หลักฐานนี้ฉันสามารถทดสอบด้วยข้อเท็จจริงที่ตรวจสอบได้

คุณจะถึงจันดิการ์เร็วๆ นี้ ฉันจะไปรับคุณที่สนามบิน
ฉันรู้สึกสดชื่นในใจเพราะการมีอยู่ของคุณทำให้ฉันมีความหวัง
คุณช่วยให้พ่อของฉันฟื้นคืนสติ อย่างที่ฉันบอกคุณไปแล้ว
เปียโนอยู่ในห้องของเขา
คุณอาจเล่นได้สักพักหนึ่งแล้วเขาจะจำเพลงของคุณได้

ฉันขอให้คุณมีวันที่ดี

พรนิมา”

“สุปรียา การอ่านอีเมลของคุณเป็นประสบการณ์วิปัสสนา
เพราะจิตใจของฉันสงบ หัวใจของฉันเต็มไปด้วยความรักต่อคุณ
จิตสำนึกของฉันกำลังบินไปยังดินแดนที่ไม่รู้จักเพื่อพบคุณสัมผัสความบริบูรณ์ในชีวิต
คุณโตขึ้นมากกว่าที่ฉันคิดเกี่ยวกับคุณและเป็นผู้ใหญ่เกินความคาดหมา

ยของฉัน ความคิดของคุณได้รับการพัฒนาอย่างดี
ซึ่งเป็นผลผลิตจากจิตสำนึกที่สะท้อนกลับเป็นเวลาหลายปี
ซึ่งคุณรู้ว่าคุณพูดอะไร เป็นความตระหนักรู้ในความรู้ของคุณ"
อมายามีประสบการณ์การดำรงอยู่ของเธอและของปูร์นิมา
และทันใดนั้นอมายาก็จำบทสนทนาของเธอกับคารันได้ "ในตัวคุณ
ฉันมีความสมบูรณ์ของความเป็นอยู่ของฉัน" เมื่อได้ยินแบบนั้น
คารันก็ยิ้มออกมา

ก่อนพลบค่ำพวกเขาเดินเล่นบนชายหาด
อมายามองเห็นดอกบัวของพวกเขาอยู่ห่างจากที่นั่นเล็กน้อย
ซึ่งเป็นที่ที่เธอใช้เวลาอยู่กับคารันเป็นเวลาหนึ่งปี
"การเดินเป็นสิ่งที่ดีในการรักษาสมดุลของร่างกาย
และช่วยในการเริ่มต้นการคลอดบุตรตามปกติ" คารันกล่าว
คารานระมัดระวังเป็นพิเศษขณะเดินเนื่องจากเป็นสัปดาห์ที่ 36
ของการตั้งครรภ์ เขาอยู่ข้างเธอเสมอ
เธอสวมชุดพลิ้วไหวสีขาวลายดอกไม้สดใส Karan
มีเสื้อยืดและชุดนอนหลวมๆ เขาดูสงบเป็นตัวเป็นตน
เธอชอบมองหน้าเขาเมื่อแสงอาทิตย์ยามเย็นสะท้อนมาที่เขา
มีนักท่องเที่ยวทั้งชายและหญิงและเด็กหลายร้อยคนต่างสนุกสนานรื่นเริง

Amaya และ Karan นั่งหันหน้าไปทางทะเล
มุ่งเน้นไปที่คลื่นที่ไม่หยุดหย่อน
ทะเลมีส่วนเกี่ยวข้องกับความรู้สึกของเธอ
กลิ่นของอากาศจากชายฝั่งอันห่างไกลชวนให้หลงใหล
สายลมที่พัดผ่านเส้นผมของเธอ
แสงแดดอันอบอุ่นปกคลุมร่างกายของเธอ
และเสียงคลื่นทะเลที่คงที่ก็ดังก้องอยู่ในหูของเธอ

"อมายา น้ำคร่ำในครรภ์สร้างความเชื่อมโยงทางชีวภาพกับน้ำ
เนื่องจากมากกว่าร้อยละ 60 ของร่างกายและร้อยละ 77
ของสมองของเราประกอบด้วยน้ำ
นักวิทยาศาสตร์หลายคนเชื่อว่าน้ำมีความสัมพันธ์ทางชีวภาพกับสิ่งมีชีวิตทุกชนิด และมีอิทธิพลต่อสิ่งมีชีวิตเพื่อให้เกิดความสงบ
โดยเฉพาะอย่างยิ่งกับจิตใจของมนุษย์" คารันกล่าว

"การ่าน ฉันเคยอ่านเจอมาว่าสีฟ้าของท้องทะเลมีผลที่ปลอบประโลมใจ
ไม่เพียงแต่กับจิตใจเท่านั้น แต่ยังรวมถึงหัวใจด้วย" อมายาตอบ

"นั่นก็จริงนะอมายา นอกจากนี้ความกว้างใหญ่ของทะเลและความเงียบสงบของชายหาดยังให้ความรู้สึกปลอดภัยอีกด้วย จิตใจของเราสามารถรับรู้ถึงการไม่มีศัตรูที่ซ่อนอยู่ในที่โล่งได้อย่างง่ายดาย มนุษย์มักจะมีความรู้สึกเหมือนอยู่ในถ้ำเมื่ออาศัยอยู่ในถ้ำเป็นเวลาหลายล้านปี ปกป้องตนเองจากอันตรายที่ไม่รู้จักในป่าอันมืดมิดและทุ่งหญ้าสะวันนาที่ทรยศ" คารันอธิบาย

อมายามองคารันแล้วหัวเราะ "เมื่อฉันอยู่กับคุณ ฉันรู้สึกปลอดภัย คุณคือทะเลของฉันคารานที่รัก คุณก็เป็นชายทะเลของฉันเหมือนกัน คุณปกป้องฉันจากอันตรายที่ซ่อนอยู่ทั้งหมด" อมายาพูดและยิ้ม เมื่อมองดูอมายา คารานก็ยิ้มเช่นกัน "เวลาที่เราอยู่ริมทะเล เรารู้สึกมีความสุขที่ได้อยู่กับคนที่เรารัก แบ่งปันความทรงจำดีๆ และไม่ค่อยได้ใช้อุปกรณ์อิเล็กทรอนิกส์เลย" อมายากล่าวเสริม

"นั่นก็จริงนะอมายา; ฉันเห็นด้วยกับคุณ. นักวิทยาศาสตร์ได้พิสูจน์แล้วว่าผิวของเราผลิตและปล่อยวิตามินดีและเซโรโทนินออกมามากมาย จากการโดนแสงแดดมากเกินไป สร้างสารเคมีที่ให้ความรู้สึกดีมากมายในสมองของมนุษย์ และเรารู้สึกมีความสุขตามธรรมชาติเมื่ออยู่ริมทะเล" ขณะเดินเข้าไปในร้านอาหาร Karan กล่าว .

หลังจากทานอาหารจานโปรดของอมายาแล้ว พวกเขาก็เดินขึ้นไปยังโลตัส บ้านแสนอบอุ่นของพวกเขา แต่อมาญาไม่เคยนึกฝันว่าจะไม่ไปเที่ยวชายหาดและร้านอาหารร่วมกับการานอีก

หลังอาหารเช้า อมายารู้สึกปวดหลังส่วนล่างกะทันหันและมีอาการเกร็งตัวในวันรุ่งขึ้น มีอาการปวดท้องน้อยและมีของเหลวไหลออกมาเล็กน้อยพร้อมกับมีอาการคลื่นไส้เล็กน้อย เธอสัมผัสได้ถึงความกดดันในกระดูกเชิงกราน

"คารัน" อมายาเรียก

"ครับที่รัก" เขาตอบ

"ถึงเวลาแล้ว" เธอกล่าว

"โอ้ที่รัก เราไปโรงพยาบาลคลอดบุตรกันเถอะ" คารานตอบ
"ฉันเก็บกุญแจสำรองบ้านและรถไว้ในกระเป๋าของคุณ" เขาจูบแก้มเธอ

คารันย้ายกระเป๋าเดินทางไปที่ผ้ากันเปื้อน มีกระเป๋าอยู่สามใบ
ใบหนึ่งสำหรับอมายา และอีกสองใบสำหรับลูกน้อย
อมายารู้สึกปวดหัวเล็กน้อย พวกเขาไปถึงโรงพยาบาลภายในสิบนาที
อมายาไปเยี่ยมแผนกสูติกรรมของโรงพยาบาลเป็นประจำ
ปรึกษาสูตินรีแพทย์ตั้งแต่เริ่มตั้งครรภ์ และอยู่บ้านกับเธอ
คารันผลักรถเข็นของอมายา และพบหมอ;
อมายารู้สึกมีความสุขแต่ก็ปวดหัวหนักๆ
เหมือนกำลังเลื้อยเข้าสู่โลกแห่งความมืดมิด

"คารัน" อมายาเรียก เสียงของเธอพร่ามัว
เธออยากจะพูดอะไรบางอย่างมากกว่านี้
แต่ลิ้นของเธอบิดเบี้ยวอยู่ในปากของเธอ เธอมองเห็นใบหน้าของ
Karan ที่มีหมอกหนา ละลายหายไป ราวกับไอระเหยจากกระจกหน้ารถ
"อามายา" เขาเรียก เธอได้ยินเขาเรียกชื่อเธอเป็นครั้งสุดท้าย
และอมายาก็ตกอยู่ในความมืดมิด

กำเนิดลูกสาว

ซึ่งเป็นวันศุกร์ซึ่งเป็นวันทำการสุดท้ายของสัปดาห์ และ Amaya ได้พิจารณาคำร้องตามที่ระบุไว้เพื่อให้มีการพิจารณาคดีในวันนั้นในตอนเช้าตรู่ มีเจ็ดคดี สามคดีสำหรับการเข้ารับการรักษา สามคดีเพื่อการบรรเทาทุกข์ชั่วคราว และการพิจารณาคดีครั้งสุดท้ายหนึ่งคดีในสี่ศาล อมายาตรวจดูแฟ้มคดีทั้งหมด จดบันทึกสาระสำคัญของคำร้องแต่ละฉบับ และโทรศัพท์ไปยังสุนันทาเพื่อช่วยเหลือเธอในศาลหากเธอว่าง

Amaya ปรากฏตัวในคำร้องของ Susan Jacob ที่ยื่นฟ้อง Balu ซึ่งเป็นเจ้าของสำนักงานจัดหางาน เพื่อการพิจารณาคดีครั้งสุดท้ายต่อหน้าผู้พิพากษาทั้งสองคน ในรายละเอียด Amaya อธิบายความเป็นมาของคดีโดยเน้นการละเมิดกฎหมาย เหตุผลในการดำเนินคดีทางกฎหมายกับ Balu และความจำเป็นในการชดเชยและการชดใช้ความเสียหายให้กับเหยื่อ ซูซานเป็นพยาบาลที่ผ่านการฝึกอบรมในระดับปริญญาตรีด้านการพยาบาล เธอสมัครงานในโรงพยาบาลในซาอุดิอาระเบียผ่านสำนักงานจัดหางานของ Balu เมื่อเจ็ดปีที่แล้ว ซูซานมีประสบการณ์ทำงานสามปีก่อนที่จะสมัครงาน บาลูสัญญากับเธอว่าจะทำงานพร้อมค่าตอบแทนที่ดีเยี่ยมในโรงพยาบาลที่ดำเนินการโดยเกษตรกรผู้มั่งคั่งบนฟาร์มอินทผาลัมหลายร้อยเอเคอร์ในเมืองบูเรดาห์ หลังจากการสัมภาษณ์และให้คำมั่นสัญญาที่สำคัญกับสำนักงานจัดหางาน ซูซานก็เดินทางไปซาอุดีอาระเบียกับบาลู Balu รู้จัก Abdulla เจ้าของฟาร์มอินทผลัม เขามาเยี่ยม Kerala เพื่อรับการบำบัดแบบอายุรเวทหนึ่งครั้งในสองปี

ขณะเดินทางไปถึงบูเรดาห์ ซูซานได้พบกับอับดุลลา แต่มีเพียงคลินิกสำหรับคนงานในฟาร์มที่มีแพทย์ชายสองคนเท่านั้น เธอตัดสินใจเข้าร่วมคลินิกเพราะเงินเดือนที่สัญญาไว้เป็นสิบเท่าของที่เธอได้รับในเกรละ ไม่มีหอพักสำหรับผู้หญิง

และอับดุลลาได้มอบอาหารและที่พักให้กับซูซานในบ้านพักอันโอ่อ่าของเขา
โดยสัญญาว่าจะอยู่กับภรรยาสองคนและลูกอีกเก้าคนของเขาอย่างปลอดภัย เมื่อ Susan เริ่มพักอยู่ในบ้านของเขา Abdulla ก็เริ่มรบกวน Susan เพื่อแต่งงานกับเขา และภายในไม่กี่วัน
การบังคับมีเซ็กส์ก็กลายเป็นกิจวัตรประจำวัน
ซูซานโหยหาอิสรภาพและฝันที่จะหลบหนีจากการควบคุมของอับดุลลา แต่สูญเสียการติดต่อกับพ่อแม่และโลกภายนอกอย่างต่อเนื่อง
ก่อนที่จะคลอดบุตรคนแรกและเปลี่ยนมานับถือศาสนาอิสลาม

Amaya ได้ยื่นจดหมายนัดหมายของ Susan ที่ออกโดย Balu
และเอกสารการเดินทางของ Susan
ไปยังซาอุดีอาระเบียพร้อมกับเขาต่อศาล Amaya อธิบายว่า Balu
จับพยาบาลที่มีคุณสมบัติเข้าข่ายเป็นทาสทางเพศ
โดยสัญญาว่าเธอจะได้งานที่มีค่าตอบแทนสูงในโรงพยาบาลสมัยใหม่ในเมือง Buraydah ด้วยเจตนาชั่วร้าย Amaya ยังแสดงหลักฐานว่า Balu
ทำหน้าที่เป็นแมงดาต่อหน้าศาลทุกครั้งที่ Abdulla ไปเยี่ยม Kerala
ศาลแสดงความตกใจเมื่อตระหนักถึงความร้ายแรงของอาชญากรรมของ Balu และความรุนแรงที่ซูซานต้องทนรับ ภายในสี่ปี
ซูซานคลอดบุตรสองคน และเมื่อสุขภาพของเธอทรุดโทรม
อับดุลลาจึงส่งซูซานไปที่ริยาดเพื่อรับการรักษาพยาบาลโดยผู้เชี่ยวชาญ เธออยู่ในโรงพยาบาลเป็นเวลาหกเดือน
และไม่มีวิธีรักษาความเจ็บป่วยของซูซาน ในที่สุด
อับดุลลาก็ตกลงให้ซูซานกลับไปที่เกรละ โดยทิ้งลูกๆ
ของเธอไว้ในซาอุดีอาระเบีย และหลังจากนั้นห้าปี
ซูซานก็กลับไปบ้านพ่อแม่ของเธอที่เมืองธีรุวัลลา

Amaya ร้องขอต่อศาล Balu ต้องรับผิดชอบต่อการค้ามนุษย์ การข่มขืน การใช้กำลังบังคับเปลี่ยนผู้หญิงให้นับถือศาสนาอื่น
และทำให้เธอตั้งท้องโดยไม่ได้รับความยินยอม
พวกเขาก่ออาชญากรรมต่อซูซานและรัฐ
ทำลายความอยู่ดีมีสุขทางจิตใจของเหยื่อ
และทำให้เธอตกอยู่ในวิกฤตทางอารมณ์เฉียบพลันและความไร้ความสามารถทางร่างกาย ความปวดร้าวทางจิตใจ ความรู้สึกไม่สบายทางกาย ความขัดแย้งส่วนตัวที่ซูซานประสบ
และการทรมานจากการเป็นทาสทางเพศในความดูแลของอับดุลลาห์
ทำให้ลดทอนความเป็นมนุษย์และบังคับให้ซูซานพิจารณาทางเลือกในการฆ่าตัวตาย ด้วยพลังจิตอันแรงกล้า

เธอจึงสามารถเอาชีวิตรอดจากความเจ็บปวดสุดแสนสาหัสและการทดสอบห้าปีในฮาเร็มของนักล่าทางเพศ ในดินแดนที่ไม่มีใครรู้จักในที่ห่างไกล ซูซานมีความผูกพันทางอารมณ์อย่างลึกซึ้งกับลูก ๆ ของเธอ
และการทิ้งพวกเขาไว้ที่บ้านของผู้ข่มขืนตลอดไปเป็นเรื่องที่น่าวิตก เห็นได้ชัดว่าหลังจากไปถึงเกรละ
เธอจะต้องเผชิญกับการเยาะเย้ยและดูถูกแม้กระทั่งจากผู้มีการศึกษาก็ตาม Amaya แย้งว่าการค้ามนุษย์ การคุมขังใน Seraglio การข่มขืน และการบังคับคลอดบุตร ถือเป็นอาชญากรรมที่น่ารังเกียจต่อ Susan ในขณะที่พวกเขาละเมิดสิทธิขั้นพื้นฐานและสิทธิมนุษยชนของเธอ

Balu จำเป็นต้องได้รับการลงโทษสำหรับการละเมิดเสรีภาพ ความเสมอภาค ความปลอดภัยส่วนบุคคล
และศักดิ์ศรีความเป็นมนุษย์ของ Susan
เนื่องจากซูซานเชื่อว่าสำนักงานจัดหางานของ Balu มีความน่าเชื่อถือ นอกเหนือจากการยอมรับค่านายหน้าจำนวนมาก Amaya แย้งว่า Balu มีเจตจำนงเสรีและสามารถตัดสินใจอย่างมีเหตุผลได้
แต่จงใจละเมิดบรรทัดฐาน ค่านิยม และกฎหมายของประเทศ ทำให้เหยื่อต้องทนทุกข์ทรมานอย่างใหญ่หลวง
เหยื่อมีสิทธิตามกฎหมายที่จะปกป้องเสรีภาพในการทำงานในสภาพแวดล้อมที่เหมาะสม
แต่ผู้กระทำผิดละเมิดสิทธิของเธอและก่ออาชญากรรมเพื่อผลประโยชน์ของตนเอง
การตัดสินลงโทษผู้กระทำผิดอย่างเหมาะสมถือเป็นสิ่งจำเป็น เนื่องจากการลงโทษสะท้อนให้เห็นถึงความรังเกียจของสังคมต่ออาชญากรรมของผู้กระทำผิด

การลงโทษบาลูเป็นการแสดงออกถึงการประณามทางสังคม
อมายาแย้ง
ศาลจะถือว่าพฤติกรรมทางอาญาสมควรได้รับการลงโทษด้วยการประณามการกระทำของผู้กระทำความผิด
ผู้กระทำความผิดฉวยผลประโยชน์อย่างไม่เป็นธรรมโดยฝ่าฝืนกฎหมาย เนื่องจากกฎหมายคุ้มครองพลเมืองจากอาชญากรรม
แต่นั่นจะเป็นไปได้ก็ต่อเมื่อประชาชนยอมรับกฎหมาย
และตีตัวออกห่างจากการละเมิดกฎหมาย
เมื่อบุคคลหนึ่งละทิ้งชื่อเสียงนั้น
เขาก็ย่อมได้รับความได้เปรียบจากสังคมอย่างไม่สมควร
ความสมดุลของชุมชนรักษาไว้เพียงการลงโทษที่เข้มงวดเพื่อลดความไ

ด้เปรียบที่ไม่เหมาะสม Amaya
กล่าวเพิ่มเติมว่าการลงโทษเป็นการสร้างความเจ็บปวดให้กับผู้กระทำค
วามผิดโดยหน่วยงานทางกฎหมาย
จึงเป็นการกระทำที่ไม่พึงปรารถนาของผู้กระทำความผิดแต่เป็นการประ
ณามโดยตรงจากสังคม รัฐแสดงหน้าที่ต่อเหยื่อด้วยการลงโทษบาลู
ขณะเดียวกันก็ได้รับผลประโยชน์บางประการโดยการฟื้นฟูความสงบเรีย
บร้อย

บาลูเชิญการลงโทษ เขาสมควรได้รับมัน Amaya วิเคราะห์
รัฐเป็นผู้ออกกฎหมาย
โดยกำหนดให้อาชญากรรมถือเป็นการละเมิดบรรทัดฐานที่เป็นที่ยอมรับ
ของประเทศ จึงถือเป็นความผิดของประชาชน
บาลูต้องรับผิดชอบต่อรัฐบาลในเรื่องการละเมิด
ดังนั้นอำนาจในการลงโทษบาลูจึงตกเป็นหน้าที่ของรัฐ
และการลงโทษก็เป็นสิ่งที่สมควรตอบสนองต่อการกระทำผิดของเขา
อาชญากรรมของเขาต่อผู้หญิงที่โชคร้ายทำให้เกิดความรู้สึกผิด
การลงโทษเป็นวิธีการแก้ปัญหาในการขจัดความผิดของเขา
นอกเหนือจากการสร้างหนี้ทางศีลธรรมให้กับซูซานและรัฐ
อมายาเตือนศาลว่าบาลูเป็นเศรษฐีพันล้าน
เขาได้สะสมความมั่งคั่งส่วนใหญ่มาจากกิจกรรมที่ผิดกฎหมาย ตำรวจ
ระบบราชการ และนักการเมืองเพิกเฉยต่อการติดต่อทางอาญาของเขา
เนื่องจากหลายคนได้รับประโยชน์จากการต้อนรับขับสู้ของเขาในอินเดีย
และต่างประเทศ Amaya สรุปข้อโต้แย้งของเธอโดยกล่าวว่า Balu
สมควรได้รับการลงโทษ และศาลมีอำนาจลงโทษ
แม้ว่าการจ่ายเงินชดเชยที่เหมาะสมของซูซานจะไม่ช่วยขจัดความทุกข์
ทรมานของซูซาน แต่บาลูก็มีหน้าที่ต้องชดใช้ค่าเสียหายดังกล่าว

Amaya ทำให้ศาลเชื่อในความถูกต้องตามกฎหมาย ความมีเหตุผล
และความแข็งแกร่งทางศีลธรรมของข้อโต้แย้งของเธอ
ศาลสังเกตเห็นการชดเชยค่าเสียหายเมื่อบุคคล องค์กร
หรือรัฐละเมิดสิทธิขั้นพื้นฐานของบุคคล
ผู้กระทำความผิดตั้งใจอย่างเต็มที่ที่จะทำลายสิทธิ์ทางกฎหมายของซูซ
าน บังคับให้เธอต้องทนทุกข์ทรมาน เช่น ความบอบช้ำทางจิตใจ
การเป็นทาสทางเพศ การคลอดบุตรโดยไม่พึงประสงค์
การเลี้ยงดูเด็กโดยไม่พึงประสงค์ การสูญเสียเสรีภาพ
การสูญเสียรายได้ในต่างประเทศ
และการเปลี่ยนมานับถือศาสนาอิสลามอย่างเข้มแข็ง
จำเลยถูกดูถูกในบ้านของเธอแม้ว่าเธอจะเป็นเหยื่อก็ตาม

ศาลยังตั้งข้อสังเกตอีกว่าการชดเชยที่มอบให้มีไว้เพื่อช่วยให้เหยื่อได้รับความสูญเสียทางการเงินอีกครั้ง
เนื่องจากถูกกฎหมายและมีมนุษยธรรม ศาลพิพากษาให้ Balu
จำคุกอย่างเข้มงวดเป็นเวลาสิบปีโดยไม่มีการประกันตัวหรือทัณฑ์บน
และสั่งให้เขาจ่ายเงินจำนวน 15
สิบล้านรูปีให้กับจำเลยภายในสามเดือน
ศาลอนุญาตให้รัฐเห็นผู้กระทำผิดชำระค่าสินไหมทดแทนทั้งหมดภายในเวลาที่กำหนด
มิเช่นนั้นจะอนุญาตให้รัฐบาลขายทรัพย์สินของตนเพื่อชดใช้ค่าเสียหายได้

ตอนเย็นอามายาอยู่คนเดียว
รุ่นน้องของเธอจะเข้ารับตำแหน่งในเช้าวันจันทร์เท่านั้น
ตามปกติเธอเล่นเปียโน ดนตรีผ่อนคลายเป็นเวลาหนึ่งชั่วโมง
มันสงบลง จากนั้น
เธอได้เขียนบทความลงหนังสือพิมพ์เกี่ยวกับการข่มขืนเด็กสาวดาลิตในรัฐอุตตรประเทศที่เพิ่มมากขึ้น Amaya
แย้งว่าพรรครัฐบาลและนักการเมืองสนับสนุนโดยปริยายในการปราบปรามการมองเห็นที่เพิ่มขึ้นของ Dalits ในรัฐอุตตรประเทศ
ระหว่างดำรงตำแหน่งหัวหน้าคณะรัฐมนตรีหญิงดาลิต ดาลิตส์
ร้อยละยี่สิบเอ็ดของประชากรทั้งหมดได้รับการศึกษาระดับสูงและมีงานทำ

ส่งผลให้สถานการณ์ทางสังคมและเศรษฐกิจของทลิทดีขึ้นอย่างมาก
ต่อมาเมื่อสมาชิกพรรคฝ่ายขวาซึ่งส่วนใหญ่เป็นวรรณะบน
เข้ามามีอำนาจ พวกเขาเริ่มกดขี่และปราบพวกทริทซึ่งเป็นคนนอกรีต
ชนชั้นสูงตระหนักว่าการข่มขืนเป็นอาวุธที่ทรงพลังที่สุดในการทำลายความเคารพตนเองของกลุ่มทลิท
และเลือกเด็กผู้หญิงที่ได้รับการศึกษามาเป็นเหยื่ออย่างมีสติ
การข่มขืนกลุ่มทลิทกลายเป็นเรื่องปกติในหมู่ชนชั้นวรรณะสูงในรัฐอุตตรประเทศ
อมายาอธิบายด้วยสถิติว่าเด็กหญิงดาลิตประมาณสิบคนถูกข่มขืนในอินเดียทุกวัน และเด็กจำนวนมากมาจากอุตตรประเทศ

หลังจากส่งบทความไป อมายาสังเกตเห็นว่ามีอีเมลจากภูริมา
เธอเล่าถึงความสัมพันธ์ระหว่างเธอกับอมายาว่าเป็นประสบการณ์ที่สวยงามและมีคุณค่ามาก
ภูนิมาตั้งข้อสังเกตว่าอมายากลายเป็นส่วนสำคัญในชีวิตของภูนิมาภายใ

นสิบวัน รุนแรงแม้จะไม่เคยเห็นหน้ากันและอยู่ห่างไกลกัน สายสัมพันธ์ของพวกเขาลึกซึ้งและแข็งแกร่งในการดำเนินการครอบคลุมมากกว่าที่เธอเคยคาดไว้ เมื่อเป็นเด็ก และต่อมาเป็นวัยรุ่น ปูร์นิมาสัมผัสได้ถึงพลังที่มองไม่เห็นทั้งภายในและรอบตัวเธอ เหมือนกับความเอาใจใส่และการปกป้องของแม่ เมื่อได้คุยกับอมายาครั้งแรกก็รู้สึกราวกับได้พูดคุยกับคนใกล้ชิดที่แยกจากกันไม่ได้ซึ่งปูรณิมารู้จักตั้งแต่แรกเกิดและใจก็เต้นรัวเมื่อได้ยินคำแรกของอมายา พวกเขามีความผูกพันที่ลึกซึ้งเหมือนแม่และลูกสาว ทำให้เกิดความเห็นอกเห็นใจ ความเอาใจใส่ ความไว้วางใจ และความรัก

"เมื่อไหร่ก็ตามที่ฉันคิดถึงเธอ ฉันเห็นแม่ของฉัน ความรู้สึกของการมีแม่สองคน ฉันไม่สามารถแยกตัวเองจากคุณ คุณอยู่ที่นั่นตั้งแต่แรกเริ่ม" Poornima เขียน

สำหรับปูร์นิมา แม่คือรากฐานทางอารมณ์ของลูกสาว "คุณเป็นผู้ฟังที่ดี ไม่มีการตัดสิน ไม่เคยดูหมิ่นหรือดูหมิ่น และยืนหยัดเคียงข้างฉันเหมือนก้อนหินโดยไม่แสดงลำดับชั้น มีความไว้วางใจอย่างไม่มีเงื่อนไขและความรักอันไม่มีที่สิ้นสุดในตัวคุณ มันเป็นมากกว่าที่เพื่อนที่ดีที่สุดจะมอบให้ฉันได้" ภูนิมารู้สึกว่าความสัมพันธ์ของเธอกับอมายาเป็นที่น่าพอใจ มีจิตใจสงบ ไม่แตกสลายทางชีวภาพ และสะท้อนจิตวิญญาณ มันเป็นมิตรภาพที่เกือบจะตรงไปตรงมา ไม่สะทกสะท้าน มีคุณค่า ยกระดับจิตใจ และดำรงอยู่อย่างถาวร "หญิงสาวทุกคนต้องการเพื่อนที่ไม่ใช่คู่ของเธอ และบุคคลนั้นมักจะเป็นแม่ของเธอ ฉันรู้สึกว่าคุณเป็นคนนั้นในทุกวันนี้ ฉันคิดถึงคุณในวัยเด็ก ความห่วงใยและการมีอยู่ของคุณ ฉันคงจะชื่นชมคุณในวัยเด็กในฐานะครู ที่ปรึกษาในช่วงวัยรุ่น และเป็นเพื่อนเมื่อตอนที่ฉันยังเป็นวัยรุ่น" พรนิมาก็ชัดเจน

อมายาหยุดอ่านอีเมลและคิดถึงสุปรียาของเธอ ฉันจะปกป้องคุณจากทุกสิ่งที่ฉันเชื่อว่าเป็นอันตราย ลูกสาวมีความผูกพันกับแม่มากขึ้นทั้งในด้านชีววิทยาและจิตใจ เนื่องจากแม่มีอิทธิพลต่อชีวิตของลูกมากกว่า ลูกสาวสามารถเข้าใจอารมณ์ของแม่ได้อย่างง่ายดาย แต่พ่อยังคงเป็นปริศนา แม่พร้อมเสมอในกระบวนการเจริญเติบโตของลูก แต่พ่อยังคงขาดอารมณ์และห่างเหินทางจิตใจ Poornima

เขียนว่าเด็กจะสื่อสารกับแม่ได้ง่ายขึ้น เนื่องจากภาษา ท่าทาง และปฏิกิริยาของเธอน่าดึงดูดและมีชีวิตชีวา

พ่อมีปัญหาในการสื่อสาร สุนทรพจน์ของเขาละเอียดอ่อน เป็นทางการ และท้าทายในการเข้าใจความหมาย
เมื่อใดก็ตามที่เด็กเผชิญกับข้อกังวล ไม่ว่าจะเป็นด้านอารมณ์ การศึกษา ความสัมพันธ์ระหว่างบุคคล หรือทางเพศ
เด็กจะชอบที่จะแบ่งปันกับแม่และขอความช่วยเหลือ
พ่อให้คำแนะนำและคำแนะนำเมื่อแม่รับฟังและเข้าใจลูก

เป็นอีกครั้งที่ Amaya หมกมุ่นอยู่กับอีเมล

"มันเป็นเรื่องลึกลับ มีเพียงแม่เท่านั้นที่สามารถตั้งครรภ์ได้
ฉันได้ไตร่ตรองอย่างลึกซึ้งและพบเหตุผลซึ่งตรงไปตรงมา:
ไม่เพียงแต่เหตุผลทางชีววิทยาที่ทำให้ผู้หญิงตั้งครรภ์เท่านั้น
แต่ยังรวมถึงความตั้งใจของเธอที่จะเป็นแม่ เลี้ยงดูลูก
และดูเด็กเติบโตขึ้นเป็นผู้ใหญ่
เธอรักลูกในครรภ์และขยายความรักของเด็กเมื่อเกิดมา
ผู้หญิงพร้อมที่จะรับความเจ็บปวดเพื่อลูกที่เธออุ้มมาเก้าเดือน
เธอปกป้องทารกในครรภ์จากอันตรายต่างๆ
รอคอยอย่างใจจดใจจ่อรอให้มันมาถึงเพื่อร้องเพลงกล่อมเด็ก
กอดรัดมันทั้งกลางวันและกลางคืน อุ้มมันไว้ในอ้อมแขนของเธอ
และให้นมลูกที่รักทุกครั้งที่มันร้องไห้
เป็นความรักที่บริสุทธิ์และเรียบง่ายที่พ่อไม่เต็มใจจะแสดง
วิทยาศาสตร์สมัยใหม่สามารถพัฒนามดลูกในผู้ชายได้
แต่จิตวิทยาของผู้ชายนั้นต่อต้านการคลอดบุตรและการเลี้ยงดูลูก
เนื่องจากผู้ชายไม่ชอบการมีลูกในตัวเขา
จิตวิทยาของผู้หญิงเป็นสิ่งที่ตรงกันข้าม
เธอพร้อมที่จะดูดซับความเจ็บปวดทางกาย
เต็มใจรับบาดแผลจากการคลอดบุตร
และความเจ็บปวดจากการเลี้ยงดูลูก
ซึ่งเธอแปลงสภาพเป็นความสุขไม่รู้จบ
เธอปกป้องลูกของเธอในทุกสถานการณ์ แม้แต่พ่อ
และอดทนต่อความยากลำบากในการปกป้องลูก
ในการพลัดพรากจากกันอย่างเจ็บปวด
ภารกิจของผู้เป็นแม่ในการพบกับลูกเป็นสิ่งที่อธิบายไม่ได้"

จู่ๆ อามายาก็หยุดอ่าน "ใช่แล้ว สุปรียา
การค้นหาของข้าพระองค์ตามหาพระองค์นั้นยากลำบาก เป็นนิรันดร์

และไม่อาจหยั่งรู้ได้ มีเพียงแม่เท่านั้นที่จะเข้าใจมัน ในทำนองเดียวกัน การค้นหาของคุณสำหรับฉันเริ่มต้นทันทีที่คุณเกิดภายในฉัน เมื่อคุณจากฉันไป มันกลายเป็นการแสวงหาที่เจ็บปวด เป็นภารกิจที่ไม่มีวันสิ้นสุดสำหรับฉันเพื่อค้นหาลูกสาวที่รักของฉัน เป็นการดีที่จะยุติการค้นหาแม่ของคุณ แต่อย่าสิ้นสุดการเดินทางของคุณ เพราะสิ่งสำคัญในตอนท้ายของการเดินทางก็คือการเดินทางนั่นเอง คนที่คุณกำลังค้นหานั้นอยู่ใกล้เธอ แต่เมื่อคุณพบเธอ การค้นหาใหม่จะเริ่มค้นหาใครบางคนหรือบางสิ่งบางอย่างหรือจุดหมายปลายทางใหม่ นั่นคือความหมายของชีวิต ไม่มีจุดสิ้นสุด ความต่อเนื่องหรือการสิ้นสุดในการเริ่มต้น" อมายาแน่ใจว่าพรนิมาฟังเธออยู่ และเธอก็หยุดอีกครั้ง

"วันนี้ทั้งวัน ฉันนั่งดูไฟล์เก่าๆ ของพ่อ" ภูรนิมาเขียน "ทันใดนั้น ฉันก็พบรายงานทางการแพทย์เก่าๆ จำนวนมากเกี่ยวกับแม่ของฉัน ซึ่งถูกเก็บไว้ในซองสีขาว ซึ่งออกมาจากโรงพยาบาลต่างๆ ในจันดิการ์ เดลี ลอนดอน และปาโลอัลโต ซึ่งพ่อและแม่ของฉันใช้เวลาหลายปีเป็นนักศึกษา รายงานบางส่วนมาจากโรงพยาบาลในมาร์กเซยที่พ่อของฉันพาแม่ไปตรวจสุขภาพและการผ่าตัดหลายครั้ง รายงานจากแพทย์ประมาณยี่สิบฉบับเป็นเวลาหกปี ส่วนใหญ่เป็นนรีแพทย์ สูติแพทย์ และผู้เชี่ยวชาญด้านเนื้องอกวิทยา รายงานจากโรงพยาบาลในปาโลอัลโตระบุว่าแม่ของฉันไม่สามารถตั้งครรภ์ได้ โรงพยาบาลแห่งหนึ่งในจันดิการ์ระบุว่าแม่ของฉันมีโอกาสเป็นมะเร็งรังไข่สูงกว่าค่าเฉลี่ยในวัยกลางคน แม่ของฉันเข้ารับการผ่าตัดสองครั้งในเมืองมาร์เซย์เพื่อเอารังไข่ของเธอออก ซึ่งมีข้อบกพร่องและไม่สามารถผลิตโอโอไซต์ได้ เพื่อป้องกันการเติบโตของมะเร็งในอนาคต อ่านรายงานแล้วยังรู้สึกตะลึงไม่หายจากอาการช็อค

"ฉันไม่เข้าใจว่าพ่อแม่ของฉันเล่นเกมที่โหดร้ายกับคุณได้อย่างไร ซึ่งเป็นเกมที่น่ากลัวและน่ากลัวที่สุด มันเป็นการฉ้อโกง คุณกลายเป็นเหยื่อของพวกเขา พ่อแม่ของฉันก็ต้องรับผิดชอบต่อการกระทำที่ชั่วร้ายนี้เช่นกัน พ่อของฉันพบคุณในโรงอาหารของมหาวิทยาลัยในบาร์เซโลนาด้วยเจตนาร้าย ทำให้คุณหลงใหลในการแสดงของเขา และล่อลวงคุณด้วยพฤติกรรมของเขา

ฉันแน่ใจว่าเขาอาจจะจ่ายยาต้องห้ามสำหรับโรคอัลไซเมอร์ให้กับคุณ
โดยผสมกับไวน์ขาวเพื่อให้คุณอยู่ในโลกแห่งภาพหลอน
และทำให้คุณท้องกับลูก ฉันพบว่าคุณมีอารมณ์ร่าเริง รัก ห่วงใย
และไว้วางใจอยู่เสมอ
คุณอยู่ในอาการโคม่าเล็กน้อยแต่ยาวนานในแผนกสูติกรรม
และแพทย์ก็ทำการผ่าตัดคลอดให้คุณ
พ่อของฉันไม่ได้บอกว่าคุณโคม่ามานานแค่ไหน
แต่เขามั่นใจว่าไม่มีแพทย์คนใดสามารถระบุสาเหตุของอาการโคม่าได้
แม่ของฉันไปถึงโรงพยาบาลในวันแรกจากมาร์กเซย์
โดยบอกเจ้าหน้าที่โรงพยาบาลว่าเธอคือน้องสาวของเธอ
แม่ของฉันอยู่กับคุณและฉันวันละยี่สิบสี่ชั่วโมงเป็นเวลาสิบแปดวัน
ในที่สุด
พ่อของฉันโน้มน้าวแพทย์ให้อนุญาตให้เขาย้ายลูกกลับบ้านเพื่อรับการดู
แลและความสะดวกสบายที่ดีขึ้น
แทนที่จะให้ฉันอยู่ในโรงพยาบาลที่คุณอยู่ในอาการโคม่า
หลังจากได้รับวัคซีนที่จำเป็นทั้งหมดแล้ว พ่อของฉันพาฉันไปที่โลตัส
บ้านของคุณในบาร์เซโลนา
และพ่อแม่ของฉันก็เดินทางไปแมนเชสเตอร์ในคืนเดียวกัน
ฉันตกใจอีกครั้งเมื่อทราบจากแฟ้มของพ่อว่าแม่ของฉันชื่อเอวาในบันที
กของโรงพยาบาล
ในรายงานทางการแพทย์ที่ออกโดยคลินิกสูติแพทย์ในมาดริด
คุณคือเอวา อีกครั้งเมื่อคุณไปโรงพยาบาลในบาร์เซโลนาครั้งแรก
คุณชื่อเอวา มันเป็นอาชญากรรมที่วางแผนไว้ล่วงหน้า
และพ่อแม่ของฉันได้กระทำการฉ้อโกงคุณอย่างไม่อาจให้อภัยได้
คุณเชื่อใจพ่อของฉันมากกว่าหัวใจของคุณ แต่เขาไม่เคยรักคุณ
เคารพคุณ และถือว่าคุณเป็นบุคคลที่มีอารมณ์ ความต้องการทางจิต
และมีศักดิ์ศรี พระองค์ทรงเหยียบย่ำชีวิตของคุณโดยไม่รู้สึกผิดเลย
ขออภัยสำหรับอาชญากรรมที่พ่อของฉันกระทำ
ฉันต้องรับโทษสำหรับความผิดของเขา อมายาหยุดอ่าน
ดวงตาของเธอเปียก เธอรู้สึกได้ถึงน้ำตาที่ไหลอาบแก้มของเธอ”

“แต่ทำไมเธอต้องทนทุกข์กับความผิดของพ่อเธอ สุปรียา” อามายะถาม

“มันเป็นการหลอกลวงที่เกินขอบเขต
และเพื่อทำให้แม่ของฉันมีความสุข ให้กำลังใจเธอ
ช่วยชีวิตเธอจากแนวโน้มที่จะฆ่าตัวตาย พ่อของฉันทำตัวชั่วร้าย
ดูเหมือนว่าความรักของคุณไร้เดียงสา หายวับไป
และอ่อนแอสำหรับเขา ฉันสัมผัสได้ถึงความทรมานที่คุณเผชิญ

ความเศร้าโศกที่คุณมอบให้ และความเจ็บปวดที่คุณมี
คุณอาจค้นหาฉันทั่วโลกมานานหลายปีด้วยกัน หัวใจของคุณร้อนผ่าว
คุณอาจฝันถึงฉัน คิดถึงฉันแม้ยามหลับ
และปรารถนาที่จะใช้เวลากับฉันอย่างน้อยสองสามนาที
เธอให้ชื่อที่สวยที่สุดแก่ฉัน สุปรียา แปลว่า ผู้เป็นที่รักยิ่ง ฉันรักความรัก
ความอดทน การเคารพตนเอง ความเชื่อมั่น และความมุ่งมั่นของคุณ
ในสถานการณ์ที่ไม่ปกติ เด็กจะเลือกแม่มากกว่าพ่อ
ที่ไม่สามารถทนน้ำตาของผู้ให้กำเนิดเธอได้
แต่สามารถเพิกเฉยต่อความคร่ำครวญของพ่อได้"
อมายาอ่านย่อหน้านั้นสองครั้ง

"คุณคือแม่ที่รักของฉัน
ฉันเข้าใจความเจ็บปวดของคุณในช่วงยี่สิบสี่ปีที่ผ่านมา
ให้ฉันกอดคุณด้วยความรักอันยิ่งใหญ่ต่อความรักของคุณ
ฉันรักคุณแม่ที่รักของฉัน ฉันขอเรียกคุณว่าแม่ได้ไหม?

คุณสุปรียา"

อมายาสะอื้นเงียบ ๆ อยู่พักหนึ่ง "สุปรียาที่รัก ฉันรักคุณ"
อมายาพูดในใจ เป็นการหลอกลวงที่เปลี่ยนแปลงชีวิตอย่างถาวร
ทนไม่ไหว และพังทลายเกินจินตนาการจริงๆ แม้จะผ่านไปยี่สิบสี่ปี
เธอก็จำเหตุการณ์แต่ละเหตุการณ์ได้
ขณะนั้นเป็นเวลาประมาณหกโมงเย็น
เมื่ออมาญาลืมตาก็พบแพทย์กลุ่มหนึ่งซึ่งต้องใช้เวลาสักพักจึงจะเข้าพบ
"เอวา" เธอได้ยินเสียงใครบางคนเรียก "เอวา คุณจะไม่เป็นไร
อย่าหลับตานะ" แพทย์คนหนึ่งกล่าว แพทย์ช่วยเธอนั่งบนเตียง
เธอมองเห็นท่อหลายเส้นที่เชื่อมต่อกับร่างกายของเธอ
และแพทย์ก็ถอดมันออก
อมายารู้สึกสบายใจและเริ่มมีสติกับตัวเองและสิ่งรอบตัว
"ลูกของฉันอยู่ที่ไหน" ทันใดนั้นเธอก็ถาม "เธอสบายดี"
แพทย์คนหนึ่งตอบ "ฉันอยากเจอเธอ..
โปรดแสดงให้ฉันเห็นหน่อยเถอะที่รัก" อมายาอ้อนวอน
"คุณต้องพักผ่อนมากกว่านี้ เราจะพาเธอไปดูทีหลัง" หมอมั่นใจ

พยาบาลคนหนึ่งให้น้ำส้มอมายาดื่ม
จากนั้นอามายาก็นอนจนถึงเช้าประมาณเจ็ดโมงเช้า

"เอวา คุณอยู่ในโคม่ามายี่สิบสองวันแล้ว
ดูเหมือนว่าตอนนี้คุณสบายดีแล้ว" หมอพูดเมื่อเธอลุกขึ้นในวันรุ่งขึ้น

อมายาสงสัยว่าทำไมหมอถึงเรียกเธอว่าเอวา
เธอมองหมอด้วยความประหลาดใจแต่ไม่ได้พูดอะไร

"ทันทีที่คุณมาถึงที่นี่ คุณเข้าสู่อาการโคม่า
และเราก็ทำการผ่าตัดคลอดทันที ลูกสาวของคุณสบายดี คุณด้วย.
เรากังวลเล็กน้อยเพราะหาสาเหตุของโคม่าไม่ได้" แพทย์เล่า

"ลูกของฉันอยู่ที่ไหน" อามายะถาม

"เธอมีสุขภาพดีและร่าเริง
วันนี้คุณสามารถกลับบ้านไปพบลูกสาวของคุณได้
สามีของคุณพาเธอกลับบ้านในวันที่สิบแปด
เราพบว่าไม่จำเป็นต้องเก็บเธอไว้ในโรงพยาบาลเป็นเวลานานขนาดนี้" แพทย์กล่าว

"เธอสบายดีไหม?" อามายะเอ่ยถาม

"แน่นอนว่าเธอเป็น คุณเป็นทารกครบกำหนด
เกิดในสัปดาห์ที่สามสิบเจ็ด ตามกฎของโรงพยาบาล
แม่และทารกแรกเกิดสามารถกลับบ้านได้หลังจากคลอดสี่สิบแปดชั่วโมง ขณะที่คุณอยู่ในอาการโคม่า
เราคิดที่จะเก็บทารกไว้ในโรงพยาบาลเป็นเวลานานขึ้น
แต่ต่อมาเราอนุญาตให้สามีคุณพาลูกกลับบ้านได้" แพทย์อธิบาย

"ลูกของฉันอยู่บ้าน" อมายาพูดขณะพยายามยิ้ม

"ใช่ เธอสบายดี น้องสาวของคุณอยู่ที่นี่และดูแลคุณและลูก" แพทย์กล่าว

"น้องสาวของฉัน?" อมายาค่อนข้างแปลกใจจึงหันไปมองหมอ
เธอคิดว่ามีความสับสน และหมออาจจะกำลังพูดถึงคนอื่นอยู่

"ใช่. น้องสาวของคุณมาในวันเดียวกับที่ทารกเกิด
เธอช่วยเหลือได้ดีมาก ใจดีและเอาใจใส่มาก เธอดูแลคุณทั้งคู่อย่างดี" แพทย์กล่าวเสริม อมายาไม่เข้าใจสิ่งที่หมอบอก
อาจเป็นการระบุตัวตนที่ผิดพลาด

"คารันอยู่ไหน" อามายะเอ่ยถาม

"เขาอยู่ที่นี่ทุกวัน คุณโชคดีที่มีผู้ชายน่ารักแบบนี้ ในช่วงสี่วันที่ผ่านมา
ฉันไม่เห็นเขาที่นี่ เขาอาจจะยุ่งอยู่กับลูกที่บ้าน"
หมอตอบเหมือนระวังที่จะไม่ทำร้ายความรู้สึกของอมายา
แต่อมายารู้สึกไม่ดีมากกว่าที่หมออธิบาย

"ฉันอยู่คนเดียวมาสี่วันแล้วเหรอ?" อามายะถาม

"ไม่ต้องกังวล. เราอยู่ที่นี่เพื่อดูแลคุณ
ฉันมั่นใจว่าสามีของคุณจะดูแลลูกได้" หมอพยายามปลอบอมายา

อมายารับประทานอาหารเช้าแบบเบาๆ เธอพยายามคิดถึงลูกของเธอ
แต่จิตใจของเธอว่างเปล่า
จากนั้นอมายาเข้ารับการทดสอบทางการแพทย์ต่อเนื่องเป็นเวลาประมาณสามชั่วโมง เธองีบหลับหลังอาหารกลางวัน
และหมอกลับมาประมาณห้าโมงเย็น "คุณแข็งแรง; ไม่ต้องกังวล
คุณสามารถกลับบ้านได้ในวันนี้ถ้าคุณต้องการ ไม่เช่นนั้นเช้าวันพรุ่งนี้
หลังจากนั้นสองสัปดาห์ก็มากับลูกได้" แพทย์สั่ง

"กรุณาส่งบิลมาให้ฉันด้วย โอนเงินได้เลย" อมายากล่าว

"สามีของคุณจ่ายค่าใช้จ่ายล่วงหน้าไปแล้ว
มียอดเงินคงเหลือในบัญชีของคุณ" แพทย์ชี้แจง

"ปล่อยให้มันอยู่ที่นั่น เราจะมาอีกครั้ง" อมายากล่าว

"อีกอย่าง ฉันพยายามติดต่อสามีของคุณเมื่อเย็นวานนี้
ดูเหมือนว่าโทรศัพท์ของเขาจะเสียแล้ว" แพทย์กล่าว

อมายามองหมอด้วยความประหลาดใจ
เธออยากจะพูดอะไรบางอย่างแต่ก็ไม่ได้ทำ

"ฉันจะลองอีกครั้งดีไหม" คุณหมอขออนุญาตอมายา

"ขอบคุณคุณหมอสำหรับความมีน้ำใจของคุณ แต่ฉันจะโทรหาเขา"
อมายาตอบ

Amaya พยายามโทรหา Karan สองสามครั้งเมื่อหมอออกไป
แต่โทรศัพท์เสีย ตามที่แพทย์บอก

ภายในหนึ่งชั่วโมง แพทย์ก็กลับมาพร้อมสำเนาสูติบัตรของทารก
"เราได้ออกสูติบัตรของลูกสาวคุณให้กับสามีของคุณแล้ว"
แพทย์แจ้งสำเนาให้อมายา

Amaya อ่านเอกสารหนึ่งหน้าซึ่งออกเมื่อวันที่ 18 สิงหาคม
วันเกิดของทารกคือสามสิบเอ็ดกรกฎา เวลาสิบเอ็ด-สามสิบเช้า
เพศหญิง พ่อชื่อ Karan A และแม่ชื่อ Eva Kapoor
อมายาแทบไม่เชื่อสายตา
เธอคิดว่าเธอไม่ได้อยู่ในโลกแห่งความเป็นจริง รู้สึกอึดอัด

และไม่สามารถคิดอะไรได้อีก เธอนั่งอยู่ที่นั่นสักพัก
ดูสูติบัตรของลูกสาว

หมอกลับมาแล้ว
มอบรายงานทางการแพทย์แบบเกลียวเป็นเอกสารจำนวนหนึ่งร้อยหน้าให้เธอ "โปรดผ่านมันไปอย่างถี่ถ้วน มันจะช่วย.
แม้หลังจากการทดสอบและวิเคราะห์ซ้ำแล้วซ้ำเล่า
เราก็ไม่เข้าใจว่าทำไมคุณถึงอยู่ในอาการโคม่า ในทางประสาทวิทยา
คุณมีความฟิตร้อยละเปอร์เซ็นต์ ไม่มีอะไรผิดปกติกับคุณ
แต่เราได้สั่งวิตามินเม็ดให้คุณแล้วเป็นเวลาสามเดือนข้างหน้า
ปรึกษานักประสาทวิทยาของเราทุกสามเดือนในปีหน้า" แพทย์แนะนำ

"ได้เลยคุณหมอ" อมายาตอบ "ตอนนี้ฉันกลับบ้านได้ไหม"
เธอขออนุญาตจากแพทย์

"คนขับรถของเราไปส่งคุณถึงบ้านได้" แพทย์ให้ความเห็น

"ขอบคุณครับคุณหมอ ฉันจัดการได้" อมายาให้ความมั่นใจกับแพทย์

"ดูแลตัวเองด้วย" หมอพูดพร้อมจับมือกับอมายา

"ฉันรู้สึกขอบคุณคุณหมอ" อมายาตอบ

รถของเธออยู่ในลานจอดรถของโรงพยาบาล
และอมายาก็ไม่มีปัญหาในการขับรถ เมื่อถึงบ้าน
เธอสังเกตเห็นว่าโรงรถว่างเปล่า รถของ Karan หายไป
และรถจักรยานยนต์ก็อยู่ในคอกจักรยาน "เขาไปไหน?"
อามายาถามตัวเอง "คารัน" เธอร้องเรียก แต่ไม่มีเสียงตอบรับ "คารัน"
อมายาเรียกอีกครั้ง
เธอตระหนักว่าไม่มีใครในสถานที่นั้นรู้สึกสั่นไหวในหัวใจของเธอ
ความกลัวครอบงำเธอ
อมายาล็อคโรงรถไว้ข้างในและเปิดประตูข้างบ้าน
ความมืดทำให้เธอหวาดกลัว "คารัน นี่อมายา" เธอตะโกน
และเสียงก้องก้องอยู่ในหูของเธอเป็นเวลาหลายวินาที
เป็นครั้งแรกที่อมายาอยู่ในบ้านที่ไม่มีคารัน Amaya
ไม่เคยมีประสบการณ์การหายตัวไปของเขาในกำแพงทั้งสี่ของบ้านมาก่อน อมายาเปิดไฟฟ้า และทันใดนั้น แสงสว่างก็ทำให้เธอหวาดกลัว
เธอทนไม่ได้กับความกลัวที่ต้องอยู่คนเดียวในบ้าน "สุปรียา"
อมายาร้องเสียงดังก่อนจะทรุดตัวลงกับพื้น
เธอพบว่าหายใจลำบากแต่พยายามเงยหน้าขึ้น มันชา
เท้าและมือเย็นชา และจิตใจว่างเปล่า เธอไม่สามารถคิดอะไรได้เลย

ราวกับว่าความตายแทงทะลุทุกเซลล์ในร่างกายของเธอ
อมายานิ่งงันเป็นเวลาหลายชั่วโมง นางก็หลับไปบนพื้นจนถึงรุ่งเช้า

แม้จะหิวและกระหาย
แต่อมาญาก็ยังคงอยู่บนพื้นเป็นเวลาหลายชั่วโมงโดยมองดูเพดาน
เธอมองดูโคมไฟระย้า พัดลม แขวน และภาพวาดบนผนัง อมายาค่อยๆ
ลุกขึ้น เดินขึ้นไปในครัวแล้วเปิดตู้เย็นที่เต็มไปด้วยอาหาร
เธอหยิบนมข้นจืดซองเข้าครัว ต้ม เตรียมกาแฟ
ยืนใกล้เตาดื่มจนเต็มแก้ว มีซองข้าวโอ๊ตอยู่บนชั้นวางในครัว
และเธอก็ทำโจ๊กโดยเติมนมและน้ำตาล
อมายาหยิบชามที่เต็มไปด้วยโจ๊ก เดินขึ้นไปที่ห้องอาหาร
นั่งบนเก้าอี้ข้างโต๊ะแล้วกลืนลงไปภายในไม่กี่นาที
เธอยังคงหิวอยู่และค้นหาสิ่งอื่นในตู้เย็น มี Paella อยู่ในชามใบใหญ่
หลังจากเทใส่จานยืนใกล้ตู้เย็นเธอก็กินมันช้าๆ

เธอรู้สึกอ่อนเพลียเวียนหัวล้มลงกับพื้นนอนหลับอยู่ข้างโต๊ะกินข้าว
ฝันถึงสุปรียา อมายาอยู่ที่บ้านกับโรสกำลังเล่นเปียโน
ทันใดนั้นเธอก็ได้ยินเสียงเคาะประตูเบาๆ "แม่ครับ มีคนเคาะประตูอยู่
จะไปดู" พูดอามายาเดินไปที่ประตู เปิดมัน
โรสติดตามอมายาและยืนอยู่ข้างหลังเธอ
อมายาเห็นหญิงสาวร่างสูงสวมกางเกงยีนส์และเสื้อยืดยืนอยู่ตรงหน้าเธ
อ "แม่ครับ ผมคือสุปรียาของคุณ คุณกำลังค้นหาฉันในโรงพยาบาล"
หญิงสาวแนะนำเธอด้วยรอยยิ้มยิ้มแย้มแจ่มใส อามายามองดูเธอ
สุปรียาคือแบบจำลองของเธอ "อมายา เธอคือคุณ"
โรสพูดจากด้านหลัง "สุปรียา"
อมายาร้องแล้ววิ่งไปหาเธอราวกับอยากกอดโมล
ทันใดนั้นอมายาก็ลืมตาขึ้นและต้องประหลาดใจเมื่อรู้ว่าเธอนอนอยู่บนพื้
น "สุปรียา!" อามายาตะโกน "คุณอยู่ที่ไหน? ฉันกำลังตามหาคุณ"
เสียงของเธอแหบแห้ง

เป็นเวลาตีสาม นาฬิกาแขวนเดิน อมายานั่งอยู่บนพื้นมองไปรอบ ๆ
ตกใจที่จะเดินจากห้องหนึ่งไปอีกห้องหนึ่งเพราะเสียงรบกวนทำให้เธอก
ลัว เธอประสบกับความกลัวความมืด เงา แสงสว่าง ความนิ่ง
และความเงียบ ภัยคุกคามที่ไม่สามารถมองเห็นได้กำลังปรากฏอยู่รอบๆ
และเธอจินตนาการถึงอันตรายที่ถาโถมเข้ามา
สร้างความตื่นตระหนกและวิตกกังวลอย่างมาก
มีบางอย่างซ่อนอยู่ทั่วบ้าน
เธอเริ่มเหงื่อออกด้วยความใจสั่นและมองไปรอบ ๆ

ด้วยความตื่นตัวอย่างยิ่ง ปากของเธอเริ่มแห้ง รู้สึกหนาวในร่างกาย
และเจ็บหน้าอกด้วยการเต้นของหัวใจอย่างรวดเร็ว
อมายามีอาการท้องปั่นป่วนและคลื่นไส้จึงวิ่งไปเข้าห้องน้ำตัวสั่นและอาเจียนซ้ำๆ
มีบางอย่างเคลื่อนไหวบนขอบหน้าต่างราวกับเงาของสัตว์เลื้อยคลานที่ตัดกับความมืด ซึ่งดูน่ากลัว
เธอวิ่งกลับไปที่ห้องอาหารและซ่อนตัวอยู่ใต้โต๊ะ
ความสับสนและความเงียบทำให้เธอตกใจ มันเป็นความกลัว
เนื่องจากการคิดถึงความกลัวนั้นน่ากลัวมาก เมื่อนั่งอยู่ใต้โต๊ะ
เธออยากจะเกลียดความมืด และรู้สึกเป็นกังวลกับการเปิดและปิดไฟ
โดยรู้ว่าความกลัวความมืดนั้นไม่สมเหตุสมผล
แต่ก็ไม่สามารถช่วยให้ปฏิกิริยาของเธอดีขึ้นได้
แสงสว่างทำให้เธอตกใจกลัวโดยไม่ได้สวมเสื้อผ้าอยู่ที่นี่
เปลือยเปล่าเหมือนโลมากำลังออกลูกลูกวัว

วันแล้ววันเล่า ความกลัวความมืดและแสงสว่างเพิ่มมากขึ้น
และการตอบสนองต่อความกลัวก็แย่ลงเมื่อ Amaya
ปฏิเสธที่จะนอนในห้องนอนและทำเปลที่มีผ้าห่ม ผ้าปูที่นอน
และหมอนสองสามใบในห้องอาหาร ซึ่งเธอรู้สึกปลอดภัยมากขึ้น
บางครั้งเธอเห็นผมของ Karan ห้อยมาจากมุมต่างๆ ของบ้าน
จึงกรีดร้องเสียงดัง ขณะทำอาหาร Amaya เก็บมีดทำครัวไว้ใกล้เธอ
พร้อมใช้งาน และบางครั้งก็ฟันดาบซ้ำ ๆ
กลางอากาศเหมือนนักสู้ดาบซามูไร
ราวกับกำลังต่อสู้กับศัตรูที่มองไม่เห็น ขณะอยู่ที่โลเรโต มาดริด
อมายะได้เห็นโยจิมโบ บอดี้การ์ดที่กำกับโดยอากิระ คุโรซาวะ
และเธอชื่นชมฮีโร่นิรนามในภาพยนตร์เรื่องนี้
อมายาเก็บมีดทำครัวอีกอันไว้ใต้หมอนเพื่อต่อสู้เหมือนนักรบซามูไร
เธอไม่เคยปิดตะเกียงเลย โดยคลุมด้วยผ้าปูที่นอนสว่างๆ
ในตอนกลางคืน เนื่องจากความมืดสนิททำให้เธอกังวล
ความเงียบงันกลายเป็นหินและแสงไร้เงาหลอกหลอนเธอ
ในขณะที่พยายามจะนอน
เธอมองเห็นขอบหน้าผาของหุบเขาที่ไม่มีก้นเหวนับพันแห่ง
และปรากฏการต่อสู้ด้วยหมัดและหอกที่แปลกประหลาดของมนุษย์ต่างดาว และการสู้วัวกระทิงของสัตว์แมมมอธ
อมายารู้สึกเหมือนกำลังเลื้อยเข้าสู่โลกแห่งความทุกข์ทรมานและความตายที่อยู่เหนือธรรมชาติ มีนกขนาดเท่าเครื่องบินเจ็ตบินอยู่เหนือศีรษะ
มองหาการสวดภาวนา และเธอก็ซ่อนตัวอยู่ใต้โต๊ะอาหาร

โดยสัมผัสได้ว่าเธอกำลังเข้าสู่โลกแห่งความหวาดระแวงและกลัวโรคจิ
ต

การสูญเสียการติดต่อกับตัวเองมีความสำคัญในช่วงแรก
นอกเหนือจากภาพหลอนและความหลงผิดในการกระทำและความคิดข
องเธอ ปรากฏว่ามีสิ่งมีชีวิตที่ไม่มีอยู่จริง
และเธอพบว่าเป็นการยากที่จะแยกข้อเท็จจริงออกจากนิยาย
การประจักษ์เป็นเหมือนฟ้าแลบ นางได้ยินเสียง ดมกลิ่นไม่มีอยู่จริง
อาการหลงผิดครอบงำจิตใจของเธอ สร้างความสับสนไม่หยุดหย่อน
และความปรารถนาที่จะตายด้วยการทุบหัวเธอด้วยค้อนหรือบดขยี้เธอใ
ต้รถบดถนน บางครั้งเธอก็ยึดการอภิปรายเหมือนในช่องข่าวทีวี
มีส่วนร่วมในการโต้แย้งที่ไม่สิ้นสุดกับบุคคลอื่นโดยพูดภาษาฝรั่งเศส
คาตาลัน ยูสเกรา สเปน อังกฤษ ฮินดี และมาลายาลัม
เธอแสดงอาการของโรคจิตเภท
และผู้เข้าร่วมพยายามทำให้เธอสงบลงอย่างไร้ประโยชน์
เสียงขรมดังไปหลายชั่วโมง มีการชกต่อยกันในหมู่วิทยากรรับเชิญ

อารมณ์ของอมายาเปลี่ยนไป บางครั้งเธอก็หัวเราะไม่รู้จบ
ตะโกนใส่เธอด้วยกันหลายชั่วโมง ร้องไห้ไม่หยุด
และพบกับความโศกเศร้าและโศกเศร้าอยู่หลายวัน
เธอมีปัญหาในการโฟกัส ทำอาหาร กิน และนอนหลับ
จิตใจของเธอค่อยๆ เต็มไปด้วยความวิตกกังวล
และเฉลิมฉลองให้กับความโดดเดี่ยวและรู้สึกถึงปัญหาในการประสานมื
อและขาของเธอ เธอมีปัญหาในการอาบน้ำ แปรงฟัน หวีผม ซักผ้า
และทำความสะอาดบ้าน ความอดทนของเธอเริ่มลดลง
และเธอก็ตะโกนใส่ตัวเองขณะที่ความเครียดเพิ่มมากขึ้น
เมื่อตื่นขึ้นมาตอนเที่ยงคืน เธอวิ่งเข้าไปในบ้านอย่างไร้จุดหมาย
โดยรู้สึกว่าความคิดและการกระทำของเธอขัดแย้งกันและดูแปลกไปใน
ตัวเอง
อมายาฝันร้ายตอนตีสองและเริ่มวิ่งเข้าไปในบ้านอย่างไร้จุดหมาย
ชนกำแพง ล้มราบเรียบ หมดสติ
และยังคงอยู่ตรงนั้นจนถึงเที่ยงวันถัดมา
เธอรู้สึกปวดเมื่อยตามร่างกายอย่างมาก แต่ไม่มีอาการบาดเจ็บใดๆ
แต่มีการเปลี่ยนแปลงบางอย่างเนื่องจากเธอสามารถคิดได้อย่างเหมาะส
มและรอบคอบ

เป็นเวลาสองเดือนครึ่งแล้วที่อมาญาภายในบ้าน โดยลืมโลกภายนอก
รูปลักษณ์ สีสัน และเสียงของมันไป ทะเลเมดิเตอร์เรเนียนอันกว้างใหญ่

ชายหาดบาร์เซโลนา
และเขาวงกตของเมืองเก่ากลายเป็นสิ่งแปลกปลอมสำหรับเธอ
ทันใดนั้นเธอก็มีความปรารถนาอย่างแรงกล้าที่จะไปยืนอยู่บนระเบียงทิศใต้ของบ้านเพื่อดูนักท่องเที่ยวเฉลิมฉลองยามเย็น
เธอละทิ้งความกลัวและความยับยั้งชั่งใจ เธอจึงเปิดประตู
รู้สึกประหลาดใจที่ได้เห็นแสงแดด โลก สีสัน การเคลื่อนไหว
และการเปลี่ยนแปลงที่หลากหลาย เธอยืนอยู่ในแกลเลอรี่เป็นเวลานาน
มันเป็นตัวเปลี่ยนเกมแม้ว่าเธอจะรู้สึกเหงาก็ตาม

คืนนั้นอมาญานอนในห้องนอนที่อยู่ติดกับห้องนั่งเล่น
ในตอนเช้าเธอแปรงฟัน อาบน้ำอุ่น และเตรียมอาหารเช้า
อมายาทำความสะอาดบ้าน ซักเสื้อผ้า และปรุงอาหารจนถึงช่วงบ่าย
ขณะรับประทานอาหารกลางวัน เธอคิดว่าจะไปชายหาดในตอนเย็น
จากนั้นเธอก็ไปเรียนหนังสือ หนังสืออยู่ที่นั่น คอมพิวเตอร์ไม่เสียหาย
ขณะตรวจสอบอีเมล เธอพบว่ามีอีเมลหลายฉบับรอเธออยู่ Amaya
รู้สึกประหลาดใจที่เห็นคนคนหนึ่งจากธนาคารของเธอ
ซึ่งโอนเงินจำนวน 5 สิบล้านรูปีจาก
"เพื่อนคนหนึ่งที่ไม่ต้องการเปิดเผยชื่อของเขา"
อมายาบ่นว่าเป็นเงินเลือดราคาสร้างลูก จากนั้นเธอก็ร้องไห้อย่างเงียบ ๆ

อมายายอมรับว่าพ่อของลูกขโมยสุปรียาของเธอไป "แต่เขาคิดไม่ออก เขาซื้อลูกแล้ว" เธอบ่น

ตอนเย็นอามายาออกไปข้างนอก โลกดูใหม่และเธอก็เดินเร็ว
ใช้เวลาประมาณยี่สิบนาทีก็ถึงชายหาด ทะเลเป็นสีฟ้าและเงียบสงบ
คลื่นอ่อนโยน สายลมที่พัดมา แนวชายฝั่งมีสีสันสวยงาม มีเด็ก ผู้หญิง
และผู้ชายหลายร้อยคน
อมายาเดินเล่นพยายามเพลิดเพลินไปกับการมีอยู่ของเธอ
เธอรู้สึกเป็นหนึ่งเดียวกับทะเล สายลม ชายฝั่ง ท้องฟ้า ดวงดาว
และจักรวาลทั้งหมด มันเป็นประสบการณ์ใหม่ที่อ่อนโยน
และเธอคิดที่จะรักษาความสงบ ไม่โกรธเคืองกับโอกาสที่สูญเสียไป
ความสัมพันธ์ที่บอบช้ำ การนอกใจ และการหลอกลวง
เธอเดินเตร่ไปหลายกิโลเมตรและรู้สึกมีความสุข อาหารเย็นอยู่ในแผง
ปลาทอด ไก่และปาเอญ่า ยืนกินอาหารแล้วเอร็ดอร่อย
อมายาอยากจะลืมทุกสิ่งที่เกิดขึ้น
จากนั้นเธอก็เดินกลับบ้านและนอนหลับจนถึงประมาณเที่ยงคืน

หลังอาหารเช้า อมาญาเล่นเปียโน ดนตรีสัมผัสหัวใจของเธอ
เธอรู้สึกประหลาดใจที่เห็นนิ้วของเธอขยับบนคีย์บอร์ด
เปียโนคือร่างกายและจิตใจของเธอที่เชื่อมโยงกันอย่างแยกไม่ออก
เธอนึกถึงแม่ผู้เป็นที่รักของเธอ บทเรียนชีวิตช่วงแรกๆ
ที่เธอได้รับจากแม่ คุณแม่ และแม้กระทั่งการเล่นเปียโน แม่ชี Loreto
ผู้สอนดนตรีคลาสสิกของเธอ
ต่างอุทิศตนด้วยใจที่เห็นอกเห็นใจไม่แพ้กัน
ตอนเย็นอมายาว่ายน้ำในสระ ลอยอยู่ในน้ำมองดูท้องฟ้าสีคราม

อมายาเดินไปตามถนนในเมืองสัปดาห์ละครั้ง มองไปรอบๆ
และอยู่ท่ามกลางฝูงชน ฟังนักดนตรีกลุ่มเล็กๆ จากบราซิล อาร์เจนตินา
ชิลี และเม็กซิโก ไปเยือนสเปน โปรตุเกส และฝรั่งเศส
และเล่นเครื่องดนตรีต่างๆ . ดนตรีของพวกเขามีเสน่ห์ที่เป็นเอกลักษณ์
พวกเขาเล่าเรื่องราวความรักและการพรากจากกันของคู่รักหนุ่มสาว
Amaya มักจะทิ้งเงินจำนวนหนึ่งไว้ในลูกแมวเสมอ
วันหนึ่งเธอเห็นคู่รักชาวโรมานีสวมชุดสีสันสดใส
ชายหนุ่มเล่นไวโอลินและเปียโนกับภรรยาของเขา
อมายาขออนุญาตผู้หญิงคนนั้นเล่นเปียโนและเธอก็ตอบตกลง
พวกเขาเล่นด้วยกันมาระยะหนึ่งแล้ว
แล้วฝ่ายหญิงก็ยอมให้อมายาเล่นคนเดียว Amaya
เล่นเพลงภาษาฮินดีเกี่ยวกับความรักและการอยู่ร่วมกัน
และฝูงชนก็มารวมตัวกัน
เธอสร้างเวทมนตร์บนคีย์บอร์ดเป็นเวลาหนึ่งชั่วโมง
ทั้งคู่มีความสุขเมื่อพวกเขาเก็บเงินได้มากกว่าสองเท่าในวันนั้น
ระหว่างออกเดินทางพวกเขาเสนอเงินส่วนหนึ่งให้อมายา
แต่เธอก็คืนให้พวกเขาด้วยรอยยิ้ม

อมายารู้สึกเหงา ถึงบ้านราวกับไม่มีอะไรเติมเต็มความสุขให้กับเธอ
มีบางอย่างที่ขาดหายไปในตัวเธอ และความเหงาก็เพิ่มมากขึ้นทุกวัน
ไม่มีการทำอาหาร ดนตรี
หรือการว่ายน้ำสามารถช่วยเธอได้ในขณะที่ความว่างเปล่าขยายใหญ่ขึ้น
และกลืนกินเธอ มันเป็นความสันโดษโดยไม่สมัครใจ
การสัมผัสกับความว่างเปล่า การสูญเสียความสัมพันธ์
การไม่มีใครสักคนที่จะแบ่งปันชีวิตของเธอ กลางดึกจู่ๆ
เธอก็ลุกขึ้นมาสงสัยว่าเธออยู่ที่ไหนและทำไมถึงไปอยู่ที่นั่น
อมายามองไปรอบๆ คิดว่าเธออยู่คนเดียวอย่างโดดเดี่ยว
เธอต้องการเชื่อมต่อ เธอไม่รู้ว่าจะเกี่ยวข้องกับใคร พูดคุย
และแบ่งปันด้วย แต่ก็ไม่มีใคร

มีช่องว่างที่ไม่สามารถเชื่อมได้ซึ่งขยายไปจนถึงระยะอนันต์
และเธอพยายามเชื่อมต่อการละเมิดซ้ำแล้วซ้ำเล่าไม่สำเร็จ
เธอล้มเหลวในการสร้างความสัมพันธ์ของมนุษย์ที่ฉุนเฉียว อบอุ่น
ปลอบโยน และราบรื่น ความฝันและความเป็นจริงทำให้เธอพังทลาย
และเธอก็ล้มลงกับความล้มเหลวของเธอเหมือนกับหนังสือพิมพ์เก่าๆ
ที่จางหายไป

เสียงภายในของเธอบอกเธอว่าเธอขาดความเป็นเพื่อน
ความรู้สึกของการอยู่ห่างจากคนที่ควรจะอยู่ใกล้กว่านี้ รอบๆ
ตัวเธอหรือในตัวเธอ ความรู้สึกถูกปฏิเสธเริ่มรุนแรง
ความเหงาทวีความรุนแรงมากขึ้น
ความตระหนักรู้ถึงความล้มเหลวในการสร้างความเป็นหนึ่งเดียวกับผู้อื่น
และการขาดความน่าเชื่อถือ
มีบางอย่างผิดปกติภายในผนังทั้งสี่ด้านของอิฐดิบของเธอ
ความว่างเปล่า ความว่างเปล่า ไม่มีเสียงฝีเท้าเพิ่มเติม ไม่หายใจแรง
มีเงาเคลื่อนไหว และกลิ่นของผู้เป็นที่รัก ไม่มีใครให้โอบกอด
ไม่มีจิตวิญญาณให้ถาม: "คุณเป็นยังไงบ้าง? คุณจะทำอย่างไร?"
หรือทักทาย: "สวัสดีอามายา!" ความว่างเปล่าที่แผ่ซ่านไปทั่ว
ความว่างเปล่าอันกว้างใหญ่
ความเดียวดายที่ไม่อาจหยั่งรู้ได้ฝังอยู่ในเธอ
เธอรับรู้ถึงสัญญาณของการถูกปฏิเสธ ความโดดเดี่ยว
อคติเชิงลบที่อาจเกิดขึ้นในความเป็นตัวของเธอ ความรู้สึกที่ว่า
เป็นการดีกว่าที่จะหลีกเลี่ยงแม้แต่พ่อแม่ของเธอ และใช้ชีวิตฤาษี
สันยาสินที่ทิ้งทุกสิ่งเพื่อความว่างเปล่า

เธอจะตายเพียงลำพัง ความสยดสยองกำลังสั่นคลอน
จะไม่มีใครสังเกตเห็น เนื่องจากเธอล็อคประตูทุกบานจากด้านใน
ร่างกายของเธอจะเสื่อมโทรมและสลายไป
และกะโหลกและโครงกระดูกที่ว่างเปล่าจะนอนอยู่ที่มุมบ้านหรือใกล้สระ
ว่ายน้ำ อมายาหัวเราะเสียงดังทั้งๆ
ที่หัวไม่มีผิวหนังไม่มีขนก็หัวเราะเยาะเธอ โดยถามคำถามว่า
"ทำไมฉันต้องตายด้วยล่ะ? ทำไมคุณไม่ค้นหาสุปรียา ตามหาเธอ
และช่วยเหลือลูกน้อยของคุณล่ะ" ฉันจะไปหาเธอได้ที่ไหน"
ขณะที่ถามตัวเอง อมายาก็วิ่งไปเรียนหนังสือ
ตลอดทั้งวันเธอค้นหาในคอมพิวเตอร์เพื่อหาที่อยู่ของลูกน้อยและคารา
น ทันใดนั้น มีข่าวว่าเธอไม่รู้ชื่อเต็มของคารันด้วยซ้ำ
ในสูติบัตรของทารก Karan A คือชื่อของเขา Amaya
ค้นหาข้อมูลชีวประวัติของ Karan

หรือรายละเอียดอื่นใดโดยเปล่าประโยชน์
การรับรู้อย่างฉับพลันแวบขึ้นมาในใจของเธอ
เธอไม่รู้อะไรเกี่ยวกับคารานเลย พ่อแม่ของเขา สถานที่เกิด เมืองหรือรัฐ
ที่อยู่ อาชีพ และเขาเป็นพลเมืองอินเดีย สเปน ฝรั่งเศส
หรือสหรัฐอเมริกา ล้วนเป็นคำถามที่น่าสนใจ เชื่อใจเขา
เชื่อในตัวเขาโดยสิ้นเชิง และไม่เคยสนใจที่จะถามอะไรเกี่ยวกับเขาเลย
พยายามจดจำใบหน้าของเขาอย่างขมขื่น
เนื่องจากไม่มีรูปถ่ายของเขาเลย แม้แต่ในคอมพิวเตอร์ก็ตาม
เธอไม่เคยคลิกรูปภาพของเขาเลยระหว่างการเดินทางอันยาวนานทั่วสเ
ปน เธอลืมถ่ายรูปคารานกับเธอตอนอยู่บ้าน กินข้าว เล่นเปียโน
ว่ายน้ำในสระ หรือเดินเล่นบนชายหาด
ใบหน้าของเขาผอมแห้งจากความทรงจำราวกับภาพลวงตาหรือใบแอปเ
ปิ้ลที่ร่วงหล่นเมื่อต้นฤดูหนาว
เธอไม่รู้อะไรเลยเกี่ยวกับคารันซึ่งเธออาศัยอยู่ด้วยเป็นเวลาหนึ่งปี
และตั้งท้องเธอกับสุปรียาซึ่งเขาขโมยมา

อามายา เหตุใดจึงมาอยู่ที่นี่อย่างสันโดษ? คุณจะอยู่ที่นี่นานแค่ไหน?
จุดประสงค์ของคุณในการใช้ชีวิตที่นี่คืออะไร?
เธอไม่สามารถตอบข้อใดข้อหนึ่งได้
ให้ฉันได้ออกไปค้นหาสุปรียาทั่วโลก เป็นการตัดสินใจที่เด็ดเดี่ยว
และเธอก็เก็บสัมภาระเพื่อไปลอนดอน
แต่เธอไม่รู้ว่าทำไมเธอถึงเลือกลอนดอน
ที่ไหนในลอนดอนที่เธอจะตามหาสุปรียาของเธอ และนานแค่ไหน
อมายาขึ้นเครื่องไปลอนดอนภายในสองวัน

ตามหาลูกสาว

การลักพาตัวของสุปรียาถือเป็นเหตุการณ์ที่น่าวิตกที่สุดในชีวิตของอมายา และเธอล้มเหลวในการโน้มน้าวใจว่าการานสามารถทำได้
เธอรู้สึกตัวสั่นในใจซึ่งกินเวลานาน
การสูญเสียทำให้เกิดความเจ็บปวดและความโศกเศร้า
และการกระทำของ Karan ก็น่าละอายและปวดร้าว
บางครั้งความเจ็บปวดก็ทนไม่ไหวเนื่องจากมีความรู้สึกบีบหัวของเธอในเครื่องจักร ความอัปยศอดสูทำให้เกิดความเงียบงันอย่างลึกซึ้ง
เธอรู้สึกเขินอายที่จะพูดคุยกับผู้คนและหลีกเลี่ยงการมองพวกเขา
ทุกคนในลอนดอนรู้เรื่องราวของเธอ พวกเขากำลังคุยกันเรื่องนี้
หัวเราะเยาะเธอ ซึ่งทำให้เธอต้องอยู่สันโดษ
เธอสูญเสียการติดต่อกับสภาพแวดล้อมที่เต็มไปด้วยเอเลี่ยน
การโต้ตอบกับผู้อื่นเป็นประสบการณ์ที่น่าอับอาย เธอลืมถ้อยคำ วลี และภาษา แม้กระทั่งชื่อสิ่งของและสถานที่
มักล้มเหลวในการจำคำกริยาที่เหมาะสมเพื่ออธิบายการกระทำ
เธอสงสัยว่าจะอธิบายสภาพแวดล้อมรอบตัวเธอและแสดงความเข้าใจโลกผ่านภาษาได้อย่างไร

อมายาเริ่มเหงาและเศร้าและเริ่มเกลียดตัวเองโดยไม่ก้าวออกจากห้องพักในโรงแรม เมื่อตั้งคำถามกับทุกสิ่งในใจ
บางครั้งเธอก็จินตนาการว่าแม่บ้านที่มาเยี่ยมทุกวันคือการลักพาตัวลูกสาวของเธอ
และมองไปทุกที่อย่างบ้าคลั่งเพื่อดูว่าสุปรียาปลอดภัยหรือไม่
การตระหนักว่าสุปรียาอยู่กับพ่อของเธอสร้างความปลอบใจได้ครู่หนึ่ง
แต่ความโศกเศร้าและความละอายใจกลับกัดเซาะอารมณ์และความสมดุลทางจิตใจของเธอทันที
เธอไม่เคยคิดถึงผลเสียที่อาจเกิดขึ้นกับเธอเนื่องจากเธอกลัวความปลอดภัยของสุปรียาอยู่ตลอดเวลา
ภายในหนึ่งสัปดาห์หลังจากไปถึงลอนดอน Amaya
ก็เห็นคู่รักคู่หนึ่งกำลังนั่งรถเข็นเด็กอยู่อีกฟากหนึ่งของทางแยกขณะข้าม Apex Corner
ทันใดนั้นอมายาก็ร้องเสียงดังเรียกชื่อลูกสาวซ้ำแล้วซ้ำเล่าและวิ่งเข้าหาคู่รัก

เธอพยายามจะข้ามถนนขณะที่เดินผ่านคนเดินถนนและมองดูเธอด้วยความประหลาดใจ เมื่อไปถึงอีกฝั่งหนึ่ง ตำรวจก็เดินเข้ามาหาเธออย่างรวดเร็ว "เกิดอะไรขึ้นกับคุณ? ร้องไห้ทำไม?" ตำรวจถาม "ที่รัก ที่รักของฉัน" เธอคราง ชี้ไปที่ทั้งคู่และรถเข็นที่อยู่ห่างออกไปประมาณห้าสิบเมตร คำพูดของเธอสั่น ร่างกายของเธอสั่นอย่างรุนแรง และก้าวของเธอไม่มั่นคง หลังจากส่งข้อความถึงตำรวจคนถัดไปบนเครื่องส่งรับวิทยุของเธอ บ๊อบบี้ก็เดินเร็วตามอมายาไปหาคู่รัก โดยมีตำรวจหญิงอีกคนหนึ่งจอดข้างหน้าเล็กน้อย ทั้งคู่มีสีหน้าประหลาดใจขณะที่อมายาและตำรวจยืนอยู่ตรงหน้าพวกเขา "พวกเขาไม่ใช่" อมายาคร่ำครวญ "คุณครับ ขออภัยในความไม่สะดวก" บ๊อบบี้แสดงความเสียใจต่อคู่รักทั้งสอง และค่อยๆ ผลักรถบักกี้เบา ๆ ในคราวเดียวราวกับว่าไม่มีอะไรเกิดขึ้น "คุณผู้หญิง คุณสบายดีไหม?" ตำรวจคนที่สองถามอามายา แต่อมายาไม่สนใจสิ่งที่เธอถามหรือไม่ได้ไตร่ตรองคำที่เธอเพิ่งได้ยิน

เธอออกเดินทางโดยไม่มีจุดมุ่งหมายหลายวัน เธอกลัวการมองหน้าผู้คนผ่านท่าทางและการแสดงออกทางสีหน้า เนื่องจากเธอไม่อยากเห็นหน้าคารัน เธอจึงเลี่ยงที่จะมองหน้าผู้คน แต่ใจของเธอเต้นแรงเมื่อคิดถึงสุปริยา การพยายามจดจำคารานโดยไม่จำใบหน้าของเขาถือเป็นการต่อสู้ที่ไม่หยุดหย่อน ผู้เดินผ่านไปมาทุกคนคือ Karan และรู้สึกสั่นสะท้านใจเมื่อต้องเผชิญหน้ากับเขาที่กำลังจะเกิดขึ้น สัปดาห์หน้า เธอนั่งที่สถานีรถโค้ช National Express เฝ้าดูผู้โดยสารรถบัสก้าวขึ้นหรือลง ในสัปดาห์ถัดมา เธออยู่ที่ Victoria Coach Station และ Aldgate Bus Station โดยคิดว่าเธอจะวิ่งไปหาเขาทันทีที่เขาปรากฏตัวและแย่งลูกของเธอไปจากมือของเขาโดยไม่มองหน้าเขา จากนั้นเธอก็จะเดินจากไปอย่างอ่อนโยนกับลูกสาวสุดที่รักของเธอ

เดินทางผ่านรถไฟใต้ดินหลายครั้ง คิดถึงการเผชิญหน้าที่กล้าหาญของเธอ จับมือคารัน และช่วยชีวิตสุปริยา เธอหัวเราะและร้องไห้เสียงดังโดยลืมสิ่งรอบตัว เธอยืนราวกับรูปปั้นเป็นเวลาหลายชั่วโมงด้วยกัน เธอยืนอยู่ที่ทางเข้า Alperton, Burnt Oak, Goodge Street, Leyton, Arnos Grove, Croxley และ Woodside Park โดยเฝ้าดูผู้โดยสารด้วยความสงสัย เธอหันหน้าราวกับว่าเธอไม่มีความกล้าที่จะสบตาทุกครั้งที่มีคนเข้ามาใก

ล้เธอ ครั้งหนึ่งใน Elephant and Castle
หญิงสาวคนหนึ่งเฝ้าดูขั้นตอนที่ไม่มั่นคงของเธอเสนอตัวเพื่อช่วยเธอข้าม
ถนน และ Amaya ก็มองเธออย่างเข้มงวด "ฉันไม่ไว้ใจคุณ" เธอบ่น

ในช่วงเดือนที่สองในลอนดอน อมายาอดอาหารเป็นเวลาหลายวัน
โดยคิดว่าการไปร้านอาหารเป็นการดูถูกตัวเอง
เนื่องจากเธอต้องคุยกับพนักงานเสิร์ฟขณะสั่งอาหาร เมื่อหิว
เธอก็รวบรวมความกล้าพอที่จะไปร้านอาหารข้างทางใกล้กรีนพาร์ค
และยืนอยู่ที่นั่นเป็นเวลาครึ่งชั่วโมงโดยไม่สั่งอาหาร
เธอต้องการบริการรูมเซอร์วิสในโรงแรม
แต่มักจะเปลี่ยนเครื่องรับหลังจากกดโทรศัพท์ "คุณผู้หญิง
คุณโทรมาหรือเปล่า" มีคำถามซ้ำแล้วซ้ำเล่า
และอมายาเลือกที่จะเก็บความเงียบเอาไว้ ในเดือนแรก
เธอเฝ้าดูอนุสรณ์สถานสงครามโปแลนด์จากโรงแรมของเธอ
แต่ต่อมาเธอก็ปิดหน้าต่างอย่างแน่นหนา
เพื่อไม่ให้ติดต่อกับโลกภายนอก
เป็นเรื่องยากสำหรับเธอที่จะนอนหลับมากกว่าสองชั่วโมงต่อวัน
และเธอก็สูญเสียการติดต่อกับความแตกต่างระหว่างกลางวันและกลาง
คืน
เนื่องจากแนวคิดเรื่องเวลาของเธอกลายเป็นตาข่ายของวินาทีและนาทีไ
ปสู่อนันต์ ชั่วโมงและวันจึงหยุดอยู่ บาดแผลที่เกิดขึ้นนั้นไร้ขอบเขต
มันห่อหุ้มเธอไว้ในความเงียบงัน
แต่เธอก็ปล้ำกับตัวเองอยู่ตลอดเวลาเพื่อหนีจากเงื้อมมือของมัน

ความรู้สึกผิดทำให้ Amaya หมดหนทางและไม่มั่นคง
และเธอสาปแช่งตัวเองที่เชื่อใจ Karan
โดยไม่สงสัยในความตั้งใจของเขา
บางครั้งเธอก็สงสัยว่าเขาหน้าตาเป็นอย่างไรหรือว่าเขามีจริงหรือไม่
แต่สิ่งหนึ่งที่ Amaya จำได้เกี่ยวกับเขาก็คือ
เขามีผมยาวที่ทำให้เขามีเสน่ห์ดึงดูดใจจริงๆ Amaya ไม่เคยเกลียด
Karan เพราะเธอไม่สามารถลืมความรัก ความเอาใจใส่
และการปกป้องที่เขาแสดงต่อเธอได้
แต่สัมผัสได้ถึงความไม่ซื่อสัตย์และการหลอกลวงของเขาที่น่าเจ็บปวด
ความเจ็บปวดที่เธอประสบนั้นสูงกว่าของ Algea
ในตำนานเทพเจ้ากรีกถึงร้อยเท่า
มันเป็นการตระหนักรู้อย่างไร้เหตุผลว่าเธอไม่สามารถหยุดยั้งความทุกข์
ยากอันใหญ่หลวงที่เธอต้องทนทุกข์ทรมานจากบุคคลที่เธอแบ่งปันควา
มรัก ความไว้วางใจ ความสุขทางเพศ

และการอยู่ร่วมกันอย่างใกล้ชิดเป็นเวลาหนึ่งปี
การจดจำนั้นบีบรัดตัวตนภายในสุดของเธอ
และทำลายความมั่นใจในตัวเองและมนุษย์คนอื่นๆ
ทำไมและอย่างไรจึงเกิดขึ้นกับผู้หญิงที่ได้รับการศึกษาและมีเหตุผล
ผู้หญิงที่เดินทางไปทั่วโลก
พบปะผู้คนหลายร้อยคนในสถานการณ์ที่หลากหลาย
และวิเคราะห์พฤติกรรมของมนุษย์ในสภาวะต่างๆ
เธอไม่สามารถยอมรับได้ว่าบุคคลที่ศึกษาในสถาบันการศึกษาที่ดีที่สุดและสำเร็จการศึกษาด้านวารสารศาสตร์และกฎหมายกลายเป็นเหยื่อกลอุบาย เธอสำรวจว่าทำไมเธอถึงจมตัวเองอยู่ในหล่มเช่นนี้
โดยตระหนักด้วยมโนธรรมที่ทิ่มแทงว่าแม้ว่าสติปัญญาของเธอจะขยายใหญ่ขึ้นและการใช้เหตุผลของเธอก็เฉียบคมขึ้นและความรู้ก็เพิ่มมากขึ้น
แต่จิตใจของเธอก็ยังคงบ้าคลั่งและไม่สามารถควบคุมได้
เป็นผลให้เธอล้มเหลวในการตัดสินใจที่เหมาะสมเพื่อปกป้องตัวเองจากการทรยศและการหลอกลวง

ความทุกข์ครอบงำ Amaya
โดยรู้ว่าเธอไม่สามารถปกป้องลูกสาวของเธอได้
เธอล้มป่วยทั้งทางร่างกายและจิตใจ ส่งผลให้เกิดความเหงา โดดเดี่ยว
และบกพร่องในการตัดสินว่าจะทำอย่างไรเพื่อให้เธอดีขึ้น
เธอไม่ชอบดูภาพของเธอในกระจก การแต่งกายที่ดูดุร้ายและรุงรัง
ผมยุ่งเหยิง และดวงตาโปนทำให้เธอหวาดกลัว
การคลุมกระจกทั้งสองบานด้วยหนังสือพิมพ์เก่าๆ—
อันหนึ่งอยู่ในห้องนอนและอีกอันในห้องน้ำ—
เป็นทางเลือกเดียวที่จะหลบหนีจากร่างที่น่ารังเกียจ
ก่อนแม่บ้านมาเยี่ยมเธอก็ระมัดระวังในการเอาออกทุกวัน
แต่วันหนึ่งอมาญาลืมเอาหนังสือพิมพ์ออกจากกระจกห้องน้ำ
แม่บ้านที่มาเยี่ยมทุกวันเพื่อจัดเตียง เปลี่ยนผ้าปูที่นอน ผ้าปูที่นอน
และผ้าเช็ดตัว และเติมเต็มความต้องการในแต่ละวัน
ทำเอาต้องถอนหายใจด้วยความประหลาดใจเมื่อเห็นกระจกที่มีเกราะป้องกัน "คุณผู้หญิง คุณโอเคไหม?" เธอมองดูอมายาแล้วถาม
อมายารู้สึกอับอายและเก็บตัวอยู่ในห้องต่อไปอีกสองวัน
ผู้จัดการโรงแรมเคาะประตูของเธอเพราะไม่มีใครเห็นเธออยู่นอกห้องและยังคงถูกขังอยู่ในนั้น เธอคุยกับอมายาประมาณครึ่งชั่วโมง
แสดงความกังวลเกี่ยวกับรูปร่างหน้าตาและสุขภาพของอมายา
และสอบถามว่าเธอจะอยู่ได้อย่างไรหากปราศจากการดูแลสุขภาพและอาหารที่เหมาะสม

ผู้จัดการได้โทรศัพท์หาแพทย์ประจำบ้านทันทีเพื่อไปพบอมายา แพทย์สั่งยาให้เธอและแนะนำให้เธอรับประทานอาหารที่มีคุณค่าทางโภชนาการเป็นประจำและรับการบำบัดทางจิตจากผู้เชี่ยวชาญ

นักจิตอายุรเวทวัยกลางคนมาเยี่ยมอมายาที่ห้องของเธอในตอนเย็น และการปรากฏตัวของเธอทำให้อมายามีความมั่นใจ นักบำบัดกล่าวว่าบทบาทของเธอคือการช่วยให้อมายาเอาชนะปัญหาทางอารมณ์และรับมือกับสถานการณ์ชีวิตที่ซับซ้อนโดยใช้การบำบัดทางจิต วัตถุประสงค์ของการบำบัดคือเพื่อเสริมสร้างจิตใจ เพิ่มความรู้สึก และสัมผัสอารมณ์อย่างครบถ้วน เป็นการพัฒนาจิตสำนึกเพื่อให้อมายาได้ใช้ความสามารถและความสามารถของเธอ และเป้าหมายคือการได้สัมผัสกับความสุขและความสุขในชีวิต นักบำบัดบอกกับอมายาว่าเธอมีอิสระที่จะตัดสินใจว่าจะเข้าร่วมโปรแกรมการรักษาในคลินิกซึ่งอยู่ห่างจากโรงแรมหนึ่งกิโลเมตรหรือไม่

อมายาเดินขึ้นไปที่คลินิก ใช้เวลาประมาณสิบห้านาทีก็ถึง นักบำบัดพยายามทำความรู้จักกับอมายาในเซสชั่นแรกโดยถามคำถามพื้นฐานเกี่ยวกับเธอ เช่น การสัมภาษณ์ที่มุ่งเน้นเป้าหมาย แต่เป็นบทสนทนาที่ลื่นไหล Amaya เล่าทุกอย่างให้นักบำบัดฟัง ไม่ว่าจะเป็น การเกิดในบาร์เซโลนา พ่อแม่ การศึกษาในมาดริด มุมไบ เบงกาลูรู และบาร์เซโลนา เธอเล่าเรื่องการพบปะของเธอกับคารันที่โรงอาหารของมหาวิทยาลัย การอยู่ร่วมกันของพวกเขาในโลตัส การเดินทางร่วมกันทั่วสเปนและบางส่วนของฝรั่งเศส การตั้งครรภ์ การคลอดบุตร และการสูญเสียสุปรียา นักบำบัดรับฟังอมายาโดยไม่ได้แสดงความคิดเห็นหรือตัดสินคุณค่าใดๆ แต่อมายารู้สึกมั่นใจ เธอกำลังรอใครสักคนที่เธอสามารถแบ่งปันความรู้สึก อารมณ์ และเรื่องราวด้วย ในตอนท้ายของเซสชั่นแรก นักบำบัดบอกกับอมายาว่าจิตใจของเธอทำให้เกิดความทุกข์ และการรับมือกับความเครียดนั้นขึ้นอยู่กับทรัพยากรของเธอ การสนับสนุนทางสังคมเป็นทรัพยากรที่สำคัญ และนักบำบัดก็สนับสนุนอมายา กระบวนการสนับสนุนของเธอสามารถเพิ่มความสามารถในการควบคุมแรงกดดันและควบคุมจิตใจของเธอได้ อมายาเข้ารับการบำบัดทางจิตเป็นเวลา 12

วันติดต่อกันในสภาพแวดล้อมที่มีการควบคุม โดยใช้เวลาประมาณ 2 ชั่วโมงต่อวัน

นักบำบัดมีน้ำเสียงที่ชัดเจน ภาษาของเธอเต็มไปด้วยความหมาย เธอสัมผัสได้ว่าอมาญากำลังคิดและรู้สึกอย่างไรอย่างง่ายดาย คำพูดและท่าทางของเธอมีความเป็นมิตร อบอุ่น และให้กำลังใจ ยอมรับอมายาเหมือนมีทัศนคติที่ไม่ตัดสินใคร อมายารู้สึกว่านักบำบัดแสดงความเห็นอกเห็นใจและมีทักษะการฟังที่ยอดเยี่ยม เธอบอกกับอมายาว่ากระบวนการคิดของเธอจะเป็นแบบมีวิจารณญาณแต่เป็นมิตรในช่วงแรก โดยช่วยให้อมายาในแต่ละทางแยกทำงานร่วมกับเธอในฐานะสมาชิกในทีมเพื่อบรรลุเป้าหมายที่กำหนดไว้ล่วงหน้า อมายามีอารมณ์แปรปรวนอย่างรุนแรงขณะพูดคุยเกี่ยวกับประวัติส่วนตัวของเธอ และร้องไห้จนหัวใจแทบระเบิด ในบางครั้ง เธอแสดงความโกรธ หลั่งไหลออกมาราวกับกระแสน้ำ และร่างกายของเธอเหนื่อยล้าหลังจากแต่ละเซสชั่น

นักบำบัดได้ริเริ่มให้อมายาวิเคราะห์ข้อเท็จจริง ประเมินปัญหาที่เธอพบ ใช้ข้อมูลเชิงลึกในการแก้ปัญหา และปรับกรอบความรู้ของเธอเพื่อช่วยให้อมายาประสบความสำเร็จทั้งกายและใจ เธอใช้ความรู้และทักษะอย่างมีสติในการริเริ่มให้อมายาสนับสนุนตัวเองในการทำความเข้าใจและแก้ไขปัญหาของเธอ ทัศนคติเชิงบวกของนักบำบัดโดยเน้นให้ลูกค้ารู้จักตัวเอง นั่นนำไปสู่การตระหนักถึงกระบวนการคิดของอมายาซึ่งเป็นอันตรายต่อเธอ ช่วยให้อมายาค้นพบวิธีจัดการกับความเครียดได้ นอกจากนี้ เธอยังได้ริเริ่มให้ Amaya ตรวจสอบปฏิสัมพันธ์ของเธอกับ Karan โดยให้คำแนะนำในการเปลี่ยนแปลงความคิด อารมณ์ และความรู้สึกของเธอเพื่อฟื้นตัวจากความสิ้นหวังและภาวะซึมเศร้า นักบำบัดอธิบายถึงวิธีการผ่อนคลายและมีสติ โดยให้ความหวังกับอมายา มุมมองใหม่ของชีวิต และความสัมพันธ์ที่เอาใจใส่ ไว้วางใจ และเอาใจใส่กับผู้อื่น ปฏิสัมพันธ์ทั้งหมดมีลูกค้าเป็นศูนย์กลาง และการบำบัดเป็นการฝึกช่วยเหลือตนเอง ภายใน 12 เซสชั่น Amaya ได้เรียนรู้กระบวนการคิด เรียนรู้จากประสบการณ์ สร้างความรู้สึกของตัวเอง และเพิ่มพลังให้ตัวเองในการตัดสินใจเป็นอิสระ

เป็นการเรียนรู้การพึ่งพาตนเอง รักษาบาดแผลทางจิตของเธอ
และบรรเทาความกลัว ความอับอาย และความเกลียดชัง
นักบำบัดขอให้เธอทำจิตบำบัดซ้ำทุกปีเป็นเวลาสามปีต่อจากนี้
มิฉะนั้นอาจเกิดการกำเริบของโรคได้

ภายในเวลาสองสัปดาห์ของการบำบัดทางจิต
หลังจากสี่เดือนในลอนดอน อมายาขึ้นเครื่องบินไปเจนีวา
โดยไม่รู้ว่าทำไมเธอจึงไปที่นั่น จะหาสุปรียาได้ที่ไหน
และเธอจะอยู่ที่นั่นนานแค่ไหน หิมะตกเมื่อ Amaya
นั่งแท็กซี่จากสนามบินไปยังโรงแรมบนฝั่งตะวันตกของทะเลสาบ
Leman หรือที่รู้จักกันในชื่อทะเลสาบเจนีวา
ขณะเยี่ยมชมอาสนวิหารเซนต์ปีแอร์ อมายาสังเกตเห็นโปสเตอร์เล็กๆ:
"อาสาสมัครที่จำเป็นสำหรับงานสังคมสงเคราะห์กับเด็กๆ"
บนอาคารเล็กๆ บนผนังริมทะเลสาบ จากประตูกระจก Amaya
มองเห็นผู้หญิงคนหนึ่งกำลังใช้แล็ปท็อปอยู่ในห้อง
และที่ประตูมีข้อความว่า "ยินดีต้อนรับค่ะ กรุณาเปิดประตูด้วย"
มันอบอุ่นอยู่ข้างใน

"สวัสดี ฉันชื่อลีอา" คนที่นั่งอยู่เหยียดมือออกแล้วพูด

"สวัสดีลี ฉันชื่ออมายา"
ฉันอยากทำงานอาสาสมัครนักสังคมสงเคราะห์กับคุณ"
อมายากล่าวแนะนำเธอและจับมือกับลีอา

"เยี่ยมมากอมายา; คุณสามารถเริ่มตั้งแต่วันนี้เลย" ลีอาตอบ
อมายารู้สึกมีความสุขเมื่อผ่านไปหลายเดือนก็มีคนเรียกชื่อเธอ

"แน่นอน ฉันพร้อมแล้ว" อมายากล่าว

"องค์กรของเราคือองค์กรชื่อ *Child Concern* ก่อตั้งโดยผู้หญิงเจ็ดคน
และเราเรียกตนเองว่านักสังคมสงเคราะห์
เราทำงานเพื่อสวัสดิการของเด็กทั่วโลก โดยเฉพาะอย่างยิ่งในเอเชีย
แอฟริกา ยุโรปตะวันออก และประเทศในละตินอเมริกา
โดยส่วนใหญ่อยู่ในการอุปถัมภ์ การอุปถัมภ์ การศึกษา โภชนาการ
และการดูแลสุขภาพ เรายุติการใช้แรงงานเด็ก การแต่งงาน
และการล่วงละเมิดเด็กอย่างจริงจัง
โดยมีอิทธิพลต่อผู้กำหนดนโยบายในองค์กรระหว่างประเทศและประเทศสมาชิก เราคำนึงถึงสวัสดิภาพเด็กทุกด้าน ไม่มีงานประจำใน *Child Concern* ; เราทุกคนเป็นอาสาสมัคร" ลีอาอธิบาย

วันนั้นอมายาใช้เวลาอยู่ในออฟฟิศเพื่อเรียนรู้งานของเธอ
มีพื้นที่ทำงานอาสาสมัคร-นักสังคมสงเคราะห์สี่ด้าน ได้แก่ การระดมทุน การแจกจ่ายกองทุน การบริหาร และการกำกับดูแลภาคสนาม
อาสาสมัครสามารถทำงานร่วมกับ *Child Concern*
ได้ตั้งแต่หนึ่งวันไปจนถึงหลายปี แต่ไม่ได้รับค่าตอบแทน
แม้แต่ค่าเดินทางด้วยซ้ำ
ทุกคนเข้าร่วมเป็นอาสาสมัครและปฏิญาณว่าจะทำงานอย่างซื่อสัตย์
ไม่ใช้เงินทุนขององค์กรในทางที่ผิดในนามของปฏิญญาสากลว่าด้วยสิทธิมนุษยชน ไม่มีลำดับชั้นในองค์กร และไม่มีใครกำกับหรือติดตามใคร
ผู้หญิงเจ็ดคนที่ก่อตั้ง *Child Concern* เป็นผู้หญิงทำงาน
และพวกเธอใช้เวลาประมาณสองชั่วโมงทุกวันในสำนักงานใหญ่หรือสำนักงานอื่นๆ ตามที่พวกเขาต้องการ

ในทำนองเดียวกัน อาสาสมัครมีอิสระในการเลือกประเทศที่จะทำงาน
และมีอิสระในการทำงานในประเทศอื่น อาสาสมัครที่ทำงานมานานกว่า
12 เดือนสามารถระดมทุนจากรัฐบาล อุตสาหกรรม บริษัท ธนาคาร
องค์กร มูลนิธิ สังคม และบุคคลทั่วไป
อาสาสมัครหลายพันคนทั่วโลกมีส่วนร่วมในการระดมทุน
พวกเขารวบรวมเงินจำนวนมหาศาล
การติดต่อทางการเงินทั้งหมดเป็นแบบดิจิทัล และไม่มีธุรกรรมเงินสด
ข้อกำหนดของสำนักงานใหญ่และสำนักงานย่อย เช่น คอมพิวเตอร์
เครื่องพิมพ์ เครื่องถ่ายเอกสารและสแกน
เครื่องมือสื่อสารและอุปกรณ์อื่นๆ ทั้งหมด เครื่องเขียนและเครื่องมือ
ล้วนมาจากผู้บริจาค มีผู้บริจาคหลายร้อยรายเพื่อเป็นค่าใช้จ่ายดังกล่าว
รวมถึงค่าเช่า ภาษี ไฟฟ้า น้ำ และยานพาหนะ
และธุรกรรมทั้งหมดเป็นแบบดิจิทัล

อาสาสมัครที่ทำงานด้านการบริหารประเมินข้อเสนอโครงการจากหน่วยงานต่างๆ ที่เกี่ยวข้องกับงานสวัสดิการเด็ก การประเมินขึ้นอยู่กับปัญหา วัตถุประสงค์ เหตุผล ประโยชน์
และความสามารถทางการเงินของแต่ละโครงการ
ผู้บังคับบัญชาภาคสนามได้เยี่ยมชมองค์กรที่ส่งโครงการเพื่อรับการประเมินโดยละเอียด ณ จุดเกิดเหตุและการประเมินความถูกต้อง ประวัติ
และความตั้งใจ พวกเขาโพสต์บทวิจารณ์อย่างละเอียดบนเว็บไซต์ของ
Child Concern เพื่อการตัดสินใจขั้นสุดท้าย
ข้อเสนอโครงการและรายงานการประเมินผลได้รับการศึกษาอย่างละเอียดอีกครั้งโดยนักสังคมสงเคราะห์ในฝ่ายบริหาร
พวกเขาตัดสินใจว่าจะให้ความช่วยเหลือทางการเงินแก่องค์กรในการดำ

เนินโครงการหรือไม่
หน่วยงานจำเป็นต้องยอมรับว่าเงินทุนของตนมีไว้เพื่อวัตถุประสงค์ของโครงการเท่านั้น ในที่สุด
เงินทุนหกเดือนจะถูกปล่อยออกมาโดยนักสังคมสงเคราะห์อาสาสมัครที่เกี่ยวข้องกับการแจกจ่าย *Child Concern* เสร็จสิ้นกระบวนการประเมิน การควบคุมดูแลภาคสนาม การรายงาน
และการปล่อยเงินทุนให้แล้วเสร็จภายในหกเดือน
หน่วยงานแต่ละแห่งจำเป็นต้องส่งรายงานเชิงบรรยายประจำปีในรูปแบบดิจิทัลพร้อมกับงบการเงินที่ได้รับการตรวจสอบโดยนักบัญชีที่ได้รับอนุมัติ มีการตรวจสอบและตอบโต้ในแต่ละขั้นตอน
อาสาสมัครที่ต้องการอยู่ร่วมกับ *Child Concern*
นานกว่าหนึ่งเดือนทำงานด้านการกำกับดูแลด้านการบริหารหรือภาคสนาม งานของพวกเขาต้องใช้เวลามากขึ้นในการประเมินโครงการ การประเมิน
และการเยี่ยมชมภาคสนามกับหน่วยงานหรือองค์กรที่สมัครขอรับทุนเพื่อดำเนินโครงการ

หลังจากให้คำปฏิญาณในนามของปฏิญญาสากลว่าด้วยสิทธิมนุษยชน อมายาได้เข้าร่วม *โครงการ Child Concern*
ในฐานะนักสังคมสงเคราะห์อาสาสมัคร
เธอได้รับรหัสผ่านสำหรับเว็บไซต์ฝ่ายบริหาร
ซึ่งใช้ได้จนถึงวันสุดท้ายของการเป็นอาสาสมัคร
มีอาสาสมัครแปดคนในฝ่ายบริหาร พร้อมด้วยเธอในสำนักงานใหญ่
งานแรกของอมายาคือการเตรียมรายชื่ออาสาสมัครที่เข้าร่วมจนถึงเที่ยงคืนของวันก่อนหน้าในทุกประเทศ
มีทั้งหมดหนึ่งร้อยสี่คนในความสามารถที่แตกต่างกัน นอกจากนี้เธอยังได้จัดทำรายชื่ออาสาสมัครที่เสร็จสิ้นการทำงานกับ *Child Concern*
เตรียมจดหมายแสดงความขอบคุณสำหรับผู้ที่เกษียณอายุเมื่อวันก่อน และโพสต์ทั้งรายชื่อและใบรับรองบนเว็บไซต์ของ *Child Concern*

วันรุ่งขึ้น คอมพิวเตอร์แนะนำให้ Amaya
ประเมินข้อเสนอโครงการที่ยื่นโดยองค์กรพัฒนาเอกชนในแอฟริกาใต้เพื่อฟื้นฟูเด็กที่ทำงานในภาคเกษตรกรรมและงานบ้าน องค์กร NGO
ซึ่งบริหารงานโดยผู้หญิงเป็นหลัก
มีประสบการณ์ประมาณสิบปีในการทำงานกับเด็กในความสามารถที่แตกต่างกัน และมีประวัติการทำงานที่ซื่อสัตย์และปราศจากการทุจริต
โครงการนี้มีไว้สำหรับเด็กประมาณสี่ร้อยห้าสิบคน

ซึ่งส่วนใหญ่มาจากพื้นที่ชนบท
ซึ่งใช้ชีวิตส่วนสำคัญในด้านการเกษตรและงานบ้าน เด็กประมาณร้อยละ 15 ไม่มีการศึกษา และร้อยละ 65 ออกจากโรงเรียนประถมศึกษา เด็กร้อยละสี่สิบห้าเป็นแรงงานเด็กนอกเวลา เช่น ทำงานน้อยกว่าสี่ชั่วโมงต่อวัน ในขณะที่ส่วนที่เหลือทำงานแปดชั่วโมงหรือมากกว่าแปดชั่วโมงต่อวัน ผู้ได้รับผลประโยชน์จากโครงการทั้งหมดมีอายุต่ำกว่าสิบหกปี และคนส่วนใหญ่ เช่น ประมาณร้อยละหกสิบเอ็ดเป็นเด็กผู้หญิง แม้ว่าการใช้แรงงานเด็กจะเป็นความผิดทางอาญาในแอฟริกาใต้ แต่ก็มีความเจริญรุ่งเรืองเนื่องจากการค้าเด็ก มันบังคับให้เด็กๆ ทำงานที่เป็นอันตรายโดยพ่อแม่เพื่อหลีกหนีจากความยากจนข้นแค้น

โครงการนี้มีระยะเวลาห้าปีและมีวัตถุประสงค์ที่ชัดเจน เช่น การให้การศึกษาแก่เด็กทุกคนด้วยสิ่งอำนวยความสะดวกในที่พักอาศัย อาหารที่มีคุณค่าทางโภชนาการ การดูแลสุขภาพที่ทันสมัย การสร้างความตระหนักรู้สำหรับผู้ปกครอง การมีส่วนร่วมของชุมชน และการฟื้นฟู องค์กรพัฒนาเอกชนจะริเริ่มความพยายามของชุมชนในด้านการศึกษาและการพัฒนาทักษะของเด็กที่อายุครบ 16 ปีทุกปี ความช่วยเหลือทางการเงินที่ต้องการคือหนึ่งร้อยยี่สิบเหรียญต่อเดือนต่อเด็กหนึ่งคน อย่างไรก็ตาม ชุมชนจะจัดให้มีสิ่งอำนวยความสะดวกด้านโครงสร้างพื้นฐานทั้งหมด Amaya พบว่าคำอธิบายปัญหาตรงประเด็น วัตถุประสงค์ที่บรรลุได้ โปรแกรมที่อิงตามสภาพท้องถิ่น และการมีส่วนร่วมของชุมชนโดยใช้งบประมาณที่แข็งแกร่งและปานกลาง ด้วยเกรด "A" แปลว่า "แนะนำ" อมายาโพสต์พร้อมกับการประเมินของเธอบนเว็บไซต์ผู้ดูแลระบบเพื่อขอความเห็นที่สอง

ในช่วงบ่าย Amaya พิจารณาข้อเสนอโครงการจากประเทศอินโดนีเซีย โพสต์ความคิดเห็นที่สอง พร้อมด้วยรายงานการประเมินสั้นๆ โดยอาสาสมัครคนแรกที่ประเมิน คำขอคือจัดหาหนังสือให้กับเด็กประมาณหนึ่งหมื่นคนเป็นเวลาสิบปีในหมู่เกาะราชาอัมพัตซึ่งประกอบด้วยเกาะเล็กเกาะน้อยที่อยู่ห่างไกลมากกว่าหนึ่งพันห้าร้อยเกาะ การไม่สามารถเข้าถึงหนังสือทำให้เกิดสถานการณ์เหมือนการไม่รู้หนังสือ ซึ่งส่งผลเสียต่อคุณภาพของการพัฒนามนุษย์ เด็กประมาณร้อยละแปดสิบห้าในเกาะเหล่านั้นไม่สามารถเข้าถึงหนังสือ

ที่บังคับให้พวกเขาต้องอ่านหนังสือไม่ออก
พวกเขาไม่สามารถเข้าใจความหมายของคำที่เขียนได้
มันสร้างผลลัพธ์ที่กว้างขวางในด้านอารมณ์ ส่วนตัว การศึกษา สังคม
และการเงินของเด็ก ซึ่งส่งผลต่อการพัฒนาสังคม
ข้อเสนอโครงการระบุว่า เด็กๆ
ไม่มีโอกาสได้หนังสือและขาดนิสัยรักการอ่าน
มีความแตกต่างอย่างมากระหว่างอะทอลล์ของชวา บาหลี สุมาตรา
และราชาอัมพัต ซึ่งขาดห้องสมุดสาธารณะ
โครงการนี้มุ่งหวังที่จะเปลี่ยนเด็กหญิงและเด็กชายนับหมื่นคนให้เป็นผู้รู้
หนังสืออย่างเต็มที่ภายในสิบปี
และเป็นข้อกำหนดในการดำเนินโครงการต่อไปเป็นเวลาหลายปีต่อจาก
นี้สำหรับคนรุ่นต่อๆ ไป หลังจากประเมินข้อเสนอโครงการแล้ว Amaya
อ่านรายงานการประเมินฉบับแรก ซึ่งให้คะแนนข้อเสนอเป็น "เกรด A-
Plus" ซึ่งหมายความว่า "แนะนำอย่างยิ่ง"
หลังจากการประเมินอย่างรอบคอบและถี่ถ้วน Amaya เขียนคำว่า "A"
ซึ่งหมายถึง "แนะนำ"
โดยเน้นย้ำถึงการกำกับดูแลอย่างเข้มข้นและครอบคลุมของอาสาสมัคร
ภาคสนาม เนื่องจากเกาะส่วนใหญ่ไม่สามารถเข้าถึงได้แม้แต่กับรัฐบาล

อมายาใช้เวลาประมาณสิบชั่วโมงต่อวันกับ *เรื่อง Child Concern* ;
พบว่าสำนักงานทำงานวันละยี่สิบสี่ชั่วโมงตลอดทั้งปีโดยไม่มีวันหยุด
อาสาสมัครทำงานในความเงียบ
นักศึกษาวิทยาลัยและมหาวิทยาลัยส่วนใหญ่จัดการกับปัญหาเด็ก
คนธรรมดาบางคนไปที่นั่นหลังเลิกงานสองสามชั่วโมงทำงาน
ในวันหยุดและวันอาทิตย์ แพทย์ ทนายความ นายธนาคาร วิศวกร
สถาปนิก นักแสดง ศิลปิน และผู้เชี่ยวชาญอื่นๆ
มาเยี่ยมสำนักงานเพื่อทำงานอาสาสมัครให้กับเด็กๆ
ที่พวกเขาไม่เคยเห็นหรือได้ยินมาก่อนในชีวิต
เป็นศาสนาใหม่สำหรับพวกเขาเพราะพวกเขาเชื่อในสิทธิเด็กและศักดิ์ศ
รีความเป็นมนุษย์ ตลอดการทำงานของเธอ
ความทรงจำของสุปรียาโอบอุ้มหัวใจของอมายา
และเธอคิดว่าเธอกำลังดูแลลูกสาวของเธอผ่านลูกหลานในแอฟริกา
เอเชีย ละตินอเมริกา และยุโรปตะวันออก
Amaya ประเมินรายงานรายหกเดือน รายปี
และโครงการที่เสร็จสิ้นของหน่วยงานหลายสิบแห่งภายในไม่กี่วันข้างห
น้า
การให้เกรดรายงานความคืบหน้าหรือความสำเร็จถือเป็นงานที่ท้าทายแ

ละหนักแน่น
เนื่องจากมีหลักเกณฑ์มากมายที่ต้องปฏิบัติตามอย่างพิถีพิถัน พารามิเตอร์เชิงปริมาณได้รับการตั้งค่ามากกว่าพารามิเตอร์เชิงคุณภาพ เนื่องจากการพัฒนาเป็นความจริงที่สังเกตได้แทนที่จะเป็นการรับรู้ Amaya พยายามนับตัวชี้วัดการเติบโตในด้านการศึกษา โภชนาการ การดูแลสุขภาพ การป้องกันการใช้แรงงานเด็ก การล่วงละเมิดเด็ก และความรุนแรง
รายงานยืนยันว่าการเปลี่ยนแปลงเชิงคุณภาพพลาดประเด็นไป เนื่องจากขาดการทำงานที่มั่นคง การเปลี่ยนแปลง และการเติบโตในการบรรลุวัตถุประสงค์ของข้อเสนอโครงการ ผู้ที่นำเสนอการเปลี่ยนแปลงเชิงคุณภาพเท่านั้นจะซ่อนความล้มเหลวของตน
เนื่องจากไม่มีการเปลี่ยนแปลงเชิงคุณภาพเกิดขึ้นได้หากไม่มีการเปลี่ยนแปลงเชิงปริมาณที่สำคัญ
อมายายืนกรานและขอให้องค์กรพัฒนาเอกชนระบุความสำเร็จในการทำงานของโครงการในแง่ปริมาณ
เธอแนะนำให้อาสาสมัครภาคสนามหยุดให้ทุนเพิ่มเติมหากองค์กรพัฒนาเอกชนล้มเหลวในการดำเนินการตามวัตถุประสงค์ของข้อเสนอโครงการในแง่ปริมาณ

โรงพยาบาลลอยน้ำถือเป็นแนวคิดใหม่สำหรับ Amaya เนื่องจากเป็นชื่อข้อเสนอโครงการที่เธอได้รับจากบังกลาเทศ เนื่องจากมีแม่น้ำและแหล่งน้ำมากมาย การเข้าถึงส่วนต่างๆ ของประเทศผ่านทางเรือจึงมีความเป็นไปได้มากกว่าถนน ข้อเสนอโครงการของบังคลาเทศเน้นย้ำการมีส่วนร่วมของชุมชนอย่างกว้างขวางในทุกชั้นของสังคมอย่างต่อเนื่อง
โรงพยาบาลลอยน้ำมีแนวคิดดังกล่าวและเน้นการมีส่วนร่วมของผู้คนผ่านแหล่งน้ำ ข้อเสนอโครงการนี้มีไว้สำหรับเด็กอายุตั้งแต่ 0 ถึง 14 ปีจำนวนหนึ่งล้านคนที่อยู่ในกลุ่มที่มีความยากจนต่ำกว่า Amaya สังเกตเห็นว่าบังกลาเทศมีการพัฒนาอย่างรวดเร็วในด้านการศึกษา การจัดหาอาหารที่มีคุณค่าทางโภชนาการ สุขภาพที่ดีขึ้น การจัดตั้งศูนย์สุขภาพขั้นพื้นฐาน และโครงการดูแลแม่และเด็กที่แข็งแกร่ง
รัฐบาลมุ่งเน้นการพัฒนาประชาชนและสนับสนุนองค์กรพัฒนาเอกชนหลายพันแห่งทำงานร่วมกับรัฐบาลเพื่อขจัดการไม่รู้หนังสือ ความหิวโหย ความยากจน และสุขภาพที่ไม่ดี รัฐบาลไม่สามารถเข้าถึงได้ทุกที่ แต่ประชาชนสามารถปฏิบัติตามปรัชญาของตนได้

ข้อเสนอโครงการโรงพยาบาลลอยน้ำมีคำชี้แจงปัญหาที่ชัดเจน วัตถุประสงค์เฉพาะ กิจกรรมที่ชัดเจนและวัดผลได้ โปรแกรมที่สามารถสาธิตได้ และข้อเสนองบประมาณที่ตรวจสอบได้ Amaya ทำเครื่องหมาย "A-Plus" สำหรับโครงการและโพสต์บนเว็บไซต์ผู้ดูแลระบบเพื่อขอความเห็นที่สอง

ข้อเสนอโครงการเพื่อการฟื้นฟูเด็กประมาณสองพันคน ซึ่งเป็นส่วนหนึ่งของกองทัพปลดปล่อยทมิฬอีลัม เป็นโครงการถัดไปที่ได้รับการประเมินในวันนั้น ข้อเสนอโครงการไม่ชัดเจนและขาดการชี้แจงปัญหาที่ชัดเจน วัตถุประสงค์เฉพาะ กิจกรรม กำหนดการโครงการเชิงปริมาณ และตัวชี้วัดความสำเร็จ หน่วยงานที่ยื่นข้อเสนอโครงการไม่ใช่องค์กรที่ลงทะเบียนและไม่มีบัญชีธนาคารในศรีลังกา แม้ว่าอมายาจะเอาใจใส่เด็กๆ ในพื้นที่โครงการที่เสนอ แต่ก็ไม่มีเหตุผลในการอนุมัติข้อเสนอโครงการ เธอให้คะแนน "F" ซึ่งหมายถึง "ถูกปฏิเสธ" และโพสต์ไว้เพื่อแสดงความคิดเห็นที่สอง

ความสุขเกิดขึ้นในใจของเธอที่เจนีวา ขณะที่เธอมีส่วนร่วมอย่างเต็มที่ในงานสังคมสงเคราะห์กับเด็กๆ ในสำนักงานของ *Child Concern* หลังจากทำจิตบำบัด จิตใจของเธอก็สงบ ไม่มีความโศกเศร้าหรือความหดหู่ใจ และร่างกายของเธอก็ผ่อนคลาย งานนี้สร้างความพึงพอใจอย่างมาก เนื่องจากเด็กหลายร้อยคนได้รับประโยชน์จากงานอาสาสมัคร เธอใช้เวลาประมาณสองเดือนครึ่งแล้วในด้าน *Child Concern* โดยประเมินข้อเสนอโครงการห้าสิบสี่รายการ และประเมินรายงานความสำเร็จมากกว่าสามสิบห้ารายงาน Amaya ตัดสินข้อเสนอโครงการจากลัคเนาเกี่ยวกับการให้คำปรึกษาเรื่องการบาดเจ็บกับเหยื่อของการข่มขืนในรัฐอุตตรประเทศ ข้อเสนอโครงการเป็นความเห็นที่สอง และผู้ประเมินคนแรกได้รับรางวัล "A Plus" องค์กรพัฒนาเอกชนที่ก่อตั้งโดยกลุ่มสตรีได้ยื่นข้อเสนอดังกล่าว การระบุปัญหาค่อนข้างซับซ้อน โดยวิเคราะห์ที่มาของมัน ข้อเสนอโครงการดังกล่าวอ้างอิงจากสำนักงานบันทึกอาชญากรรมแห่งชาติ ซึ่งเป็นหน่วยงานรัฐบาลอินเดีย โดยระบุว่ามีคดีข่มขืนเฉลี่ยเจ็ดสิบห้าคดีเกิดขึ้นในอินเดียทุกวัน และอุตตรประเทศอยู่ในอันดับต้นๆ

รวมถึงการก่ออาชญากรรมรุนแรงต่อผู้หญิง
ตำรวจได้ขึ้นทะเบียนคดีข่มขืนเพียง 1 ใน 10 คดี
นักการเมืองที่เป็นสมาชิกพรรครัฐบาล ผู้แทนที่ได้รับเลือกและรัฐมนตรี
มักกีดกันตำรวจไม่ให้รายงานประเด็นที่แสดงให้เห็นภาพอัตราอาชญาก
รรมที่ดีในเขตเลือกตั้งของตน

ข้อเสนอโครงการที่อ้างจากแหล่งข่าวของรัฐบาลอินเดียเน้นย้ำว่าร้อยล
ะ 95 ของเหยื่อการข่มขืนในรัฐอุตตรประเทศเป็นชาวทลิต และร้อยละ
85 เป็นผู้เยาว์หรือผู้เยาว์ ระหว่างการรุกรานของชาวอารยัน
อินเดียมีอารยธรรมที่เจริญรุ่งเรือง อย่างไรก็ตาม
ผู้มาใหม่ได้เอาชนะชนเผ่าพื้นเมืองที่ไม่มีอาวุธและกดขี่พวกเขาให้ทำง
านอันต่ำต้อยของพวกเขา

ในภูมิภาค Bundelkhand ของรัฐอุตตรประเทศ
เจ้าสาวคนใหม่ของคนงานในฟาร์ม Dalit
มักถูกบังคับให้นอนกับเจ้าของที่ดิน "วรรณะบน"
ในคืนวันแต่งงานของพวกเขา ข้อเสนอโครงการอธิบายว่าชาวทลิทเป็น
"ผู้ไม่สามารถแตะต้องได้" สำหรับ "วรรณะบน" แต่ผู้ชาย "วรรณะบน"
ไม่มีความมั่นใจในการข่มขืนหญิงสาวชาวทลิต

ข้อเสนอนี้มีวัตถุประสงค์ที่จับต้องได้เฉพาะเจาะจง
ศูนย์ให้คำปรึกษาพร้อมผู้เชี่ยวชาญที่มีคุณสมบัติเหมาะสมเพื่อรักษาเห
ยื่อการข่มขืนที่ทุกข์ทรมานจากบาดแผลทางจิตใจ ในเมืองใหญ่ๆ
ในอุตตรประเทศ รวมถึงพาราณสี อัลลาฮาบาด กาซิอาบาด โคราฆปุระ
ลัคเนา คานปูร์ มีรุต นอยดา ซาฮารันปูร์ และอัครา
องค์กรพัฒนาเอกชนเสนอให้มีศูนย์บำบัดในระยะยาว
โครงการนี้มีระยะเวลา 10 ปี และเหยื่อที่ถูกข่มขืนอย่างน้อย 10,000
รายจะได้รับการช่วยเหลือด้านจิตใจและจิตเวชทุกปี
อธิบายข้อเสนอโครงการ อมายาให้คะแนน "A Plus"
แก่ข้อเสนอโครงการและโพสต์ให้หัวหน้างานภาคสนามทำการประเมินเ
บื้องต้นในภาคสนาม

หลังจากใช้เวลา 3 เดือนอย่างอิ่มเอมใจที่สุด
อมายาก็ขอบคุณลีและเพื่อนๆ ที่อนุญาตให้เธอทำงานกับเด็กๆ
ด้วยความชื่นชมในความทุ่มเทและความมุ่งมั่นของเธอ Lea บอกกับ
Amaya ว่าเธอยินดีใช้ *Child Concern*
เพื่อรับบริการอาสาสมัครในอนาคต อมายากุมสุปรียาไว้ในใจ
และบินไปเวียนนา เมืองแห่งดนตรี เพลงวอลทซ์ และบทละคร
โดยหวังว่าจะได้พบสุปรียาด้วยตนเองในวันแรกของเดือนมิถุนายน

“ดนตรีสร้างทำนอง และทำนองสร้างความสุข” ขณะออกจากโรงแรม
Amaya อ่านกระดานขนาดยักษ์เหนือพิพิธภัณฑ์เครื่องดนตรีส่วนตัว
อมายาเข้าไปข้างในหลังจากรับตั๋วแล้ว
ประตูกระจกบานใหญ่ก็สัมผัสได้ถึงการมีอยู่ของเธอและเปิดออกโดยอัต
โนมัติ มันเป็นโลกมหัศจรรย์แห่งเครื่องดนตรีที่มีทั้งเปียโน ไวโอลิน
กีตาร์ ฟลุต กลอง และอื่นๆ อีกนับร้อยในขนาดและรูปลักษณ์ต่างๆ
“เครื่องดนตรีสร้างทำนองที่ห่อหุ้มในช่วงเวลาของลำดับโน้ตที่เฉพาะเจ
าะจง
ในการเคลื่อนไหวเป็นจังหวะจากระดับเสียงหนึ่งไปอีกระดับเสียงหนึ่ง
เสียงดนตรีคือจุดสิ้นสุดของทำนอง ฮาร์โมนี่ คีย์ มิเตอร์ และจังหวะ
ซึ่งมนุษย์ไม่สามารถทำได้ด้วยเส้นเสียง”
อมายานึกถึงคำพูดเหล่านี้ของโรส
นักท่องเที่ยวจำนวนมากจากทั่วโลกต่างจับตาดูการจัดแสดงต่างๆ
อย่างเข้มข้น Amaya
ใช้เวลาภายในพิพิธภัณฑ์ประมาณสี่ชั่วโมงก่อนที่จะไปเยี่ยมชมโรงละค
รแห่งรัฐเวียนนาเพื่อชมการแสดง Don Giovanni ของ Mozart
เธอซื้อตั๋ว
และคอนเสิร์ตครั้งนี้เป็นประสบการณ์มหัศจรรย์เมื่อโมสาร์ทดังก้องไปทั่ว
ทุกมุมของหอประชุมใหญ่ วันรุ่งขึ้น
เธอปั่นจักรยานไปที่อพาร์ตเมนต์ของโมสาร์ทที่ดอมกัสเซ่
ซึ่งโมสาร์ทแต่งเพลง “The Marriage of Figaro”
ซึ่งเป็นโอเปร่าสี่องก์ที่สร้างขึ้นอย่างยอดเยี่ยมพร้อมการทาบทามที่เดือ
ดพล่าน ต่อมา Amaya ได้ไปเยี่ยมชม Café Frauenhuber
ซึ่งมีการแสดง “The Marriage of Figaro” เป็นครั้งแรก

Amaya ยืนนิ่งอยู่ครู่หนึ่งที่ Rauhensteingasse ซึ่ง Mozart
ใช้เวลาหลายปีสุดท้ายของเขาและแต่งเพลง ”Requiem"
ที่ยังสร้างไม่เสร็จ เธอคุกเข่าที่สุสานเซนต์มาร์กซ์
ซึ่งเป็นที่ฝังศพสุดท้ายของโมสาร์ทในหลุมศพที่ไม่มีเครื่องหมายอยู่พัก
หนึ่ง เมื่อเธอลุกขึ้น อมายาเห็นผู้หญิงคนหนึ่งยืนอยู่ข้างหลังเธอ

“สวัสดี ดูเหมือนคุณจะชื่นชมโมสาร์ท” เธอกล่าว

“แน่นอนว่าฉันรักเขา” อมายาตอบ

“ฉันชื่อคาร์ลอตตา” ผู้หญิงคนนั้นยื่นมือออกไป

“ฉันชื่ออมายา” อมายากล่าว

"ฉันเป็นอาจารย์ใหญ่ของโรงเรียน
กรุณาเยี่ยมชมโรงเรียนของฉันถ้าคุณว่าง"
คาร์ลอตตากล่าวมอบการ์ดให้เธอ

"แน่นอน" อามายะตอบ

"พรุ่งนี้ฉันรอคุณตอนเก้าโมงเช้าได้ไหม" คาร์ลอตต้าถาม

"ฉันจะไปถึงที่นั่นตอนเก้าโมงเช้า" อมายายืนยัน

อมายาขี่จักรยานไปถึงโรงเรียนในตอนเช้า
โดยมีอาคารทันสมัยท่ามกลางแมกไม้เขียวขจีและสนามเด็กเล่น
คาร์ลอตตากำลังรอเธออยู่ใกล้ห้องทำงานของเธอ

"สวัสดี Amaya ยินดีต้อนรับสู่โรงเรียนของเรา" ทักทาย Amaya
คาร์ลอตต้ากล่าว

"สวัสดีคาร์ลอตต้า สภาพแวดล้อมดูสวยงาม" อมายาแสดงความคิดเห็น

คาร์ลอตต้ายิ้มแล้วพาอมายาไปที่ห้องรับแขกติดกับห้องทำงานของเธอ
เธอบอกอมายาว่าเธอทำงานที่โรงเรียนมาสิบปีแล้ว
เป็นโรงเรียนมัธยมศึกษาตอนต้นที่มีนักเรียนแปดสิบสองคนเข้าเรียนหลั
งจากสำเร็จการศึกษาระดับประถมศึกษาสี่ปีแล้ว มี Volksschule
หรือโรงเรียนประถมในออสเตรีย และ *โรงยิม* หรือโรงเรียนมัธยม
หลังจากเข้าเรียนชั้นประถมศึกษาเมื่ออายุได้หกขวบ
เด็กคนหนึ่งก็เรียนที่นั่นเป็นเวลาสี่ปี
ต่อมามัธยมศึกษาตอนต้นมีระยะเวลาสี่ปี
และมัธยมศึกษาตอนปลายอีกสี่ปีหลังจากนั้น
มีครูสิบคนนอกเหนือจากครูสอนดนตรีสองคน
ครูสอนกีฬาและเกมสองคน บรรณารักษ์สองคน
และเจ้าหน้าที่บริหารห้าคนสำหรับนักเรียนแปดสิบสองคนในโรงเรียนขอ
งคาร์ลอตตา ซึ่งบริหารโดยรัฐบาล
ดนตรีเป็นวิชาบังคับจากชั้นเรียนหนึ่ง และทุกวันจะมีชั้นเรียนดนตรี
รวมถึงการเรียนรู้การเล่นเครื่องดนตรีอย่างน้อยหนึ่งชิ้น
และนักเรียนส่วนใหญ่เชี่ยวชาญมากกว่าหนึ่งชิ้น

หลังจากดื่มกาแฟแล้ว Carlotta ก็พา Amaya
ไปที่ห้องดนตรีซึ่งมีห้องเก็บเสียงมากกว่า 10 ห้อง
โดยแต่ละห้องจัดสรรไว้สำหรับเครื่องดนตรีชนิดใดชนิดหนึ่ง
มีนักเรียนสองถึงสามคนฝึกซ้อมในแต่ละบูธ
คาร์ลอตตาถามอมายาว่าเธอเล่นเครื่องดนตรีอะไร
และอมายาบอกว่าเธอเรียนเปียโนจากแม่ของเธอ

และต่อมาได้ทำให้มันสมบูรณ์แบบภายใต้แม่ชีของโลเรโต คอนแวนต์ มาดริด มีเปียโนสามตัวในห้องเล็กๆ หนึ่งห้อง และคาร์ลอตตาบอกอมายาว่าเธอเล่นเปียโนอะไรก็ได้ Amaya ชอบ Bosendorfer ที่มีเก้าสิบเจ็ดคีย์และเริ่มเล่น "Fantasia" ของ Mozart คาร์ลอตตามองดูเธอเล่นด้วยความประหลาดใจและเคลิบเคลิ้ม หลังจากตัดแต่งชิ้นส่วนเสร็จแล้ว คาร์ลอตต้าแสดงความยินดีกับอมายา พาเธอไปหาครูคนอื่นๆ และแนะนำเธอ Carlotta สอบถามว่า Amaya จะวางจำหน่ายในเวียนนาในอีกสามเดือนข้างหน้าหรือไม่ หลังจากเงียบและใคร่ครวญอยู่ครู่หนึ่ง Amaya บอกว่าเธอจะอยู่ที่เวียนนาจนถึงเดือนตุลาคม จากนั้นคาร์ลอตตาถามเธอด้วยรอยยิ้มว่าเธอสนใจสอนดนตรีให้กับนักเรียนของเธอจนถึงสิ้นเดือนกันยายนหรือไม่ อมายาแสดงความเต็มใจหลังจากใคร่ครวญอยู่บ้าง เธอกล่าวว่าเป็นเกียรติอย่างยิ่งที่ได้ตอบรับคำเชิญของคาร์ลอตตา ทันใดนั้น คาร์ลอตต้าก็ลุกขึ้นมากอดอมายา "ฉันตื่นเต้นมากที่มีคุณ นักเรียนของเราจะได้รับประโยชน์อย่างแน่นอน คุณยังสามารถสอนเพลงภาพยนตร์อินเดียยอดนิยมบางเพลงที่พวกเขาชื่นชอบได้อีกด้วย" อมายายิ้ม รอยยิ้มแรกหลังจากผ่านไปประมาณสิบเอ็ดเดือน

วันรุ่งขึ้น อมาญาเข้าเรียนที่โรงเรียนเป็นเวลาสี่เดือน มันเป็นโลกใหม่สำหรับอมายา เธอมีเวลาหนึ่งชั่วโมงในการสอนทั้งสี่ชั้นเรียนทุกวัน ในตอนแรก เธอเล่นและสอนเพลงภาพยนตร์ภาษาฮินดีให้กับนักเรียนเป็นเวลาหนึ่งสัปดาห์ "อาวาราฮุน" "อาจ เฟียร์ จีนี กี" "ดัม มาโร ดัม" "กาบี กะบี แมร์ ดิล มีน" "อาป ไจซา คอย" "ดีเร ดีเร อาบ แมร์" "ทุจเฮเดคา" และส่วนใหญ่ กลายเป็นกระแสฮิตในหมู่นักศึกษา คาร์ลอตตาบอกอมายาว่านักเรียนชอบเพลงนี้และมักจะยกย่องครูของพวกเขาด้วย Amaya รู้ว่าความสัมพันธ์ระหว่างครูกับนักเรียนนั้นขึ้นอยู่กับความเท่าเทียมและคุณภาพเป็นหลักในการสอนและเตรียมนักเรียนให้มีความรู้ ทักษะ และทัศนคติ เธออธิบายสิ่งที่เธอจะสอนล่วงหน้าตามความกระตือรือร้นและความหลงใหล และไม่เคยลืมใส่อารมณ์ขันเข้าไปในบทเรียน การเรียนรู้กลายเป็นเรื่องสนุกสำหรับนักเรียน เนื่องจากอมายาใช้ความสนใจของตนเองให้เกิดประโยชน์ เธอผสมผสานการเล่าเรื่องจากเหตุการณ์ในชีวิตของนักประพันธ์เพลงชื่

อดังอย่าง Mozart, Beethoven, Bach, Brahms, Wagner และ Debussy ไว้ในการเรียนการสอน

หลังจากเข้าร่วมโรงเรียนได้หนึ่งเดือน ก็มีการประเมินผลการปฏิบัติงานของ Amaya และนักเรียนส่วนใหญ่ให้คะแนนเธอในระดับ "ดีเด่น" ภายในหนึ่งสัปดาห์ คาร์ลอตตาบอกกับอมายาในช่วงครึ่งหลังของเดือนกันยายนว่านักเรียนทั้งหมด 20 คน เด็กหญิง 11 คน และเด็กชาย 9 คนในปีสุดท้ายของโรงเรียนมัธยมศึกษาตอนต้นพร้อมครู 5 คน จะได้ไปล่องเรือสำราญ 10 วันจากเวียนนาไปยัง ทะเลดำ เป็นประสบการณ์การใช้ชีวิตเป็นกลุ่ม เรียนรู้เกี่ยวกับสังคมผู้คนริมฝั่งแม่น้ำดานูบ การสังเกตธรรมชาติ สิ่งมีชีวิตบนฝั่ง ตลอดจนระบบนิเวศ สิ่งแวดล้อม สภาพอากาศ และระบบภูมิอากาศของ 10 ประเทศบนฝั่งแม่น้ำดานูบและทะเลดำเป็นวัตถุประสงค์หลักอีกประการหนึ่งของการล่องเรือ จะมีการแสดงคอนเสิร์ต เพลงวอลทซ์ และโอเปร่าโดยนักเรียน คาร์ลอตต้าเชิญอมายาร่วมการเดินทางโดยได้รับการสนับสนุนจากอดีตนักเรียนคนหนึ่งซึ่งเป็นเจ้าของร้านขายเครื่องดนตรีในยุโรปหลายแห่งกับสามีของเธอ อมายาขอบคุณคาร์ลอตต้าที่เชิญเธอ แสดงความตั้งใจที่จะเข้าร่วมกับนักเรียน และสัญญากับคาร์ลอตตาว่าเธอจะช่วยนักเรียนเตรียมความพร้อมสำหรับกิจกรรมทั้งหมดก่อนและระหว่างการล่องเรือ

เยอรมนี ออสเตรีย สโลวาเกีย ฮังการี โครเอเชีย เซอร์เบีย โรมาเนีย บัลแกเรีย มอลโดวา และยูเครน เป็นประเทศในแม่น้ำดานูบ และการล่องเรือครั้งนี้จะเปิดโลกใหม่ของประสบการณ์สำหรับนักเรียนและครู ตั้งแต่ต้นเดือนกันยายน Carlotta, Amaya และครูอีก 3 คนที่เข้าร่วมทัวร์กำลังยุ่งอยู่กับการเตรียมและฝึกอบรมนักเรียนเกี่ยวกับเพลงวอลทซ์ การแสดงละคร และคอนเสิร์ต นักเรียนเดี่ยวและเป็นกลุ่มได้พัฒนาการแต่งเพลงสำหรับการแสดง การยืดบทการเต้นรำและบทละครโอเปร่าโดยได้รับความช่วยเหลือจากครู

ในวันจันทร์ที่ 15 กันยายน การล่องเรือเริ่มต้นด้วยนักเรียน 20 คนและครู 5 คน มันเป็นเรือลำเล็กชื่อ *Donau Ruhm* ซึ่งมีห้องเล็ก ๆ อิสระสำหรับผู้โดยสารทุกคนและมีห้องนั่งเล่นขนาดใหญ่หนึ่งห้องติดกั

บห้องรับประทานอาหาร
มีห้องโถงที่มีอุปกรณ์ครบครันสองห้องสำหรับคอนเสิร์ต เต้นรำ
และโอเปร่า พร้อมการจัดที่นั่ง แห่งหนึ่งสำหรับสามสิบคน
และอีกห้องหนึ่งสำหรับห้าสิบคน ห้องสมุด ร้านอาหารบุฟเฟ่ต์ ฟิตเนส
โรงภาพยนตร์ ร้านค้า สปา และดาดฟ้าลิโด้อยู่บนดาดฟ้าเดินเล่น
มีระเบียงเปิดโล่งขนาดใหญ่สามแห่งสำหรับการชมธรรมชาติ
การเดินทางเริ่มต้นตอนสิบโมงเช้า ก่อนที่เรือจะเริ่มเคลื่อนตัว นักเรียน
ครู และลูกเรือทุกคนมารวมตัวกันและร้องเพลง "Auf der schonen,
blauen Donau" (บนแม่น้ำดานูบสีฟ้าสวยงาม)
ซึ่งเป็นเพลงวอลทซ์ที่แต่งโดย Johann Strauss
นักแต่งเพลงชาวออสเตรีย นักเรียนและครูร้องเพลง "Don't Stop
Believing" โดยวงร็อคสัญชาติอเมริกัน *Journey*
พร้อมเสียงปรบมือดังกึกก้อง
หลังจากร้องเพลงเสร็จทุกคนก็แนะนำตัวเองโดยเริ่มจากนักเรียน
มีลูกเรือสิบคน รวมทั้งกัปตันด้วย

แม่น้ำดานูบ หนึ่งในแม่น้ำที่สวยที่สุดในยุโรป
มีต้นกำเนิดเมื่อแม่น้ำสองสายคือแม่น้ำเบร็กและบริกาค
รวมเข้ากับภูมิภาคป่าดำของเยอรมนี ไหลผ่านที่ราบสูงบาวาเรีย
และมีคลองรวมเข้ากับแม่น้ำไมน์และแม่น้ำไรน์ ในเยอรมนี
บริเวณชายแดนออสเตรีย แม่น้ำ Inn
เชื่อมกับแม่น้ำดานูบในเมืองพัสเซา แม่น้ำดานูบ
ซึ่งเป็นแม่น้ำที่ยาวเป็นอันดับสองในยุโรป ไหลลงสู่ทะเลดำ
ไหลผ่านสิบประเทศ
ครอบคลุมระยะทางสองพันแปดร้อยห้าสิบกิโลเมตร อมายา
ครูและนักเรียนคนอื่นๆ ไปที่ระเบียงเพื่อดูเรือเคลื่อนตัว
ปราสาทและป้อมปราการที่เรียงรายริมฝั่งแม่น้ำดูสง่างาม

แม่น้ำดานูบทำหน้าที่เป็นทางหลวงการค้าที่สำคัญระหว่างประเทศต่างๆ
และกลายเป็นจุดเชื่อมโยงทางวัฒนธรรม
อีกทั้งยังเป็นพรมแดนของหลายประเทศอีกด้วย
มีเส้นทางจักรยานจากเยอรมนีไปยังทะเลดำเลียบแม่น้ำดานูบ
และจากโดเนาเอส์ชินเกนไปจนถึงบูดาเปสต์ เส้นทางนี้ทันสมัยมาก
มีภูเขาทั้งสองฝั่งแม่น้ำนอกเวียนนา และป่าโบฮีเมียนก็สะดุดตา
เรือเคลื่อนตัวช้าๆ
เพื่อให้นักเรียนได้เพลิดเพลินกับความงามตามธรรมชาติของออสเตรีย
และอารมณ์รื่นเริงในหมู่นักเรียนและครูก็รวมเป็นหนึ่งเดียวกัน

พวกเขารวมตัวกันเพื่อรับประทานอาหารกลางวันตอนเที่ยงเนื่องจากมื้ออาหารเป็นการเฉลิมฉลอง

ภายในสามชั่วโมง เรือก็ไปถึงบราติสลาวา เมืองหลวงของสโลวาเกีย และมีรถบัสคันหนึ่งกำลังรอให้นักเรียนและครูพาพวกเขาไปรอบๆ เมืองยุคกลาง พวกเขากลับมาหกคนหลังจากเยี่ยมชมพิพิธภัณฑ์เมือง ปราสาทเดวิน หอคอยเซนต์ไมเคิล และถนนสองสามสาย
ภายในเทือกเขาลิตเติ้ลคาร์เพเทียน
ใกล้จุดนัดพบของชายแดนออสเตรีย สโลวาเกีย และฮังการี
แม่น้ำดานูบไหลผ่านช่องเขา และในตอนเย็น พระอาทิตย์ก็ดูงดงาม

หลังอาหารเย็น
นักเรียนเจ็ดคนและครูสองคนได้เข้าร่วมคอนเสิร์ตที่เน้นไวโอลิน วิโอลา เชลโล และดับเบิลเบสเป็นหลัก
ผู้อำนวยการดนตรีแนะนำสมาชิกคอนเสิร์ตและเครื่องดนตรีของเธอ
ไวโอลินเป็นเครื่องดนตรีที่มีเอกลักษณ์เฉพาะตัว ดนตรีทำให้จิตใจสงบ สร้างความสุข และความสมหวังในชีวิต
วิโอลามีขนาดใหญ่กว่าไวโอลินเล็กน้อย โดยมีเสียงที่ต่ำและลึกกว่าในทำนองเดียวกัน เชลโลก็อยู่ในตระกูลไวโอลิน
ซึ่งเป็นเครื่องดนตรีที่มีเครื่องสายแบบโค้งคำนับ
ผู้กำกับดนตรีอธิบายว่าดับเบิ้ลเบสก็เป็นเครื่องดนตรีประเภทโค้งเช่นกัน
ซึ่งมีขนาดใหญ่กว่าไวโอลินมาก
คอนเสิร์ตดำเนินไปประมาณสองชั่วโมง
ละครที่เขียนบทโดยนักเรียนคนหนึ่ง
ซึ่งเป็นเรื่องราวความรักของเด็กหญิงและเด็กชายที่อยู่ในชนบทในออสเตรียกำลังเข้มข้น เมื่อถึงเก้าโมงครึ่ง
นักเรียนและครูทุกคนรวมตัวกันในห้องนั่งเล่นเพื่อประเมินการวางแผนและการดำเนินการของการเดินทาง ซึ่งกินเวลาครึ่งชั่วโมง
จากนั้นทุกคนก็แยกย้ายกันไปนอน

ในวันรุ่งขึ้น หลังอาหารเช้า เวลาประมาณเก้าโมง
ทุกคนมารวมตัวกันในห้องนั่งเล่นและเริ่มวันใหม่ด้วยการร้องเพลง
"Break My Stride" ด้วยกัน
คาร์ลอตตาเป็นประธานการประเมินกิจกรรมของวันก่อนหน้า
ซึ่งดำเนินไปประมาณหนึ่งชั่วโมง
นักเรียนและครูมองเห็นเกาะใหญ่สองเกาะระหว่างสโลวาเกียและฮังการี
ทางฝั่งฮังการี
ฝั่งขวาของแม่น้ำดานูบคือป้อมปราการและมหาวิหารหลายแห่งที่สร้างขึ้

นโดยราชวงศ์อาร์ปัดบนที่ราบอัลโฟลด์และบนเนินเขาคาร์เพเทียน ลุ่มน้ำอุดมสมบูรณ์ไปด้วยนาก วีเซิล สุนัขจิ้งจอก หมาป่า หมีดำ เต่า และงู

ครูคนหนึ่งบอกกับนักเรียนขณะอธิบายระบบนิเวศของแม่น้ำดานูบว่าเป็นพื้นที่ลุ่มที่ยาวที่สุดในทวีปยุโรป ที่วิเซกราดในฮังการี แม่น้ำดานูบแคบลง และอมายาพยายามแตะต้นไม้บนฝั่ง

ประมาณบ่ายสามโมง เรือก็มาถึงบูดาเปสต์
รถบัสกำลังรอนักเรียนและครูอยู่ที่ท่าเรือ
เมืองที่สวยงามตระการตาซึ่งเต็มไปด้วยปราสาท โบสถ์ จัตุรัส สะพาน พิพิธภัณฑ์ ถนน และอาคารที่ทันสมัยที่สุด
บูดาเปสต์คือราชินีแห่งแม่น้ำดานูบ หลังจากนั้นไม่นาน นักเรียนก็ชอบออกไปเดินเล่นซื้อของที่ระลึกและของขวัญให้กับคนที่รักที่บ้าน
ทันใดนั้นอมายาก็นึกถึงแม่ของเธอที่พาเธอไปทั่วยุโรปและอินเดียตอนที่อมายายังเรียนอยู่ เมื่อกลับจากเนปาล Amaya ได้ซื้อของขวัญมากมายให้กับ Rose
หลังจากการทัศนศึกษาที่โรงเรียนในมุมไบของเธอจัดขึ้น ในนั้นมีพระพุทธรูปนั่งสมาธิซึ่งโรสชอบมากที่สุด
เมื่อสุปรียาอยู่ในโรงเรียน อมายาจะพาเธอไปทั่วโลก
และเมื่อเธอไปเที่ยวท่องเที่ยว สุปรียาก็จะซื้อของขวัญให้แม่ของเธอ
เธออยากได้อะไรจากลูกสาวของเธอ แม้แต่เปลือกหอยก็ตาม

อมายาอยู่ในทีม
และหัวหน้าคอนเสิร์ตได้แนะนำทีมให้รู้จักกับนักเรียนและอาจารย์
เปียโน กีตาร์ ฮาร์ป และฟลุต เป็นเครื่องมือที่ใช้ในคอนเสิร์ต
เปียโนครอบคลุมเครื่องดนตรีทุกรูปแบบที่มีความสามารถและสามารถปรับเปลี่ยนได้เพื่อสร้างบทเพลงที่ไพเราะ กีตาร์ที่ฉลาดที่สุด
เยาวชนต่างหลงใหลในรูปลักษณ์ เสียง
และความคล่องตัวของมันเป็นอย่างมาก ผู้ดูแลคอนเสิร์ตกล่าวเสริม
ฮาร์ปเป็นตัวแทนของนักบุญเซซิเลีย นักบุญอุปถัมภ์ของนักดนตรี ยืนหยัดเพื่อสวรรค์และความหวัง
และขลุ่ยก็สร้างเสน่ห์และความงดงามให้กับคอนเสิร์ต เธอกล่าวเสริม
เป็นการแสดงที่แวววาวของทีม จนกระทั่งอายุเก้าสิบสามสิบ เด็กผู้ชาย เด็กผู้หญิง และครูต่างเต้นรำในเพลง "Wannabe" "Smells Like Teen Spirit" "What is Love" "Vogue" และ "This is How We Do it" *เย็น* วันนั้น คาร์ลอตต้าขอให้อมายาเป็นประธานในการประเมิน

ในวันที่สี่ Amaya สังเกตเห็นเกาะหลายแห่งในแม่น้ำดานูบ
โดยเกาะที่ใหญ่ที่สุดในนั้นคือเกาะ Csepel แม่น้ำ Drava, Tiaza และ
Siva ซึ่งเป็นแม่น้ำสาขาของแม่น้ำดานูบดูสง่างามเมื่อมองจากเรือ
และดินแดนโบราณของโครเอเชียก็มีเสน่ห์
นักเรียนมีความกระตือรือร้นกับกิจกรรมทั้งหมดของตน
และหลายคนก็จดบันทึกข้อสังเกตของตน คอนเสิร์ต โอเปร่า
และเพลงวอลทซ์มีชีวิตชีวามากขึ้นเมื่อนักเรียนและครูทุกคนมีส่วนร่วมอ
ย่างแข็งขันวันแล้ววันเล่า เครื่องดนตรีหลักที่ใช้ในคอนเสิร์ตเย็นวันนั้น
ได้แก่ กลอง กีตาร์เบส และเปียโน
"การตีกลองสามารถสร้างผลกระทบทางจิตวิทยาอย่างลึกซึ้งต่อมนุษย์แ
ละสัตว์ แม้แต่เด็กทารกก็สามารถตอบสนองต่อเสียงของมันได้
ดนตรีคือจุดรวมของอิสรภาพแห่งความรู้สึก จินตนาการ
และจุดสุดยอดของกิจกรรมของมนุษย์ สัตว์ นก ปลา
พืชและต้นไม้ทุกชนิดตอบสนองต่อจังหวะของดนตรีในฐานะภาษากลาง
ระหว่างวัฒนธรรมและอารยธรรม
ซึ่งเป็นพลังที่ทรงพลังที่สุดที่รวมทุกสิ่งเข้าด้วยกัน
แม้แต่จักรวาลก็มีดนตรีที่กาแล็กซีทุกแห่งเข้าใจ
และมีวิวัฒนาการมาจากจุดเริ่มต้นของบิกแบง"
หัวหน้าคอนเสิร์ตกล่าวหลังจากแนะนำสมาชิกในทีม

วันรุ่งขึ้น เรือจอดทอดสมอที่เบลเกรด
นักเรียนและอาจารย์ต่างเพลิดเพลินกับการเที่ยวชมเมืองและอาหารเซอ
ร์เบียอย่างเต็มที่ นอกเหนือจากเซอร์เบียแล้ว Amaya
สามารถมองเห็นที่ราบอันกว้างใหญ่ของโรมาเนียทางด้านซ้ายและที่รา
บสูงของบัลแกเรียทางด้านขวา โบสถ์ ปราสาท
และป้อมปราการหลายแห่ง รวมถึงปราสาท Bran แห่งแดร็กคูล่า
แผ่กระจายไปทั่ว ปกคลุมไปด้วยภูมิภาคทรานซิลวาเนียที่มีป่าหนาทึบ
และได้รับการคุ้มครองโดยเทือกเขาคาร์เพเทียน
ใช้เวลาหลายวันในการข้ามทุ่งหญ้าสะวันนาของโรมาเนียและที่ราบสูง
ของบัลแกเรีย ระหว่างทางแม่น้ำดานูบก่อตัวเป็นเกาะต่างๆ มากมาย
และหลังจากกาลาตี
แม่น้ำก็เริ่มเลียบทางตอนใต้สุดของมอลโดวาเป็นเวลาสองสามนาที
นักเรียนร้องเพลงและเต้นรำโดยหวังว่าจะไปถึงจุดหมายปลายทางที่ทะ
เลดำ ในตอนเช้าเรือได้เข้าสู่พื้นที่สามเหลี่ยมปากแม่น้ำที่เกิดจากแม่น้ำ
ทันใดนั้นสุปรียาก็อยู่ในใจของอมายา
ความรู้สึกปวดร้าวแล่นเข้ามาในจิตใจของเธอ
และความเหงาครอบงำเธอราวกับว่าไม่มีสิ่งอื่นใดอยู่รอบตัวเธอ

นักเรียนต่างเฉลิมฉลองกัน และ Amaya รู้สึกโดดเดี่ยวราวกับว่าเธอได้กลับไปใช้ชีวิตในบาร์เซโลนาทันทีหลังจากการหายตัวไปของสุปรียา

ในวันที่เก้าพวกเขาสามารถมองเห็นทะเลดำได้ไกล ๆ และในวันที่สิบการล่องเรือก็มาถึงปากแม่น้ำที่มีเสน่ห์ นักเรียนและครูว่ายน้ำกันในน้ำนิ่งเป็นเวลาหลายชั่วโมง อมายายืนอยู่บนระเบียงเรือ เฝ้าดูพวกเขาอยู่พักหนึ่งแล้วจึงเข้าร่วมกับนักเรียน เธอว่ายน้ำอย่างสบายๆ และเล่นลูกบอลน้ำร่วมกับเพื่อนๆ และนักเรียนเป็นเวลาหลายชั่วโมง

เรือและเรือหลายร้อยลำในทะเลดำที่เดินทางไปยังยูเครน รัสเซีย จอร์เจีย ทูคีย์ บัลแกเรีย และโรมาเนีย บรรยายภาพทิวทัศน์แบบพาโนรามา ในตอนเย็น ทุกคนไปที่ Cataloi เพื่อพักค้างคืนโดยรถบัสเนื่องจากผู้สนับสนุนได้จัดเตรียมการเข้าพักในเมืองและเที่ยวบินจากสนามบิน Tulcea ไปยังเวียนนาในวันถัดไป นักเรียนเฉลิมฉลองด้วยดนตรีและการเต้นรำตลอดทั้งคืน โดยมีอมายา คาร์ลอตต้า และครูคนอื่นๆ เข้าร่วมด้วย

ในกรุงเวียนนา Carlotta ขอบคุณ Amaya อย่างมากสำหรับการมีส่วนร่วมของเธอ ในขณะที่นักเรียนได้พบกับ Amaya เพื่อแสดงความขอบคุณสำหรับกำลังใจและการสนับสนุนของเธอ "คุณอยู่กับเราเสมอ เราไม่สามารถลืมคุณได้" พวกเขาพูดพร้อมกัน "แหม่ม คุณงดงามและมีน้ำใจ คุณเปลี่ยนชีวิตของเรา เรารักคุณเพราะคุณรู้วิธีรักเด็ก "ให้เราร้องเพลงถวายเกียรติแด่ท่าน" พวกเขากล่าว พวกเขาสร้างวงกลมล้อมรอบเธอและร้องเพลง "Un-break My Heart" โดย Toni Braxton อมายาเต้นรำกับพวกเขา คิดว่าเธอร้องเพลงและเต้นรำกับสุปรียา เธอปรารถนาที่จะพบปะ เล่น และไปกับเธอเพื่อการเดินทางอันยาวนานผ่านแม่น้ำ ทะเลสาบ และทะเลทั้งหมด

คาร์ลอตตาและนักเรียนอีก 20 คนต้องประหลาดใจอยู่ที่สนามบินพร้อมช่อดอกไม้เพื่อกล่าวคำอำลาอมายา นับเป็นจุดเริ่มต้นของชีวิตใหม่ของ Amaya ด้วยเสียงเพลงเวียนนาที่ดังกึกก้องและคำพูดปลอบใจของเด็กๆ ที่ผสานและก้องก้องอยู่ในหูของเธอมานานหลายปี

"คุณเป็นครูที่มีความสามารถ เป็นมนุษย์ที่โดดเด่น
ฉันคิดว่าโชคดีที่ได้พบคุณและได้รู้จักคุณ
โปรดกลับมาอยู่กับเราอีกครั้ง" คาร์ลอตตาพูดพร้อมจับมืออนายา

"ขอบคุณคาร์ลอตตาสำหรับคำพูดที่ให้แง่คิดของคุณ ฉันชอบมันมาก"
อมายาตอบ

"ความอ่อนโยนและใจดี
คุณได้สร้างชื่อเสียงอันโด่งดังในฐานะครูผู้มุ่งมั่น"
คาร์ลอตต้ากล่าวเสริมที่กอดอมายา

Amaya ขึ้นเครื่องบินไปเฮลซิงกิในวันสุดท้ายของเดือนกันยายน
โดยไม่รู้ว่าจะไปทำไม เฮลซิงกิ เมืองแห่งความสุขของมนุษย์มีเสน่ห์
ถนนหนทางสวยงาม สะอาดตา และเต็มไปด้วยนักท่องเที่ยว
แต่อมายารู้ว่าฤดูร้อนกำลังถดถอยอย่างรวดเร็ว
ค่ำคืนยาวนานและหนาวเย็นยิ่งขึ้น จากหน้าต่างห้องพักในโรงแรม
เธอมองเห็นโดมสีเขียวของอาสนวิหาร
และรูปปั้นอัครสาวกทั้งสิบสองคนมองลงมาเพื่อค้นหาผู้เชื่อที่หาได้ยาก
ในประเทศที่ไม่เชื่อพระเจ้า
เธอปั่นจักรยานไปรอบเมืองที่ปลอดภัยที่สุดในโลก
ร้านอาหารล้นไปหมดก่อนเข้าสู่ฤดูหนาวอันยาวนาน Amaya
สงสัยเกี่ยวกับความดื้อรั้นของมนุษย์ในการเอาชนะความท้าทายขณะปีน
บันไดไปยังป้อมปราการทะเล Suomenlinna ทะเลบอลติกสงบ
ยอดภูเขาน้ำแข็งปรากฏขึ้นมาแต่ไกล ภายในเดือนตุลาคม
สวนสาธารณะต่างๆ กลายเป็นสถานที่รกร้าง มีหิมะตกหนัก และ
Amaya รู้สึกเหงาและโศกเศร้า ความรู้สึกคิดถึงบ้านล้อมรอบเธอ
ขณะที่ความมืดทำให้เธอหวาดกลัว
เธอก็อยากจะอยู่เป็นเพื่อนกับแม่ของเธอ และปรารถนาที่จะพบกับโรส
เดือนพฤศจิกายนมีลมหนาวพัดมา
ถนนในเมืองที่ปกคลุมไปด้วยหิมะดูน่ากลัว
อมายาไม่เคยรู้เลยว่าเธอนั่งอยู่บนม้านั่งตัวนั้นนานขนาดไหนแล้วนึกถึงโรสและสุปรียา เมื่อเอซาเบลมาถึงเธอก็นั่งข้างเธอ
สัมผัสของเอซาเบลทำให้อบอุ่นหัวใจ เต็มไปด้วยความหวัง
และมีมนุษยธรรม

"เอซาเบล ขอบคุณสำหรับกาแฟดีๆ
ที่ร้านอาหารและการอยู่เคียงข้างอย่างอบอุ่นของคุณ
ขอบคุณที่เดินไปกับฉันถึงโรงแรมและไปถึงฉันอย่างปลอดภัย
ไม่เช่นนั้นฉันก็จะเป็นเหมือนปลาแช่แข็ง ฉันจะจดจำคุณตลอดไป"

ก่อนออกจากเฮลซิงกิ Amaya ส่งอีเมลถึง Esabel
เพื่อแสดงความขอบคุณ
มนุษย์คนหนึ่งนั้นเป็นตัวแทนของประชากรทั้งหมดของฟินแลนด์

โรสกลับไปที่บ้านในหมู่บ้านของเธอ โดยรู้ว่าอมายาไปถึงที่นั่นแล้ว
ลูกสาวของเธอดูซีดเซียว หดหู่ เงียบขรึม และโดดเดี่ยว
และยังคงอยู่ในโลกของเธอ เศษซากของฮิราเอธ
อาการคิดถึงบ้านกับสุปรียาและคารานซึ่งเธอไม่มีวันกลับมา
บ้านที่ไม่เคยมีอยู่จริง ได้ทรมานอมายา
และบดขยี้ความอ่อนไหวและความปรารถนาของเธอ
มันหลอกหลอนเธอราวกับสุนัขล่าเนื้อแห่งนรก
แทะหัวใจของเธอเป็นชิ้นๆ และถ่มน้ำลายชิ้นเนื้อไปทั่วกระจกแห่งจิตใจ
แต่ละส่วนเติบโตเป็นงูแห่งเอเดน ล่อลวงเธอ
ย่นเธอให้ทนทุกข์ชั่วนิรันดร์

โรสโน้มน้าวให้อมายาออกจากผนังทั้งสี่ด้านของบ้านเพื่อรับแสงแดดแ
ละอากาศบริสุทธิ์ เล่นเปียโน
เข้าร่วมหลักสูตรวิปัสสนาเพื่อควบคุมจิตใจ และตั้งสติได้
หลังจากนั้นสามปี
นาลันทาใกล้กับพุทธคยาก็กลายเป็นจุดหมายปลายทางของเธอ

มาเป็นพระพุทธเจ้า

พุทธคยาดูเก่าแก่
หลังจากนั่งรถบัสไปนาลันทาซึ่งเป็นที่ตั้งของมหาวิทยาลัยโบราณแห่ง
หนึ่ง ซึ่งอมายาตัดสินใจเข้ารับการอบรมวิปัสสนา 10 วัน
เธอก็เดินไปไม่ไกล
โครงสร้างที่ทรุดโทรมโบราณกระจัดกระจายทั้งสองด้านเหมือนอาคารที่
ถูกทิ้งระเบิดในชนบทของบอสเนีย อย่างไรก็ตาม
ทะเลสาบอินทรปุชการินีดูเงียบสงบ
และศูนย์ฝึกสมาธิบนฝั่งตะวันตกก็ส่องแสงแวววาว

อมายาลงทะเบียนเป็นผู้เข้าอบรม ไปถึงศูนย์วิปัสสนา
และมอบแล็ปท็อป โทรศัพท์มือถือ ปากกา กระดาษ
และของใช้ส่วนตัวอื่นๆ ยกเว้นเสื้อผ้าและเครื่องใช้ในห้องน้ำของเธอ
หลักสูตรสิบวันฟรี รวมอาหารและที่พัก
มีการบรรยายสรุปเกี่ยวกับกฎเกณฑ์
อมายาให้คำปฏิญาณว่าจะประพฤติตนมีศีลธรรมในทุกกิจ
แม้จะออกจากศูนย์วิปัสสนาซึ่งเป็นพื้นฐานในการฝึกจิตใจให้มุ่งสู่การพั
ฒนาปัญญาแล้วก็ตาม กฎเกณฑ์ต่างๆ ได้แก่
การรักษาความเงียบทั้งร่างกายและจิตใจ งดสบตากับผู้เข้าร่วมคนอื่นๆ
และงดเว้นจากการขโมย การโกหก และฆ่าสิ่งมีชีวิตใดๆ การบริโภคสุรา
การสูบบุหรี่ ของมึนเมา อาหารที่ไม่ใช่มังสวิรัติ
และการประพฤติผิดทางเพศ ถือเป็นการละเมิดหลักจรรยาบรรณ ศาสนา
การสวดมนต์ โยคะ
การท่องบทพระคัมภีร์และการสวมสัญลักษณ์ทางศาสนาไม่ได้เป็นส่วน
หนึ่งของวิปัสสนา ทุกทิศทางมาจากเทปและวีดิทัศน์คำพูดของอาจารย์
มีชายและหญิงประมาณห้าสิบคนจากประเทศต่างๆ เข้าร่วม
และความเงียบอันลึกล้ำก็แผ่ซ่านไปทั่วสถานที่
อาสาสมัครพาอมายาไปที่ห้องของเธอซึ่งมีเตียงพร้อมห้องน้ำในตัว
จากหน้าต่างเธอมองเห็นซากปรักหักพังของพระนาลันทามหาวิหาร
ซึ่งเป็นศูนย์การเรียนรู้ขั้นสูงที่เกี่ยวข้องกับชีวิตสงฆ์ในพระพุทธศาสนา

โดยมีอาจารย์อบรมวิปัสสนาปฐมนิเทศ ณ ห้องโถงใหญ่ในตอนเย็น
ผู้เข้าร่วมมารวมตัวกัน โดยนั่งยองๆ บนพื้นในท่าดอกบัว
วางฝ่ามือข้างหนึ่งทับอีกข้างหนึ่งเป็นพลังจิต

อาสาสมัครช่วยผู้เข้าร่วมแต่ละคนเลือกท่าที่สบายได้ตามต้องการ และหัวหน้างานก็ต้อนรับทุกคนด้วยความจริงใจ
อาจารย์อธิบายวิปัสสนาด้วยเสียงนุ่มนวล แม่นยำ และมีความหมายว่าเป็นการฝึกพัฒนาจิตเพื่อให้จิตใจสงบ เป็นหนทางไปสู่การหลุดพ้นจากความทุกข์ทรมาน นำไปสู่การตื่นรู้ พัฒนาจิตสำนึก เพื่อบรรลุจุดหมายสูงสุดแห่งพระนิพพาน วิปัสสนาจึงเป็นเทคนิคในการพัฒนาความสงบ สติ สมาธิ และความสงบ เพื่อบรรลุญาณในการดำรงอยู่อย่างมีความสุขในความสงบ บุคคลสามารถฝึกวินัยจิตใจและควบคุมกิจกรรมต่างๆ ได้ด้วยการใช้ความยับยั้งชั่งใจทั้งทางร่างกายและจิตใจและความพยายามที่เป็นแบบอย่าง

พระศาสดาทรงเปรียบเทียบจิตใจกับมหาสมุทรซึ่งมักก่อให้เกิดคลื่น พายุ และสึนามิ ทำให้จิตใจสงบลงราวกับทำให้ทะเลเงียบงัน หากจิตใจกระวนกระวาย ร่างกายจะได้รับผลกระทบ ความคิดจะถูกควบคุม ความรู้สึกอิ่มตัว การสังเกตจะสับสน การพูดจะขาดการเชื่อมต่อ สติปัญญาจะเสียหาย และความสัมพันธ์จะเปลี่ยนไม่สมดุล การรักษาจิตใจให้มีระเบียบวินัยก็เหมือนกับการพัฒนาเครื่องมืออันทรงพลังเพื่อทำงานตามที่ตั้งใจไว้ ซึ่งช่วยให้บรรลุเป้าหมายได้ การฝึกวิปัสสนา 10 วันช่วยพัฒนาจิตใจให้เป็นเครื่องมือและควบคุมจิตใจได้ วิปัสสนาไม่ใช่ยารักษาโรคหรือยาเพื่อให้ได้พลังวิเศษ แต่ด้วยการฝึกง่ายๆ บุคคลย่อมบรรลุการควบคุมจิตใจ ในกระบวนการ โดยรู้จักตนเองในความเรียบง่าย ความเปลือยเปล่า และความเป็นองค์รวม

ครูกล่าวว่าการเพิ่มพลังให้กับตนเองด้วยการเข้าใจธรรมชาติ มิติ และความกว้างใหญ่ของมัน โดยตระหนักถึงความสามารถ ความสามารถ และศักยภาพของมัน การสังเกตแต่ละส่วนของร่างกาย งานต่างๆ ที่พวกเขาทำ บทบาทของพวกเขา และความเป็นหนึ่งเดียวกันที่เกิดขึ้นเป็นส่วนหนึ่งของการทำสมาธิ นำไปสู่รูปลักษณ์องค์รวมและการทำงานร่วมกันของร่างกาย จิตใจ สติปัญญา และจิตสำนึกของแต่ละบุคคล ส่งผลให้เกิดการตรัสรู้ การปรับปรุงทัศนคติของตนเอง ผู้อื่น และโลกก็มีความสำคัญไม่แพ้กัน "เราเป็นอย่างที่เราคิดเกี่ยวกับตัวเราเอง" ครูกล่าว
"คนเราสร้างตัวเองตั้งแต่วัยเด็ก การเลี้ยงดูและธรรมชาติมีบทบาทสำคัญในกระบวนการนี้" ครูกล่าวเสริม

การปรับปรุงทัศนคติจะช่วยให้ชีวิตดีขึ้น นำไปสู่ความสงบภายใน ความปรองดอง การพัฒนา และความสุข
เคล็ดลับของชีวิตที่ประสบความสำเร็จคือการอยู่กับปัจจุบัน
ไม่หลงทางในภูมิประเทศที่ทรยศในอดีตหรือในถิ่นทุรกันดารแห่งอนาคต" จากนั้น อาจารย์ได้อธิบายตารางการฝึกวิปัสสนาว่า

04.00 น. ระฆังเช้า

04.30 น. – 06.30 น. นั่งสมาธิในห้องหรือห้องโถง

6.30 น. ถึง 8.00 น. อาหารเช้าและงานส่วนตัว

เวลา 08.00 – 09.00 น. นั่งสมาธิเป็นกลุ่มในห้องโถง

09.00 – 11.00 น. นั่งสมาธิในห้องหรือห้องโถง

11.00 น. ถึงเที่ยงวัน: พักรับประทานอาหารกลางวัน.

12.00 น. – 13.00 น. หารือกับหัวหน้างาน

13.00 – 14.30 น. นั่งสมาธิในห้องหรือห้องโถง

14.30 – 15.30 น. : นั่งสมาธิเป็นกลุ่มในห้องโถง

15.30-17.00 น. นั่งสมาธิในห้องหรือห้องโถง

17.00 – 18.00 น. : นั่งสมาธิเป็นกลุ่มในห้องโถง

18.00 น. ถึง 19.00 น. พักดื่มชาและทำงานส่วนตัว

19.00 – 20.15 น. กล่าวปาฐกถาในห้องโถง

20.15 – 21.00 น. นั่งสมาธิเป็นกลุ่มในห้องโถง

21.00 – 21.30 น. ช่วงถาม-ตอบในห้องโถง

21.30 น. : ปิดไฟ

แม้จะกระวนกระวายใจโดยไม่ทราบสาเหตุ แต่อมายาก็นอนหลับสบาย
ตื่นประมาณตีสามสิบสามสิบ
และมาถึงห้องโถงเพื่อนั่งสมาธิครั้งแรกเวลาสี่สิบสามสิบ
เธอนั่งลงบนพื้น
ตั้งกายให้ตรงเนื่องจากท่านั้นจำเป็นเมื่อทำสมาธิเป็นเวลานาน
มีผู้เข้ารับการฝึกอบรมประมาณห้าสิบคน อาสาสมัครสองสามคน
และหัวหน้างานหนึ่งคน อมายาเริ่มทำสมาธิ กำหนดลมหายใจ
ตั้งจิตสำนึกในการหายใจเข้าออกซึ่งเป็นเรื่องธรรมชาติในชีวิตประจำวัน
เธอรับรู้ถึงลมหายใจแต่ละลมหายใจ

ตั้งจิตไปที่ลมหายใจตั้งแต่แรกเกิดและดำเนินไปทุกชั่วขณะของชีวิตแม้ขณะหลับหรือหมดสติ การหายใจเป็นกิจกรรมที่คุ้นเคย สม่ำเสมอ และติดตัวมาแต่กำเนิด แต่การมีสมาธิเป็นเรื่องยาก
เธอจะมุ่งความสนใจไปที่การหายใจของเธอเป็นเวลาสามวันครึ่งจากทั้งหมดสิบวัน
เธอต้องมีความใส่ใจต่อลมหายใจอย่างเต็มที่เพื่อควบคุมและทำให้จิตใจสงบ ครูกล่าวว่าสมาธิของจิตใจจะทำให้เกิดความสงบเรียบร้อยภายใน ความสงบ และความชัดเจนในตัวบุคคล
เนื่องจากเป็นการกระทำของร่างกายและจิตใจร่วมกัน นอกจากนี้การหายใจจะมุ่งให้ร่างกายและจิตใจจดจ่ออยู่กับความเป็นจริงในปัจจุบัน นอกเหนือจากการบรรเทาความโศกเศร้า ความทุกข์ และความเจ็บปวด

จิตใจที่ไม่ได้รับการฝึกฝนและไม่ได้รับการฝึกฝนของอมายานั้นอ่อนแอ ไม่แน่ใจ และขาดความแน่วแน่ที่จำเป็นในการบรรลุการตรัสรู้
มันจำลองเหตุการณ์ในอดีต
กระโดดจากสถานการณ์จริงไปสู่เรื่องที่ไม่จริง จินตนาการ และฟุ้มเฟือย และเริ่มพัวพันกับความโศกเศร้า ความโศกเศร้า และความเจ็บปวด
เพื่อหลีกหนีจากอดีตที่เจ็บปวด จิตใจจึงสร้างอนาคตอันเพ้อฝัน
เดินทางอย่างไม่สิ้นสุดในถิ่นทุรกันดารแห่งความคิดปรารถนา
และไม่เคยอยู่ในปัจจุบันเพื่อเพลิดเพลินกับความสุขของการดำรงอยู่
เธอพยายามแก้ไขจิตใจโดยมุ่งความสนใจไปที่ปัจจุบัน
แต่เธอพบว่าการควบคุมจิตใจเป็นเรื่องยากผิดปกติ
อมายาเกลี้ยกล่อมจิตใจของเธอจากการท่องไปสู่อดีตที่ทรยศหรือสร้างความฝันอันเพ้อฝันในอนาคต
แต่ทำงานอย่างต่อเนื่องเพื่อเป้าหมายของเธอ
การฝึกกำหนดลมหายใจอย่างต่อเนื่องเป็นสิ่งสำคัญในการทำให้จิตใจสงบ ซึ่งเป็นวิธีเดียวที่จะไปถึงจุดสิ้นสุดนั้นได้

ในระหว่างนั่งสมาธิ จิตใจไม่เคยนิ่ง มีการบ่น โต้เถียง อธิบาย วิจารณ์ เยาะเย้ย แก้ไข โต้วาที และตัดสินอย่างต่อเนื่อง
แม้ว่าอมายาจะหลับตาลง จิตใจของเธอก็กระฉับกระเฉงและทรมาน ทำให้เธอนึกถึงอดีตและความทุกข์ทรมานแสนสาหัสเมื่อเธอกลับจากแผนกสูติกรรม โดยตระหนักว่าสุปรียาและพ่อของเธอหายตัวไป
จิตใจของเธอพาเธอไปสู่ความเจ็บปวดสี่เดือนที่เธอใช้เวลาอยู่คนเดียวในบ้าน คิดถึงความเหงา ความกลัวที่จะอยู่คนเดียว และการหลอกลวงที่อกหัก
อามายาร้องไห้นั่งสมาธิรำพึงถึงอดีตของตนอย่างเงียบๆ

ทำให้เกิดความรู้สึกหดหู่และความคิดที่กดดัน
ขณะนั่งก็ล้มไปข้างหลังหัวฟาดพื้น
ความเจ็บปวดจากการล้มนั้นเกินกว่าจะทนได้
อมายาพยายามนั่งท่าดอกบัวอีกครั้งแต่พบว่ามันท้าทายและไม่มีสมาธิใ
นการหายใจ เธอก็รวบรวมกำลังทั้งหมดเพื่อนั่งสมาธิต่อไป
เพื่อเอาชนะความกลัว ความเจ็บปวด และความทรมาน

ครูบอกว่าการจดจ่อที่การหายใจเป็นวิธีที่มีประสิทธิภาพมากที่สุดในการ
ทำให้จิตใจสงบลง และเธอต้องการทิ้งสัมภาระที่สิ้นเปลืองในอดีต
เธอพยายามเริ่มต้นชีวิตใหม่ ละทิ้งความทุกข์เพื่อเอาชนะอดีตของเธอ
เธอต้องการทำอะไรบางอย่างเพื่อผู้หญิง เด็กผู้หญิงที่ไม่มีใครต้องการ
แม่ที่ถูกปฏิเสธ คนที่ถูกเอารัดเอาเปรียบ และเด็กที่ไม่รู้หนังสือ
เธอต้องเข้าวิปัสสนา ฝึกฝนจิตใจ และเผาอดีตเพื่อเป็นคนใหม่
การควบคุมและควบคุมจิตใจเป็นสิ่งที่ขาดไม่ได้ในการไปถึงชะตากรรม
นั้น
แม้ว่าจิตใจจะกบฏหรือแสร้งทำเป็นเหนื่อยล้าและเจ็บป่วยซ้ำแล้วซ้ำเล่า
จิตใจมักจะบ่นว่าวิปัสสนานั้นคร่ำครวญ ไม่มีหลักวิทยาศาสตร์
และไม่สามารถต้านทานการทดสอบยืนยันได้ เหนือสิ่งอื่นใด
ผลลัพธ์ของมันมีความไม่แน่นอนและเฉียง
จิตใจบอกอมายาวิปัสสนาซ้ำแล้วซ้ำอีก ฆ่าบุคลิกภาพ สถานะ
และความเป็นตัวตนของเธอ
โยนเธอเข้าไปในเตาไฟที่เผาผลาญความปรารถนาและความฝัน
หลังจากจบหลักสูตรวิปัสสนาแล้ว
เธอก็จะเป็นเหมือนผักทั้งทางร่างกาย จิตใจ และสติปัญญา
เพราะมันจะทำลายความคิดริเริ่มและความมั่นใจของเธอไป
เธอจะใช้ชีวิตอย่างมีเมตตา ท่องไปทั่วโลก เก็บสะสมบิณฑบาต
และแปลงร่างเป็นปรสิต จิตใจพยายามทำให้เธอหวาดกลัว
อมายาบอกให้จิตใจสงบไม่รบกวนการตัดสินใจส่วนตัวของเธอ
เธออธิบายว่าการเลือกของเธอที่จะเข้ารับการไกล่เกลี่ยสิบวันนั้นเป็นแผ
นที่คิดมาอย่างดี เธอคนเดียวที่รับผิดชอบเรื่องนี้และรับรู้อย่างเต็มที่

ท่าทางของเธอไม่สบายตัว ทำให้เกิดความเจ็บปวดทางร่างกาย
ความทุกข์ทรมานทางจิตใจ และความขัดแย้งทางอารมณ์ในใจของเธอ
ในบางครั้ง จิตใจแบล็กเมล์เธอโดยบอกว่าโรสอยู่คนเดียวที่บ้าน
เธออาจประสบอุบัติเหตุและต้องการความช่วยเหลือและความห่วงใยจา
กลูกสาวของเธอ ในบางโอกาสที่หาได้ยาก
จิตใจบอกเธอว่าการนั่งสมาธินานกว่าห้านาทีจะนำเธอไปสู่ความบ้าคลั่ง
เธอจะเดินไปตามถนน ผู้คนจะขว้างก้อนหินใส่เธอ

และตำรวจอาจควบคุมตัวเธอไว้ได้
ทันใดนั้นอมายาก็นึกถึงเรื่องที่เธอได้พบกับบ๊อบบี้สองคนที่ไฮด์ปาร์ค ใกล้จะเที่ยงคืนแล้ว และมีคนนั่งหรือเดินอยู่ใกล้ๆ
อมายาไม่ได้สังเกตเห็นเจ้าหน้าที่ตำรวจที่ยืนเคียงข้างเธอ

"คุณเมาหรือเปล่าครับคุณผู้หญิง" เจ้าหน้าที่ตำรวจคนหนึ่งถาม
ทันใดนั้นอมาญาก็ประหลาดใจ
เธอมองดูพวกเขาเพื่อรู้ว่าพวกเขาเป็นใคร

"ไม่ครับท่าน" อามายาตอบ

"คุณเป็นคนไร้บ้านเหรอ?" มีคำถามอื่นอีก

"เปล่า ฉันพักโรงแรมใกล้ๆ" อมายากล่าว

"แล้วทำไมคุณถึงมาที่นี่ช้าจัง" ตำรวจก็อยากรู้..

อามายะไม่มีคำตอบ "ฉันเพิ่งมาที่นี่ ฉันไม่เคยคิดว่ามันสายเกินไป" เธอตอบขณะลุกขึ้น

"สวนสาธารณะปิดหลังเที่ยงคืน" บางครั้งการอยู่คนเดียวที่นี่ก็อันตราย" บ๊อบบี้กล่าวเสริม

"ฉันไม่เคยรู้มาก่อน" อมายากล่าว

"เราจะไปรับคุณที่โรงแรมของคุณไหม" ตำรวจคนหนึ่งถาม

"ไม่ ฉันไปคนเดียวได้ ฉันปลอดภัยแล้ว
ขอบคุณสำหรับความกังวลของคุณ ราตรีสวัสดิ์."
อมายาเดินจากไปอย่างรวดเร็ว

"ดูแลตัวเองด้วยนะคุณผู้หญิง ราตรีสวัสดิ์." เธอได้ยินเสียงอันอ่อนโยน

มันเป็นการเผชิญหน้าตอนเที่ยงคืนกับบ๊อบบี้ในลอนดอน
แต่ทันใดนั้นเธอก็รู้ตัวว่ากำลังหนีจากเส้นทางวิปัสสนาที่แท้จริง
จิตใจของเธอก็สามารถเบี่ยงเบนความสนใจและพาเธอไปยังดินแดนอันห่างไกลได้สำเร็จ
จิตใจก็รู้สึกยินดีที่ละทิ้งวิปัสสนาเพื่อจะได้เดินทางไปทั่วโลกอีกครั้งเพื่อตามหาลูกสาวของเธอ
อมายาเข้าใจได้ว่าจิตใจของเธอกระตือรือร้นที่จะละทิ้งกระบวนการนั่งสมาธิเพื่อจะได้ครอบงำเธอ
กลยุทธ์กดดันยังคงดำเนินต่อไปเป็นเวลานาน และ Amaya ก็เริ่มป้องกันตัวเองจากจิตใจ

เธอตั้งปณิธานว่าจะมีสมาธิจดจ่ออยู่กับการหายใจเป็นเวลาหลายวันด้วย
กัน จะนำเธอไปสู่ความคิดที่ถูกต้องและความเข้าใจที่ถูกต้อง:
ความตระหนักรู้และภูมิปัญญาในตนเองและสิ่งแวดล้อม
บรรยากาศที่เป็นเอกลักษณ์ การแสวงหาเพื่อแก้ไข ควบคุม
และควบคุมจิตใจ ปลดปล่อยตัวเองจากอิทธิพลด้านลบ
อิทธิพลที่ก่อกวน
และใช้ชีวิตอย่างมีประสิทธิผลและมีความสุขด้วยจิตสำนึกที่สมบูรณ์คือเ
ป้าหมายของเธอ แม้ว่าเธอจะพยายามมีสมาธิกับการหายใจ
แต่จิตใจของเธอก็ล่องลอยไปสู่วัยเด็ก วัยรุ่น วัยเยาว์
และปีที่ใช้ในบาร์เซโลนาอย่างไม่สิ้นสุด
เธอปวดหัวอยู่ตลอดเวลาเมื่อนึกถึงการค้นหาลูกสาวของเธอในยุโรปแล
ะอินเดียเป็นเวลาสี่ปี มันทำให้เธอรู้สึกเสียใจและเสียใจ
และบางครั้งอมายาก็ร้องไห้ น้ำตาไหลอาบแก้ม
ซึ่งเธอพบว่าควบคุมได้ยาก เธอพยายามควบคุมจิตใจซ้ำแล้วซ้ำอีก
โดยมุ่งความสนใจไปที่การหายใจ
แต่มันก็เป็นการออกกำลังกายที่น่าหงุดหงิด
และเธอก็ดิ้นรนแต่ไม่ประสบความสำเร็จ
จิตใจของเธอครอบงำเธออย่างถี่ถ้วน เหยียบย่ำความรู้สึกของเธอ
และทำลายจุดมุ่งหมายของเธอ เพราะมันทำตัวเหมือนพายุเฮอริเคน
ควบคุมไม่ได้ ไร้จุดหมายและทำลายล้าง
เธอคิดว่าการควบคุมจิตใจโดยมุ่งความสนใจไปที่การหายใจเป็นความล้
มเหลว เนื่องจากจิตใจควบม้าอยู่ในถิ่นทุรกันดาร
สร้างความหงุดหงิดอย่างมากให้กับอมายา

เมื่ออยู่ในห้อง ทำสมาธิ อมายาคิดที่จะละทิ้งโปรแกรมวิปัสสนาสิบวัน
เดินไปตามถนนนาลันทาและพุทธคยาเพื่อความสงบสุข
เพราะเธอรู้สึกสิ้นหวังและพ่ายแพ้
เมื่อลุกขึ้นมาจัดเสื้อผ้าและเครื่องใช้ในห้องน้ำ
และคิดว่าวิปัสสนาเป็นการหลอกลวงก็ช่วยควบคุมจิตใจไม่ได้
มีอารมณ์และความเจ็บปวดที่ไม่ได้แสดงออกมาภายในตัวเธอ
เธออยากจะตะโกนและร้องไห้ออกมาดังๆ รู้สึกใจละลาย ทุบหัวแตก
และทำลายตัวเอง มีแนวโน้มฆ่าตัวตายอย่างกะทันหัน

"อามายา" เธอร้อง "คุณกำลังทำอะไร? หายโกรธแล้วเหรอ?"
เธอถามตัวเอง

"ควบคุมตัวเอง ควบคุมจิตใจ" อมายาสั่ง
เธอมีความตระหนักรู้อย่างกะทันหัน

การละวิปัสสนาก็เหมือนปล่อยตัวให้นกแร้งตกเป็นเผด็จการแห่งจิตใจ
เธอมีสองทางเลือก: อยู่ในความเมตตาของจิตใจหรือการควบคุมจิตใจ;
ฝ่ายหนึ่งนำไปสู่ความทุกข์ อีกฝ่ายหนึ่งนำไปสู่ความตรัสรู้และความสุข
Amaya มีอิสระในการเลือกสิ่งใดสิ่งหนึ่ง และเธอเลือกอย่างหลัง
ซึ่งเป็นการตัดสินใจที่ยากที่สุดในชีวิตของเธอ
เธอนั่งในท่าดอกบัวอีกครั้ง หลับตาแล้วมองตัวเองด้วยตาภายใน
"ตั้งสมาธิที่ลมหายใจ มองที่ปลายจมูก" นางกำหนดสติ

อามายานั่งนิ่ง
เธอประสบกับการเปลี่ยนแปลงอย่างกะทันหันในการเพ่งความสนใจไป
ที่การหายใจของเธอ มีเพียงสิ่งเดียวเท่านั้นในจักรวาล นั่นคือเธอ
เธอผู้เดียว เธอทำสิ่งเดียวคือหายใจและนั่งเงียบ ๆ
โดยไม่คิดอะไรเป็นเวลานานในโลกแห่งความว่างเปล่าความว่างเปล่า

อมายานอนหลับสบายและตื่นขึ้นประมาณสามสิบสามสิบด้วยความหิว
จำได้ว่าไม่ได้กินข้าวเย็นเพราะไม่มีอาหารเสบียงหลังจากพักดื่มชาในต
อนเย็นเป็นเวลาสิบวัน น้ำชายามเย็นมีเพียงหนึ่งถ้วย
แต่อมายาตัดสินใจไปวิปัสสนาต่อโดยไม่ต้องทานอาหารเย็น
มีเสียงระฆังยามเช้าตอนตีสี่
และเธอก็มาถึงห้องโถงตอนสี่โมงครึ่งเพื่อนั่งสมาธิครั้งแรกของวัน
อมายาตัดสินใจทำจิตใจให้สงบภายใต้การควบคุมอันแน่วแน่
โดยมุ่งความสนใจไปที่การหายใจอย่างน้อยหนึ่งนาที
เธอรู้ว่าเธอสามารถสัมผัสประสบการณ์การตรัสรู้ได้ผ่านการฝึกฝนอย่าง
ต่อเนื่องโดยการควบคุมจิตใจ
และเทคนิคที่ดีที่สุดคือการมุ่งความสนใจไปที่การหายใจของเธอ
อมายาต้องการกำจัดความคิด ทัศนคติ
และความเกลียดชังเชิงลบทั้งหมด ปลูกฝังความเห็นอกเห็นใจ
ความมีน้ำใจ ความอ่อนน้อมถ่อมตน
และความอ่อนน้อมถ่อมตนเพื่อเพิ่มจิตสำนึก
เธอรู้ว่าเธอมีความมุ่งมั่นอย่างแรงกล้าที่จะเอาชนะอดีตของเธอ
และความสุขในปัจจุบัน
ซึ่งนำไปสู่อนาคตอันสุขสันต์ในการช่วยเหลือผู้อื่นและขจัดความทุกข์ท
รมานของพวกเขา นางต้องการชำระตนให้พ้นจากสิ่งไม่ดีทั้งปวง
เดินทางพ้นความโศก ความคร่ำครวญ
ดับทุกข์และความโศกเศร้าด้วยการเดินบนทางแห่งธรรม
บรรลุแสงสว่าง

วิปัสสนาไม่ใช่การฝึกหายใจ แต่เป็นกระบวนการตรัสรู้เพื่อรู้สิ่งต่าง ๆ ตามที่เป็นอยู่
อมายาจำได้ว่าครูบอกให้เธอมีมุมมองที่ถูกต้องเกี่ยวกับความเป็นจริงหรือการดำรงอยู่ ผู้ปฏิบัติสมาธิจะสัมผัสได้ตื้นหรือลึก
ขึ้นอยู่กับความเข้มข้นของสมาธิและรู้จักร่างกายของตนเองโดยไม่ยึดติดใดๆ จึงเป็นผู้สังเกตความมีอยู่ของตนได้
จิตสำนึกไม่ได้จำกัดอยู่ที่การหายใจ
แต่จะแผ่ซ่านไปทั่วทั้งร่างกายในทุกกิจกรรม เช่น การนั่ง ยืน เดิน วิ่ง สังเกต มอง กิน เล่น นอน หรือสิ่งใดๆ ที่บุคคลกระทำ

โดยการสังเกตการหายใจ
ผู้ทำสมาธิจะเรียนรู้ที่จะสังเกตความรู้สึกทางร่างกายต่างๆ
ทั้งภายในและภายนอกบุคคล เช่น ความรู้สึก ความคิด เจตนา
และการกระทำทางกาย โดยการควบคุมจิตใจ
ผู้ทำสมาธิจะแยกแยะได้ว่าความรู้สึกนั้นเป็นสุขหรือไม่สบาย
และรู้ถึงธรรมชาติและที่มาของอารมณ์โดยไม่ยึดติดใดๆ
ผู้ทำสมาธิจะมีสติ ร่างกายแตกต่างจากตัวตน
ดังนั้นการชอบหรือไม่ชอบร่างกายจึงไม่มีความหมายสำหรับแต่ละคน

อมายาค่อยๆ รู้สึกได้ถึงลมหายใจภายในรูจมูก
ความรู้สึกที่สัมผัสถึงส่วนในสุดของรูจมูก เติมเต็ม
มีอาการเย็นลงเมื่อเข้าไป และรู้สึกอบอุ่นเมื่อหายใจออก
ความรู้สึกเป็นสิ่งที่แยกจากกัน เช่น การหายใจ
และมีสิ่งมีชีวิตที่แตกต่างกันสามชนิด ได้แก่ ร่างกาย การหายใจ
และความรู้สึก อมายารู้สึกว่าอากาศไหลเวียนไปทั่วร่างกายของเธอ
เธอสามารถสังเกตได้ในฐานะคนนอก
จากนั้นอมายาก็ตั้งสมาธิกับการหายใจได้ประมาณสองนาทีโดยไม่วอกแวก
เป็นความสำเร็จเมื่อจิตใจเชื่อฟังคำสั่งของเธอและเดินทางไปตามเส้นทางที่เธอเลือก

วาทกรรมในวันนั้นเกี่ยวกับคำสอนของพระพุทธเจ้าที่ว่าควรหลีกเลี่ยงความสุดโต่งสองประการ คือปรนเปรอร่างกายหรือทรมานตนเอง
ทั้งที่ไร้ค่าและไร้ประโยชน์ เป็นการเปิดเผยแก่อมายา
และเธอชอบที่จะเดินสายกลาง อมายาถามวิธียึดสมาธิในช่วงถาม-ตอบ
ผู้บังคับบัญชาบอกให้เธอมองจุดสมมติบนผนังด้วยจิตใจที่ว่างเปล่า
และมุ่งความสนใจไปที่การมองเห็นสิ่งอื่น
อมายาเรียนรู้ว่าจิตใจจำเป็นต้องได้รับการฝึกฝนมากขึ้นเพื่อรักษาสมาธิ

ของเธอ และเธอก็จะมีสมาธิเป็นระยะเวลานานขึ้นในวันรุ่งขึ้น
มีคำถามเพิ่มเติมสองสามข้อเกี่ยวกับการหายใจ ความรู้สึก ความสนใจ และการควบคุมจิตใจ คำตอบนั้นสั้น ตรงประเด็น
และตั้งใจจะฝึกฝนในการไกล่เกลี่ยรายวัน
อมายาตั้งใจฟังพวกเขาอย่างระมัดระวังเพื่อซึมซับเนื้อหาของพวกเขาในวิปัสสนาของเธอ เธอซึมซับความก้าวหน้าของเธอ ซึ่งค่อยเป็นค่อยไป สม่ำเสมอ และหามาได้ยาก
อมายานอนหลับค่อนข้างดีจนถึงสี่โมงเช้าและตื่นขึ้นมาก็ได้ยินเสียงระฆัง

รุ่งเช้าวันที่สาม อามายาอยู่ในห้องโถงเวลาสี่โมงสามสิบ ความเงียบเข้าปกคลุมเธอ เธอประสบกับความสงบ ลึกซึ้ง แผ่ซ่านไปทั่วทุกแห่ง เธอแยกตัวออกจากกัน ยืนอย่างชัดเจน สังเกตร่างกาย จิตใจ และสติปัญญาของตนเองอย่างเป็นอิสระ
อามายาสั่ง พวกเขาก็เชื่อฟังเธอ ปฏิบัติตามคำแนะนำของเธอ
เธอเริ่มใช้เครื่องมือในการกระทำของเธอโดยไม่กระสับกระส่ายหรือต่อต้าน เธอสัมผัสได้ถึงความรู้สึก ความรู้สึก อารมณ์ ความปรารถนา และจินตนาการของเธอ
ขณะที่เธอมุ่งความสนใจไปที่ปลายจมูกเป็นเวลาประมาณหนึ่งชั่วโมงโดยไม่หยุดชะงัก ปลายจมูกของเธอมองเห็นได้แม้หลังจากหลับตาแล้ว จากนั้นเธอก็มุ่งความสนใจไปที่สามเหลี่ยมระหว่างริมฝีปากบนกับฐานจมูก เธอรู้สึกว่าเธอกำลังได้รับความเข้มแข็ง
ความเชี่ยวชาญเหนือร่างกายและจิตใจของเธอ เธอเดินทางอย่างช้าๆ จากด้านล่างของสามเหลี่ยม พบทุกอะตอม อนุภาค และเซลล์
การเดินทางไม่มีที่สิ้นสุด
ราวกับว่าเธอท่องไปในอวกาศอันไม่มีที่สิ้นสุดเป็นเวลาชั่วกัลป์ ล้านปีแสง เป็นการเดินทางไปจนปลายจมูก ณ
จุดใดจุดหนึ่งซึ่งกว้างใหญ่เท่าจักรวาล
มันเป็นการมีส่วนร่วมเหนือกาลเวลา การเดินทางที่ไร้ขอบเขต และเธออยู่คนเดียว อย่างไรก็ตาม
เธอระบุจักรวาลรอบตัวเธอราวกับว่ามันเป็นจริงและไม่จริง มีขอบเขตและไม่มีขอบเขต ต่อเนื่องและไม่เป็นระเบียบ ชั่วคราวและเป็นนิรันดร์
Amaya พบกับการเปลี่ยนแปลงอันไม่มีที่สิ้นสุด ราวกับว่าไม่มีอะไรถาวร ถึงกระนั้น เธอก็ยังตระหนักถึงทุกสิ่งรอบตัวเธอ นอกเหนือจากตัวเธอ และเธอก็ตื่นตัวในขณะที่เธอตระหนักถึงความตระหนักรู้ของเธอ ความรู้นั้นเปลี่ยนเธอ เธอเรียนรู้ว่าไม่มีอะไรสามารถเอาชนะเธอได้

เอาชนะเธอในขณะที่เธอมีสติ
และในขณะเดียวกันก็ตระหนักถึงจิตสำนึกของเธอ ความรู้สึกที่ส่องสว่าง
แสงสว่างในตัวเธอ ความรู้สึกอันเร่าร้อนของการดำรงอยู่ของเธอ
ตัวตนภายในสุด

การรับรู้นำความเข้มแข็งมาสู่จิตใจของเธอและทิศทางสู่สติปัญญาของเ
ธอ เธอมีสมาธิโดยไม่รู้สึกเหนื่อย อ่อนแอ อ่อนเพลีย หรือหงุดหงิด
จากนั้นเธอก็หันไปทางร่างกายของเธอและเริ่มสังเกตส่วนเล็กๆ
ของมันตั้งแต่ปลายเท้าไปจนถึงส่วนบนของศีรษะ
ซึ่งเป็นกระบวนการที่ค่อยเป็นค่อยไป พิถีพิถันและต้องใช้กำลังมาก
อมายาชี้นำจิตใจของเธอให้รู้สึกถึงความรู้สึกนั้น
สัมผัสมันอย่างลึกซึ้งโดยไม่ตัดสิน ปราศจากอคติที่คิดไว้ล่วงหน้า
จิตใจติดตามเธอ โดยเชื่อฟังคำพูดและคำสั่งแต่ละข้อของเธอ
และเมื่อใดก็ตามที่เธอประสบกับความรู้สึกบางอย่าง เธอก็หยุดอีกครั้ง
เธอขอให้จิตใจสังเกตมันอย่างลึกซึ้งไม่ใช่เป็นส่วนหนึ่งของมัน
แต่เป็นเพียงผู้สังเกตการณ์ภายนอก การรับรู้ทีละน้อยของ Amaya
ว่าร่างกายของเธอเต็มไปด้วยความรู้สึกนับล้านเช่นเดียวกับจักรวาลอันก
ว้างใหญ่ที่มีกาแลคซีนับพันล้านถูกแยกออกจากกันส่องสว่างและอิ่มเอ
มใจ แต่ละจุดของร่างกายคือที่นั่ง สมบัติของความรู้สึกและความรู้สึก
เป็นความรู้ใหม่ของอมายาซึ่งเธอไม่เคยเข้าใจมาก่อน ทันใดนั้น
อามายาก็รู้ว่าเธอเป็นความสมบูรณ์ของความรู้สึก ความรู้สึก
และความตระหนักรู้ แต่ต่างจากสิ่งเหล่านั้นอย่างหม้อ ไม่ใช่ดินเหนียว
แสงไม่ใช่ดวงอาทิตย์ หรือความงามไม่ใช่ดอกกุหลาบ
เหมือนกับที่สร้างสรรค์จากดินเหนียว ดวงอาทิตย์และดอกกุหลาบ
ความรู้สึกคือการสร้างสรรค์ของเธอ แยกจากกันและเป็นอิสระจากมัน
เป็นตัวตนที่มีเอกลักษณ์เฉพาะตัว การดำรงอยู่ลบแก่นแท้
อมายายืนอยู่คนเดียว เฝ้าดูอย่างโดดเดี่ยว และดำรงอยู่อย่างเป็นอิสระ
โดยไม่ได้รับอิทธิพลจากสิ่งรอบตัว
ความเข้าใจที่แยกออกจากความโศกเศร้า ความเจ็บปวด
ความปวดร้าวและความทุกข์ทรมานตามที่สร้างขึ้น
ไม่ใช่ความเป็นอยู่ของเธอ

Amaya ดำรงอยู่โดยไม่มีใครแนบ
เธอแยกความรู้สึกของเธอออกจากจิตใจ
โดยตระหนักว่าเธอเป็นผู้ควบคุมความรู้สึกของเธอ
ดังนั้นพวกเขาจึงไม่ควรครอบงำเธอ
เนื่องจากขาดความตระหนักรู้ดังกล่าว
เธอจึงทนทุกข์กับความทุกข์ยากนับไม่ถ้วน จนถึงตอนนั้น

เธอคิดว่าความรู้สึกและความรู้สึกเป็นของเธอ
และพวกมันก็แยกออกจากตัวตนไม่ได้ เมื่อบุคคลเห็นความรู้สึก อารมณ์ ร่างกายและจิตใจเป็นส่วนใกล้ชิดของบุคคล ความทุกข์ก็มา
การตระหนักรู้ใหม่ก็คือพวกเขาไม่ใช่เธอ
และเมื่อความรู้เกี่ยวกับการพรากจากกันนั้นเริ่มต้นขึ้น Amaya
ก็กลายเป็นผู้มีอำนาจเหนือกว่าและตัดสินใจว่าเธอจะไม่มีวันตกเป็นทาสของความทุกข์ทรมานอีกต่อไป

อมายาพิจารณาว่าร่างกายของเธอเป็นสิ่งที่แยกจากกัน
แตกต่างจากการดำรงอยู่ของเธอ
เนื่องจากเป็นการแสดงออกถึงความเป็นอยู่ภายนอกของเธอ
ความรู้สึกคือการรับรู้ถึงการเปลี่ยนแปลงในร่างกายของเธอ
และความรู้สึกเป็นผลที่ตามมาของประสาทสัมผัส
ในฐานะนิติบุคคลที่แยกจากกัน
เธอสามารถยืนอยู่นอกร่างกายและอารมณ์ของเธอได้
เมื่ออมายาจมอยู่กับความรู้สึกแล้ว
เธอก็ทนทุกข์หนักหนาสาหัสไม่มีทางออก
การหลบหนีจะเกิดขึ้นได้ก็ต่อเมื่อเธอตระหนักว่าเธอเป็นองค์กรอิสระ
ไม่ใช่ส่วนสำคัญของความรู้สึก เมื่อความรู้สึกครอบงำ
ความหายนะแห่งความทุกข์ก็ปรากฏชัด
จิตใจของเธอเริ่มเข้มข้นและมีสมาธิเมื่อใคร่ครวญ
และอมายาก็เริ่มใช้เวลาคิดอยู่นานคิดว่าจะเปลี่ยนใจเป็นเครื่องมือที่มีประสิทธิภาพในการขจัดความทุกข์ได้
เธอตระหนักดีถึงจิตใจที่ต้องได้รับการฝึกฝน
การกำกับดูแลและการชี้แนะอย่างต่อเนื่อง มิฉะนั้น
จิตใจก็อาจถูกโค่นล้ม บีบบังคับ และเป็นอิสระ
สร้างความเดือดร้อนให้กับเธอ
และความทุกข์ทรมานก็จะดำเนินต่อไปจนตาย

จิตใจสามารถทำงานกับวัตถุภายนอกตนเองและช่วยให้สติปัญญาวิเคราะห์และตีความวัตถุทำให้เกิดความรู้
ความสัมพันธ์ระหว่างจิตใจและวัตถุนั้นมีความสำคัญภายใต้สายตาที่จับตามองของตนเอง ซึ่งจะนำไปสู่การมีสติที่ถูกต้อง
อมายาเรียกมันว่าการฝึกปฏิบัติที่มอบให้กับจิตใจ
สมาธิที่ถูกต้องเป็นผลของวิปัสสนา
และอมายาได้เรียนรู้สิ่งนี้ในวันที่สามของการทำสมาธิ
ระหว่างหารือกับหัวหน้างาน
อมายาถามว่าจะทำให้เกิดการเปลี่ยนแปลงที่ยั่งยืนได้อย่างไร

"คนเดียวที่คุณต้องการเปลี่ยนก็คือคุณ ดังนั้นจงมีสมาธิกับจิตใจ ควบคุมมัน และฝึกฝนมัน" หัวหน้างานตอบ

นับเป็นการเปิดเผยอย่างแท้จริงสำหรับ Amaya เนื่องจากเธอไม่มีสิทธิ์เปลี่ยนแปลงใคร เนื่องจากการเปลี่ยนแปลงต้องเริ่มต้นจากภายในเหมือนกับที่ผู้อื่นสามารถทำงานได้ จิตใจที่มุ่งเน้นจะเป็นศูนย์กลางของการเปลี่ยนแปลงนั้น เนื่องจากมีเพียงตนเองเท่านั้นที่สามารถควบคุมจิตใจให้ประพฤติตนได้ และไม่มีใครอื่นอีก ด้วยการล่ามโซ่บุคคลและนำเธอเข้าคุก ไม่มีใครสามารถเป็นทาสของเธอได้ยกเว้นจิตใจ กำแพงที่ผ่านไม่ได้ของเรือนจำนั้นมีอยู่ภายในจิตใจเท่านั้น เมื่อตนเองตื่นตัว จิตจะไม่มีวันประสบความสำเร็จในการกักขังตนเอง การขจัดการกระทำที่ทรยศของจิตใจเป็นสิ่งจำเป็นในการเอาชนะความทุกข์

"เคล็ดลับของความสุขคือการพัฒนาสิ่งที่คุณจะเป็นได้" เมื่อออกจากบ้านไปหานาลันทา โรสพูด และอมายาจำใบหน้าที่ยิ้มแย้มของเธอได้ อมายาใคร่ครวญสิ่งที่โรสพูด เนื่องจากความสุขเป็นส่วนสำคัญของการตรัสรู้ บุคคลสามารถพัฒนาได้อย่างต่อเนื่องโดยมุ่งความสนใจไปที่ร่างกายและจิตใจ โดยตระหนักว่าเป็นตัวตนที่แยกจากกัน มีตัวตนในฐานะผู้สังเกตการณ์ที่ยืนอยู่ภายนอก สิ่งที่เกิดขึ้นภายในร่างกายและจิตใจไม่ควรส่งผลกระทบต่อตนเอง มันกดขี่ตัวเอง การควบคุมจิตใจเป็นวิธีเดียวที่จะบรรลุความสุข ตัวตนสามารถรับรู้ถึงธรรมชาติที่แท้จริงและสั่งการให้ร่างกายและจิตใจพัฒนาไปตามทิศทางของตนเอง ความสุขจึงกลายเป็นความหลุดลอยไป ผลก็คือความสุขย่อมคลายทุกข์จากการดำรงอยู่ได้

วาทกรรมในวันนั้นเป็นเรื่องความเกิดและความดับแห่งทุกข์ อาการหลงผิดคือการแสดงออกของจิตใจที่ล่องลอยไปซึ่งจะระงับความรู้สึกตัว ด้วยเหตุนี้ ความรู้สึก ความรู้สึก และอารมณ์จึงเด่นชัด และความอยากครอบงำบุคคล การสังเกตพวกเขาควบคุมจิตใจด้วยสมาธิและมุ่งความสนใจไปที่จิตใจในขณะที่ควบคุมจิตใจเป็นสิ่งสำคัญ การฝึกจิตอย่างสม่ำเสมอและความเอาใจใส่อย่างลึกซึ้งจะนำไปสู่การควบคุมจิตใจ แยกตนเองออกจากพันธนาการของร่างกายและการกักขังจิตใจ

เพียงแต่ความหลุดพ้นแห่งจิตเท่านั้นจึงจะขจัดทุกข์ได้
จิตใจต้องปราศจากความหลงผิดในอดีตและความปรารถนาในอนาคต
จิตคือมดลูก ที่ซึ่งความโกรธ ความริษยา ความริษยา ความโศกเศร้า
ความโศกเศร้า ความเจ็บปวด ความเกลียดชังตนเอง ความสิ้นหวัง
ความอาฆาตพยาบาท และความทุกข์ทรมานเกิดขึ้น "ในความสันโดษ
คนๆ หนึ่งจะตระหนักถึงธรรมชาติที่แท้จริงของเธอ"
คือข้อความสุดท้ายของวัน
อมายาครุ่นคิดถึงวาทกรรมขณะเดินไปที่ห้องที่เต็มไปด้วย
"ความคิดอันสูงส่ง" สำหรับอมายา
วิปัสสนากลายเป็นการฝึกอย่างต่อเนื่องเพื่อหลีกหนีจากความชั่ว
เพื่อจำกัดจิตใจให้บรรลุความสมบูรณ์แห่งการดำรงอยู่ของเธอ
การปลดปล่อยพลัง การตื่นรู้ และการตรัสรู้เป็นขั้นตอนสุดท้าย
เธอเริ่มประเมินทุกสิ่งทุกอย่าง ทดสอบความถูกต้องของข้อเท็จจริง
โดยตระหนักว่าคำสอน พระคัมภีร์ ศาสนา และศรัทธา
เป็นอันตรายและสร้างความทุกข์ เป็นความตระหนักว่า
สิ่งใดที่เป็นไปเพื่อประโยชน์สุข ความดับทุกข์
การสร้างความสุขและตรัสรู้ก็ดี
ความเงียบสงบและความสงบสุขเป็นชะตากรรมของแต่ละบุคคล
และในสภาพแวดล้อมดังกล่าว ความสุขก็ดำรงอยู่ในบุคคล ครอบครัว
และชุมชน มันอุดมสมบูรณ์และสวยงาม

อมายานอนหลับโดยไม่คิดอะไร ปราศจากความรู้สึกใดๆ
ปราศจากฝันร้าย เพราะจิตใจของเธอปราศจากสิ่งหลงผิดและมายา
วันรุ่งขึ้น ขณะทำสมาธิ อมายามีประสบการณ์แห่งความสุข
โดยตระหนักว่าเธอคือความสมบูรณ์แห่งการดำรงอยู่ของเธอ
และเธอเองที่ทำให้เธอมีความสุข
ไม่มีกองกำลังภายนอกใดที่สามารถปฏิเสธความสมหวังในชีวิตของเธอ
ได้ การเลือกความสุข
เป็นการรับรู้ว่าความโศกเศร้าและความเจ็บปวดไม่ได้เป็นส่วนหนึ่งของการเป็นอยู่ของเธอ
เธอสามารถยืนหยัดอยู่ห่างจากพวกเขาได้ถ้าเธอตัดสินใจ ความโลภ
ความเกลียดชัง ความริษยา ความริษยา ความหยิ่งยโส ความเกลียดชัง
ความเห็นแก่ตัว นำไปสู่ความทุกข์ ความเกียจคร้าน ความเฉยเมย
และความใจแข็งทำให้เกิดความทุกข์ทรมานต่อมนุษย์และสัตว์
และเป็นหน้าที่ของทุกคนในการช่วยให้ผู้อื่นได้รับความสุขและการตรัสรู้
ความปรารถนาที่จะมีความสุขทางกาย
วัตถุและความคิดที่เป็นทาสของจิตใจนำไปสู่ความทุกข์

อามายานั่งสมาธิ ในทางตรงกันข้าม
ความเงียบและการไตร่ตรองอย่างลึกซึ้งว่าบุคคลนั้นมีความสุขมากขึ้นเมื่อค้นหาตัวเองผ่านความเงียบ
เธอตระหนักว่าไม่มีประสบการณ์เหนือธรรมชาติใดที่สูงกว่าอื่นใดนอกจากตัวตนที่มีอยู่

อมายานั่งสมาธิเพื่อแม่ของเธอ
ซึ่งแนะนำให้เธอเข้าร่วมโครงการฝึกวิปัสสนาในช่วงสามปีก่อนก่อนนอน
"แม่ ฉันรู้สึกขอบคุณคุณ
คุณเปลี่ยนชีวิตฉันด้วยการแนะนำให้ฉันเข้าร่วมวิปัสสนา
มันเปลี่ยนแปลงฉันจนเกินกว่าจะจดจำได้ และช่วยให้ฉันรู้ว่าฉันเป็นใคร
ความสามารถ และศักยภาพของฉัน
ตอนนี้ฉันเชื่อในการกระทำมากกว่าแค่คิดและกังวล
จิตใจของฉันกลายเป็นเครื่องมือที่ฉันสามารถทำงานได้
แทนที่จะใช้จิตใจเป็นเครื่องมือในการทำลายล้าง ฉันได้พ้นทุกข์แล้ว
มันเป็นความสุขที่ได้มีชีวิตอยู่ ได้สัมผัสประสบการณ์การตื่นรู้ การตรัสรู้"
อมายาท่องอยู่ในตัวเธอ ทันใดนั้นเธอก็นึกถึงคำพูดของโรส:
"เพื่อที่จะมีความสุข คุณต้องการเพียงสองสิ่งเท่านั้น คือ
ร่างกายที่แข็งแรง และจิตใจที่แข็งแรง"
อมายาวิเคราะห์คำพูดของแม่แล้วพบว่า
ว่าเธอมีร่างกายแข็งแรงแต่พยายามมีจิตใจที่แข็งแรง การได้มันคืนมา
ทำให้มันมีชีวิตชีวาและเชื่อฟังเป็นความรับผิดชอบของเธอ
จิตใจของเธอสงบ
และอมายาก็หลับสบายจนถึงเช้าเป็นครั้งแรกหลังจากสี่ปี

อมายาพาเธอไปสู่โลกแห่งความจริงในวันใหม่ที่เธอไม่เคยค้นพบมาก่อน มันเป็นสองมิติ การรู้จักตนเอง และการตระหนักรู้อย่างแท้จริง
เธอสังเกตร่างกายและจิตใจขณะที่เธอยืนอยู่นอกร่างกายและจิตใจของเธอ มีความตระหนักรู้ว่าร่างกายและจิตใจของเธอแตกต่างจากตนเอง
และพวกเขาก็มีชีวิตที่เป็นอิสระในตัวเธอ
แต่พวกเขาไม่สามารถใช้ชีวิตได้หากไม่มีเธอ อย่างไรก็ตาม
ร่างกายและจิตใจสามารถปราบตนเองได้
ทำลายรูปแบบความคิดของเธอ และเปลี่ยนกระบวนการคิดของเธอ
ส่งผลให้นางตกเป็นทาสของจิตใจ ด้วยการปรนเปรอร่างกายของเธอ
เธอจะไม่สามารถสัมผัสกับความรู้สึกจำนวนอนันต์ที่ร่างกายสร้างขึ้นในเกือบทุกส่วนของร่างกาย เพื่อเอาชนะร่างกายจากการครอบงำของจิตใจ
จำเป็นอย่างยิ่งที่จะต้องทำวิปัสสนา

โดยเริ่มจากการยืนนอกร่างกายและจิตใจ โดยมองว่าเป็นเพียงวัตถุ เป็นความรู้ที่เปิดเผยของอมายา
ซึ่งเป็นปัญญาในการรู้ธรรมชาติพื้นฐานของกายและใจโดยที่รู้ว่าเป็นวัตถุแห่งความรู้ของเธอ และเธอเรียกว่าความรู้ควบคู่กัน
การรับรู้ประการที่สองที่เธอสร้างขึ้นคือการรู้จักการรับรู้ของเธอ
ซึ่งเธอเรียกว่าความรู้แบบสะท้อนกลับ อมายามีพลังภายในมหาศาล
มันปลดปล่อยเธอจากการเป็นทาสของความรู้สึก การรับรู้ จินตนาการ และการตัดสิน เธอมีพลัง โดยตระหนักว่า "เธอรู้ว่าเธอรู้"
และไม่มีใครสามารถเอาชนะเธอให้เปลี่ยนหลักการ ค่านิยม และการตัดสินใจของเธอได้
เธอเพียงผู้เดียวเท่านั้นที่สามารถปลดปล่อยตัวเองจากความโศกเศร้า ความเจ็บปวด และความทุกข์ทรมานได้
และเธอเพียงผู้เดียวเท่านั้นที่ต้องรับผิดชอบต่อการกระทำของเธอ

การตระหนักถึงอิสรภาพ ความรับผิดชอบ
และหน้าที่คือผลลัพธ์หลักของความรู้แบบสะท้อนกลับของอมายา
มันคืออิสรภาพจากทุกสิ่งทุกอย่าง จิตวิญญาณ ศาสนา พระเจ้า อุดมการณ์ การเข้าร่วมทางการเมือง ไสยศาสตร์ อคติ อคติ
ความอิจฉาริษยา ความอิจฉาริษยา ทัศนคติที่ทำให้มัวหมอง
การดูถูกตนเอง การด้อยค่า ความซับซ้อนที่เหนือกว่า การกดขี่ตนเอง
การทรมานตนเอง และ การหลอกลวงตนเอง
ความรู้สะท้อนกลับที่เธอประสบนั้นไม่ได้ลบล้าง
ทำให้เสื่อมเสียและทำให้เสื่อมเสีย แต่เป็นการเสริมพลัง เสริมสร้าง
การเฉลิมฉลองการดำรงอยู่ของเธอ
เสรีภาพในการกระทำและสนุกกับชีวิตของเธอโดยสิ้นเชิง
ไม่ใช่ในทางที่ผิดเพื่อปราบปรามหรือดูหมิ่นผู้อื่น
เป็นการสร้างความสัมพันธ์ใหม่ เสริมความหวัง
และฟื้นฟูการดำรงชีวิตที่คุ้มค่า
มันเป็นอิสรภาพจากการเอารัดเอาเปรียบผู้อื่น
แต่เป็นการเสริมศักยภาพให้พวกเขาตระหนักถึงศักยภาพที่เพิ่งเกิดขึ้น
อมายาสะท้อนถึงความรับผิดชอบและความสัมพันธ์
เนื่องจากเป็นผลจากการไม่ทำอะไรหรือบังคับให้ใครทำอะไร
มันเป็นหลายมิติ ทั้งแบบไม่เป็นทางการ ทางกฎหมาย และทางศีลธรรม
และความคิดของเธอเกี่ยวกับความรับผิดชอบทางศีลธรรมนั้นมีต่อมนุษยชาติ ถึงกระนั้น
ก็ยังไม่มีหลักจริยธรรมและระเบียบสากลที่เป็นอุปาทาน

ความรู้สะท้อนกลับที่อมายาได้รับจากวิปัสสนาเป็นเครื่องมือที่ทรงพลังที่สุดที่เธอเคยได้รับมาตลอดชีวิต

อามายานั่งสมาธิเรื่องการตื่นรู้และความสงบสุขในวันต่อมา
ทั้งสองมีความสัมพันธ์กัน แยกจากกันไม่ได้
และจำเป็นต่อการมีชีวิตที่มีความสุข ในระหว่างการบรรยาย
ครูขอให้ผู้นั่งสมาธิสังเกตทุกสิ่งรอบตัวเมื่อกลับถึงที่ของตนโดยไม่พูดเกินจริง
การประเมินโลกตามวัตถุประสงค์เป็นสิ่งจำเป็นสำหรับการอยู่ร่วมกันและการตื่นตัวอย่างมีความสุข

"ชีวิตไม่ควรเร็วหรือช้าเกินไป
เพราะนำไปสู่ความประมาททั้งทางร่างกายและจิตใจ
ขาดความตระหนักรู้ถึงสิ่งที่เกิดขึ้นรอบตัวคุณและภายในตัวคุณ"
ครูกล่าวต่อ

การปลดปล่อยจิตใจจากภาระที่ไม่จำเป็น ความโกรธ การแก้แค้น
ความเป็นปฏิปักษ์ จินตนาการทางเพศ และความสุข
เป็นสิ่งสำคัญในการบรรลุการตรัสรู้
เพราะวิถีชีวิตที่ไม่ดีต่อสุขภาพได้ทำลายวัตถุประสงค์และการคิดอย่างมีวิจารณญาณ อย่างไรก็ตาม จำเป็นต้องถามคำถาม
และการถามคำถามอย่างละเอียดเท่านั้นจึงจะได้คำตอบ
เนื่องจากการสำรวจเป็นพื้นฐานของการเปลี่ยนแปลงทั้งหมดที่ Amaya เรียนรู้

อย่ากลัวที่จะตั้งคำถามแม้แต่ค่านิยมและหลักปฏิบัติที่ยึดถืออย่างสุดซึ้ง
อมายาตัดสินใจเป็นคนที่ไม่กลัวที่จะตั้งคำถามและเปิดเผยความเท็จและความเท็จในชีวิต ไม่มีใครเกินเกณฑ์การสอบสวน
ไม่มีใครศักดิ์สิทธิ์เลย ทุกสิ่งที่มีอยู่มีความสัมพันธ์แบบเหตุ-ผล
และความสัมพันธ์นั้นเป็นรากฐานของการให้เหตุผล
เหตุผลควรเป็นพื้นฐานของการกระทำและความเชื่อของคุณ
สิ่งใดก็ตามที่อยู่เหนือเหตุผลคือความเชื่อโชคลาง ศรัทธาไม่มีเหตุผล
ดังนั้นศรัทธาจึงเป็นเรื่องเพ้อฝัน อมายาบอกกับตัวเอง

อมายาได้เรียนรู้มากมายจากการไกล่เกลี่ยในวันสุดท้าย
ซึ่งช่วยให้เธอตัดสินใจครั้งสำคัญในชีวิตได้
ขณะที่เธอกำหนดจิตใจให้ใส่ใจ
เธอมีความสุขในการฟังตัวตนภายในของเธอ: ครอบครองสิ่งเล็กๆ
น้อยๆ ในชีวิต ใช้เฉพาะสิ่งของที่จำเป็นที่สุดเท่านั้น
วัตถุสิ่งของจะตกเป็นทาสของเธอในขณะที่พวกมันสร้างความผูกพัน

ความอยาก ความริษยาและความอิจฉา
ทิ้งสิ่งของที่ทำให้เธอต้องพึ่งพา
ในทำนองเดียวกันการมีความสุขกับพื้นที่อันจำกัดก็ทำให้เธอมีเนื้อหา
กินอาหารที่มีประโยชน์ เพียงพอ และมีประโยชน์
แต่การรับประทานอาหารไม่ควรกลายเป็นกระแสนิยม
อาหารอาจทำให้พระภิกษุเป็นบ้าได้เพราะความตะกละเป็นสิ่งชั่วร้าย
อมายาตัดสินใจหลีกเลี่ยงการรับประทานอาหารหลังเที่ยงวันหากอยู่คนเดียว เพราะอาหารสองมื้อก็เพียงพอแล้วสำหรับการมีสุขภาพที่ดี

เธอตัดสินใจว่าการได้รับความรู้ใหม่ สร้างความรู้
ทำงานเพื่อตระหนักรู้ในตนเองและสวัสดิภาพของผู้อื่นเป็นสิ่งสำคัญ
และนอนหลับให้เพียงพอทุกวันเพื่อให้มีความสุขและพึงพอใจ
อมายาตระหนักถึงความจำเป็นในการตื่นนอนให้ตรงเวลา
โดยมุ่งความสนใจไปที่จิตใจของเธอที่จะกระตือรือร้นและมีประสิทธิผล

ยอมรับสถานการณ์ที่อยู่นอกเหนือการควบคุมของคุณ
แต่พัฒนาทัศนคติทางวิทยาศาสตร์ต่อชีวิต โลก และจักรวาล
คุณไม่สามารถหยุดการขึ้นของดวงอาทิตย์ ดวงจันทร์ที่ส่องแสง
การแวววาวของดวงดาว การก่อตัวของหลุมดำ แรงโน้มถ่วง
และฝนในช่วงมรสุมได้ มองไปรอบ ๆ ตัวคุณและดูว่าสิ่งต่าง ๆ
เกิดขึ้นได้อย่างไร ชมพระอาทิตย์ขึ้น แสงสว่าง ท้องฟ้า ดวงดาว เมฆ
และฝน สังเกตฤดูกาลและเรียนรู้จากสัตว์ นก พืช และต้นไม้
ชมภูเขาลูกคลื่น ป่าไม้ น้ำตก แม่น้ำและทะเลสาบ
เพลิดเพลินไปกับความงามและความอลังการของมหาสมุทร
เนื่องจากคลื่นสามารถสอนบทเรียนชีวิตมากมายให้กับคุณ
เนื่องจากคลื่นมีความสม่ำเสมอและไม่เคยเบื่อหน่ายกับกิจกรรมต่างๆ
ทุกสิ่งรอบตัวคุณสวยงาม น่าหลงใหล และท้าทาย
อมายาบอกตัวเองให้เป็นหนึ่งเดียวกับคุณ หนึ่งเดียวกับโลก
และเป็นหนึ่งเดียวกับจักรวาล
มีความรู้สึกเห็นอกเห็นใจต่อผู้ทุกข์อยู่เสมอ
เชื่อในความเข้มแข็งของกลุ่มและความสามัคคีของมนุษยชาติ
สุดท้ายนี้ ให้ทำวิปัสสนาทุกวัน หนึ่งชั่วโมงทันทีที่ตื่น
และหนึ่งชั่วโมงในตอนเย็น มันเป็นการตัดสินใจที่มั่นคง

เธอสังเกตเห็นความเงียบงันภายในตัวเธอเมื่อโปรแกรมการฝึกวิปัสสนา
สิบวันใกล้เข้ามา ซึ่งทำให้เธอเปลี่ยนไปอย่างสิ้นเชิง
เธอมีความยินดีภายในเมื่อวันแห่งความทุกข์ทรมานของเธอสิ้นสุดลง
และอมายาได้พบกับการรู้แจ้ง การตื่นตัว

และความสงบสุขในตัวเองในที่สุด
หัวใจของเธอเต็มไปด้วยความสุขุมในขณะที่เธอสามารถเอาชนะความคิดเชิงลบ การเอาแต่ใจตนเอง และความเกียจคร้านได้
ชีวิตมีไว้สำหรับกิจกรรมที่สร้างสรรค์ แนวความคิด แนวคิด โครงสร้างและเหตุการณ์ใหม่ๆ Amaya
ได้เรียนรู้ว่านี่คือตำนานแห่งการสร้างสรรค์และการพักผ่อนหย่อนใจอย่างต่อเนื่อง การสร้าง การสร้างใหม่ และการเปิดรับความเป็นไปได้ใหม่ๆ

อมายารู้ว่าหลักสูตรสิบวันเป็นเพียงจุดเริ่มต้น ไม่ใช่จุดสิ้นสุด
เธอจำเป็นต้องดำเนินชีวิตอย่างมีวิจารณญาณต่อไปทุกวันเพื่อพัฒนาชีวิตให้กลายเป็นส่วนหนึ่งของตัวตนที่แยกจากกันไม่ได้และยังคงมีชีวิตชีวาทางสติปัญญา
ชีวิตของเธอจะกลายเป็นการแสดงวิปัสสนาที่มีชีวิตเพื่อขจัดภาระหนักที่เธอแบกมาหลายปี
การทำลายพันธนาการที่ล่ามโซ่ทั้งร่างกายและจิตใจของเธอไว้อย่างแน่นหนาทำให้เกิดความทุกข์ทรมานอย่างเหลือเชื่อ
วิปัสสนาสามารถบรรเทาเธอได้อย่างถาวรและขจัดความทุกข์ยากที่ไร้การควบคุมทำให้เกิดภาพชีวิตที่ชัดเจนธรรมชาติของจิตใจแท้จริงสติปัญญาและจิตสำนึกเพื่อบรรลุความหวังความสงบและความเงียบสงบ
อมายาทิ้งนาลันทาด้วยความมุ่งมั่นแน่วแน่ที่จะบูรณาการวิปัสสนาเข้ากับชีวิตประจำวันของเธอ
เธอจะกลับไปที่นาลันทาหรือพุทธคยาทุกปีเป็นเวลาหนึ่งเดือนเพื่อเข้าร่วมการทำสมาธิสิบวันและทำงานเป็นอาสาสมัครในช่วงวันที่เหลือ

โรสกอดอมายาทันทีที่เข้าไปในบ้าน
เธอสังเกตเห็นการเปลี่ยนแปลงของอมายาอย่างเห็นได้ชัด มีชีวิตชีวาและยั่งยืน อมายาดูเงียบขรึม และสัมผัสของเธอก็อ่อนโยน เอาใจใส่ และใจดี

"แม่คะ ลูกได้เปลี่ยนแปลงไปในทางที่ดี
ในตอนแรกมันสร้างความเจ็บปวดแสนสาหัส แต่กลับยิ่งใหญ่และยั่งยืน
วิปัสสนาได้เข้าสู่จิตใจ สติปัญญา และหัวใจของฉัน
ฉันรักมันเหมือนเป็นของตัวเอง
และมันก็กลายเป็นส่วนหนึ่งของชีวิตฉันไปแล้ว" ขณะที่นั่งใกล้แม่ อมายา เล่าเหตุการณ์ภายในตัวเธอ

"ฉันสามารถสังเกตการเปลี่ยนแปลงได้ คุณดูถ่อมตัว มีความเห็นอกเห็นใจ ไม่ย่อท้อ และมีความรัก

ฉันได้ลูกสาวของฉันกลับคืนมา ซึ่งเป็นผู้ใหญ่แล้ว ซึ่งมีสิ่งต่างๆ มากมายให้ทำในชีวิต" โรสกล่าว

"ครับแม่ ผมอยากจะเริ่มต้นชีวิตใหม่
ฉันได้ตัดสินใจที่จะปฏิบัติตามกฎหมาย
ซึ่งเป็นสื่อที่สร้างสรรค์เพื่อช่วยให้ผู้หญิงต้องทนทุกข์ทรมานจากการถูกแสวงหาประโยชน์ การกดขี่ และการทรมาน
ฉันต้องการช่วยเหลือผู้หญิงให้ได้มากที่สุดเพื่อให้ได้รับความยุติธรรมและบรรเทาความทุกข์ทรมานของพวกเธอ" อมายาอธิบาย

โรสมองดูลูกสาวของเธอด้วยจิตใจที่สงบ เธอสัมผัสได้ถึงความเชื่อมั่น ความตั้งใจ และความมุ่งมั่นของอมายา "เป็นความคิดที่ดี ฉันจะสนับสนุนคุณอย่างเต็มที่" โรสยืนยัน

Rose และ Amaya พูดคุยกันเรื่องนี้เมื่อ Shankar Menon มาจากมุมไบเพื่อพบกับลูกสาวของเขา

"อมายา เป็นความคิดที่มีความหมาย คุณทำได้ดี
คุณเป็นคนที่ดีที่สุดในการช่วยเหลือผู้หญิงที่ต้องการความช่วยเหลือด้านกฎหมาย" เขากล่าวขณะกอดลูกสาว

ภายในสองสามวัน Amaya, Rose และ Shankar Menon ไปเยี่ยมโคจิเพื่อค้นหาพื้นที่สำนักงานและที่พักอาศัยสำหรับ Amaya หลังจากการค้นหาอย่างเข้มข้นเป็นเวลาสามวัน
พวกเขาก็พบบ้านพักห่างจากศาลประมาณสามกิโลเมตร Shankar Menon ซื้อมัน; มอบให้กับอมายา
ส่วนหนึ่งของบ้านประกอบด้วยห้องนั่งเล่น ห้องนอน 2 ห้อง ห้องครัวที่อมายาดัดแปลงเป็นที่อยู่อาศัยของเธอ และห้องทำงาน 4 ห้อง
โรสดูแลการเปลี่ยนแปลงโครงสร้างภายในบริเวณที่พักอาศัยและสร้างตู้ติดผนัง ตู้ ชั้นวาง และเฟอร์นิเจอร์ เธอซื้อคอมพิวเตอร์ เครื่องพิมพ์ เครื่องถ่ายเอกสาร และอุปกรณ์อิเล็กทรอนิกส์ที่จำเป็นสำหรับสำนักงาน

Rose ร่วมกับ Shankar Menon ยังได้สั่งซื้อหนังสือกฎหมาย วารสาร และสิ่งพิมพ์เกี่ยวกับสิทธิมนุษยชน ความยุติธรรม สังคมวิทยา จิตวิทยา เศรษฐศาสตร์ กิจกรรมทางสังคม
และการพัฒนาล่าสุดในด้านวิทยาศาสตร์และ AI
มีส่วนพิเศษสำหรับมาลายาลัม ฝรั่งเศส สเปน และอังกฤษ
พร้อมด้วยนิยายและบทกวีประมาณหนึ่งร้อยชิ้น
โรสมอบหนังสือสองเล่มเกี่ยวกับพระพุทธเจ้าและวิปัสสนาให้เธอ

ซึ่งอมายาทรงคุณค่า
ของขวัญที่สวยที่สุดที่โรสมอบให้กับอมายาคือเปียโน
และทั้งอมายาและโรสก็เล่นเพลงโปรดร่วมกันเป็นเวลาหลายชั่วโมง

ก่อนที่จะเริ่มปฏิบัติตามกฎหมาย Amaya
อนุญาตให้หน่วยงานระหว่างประเทศขายวิลล่าของเธอในบาร์เซโลนา
เฟอร์นิเจอร์ คอมพิวเตอร์ หนังสือ รถมอเตอร์ไซค์และรถยนต์
และบริจาคการดำเนินการให้กับ *Child Concern* ภายในสามเดือน
ในธนาคารของเธอมีเงินอยู่แปดสิบล้านรูปี เงินเลือดที่ Karan
โอนเข้าบัญชีของเธอ และ Amaya
บริจาคเงินเพื่อการศึกษาของเด็กผู้หญิงในส่วนต่างๆ ของอินเดีย

เป็นเวลาสองปีที่ Amaya
ฝึกฝนภายใต้ทนายความอาวุโสซึ่งฝึกฝนอย่างเข้มข้นเพื่อพัฒนาทักษะ
และทัศนคติของเธอและกลายเป็นผู้ประกอบวิชาชีพทางกฎหมายที่ประ
สบความสำเร็จ Amaya ได้เรียนรู้บทเรียนพื้นฐานของการสัมภาษณ์
การร่าง การยื่นคำร้องในศาล กระบวนการพิจารณาคดีที่สำคัญของศาล
มารยาทและการนำเสนอคดีที่วาจาไพเราะ มีพลัง และมีเหตุผล
ซึ่งนำไปสู่การโต้แย้งที่ทรงพลัง
อมายาได้เรียนรู้บทเรียนที่สำคัญที่สุดบทหนึ่งจากรุ่นพี่ของเธอด้วยการ
นำเสนอตัวเองในศาลด้วยชุดคอปกสีขาวแข็งและเสื้อคลุมสีดำ
และกล่าวกับผู้พิพากษาว่า "พระเจ้าของข้าพเจ้า" หรือ
"ความเป็นนายของข้าพเจ้า" ด้วยความอ่อนน้อมถ่อมตน รุ่นพี่บอกกับ
Amaya
ผู้พิพากษาหลายคนเป็นคนเห็นแก่ตัวและหลงตัวเองที่รักผู้อื่นและปฏิบั
ติต่อพวกเขาเหมือนพระเจ้า

เมื่ออมายาเริ่มฝึกอย่างอิสระ
การพิสูจน์ตัวเองให้เป็นทนายความที่มีประสิทธิผลนั้นเป็นเรื่องยาก
การทุจริต การเลือกที่รักมักที่ชัง การแบ่งชนชั้น
และอคติทางศาสนาในหมู่ผู้พิพากษาและเพื่อนนักกฎหมายทำให้เธอปร
ะหลาดใจ ซึ่งเธอไม่เคยพบมาก่อน
อมายาได้รับเสียงปรบมืออย่างไม่มีใครเทียบจากกลุ่มสตรีและนักเคลื่อน
ไหวเมื่อเป็นตัวแทนกลุ่มสตรีชนเผ่าในปีที่สาม
เป็นเวลาหลายปีที่ผู้หญิงเหล่านั้นต้องทนทุกข์กับการแสวงหาผลประโย
ชน์ทางเพศและทางการเงินจากเจ้าหน้าที่ป่าไม้และพ่อค้าไม้ยักษ์ใหญ่ใ
นเหมือง Amaya เผชิญกับการขู่ฆ่า การคว่ำบาตรทางสังคม
และมืออาชีพสั่งห้ามเมื่อเปิดโปงการล่วงละเมิด

อมายาเน้นด้วยเอกสารและสถิติที่น่าเชื่อถือ
เล่าเรื่องราวที่ไม่เคยบอกเล่าของเด็กหลายสิบคนที่เกิดจากการข่มขืนแ
ละแม่ที่ถูกเอารัดเอาเปรียบ คำตัดสินดังกล่าวเข้าข้างเหยื่อ
ดังที่ประชาชนทั่วไปและกลุ่มสตรีคาดหวัง
ศาลตัดสินให้มีการชดเชยค่าสินไหมทดแทนจำนวนมากแก่ผู้เสียหายแ
ละจำคุกระยะยาวสำหรับเจ้าหน้าที่ป่าไม้และนักธุรกิจประมาณ 12 คน
คดีนี้เปลี่ยนสถานะของอมายาในฐานะภราดรภาพทางกฎหมาย
และในอีก 15 ปีข้างหน้า
เธอประสบความสำเร็จในการช่วยเหลือผู้คนให้เอาชนะความทุกข์ทรมา
น

ในวันที่อมาญาฉลองครบรอบ 20 ปี ของการปฏิบัติหน้าที่ทางกฎหมาย
เธอได้รับโทรศัพท์จากหญิงสาวคนหนึ่งที่ไม่รู้จัก
การโทรเปลี่ยนชีวิตของเธอเหนือจินตนาการอีกครั้ง
หลังจากนั้นไม่กี่วันอมายาก็รู้ว่าหญิงสาวคนนั้นไม่ใช่ใครอื่นนอกจากสุป
รียา ลูกสาวของเธอที่ถูกลักพาตัวไป ในคืนวันศุกร์
เธอประสบปัญหาการนอนหลับ
เนื่องจากในวันรุ่งขึ้นซึ่งเป็นวันที่สิบห้าที่ได้รับโทรศัพท์
เธอจะเดินทางไปจันดิการ์เพื่อพบกับลูกสาวเป็นครั้งแรก

ประมาณเที่ยงคืน Amaya
สังเกตเห็นข้อความใหม่บนหน้าจอโทรศัพท์ของเธอจากสุปรียาว่า
"แม่คะ หนูอยากชดใช้ความผิดของพ่อ แต่ฉันไม่สามารถทิ้งเขาได้
ทางเลือกเดียวคือ...." มันเป็นข้อความที่ยังเขียนไม่จบ
แต่ความหมายโดยนัยทำให้อมายาตกใจกลัวด้วยความสะเทือนใจอย่าง
กะทันหัน "ไม่หรอก สุปรียา" อย่าคิดมาก" อมายาตะโกน
ขณะที่การกระทำที่ซ่อนอยู่ในคำพูดของสุปรียาทำลายความสงบของอ
มายาไปชั่วขณะหนึ่ง
มันเป็นลางที่น่ากลัวสำหรับความทุกข์ทรมานต่อไปอีกหลายปี
ทันใดนั้นอมายาก็ส่งข้อความว่าจะไปถึงสนามบินจันดิการ์ตามกำหนดป
ระมาณบ่ายสองโมง
ปัญหาการนอนหลับยังคงดำเนินต่อไปในขณะที่จิตใจของเธอพันกันอยู่
ในภัยพิบัติที่กำลังจะเกิดขึ้น
ขณะที่ศีรษะของเธอก็กระวนกระวายใจเช่นกันเพื่อออกจากหล่มแห่งคว
ามไร้ประโยชน์ แม้จะนอนเพียงชั่วโมงเดียว แต่อมาญา ตื่นตอนตีสี่
หลังจากทำวิปัสสนาแล้ว
เธอส่งอีเมลถึงสุนันทาเพื่ออนุญาตให้เธอเป็นตัวแทนคดีต่างๆ ของเธอ
นอกเหนือจากการบริหารสำนักงานของอมายาในระหว่างการลาพักร้อน

(ถ้ามี)
เธอยังมอบอำนาจให้สุนันดาขายที่ดินของอมายาและบริจาคการดำเนินการให้กับ *Child Concern* หากเธอไม่สามารถกลับมาได้ภายในหนึ่งปี

เที่ยวบินนี้ออกเดินทางจากโคจิตอนเก้าโมง
ใช้เวลาเดินทางไม่ถึงสามชั่วโมงก็ถึงเดลี
หลังจากเที่ยวบินต่อเครื่องในช่วงบ่าย Amaya ได้สัมผัสจันดิการ์
ความตื่นเต้นในการได้พบกับลูกสาวของเธอนั้นช่างเฉยเมย
เนื่องจากความเจ็บปวดจากโศกนาฏกรรมที่เธอต้องเผชิญนั้นน่าตกใจ
อมายายืนอย่างอดทนประมาณสิบห้านาที แต่ก็ไม่มีใครรอเธออยู่
ความกลัวแฝงอยู่ในใจของเธอมากกว่าความผิดหวัง
เป็นเครื่องเตือนล่วงหน้าถึงภัยพิบัติที่กำลังจะเกิดขึ้น
ใช้เวลาประมาณยี่สิบนาทีก็ไปถึงรังนกกาเหว่าซึ่งเป็นที่อยู่อาศัยของสุปรียา อมายามองเห็นสำนักงานใหญ่ของบริษัท ดร.การัณย์ อัชรยา ฟาร์มาซูติคอล ฝูงชนค่อนข้างใหญ่อยู่ที่นั่น
และมีรถยนต์หลายคันจากช่องทีวี หนังสือพิมพ์
และกรมตำรวจจอดอยู่ในบริเวณนั้น โดยไม่คาดคิด Amaya
ยืนนิ่งอยู่ขณะมีเปลหามที่มีผ้าปูสีขาวถูกตำรวจบางคนผลักเข้าไปในรถพยาบาล

"ท่านข้าพเจ้า แอดวา อมายา เมนอน ที่ปรึกษาของ นพ. ภูริมา อจารยา ฉันอยากเจอเธอทันที"
อมายาพูดพร้อมแนะนำตัวเองกับเจ้าหน้าที่ตำรวจ

"ท่านผู้หญิง ฉันขอโทษที่วันนี้คุณอาจไม่ได้พบเธอ
เธอถูกจับกุมในข้อหาต้องสงสัยฆาตกรรม" เจ้าหน้าที่กล่าว

อมายาพูดไม่ออกอยู่พักหนึ่ง "เมื่อไหร่ฉันจะได้เจอเธอ"
อามายาเริ่มตั้งสติได้จึงถาม

"ฉันอาจจะไม่สามารถพูดได้อย่างแน่นอน แม้ว่าจะเป็นวันอาทิตย์
เธอจะถูกนำตัวต่อหน้าผู้พิพากษาในวันพรุ่งนี้
และอาจอยู่ในการควบคุมตัวของตำรวจหรือตุลาการต่อไปอีกสิบสี่วัน"

"ตามคำแนะนำของเธอ ฉันมีสิทธิ์ที่จะพบเธอ" อมายายืนกราน

"ฉันรู้แล้ว.
แต่คุณต้องได้รับอนุญาตเป็นลายลักษณ์อักษรจากผู้พิพากษาจึงจะสามารถเข้าพบเธอได้" เจ้าหน้าที่ตำรวจชี้แจง

อมายาเห็นช่างภาพและนักข่าววิ่งไปหารถจี๊ปของตำรวจที่จอดอยู่ตรงทางเข้าบ้าน โดยมีตำรวจหญิงผลักเข้าไปในรถจี๊ป ซึ่งเป็นผู้หญิงที่คลุมศีรษะด้วยผ้าสีดำ

"สุปรียา!" อมายาเรียกแล้ววิ่งไปทางรถจี๊ป

"คุณผู้หญิง คุณไม่ได้รับอนุญาตให้คุยกับเธอ" เจ้าหน้าที่ตำรวจพูดขณะหยุดอมายา

อมายาเปิดโทรศัพท์มือถือเพื่อดูข่าวสารล่าสุด และมีการถ่ายทอดสดจากทีวีช่องต่างๆ "ดร.การัณย์ อาจารยา เสียชีวิตเมื่อคืนนี้ประมาณสิบเอ็ดโมง เขาอายุห้าสิบห้า เขาเป็นประธานบริษัท Acharya Pharmaceutical นพ.อาจารยาอยู่ในอาการโคม่าเป็นเวลา 3 เดือนครึ่งเนื่องจากอุบัติเหตุรถชน รายงานทางการแพทย์ยืนยันว่าไขสันหลังของเขาได้รับความเสียหายอย่างรุนแรง ส่งผลให้เขามีอาการวิกฤตในช่วงสองวันที่ผ่านมา ดร.อีวา อาจารยา ภรรยาของเขา เสียชีวิตด้วยโรคมะเร็งรังไข่เมื่อสามปีที่แล้ว ดร.อาจารยา มีบุตรสาว 1 คน คือ ดร.ภูนิมา ซึ่งเป็นซีอีโอของบริษัท เขาศึกษาที่เดลี วิจัยในลอนดอน และปาโลอัลโต แคลิฟอร์เนีย ทำงานที่จันดิการ์ และกลายเป็นศัลยแพทย์และนักวิทยาศาสตร์ที่มีชื่อเสียงระดับนานาชาติ แพทย์อาจพัฒนายาสำหรับโรคอัลไซเมอร์เมื่อสี่ศตวรรษก่อน ซึ่งต่อมาถูกสั่งห้ามเนื่องจากมีผลข้างเคียงร้ายแรง ภราดรแพทย์และผู้ปกครองของประเทศได้แสดงความเสียใจอย่างสุดซึ้งต่อการจากไปของเขาก่อนวัยอันควร"

อมายาสามารถจินตนาการถึงสิ่งที่อาจเกิดขึ้นได้
"ฉันต้องปกป้องลูกสาวของฉัน" เธอพูดกับตัวเอง

ต่อมามีข่าวด่วนว่า "ตำรวจเมืองจันดิการ์ได้จับกุมนายแพทย์ Poornima Acharya ประธานเจ้าหน้าที่บริหารของบริษัท Dr Acharya Pharmaceutical Company ลูกสาวของนายแพทย์ Karan Acharya ในข้อหาฆาตกรรมพ่อของเธอ การจับกุมเกิดขึ้นในบ่ายวันเสาร์ ภาพจากกล้องวงจรปิดเผยให้เห็น นพ.ปูรนิมา ฉีดยาให้พ่อของเธอเมื่อเวลาประมาณ 14.30 น. ในคืนวันศุกร์ เธอไม่ได้ระบุรายละเอียดซึ่งลงในสมุดจดรายการการรักษา แพทย์สองคนที่ดูแล นพ.การัณย์ อาจารยา ในช่วงสามเดือนครึ่งที่ผ่านมาให้ความเห็นว่า นพ.อาจารยา เสียชีวิตแล้วภายในเวลา 23.00 น. ของวันศุกร์

แพทย์อีกคนบอกว่าเป็นการการุณยฆาตโดยไม่ได้รับอนุญาต แต่ นพ.
ภูนิมา ยังไม่ปฏิเสธข้อกล่าวหาฆาตกรรม"

อมายาไปศาลเช้าวันจันทร์และขออนุญาตเข้าพบสุปรียา
เมื่อไปถึงสถานีตำรวจประมาณบ่ายสามโมง
อมายาก็เห็นผู้หญิงคนหนึ่งนั่งอยู่บนพื้นในห้องขัง
อมายามองเห็นเพียงด้านหลังศีรษะของเธอขณะที่ผู้หญิงมองไปทางผนัง

"สุปรียา" อมายาเรียกเธอด้วยเสียงแผ่วเบา
ยืนอยู่นอกลูกกรงเหล็กที่ล็อกไว้

"ค่ะแม่" หญิงสาวตอบรับโดยไม่ขยับศีรษะ

"ฉันอยากจะขอประกันตัวคุณ" อมายากล่าว

"ไม่ครับแม่ คุณไม่จำเป็นต้องร้องขอประกันตัว" ผู้หญิงคนนั้นตอบโต้

"ทำไม?" อามายะถาม

"ฉันอยากจะทนทุกข์เพื่อแก้ไขอาชญากรรมของพ่อฉัน
อาชญากรรมที่เขาก่อต่อคุณนั้นไม่สามารถอภัยโทษได้
เนื่องจากเขาไม่สามารถรับการลงโทษได้
ฉันจึงตัดสินใจติดคุกไปอีกยี่สิบสี่ปี" ผู้หญิงคนนั้นอธิบาย

"สุปรียา มันจะเป็นการฝึกที่ไร้ผล เขาไม่อยู่แล้ว ให้ฉันปกป้องคุณ"
อมายากล่าว

"แม่คุณรักฉัน
ฉันจะคืนความรักของคุณผ่านความทุกข์ทรมานของฉันเท่านั้น
ถ้าฉันไม่ทุกข์ฉันก็เห็นแก่ตัวและจะไม่มีความสงบสุข
ฉันได้อ่านในสิ่งพิมพ์ของคุณแล้ว
ว่าการลงโทษถือเป็นข้อพิสูจน์ที่จำเป็นในการชดใช้ความผิด
ฉันจึงต้องถูกจำคุก เนื่องจากไม่มีทางเลือกอื่น" ผู้หญิงคนนั้นชี้แจง

"สุปรียา คุณยังเด็กอยู่ และอนาคตกำลังรอคุณอยู่
คุณสามารถช่วยเหลือผู้คนนับล้านผ่านผลิตภัณฑ์ยาของคุณได้
ลองพิจารณาด้านที่สดใสของชีวิตสิ" อมายาพยายามโน้มน้าวหญิงสาว

"ในทำนองเดียวกัน ฉันได้สืบทอดชื่อ ชื่อเสียง
และความมั่งคั่งของบิดาฉัน
อาชญากรรมของเขายังเป็นมรดกของฉันอีกด้วย

และมีเพียงการขังฉันไว้หลังลูกกรงเท่านั้นที่ฉันสามารถชดใช้ได้
ฉันอยากจะทนทุกข์ทรมาน" ผู้หญิงคนนั้นอธิบาย

"มันเป็นอาชีพของฉันที่จะปกป้องคุณ
อย่าคำนึงถึงความสัมพันธ์ระหว่างเรา" อมายากล่าว

"เพื่อปกป้องฉัน คุณต้องโกหกต่อศาล
แต่คุณรับรองความจริงและความยุติธรรม
ผมเคยอ่านเจอมาว่าคุณเป็นผู้ปฏิบัติวิปัสสนาเป็นประจำ
ฉันเชื่อว่าคุณเป็น ความจริงเพียงอย่างเดียวไม่สามารถชนะคดีได้
แต่การโกหกนั้นขัดกับหลักวิปัสสนาที่คุณไม่ชอบทำ
ดังนั้นการปกป้องฉันจะผิดจรรยาบรรณ" ผู้หญิงคนนั้นแน่นอน

อมายาครุ่นคิดอยู่พักหนึ่ง
สิ่งที่ลูกสาวพูดถึงวิปัสสนาและความจริงกระทบใจเธออย่างลึกซึ้ง
"สุปรียา
พ่อของเธอเสียชีวิตตามธรรมชาติเมื่อประมาณสิบโมงเช้าในคืนวันศุกร์
เมื่อรู้ว่าเขาตายแล้วจึงฉีดยาให้เขาตอนสิบสามสิบ
และพอถึงเวลาเที่ยงคืน คุณก็ส่งข้อความมาให้ฉัน
ซึ่งเป็นเรื่องที่เกิดขึ้นภายหลัง" อมายากล่าว

มีความเงียบยาวนาน แล้วผู้หญิงคนนั้นก็พูดช้าๆ และจงใจว่า "แม่ครับ
คุณรู้ความจริงแล้ว
แต่ความจริงอาจไม่สะท้อนถึงความยุติธรรมในทุกกรณี
เมื่อเกิดการเผชิญหน้ากันระหว่างความจริงและความยุติธรรม
จำเป็นอย่างยิ่งที่จะต้องยืนหยัดอยู่กับความจริง
แต่หากไม่มีความยุติธรรม ความจริงก็ถือเป็นโมฆะ
ฉันไม่ได้ปฏิเสธความจริง แต่สนับสนุนข้อผูกพันต่อความยุติธรรม
ฉันไม่สามารถซ่อนอยู่เบื้องหลังความจริง ปฏิเสธความยุติธรรม
มันเป็นความจำเป็นทางศีลธรรม และฉันก็หนีไม่พ้นมัน
ฉันต้องทนทุกข์เพราะมันเป็นทางเลือกเดียวของฉัน
เพราะพ่อของฉันทำให้คุณขุ่นเคืองอย่างสุดซึ้ง และเขาก็จากไปแล้ว
อาชญากรรมของเขาเรียกร้องความยุติธรรม
และมีเพียงฉันเท่านั้นที่สามารถลงโทษเขาได้ นอกจากนี้
ฉันไม่มีทางออกจากมันได้เพราะคุณเป็นแม่ของฉัน
และเขาก็เป็นพ่อของฉัน อย่าปกป้องฉันเลย หากคุณขัดขวางฉัน
ฉันอาจจะต้องเดินไปตามถนนของ Chandigarh
เพื่อปลงอาบัติไปตลอดชีวิตเหมือนอย่าง Oedipus ลาก่อนครับแม่"

"ลาก่อน สุปรียา" อมายาพูดแล้วหันหลังจะจากไป

วันรุ่งขึ้น Amaya ขึ้นเครื่องบินไปจาการ์ตา
มีเที่ยวบินเชื่อมต่อไปยังไวไซในหมู่เกาะราชาอัมพัต
ที่นั่นเธอได้ร่วมงานกับ *Child Concern*
ในฐานะนักสังคมสงเคราะห์อาสาสมัครภาคสนามเพื่อแจกจ่ายหนังสือให้กับเด็กๆ
ในเกาะไร้ชื่อหลายพันแห่งที่กระจายอยู่ทั่วมหาสมุทรอันกว้างใหญ่ตลอดชีวิตของเธอ

เกี่ยวกับผู้เขียน

Varghese V Devasia สอนภาษาอังกฤษที่ Loyola School, Trivandrum เขาเป็นอดีตศาสตราจารย์และคณบดีที่ Tata Institute of Social Sciences Mumbai และหัวหน้าของ Tata Institute of Social Sciences วิทยาเขต Tuljapur เขาเป็นศาสตราจารย์และอาจารย์ใหญ่ที่ MSS Institute of Social Work, Nagpur University, Nagpur

เขาได้รับประกาศนียบัตรความสำเร็จด้านความยุติธรรมจากมหาวิทยาลัยฮาร์วาร์ด อนุปริญญาสาขากฎหมายสิทธิมนุษยชนจากโรงเรียนกฎหมายแห่งชาติ มหาวิทยาลัยเบงกาลูรู สำเร็จการศึกษาสาขาปรัชญาจากวิทยาลัย Sacred Heart College Shenbaganur ปริญญาโทสาขาสังคมสงเคราะห์จาก Tata Institute of Social Sciences มุมไบ ปริญญาโทสาขาสังคมวิทยา จากมหาวิทยาลัย Shivaji Kolhapur, LLB, MPhil และปริญญาเอกจากมหาวิทยาลัย Nagpur

เขาได้ตีพิมพ์หนังสืออ้างอิงทางวิชาการมากกว่า 10 เล่มในสาขาอาชญวิทยา การบริหารราชทัณฑ์ เหยื่อวิทยา สิทธิมนุษยชน ความยุติธรรมทางสังคม การวิจัยแบบมีส่วนร่วม และบทความมากมายในวารสารระดับชาติและนานาชาติที่ได้รับการตรวจสอบโดยผู้ทรงคุณวุฒิ เขาเป็นผู้เขียนกวีนิพนธ์เรื่องสั้น *A Woman with Large Eyes* จัดพิมพ์โดยสำนักพิมพ์ Olympia ในลอนดอน และนวนิยายเรื่อง *Women of God's Own Country* จัดพิมพ์โดย Book Solutions, Indulekha Media Network Kottayam และ *The Celibate* จัดพิมพ์โดย Ukiyoto Publishing ,ไฮเดอราบัด. เขาได้เขียนโนเวลลาภาษามาลายาลัม จัดพิมพ์โดยสำนักพิมพ์ Mulberry, Calicut Varghese V Devasia เป็นผู้รับรางวัลผู้แต่งแห่งปี 2022 จากนวนิยายเรื่องแรกของเขา *Women of God's Own Country* นำเสนอโดยสำนักพิมพ์ Ukiyoto เขาอาศัยอยู่ที่ Kozhikode รัฐ Kerala

อีเมล์: vvdevasia@gmail.com

www.ingramcontent.com/pod-product-compliance
Lightning Source LLC
LaVergne TN
LVHW091634070526
838199LV00044B/1069
9789359201313